സ്ത്രീ

സ്വത്വം
ആവിഷ്കാരം

ഡോ. സിജു കെ. ഡി.

സ്വദേശം കോഴിക്കോട് ജില്ലയിൽ കൊയിലാണ്ടിയിലെ മൂഴിക്കുമീത്തൽ. കാവുംവട്ടം എം.യു.പി. സ്കൂൾ, കാവുംവട്ടം യു.പി.സ്കൂൾ, ശ്രീവാസുദേവാശ്രമം ഹയർ സെക്കന്ററി സ്കൂൾ, എസ്.എ.ആർ. ബി.ടി.എം. ഗവൺമെന്റ് കോളെജ് കൊയിലാണ്ടി, മലബാർ ക്രിസ്ത്യൻ കോളെജ് കോഴിക്കോട്, കാലിക്കറ്റ് സർവകലാശാല കാമ്പസ്, കോളെജ് ഓഫ് ടീച്ചർ എജുക്കേഷൻ മാനാഞ്ചിറ എന്നിവിടങ്ങളിൽ വിദ്യാഭ്യാസം. മലയാളത്തിൽ ബിരുദാനന്തരബിരുദവും 'മലയാള ചലച്ചിത്രത്തിലെ സ്ത്രീ സങ്കല്പം ഭരതന്റെ സിനിമകളെ ആസ്പദമാക്കി ഒരു പഠനം' എന്ന വിഷയത്തിൽ പിഎച്ച്.ഡിയും നേടി. 'അധികാരത്തിന്റെ പകർന്നാട്ടങ്ങൾ' എന്ന വിമർശനഗ്രന്ഥത്തിന്റെ എഡിറ്ററാണ്.

കൊയിലാണ്ടി ഗവ. ഗേൾസ് ഹയർ സെക്കന്ററി സ്കൂളിലും കൊടുവള്ളി, ബാലുശ്ശേരി, പേരാമ്പ്ര ഗവ. കോളെജുകളിലും മലയാളം അദ്ധ്യാപകനായിരുന്നു. ഇപ്പോൾ കൊയിലാണ്ടി എസ്.എ.ആർ.ബി.ടി.എം. ഗവ. കോളെജിൽ അസി. പ്രൊഫസർ.

മാതാവ്: കോമളവല്ലി

പിതാവ്: നടേരി എ. ദാമോദരൻ

ഭാര്യ: നിത ടി.ഡി.

മക്കൾ: മാനസ് എസ്. വിഹായസ്, മേധദീപ്ത എസ്.

വിലാസം:

സാധന, നടേരി തപാൽ,

കൊയിലാണ്ടി, കോഴിക്കോട് 673 620

ഫോൺ: 9446996050

ഇ. മെയിൽ : sijusadhana@gmail.com

സ്ത്രീ
സ്വത്വം
ആവിഷ്കാരം

(പഠനങ്ങൾ)

എഡിറ്റർ:
ഡോ. സിജു കെ. ഡി.

FEMINGO **BOOKS**
കോട്ടയം
2024

വില: **390** രൂപ

Sthree: Swathwam, Avishkaram
By: Dr. Siju K.D.

Malayalam Studies

Published by:-
FEMINGO BOOKS
femingobooks@gmail.com
Ph: 90740 98776, 8301034604

Cover Pic :
Dr. Lal Renjith

Cover Design:
Maxlab

Printed in India
at Max

Edition:
First Editon January 2024

Price: Rs. 390

ISBN: 978-81-19940-90-5

പ്രസാധകക്കുറിപ്പ്

സ്ത്രീയുടെ സാമൂഹികമായ ആവിഷ്കാരം എത്രമാത്രം ഔന്നത്യം പുലർത്തുന്നതാണെന്ന ചോദ്യമാണ് ഈ പുസ്തകം ചർച്ച ചെയ്യുന്നത്. വിവിധ മാധ്യമങ്ങളിലൂടെ സ്ത്രീയെ ആവിഷ്ക്കരിക്കുന്ന വിധം കൃത്യമായി പരിശോധിച്ച് അതിനെ അടയാളപ്പെടുത്തുകയാണ് വിവിധ ലേഖനങ്ങളിലൂടെ. സ്ത്രീയെ ഓരോരുത്തരും ആവിഷ്കരിക്കുന്നത് അവരുടേതായ കാഴ്ചപ്പാടിലൂടെയാണെന്നും ആ നിലയ്ക്ക് അവളുടെ സ്വത്വമെന്നത് ആപേക്ഷികമാണെന്നും വളച്ചുകെട്ടില്ലാതെ ഈ കൃതി വിലയിരുത്തുന്നു. അവളുടെ സാമൂഹികമായ ഇടപെടലുകളെക്കുറിച്ച് അന്വേഷിക്കുകയും ഒപ്പം സാങ്കേതികമായ പുരോഗതിയെക്കുറിച്ചും ഇവിടെ ചർച്ച ചെയ്യപ്പെടുന്നു. സ്ത്രീയെ ഏതൊക്കെ തലത്തിൽ നിന്നും അളക്കുന്നുവോ അവിടെയൊക്കെയും അവളുടെ വളർച്ചയെ പുരുഷകേന്ദ്രീകൃത സമൂഹത്തിന് ആസ്വദിക്കാനോ അനുഭവിക്കാനോ ഉള്ള ഉപഭോഗ വസ്തുവായി കണക്കാക്കപ്പെട്ട തെറ്റായ കാഴ്ചപ്പാടിനെയും ഇവിടെ വിമർശനാത്മകമാക്കുന്നുണ്ടെന്നത് പുതിയൊരു കാഴ്ചപ്പാടിലേക്ക് വിരൽചൂണ്ടുന്നു. ആവിഷ്കരണപ്രക്രിയയിലെ ഈ നാന്ദിയാണ് സ്ത്രീയുടെ ഐഡന്റ്റിറ്റിയെ അനുഭവവേദ്യമാക്കുന്നത്. മലയാളത്തിൽ ഇത്തരത്തിലൊരു സ്ത്രീപക്ഷ പഠനം അവതരിപ്പിക്കാൻ കഴിഞ്ഞതിൽ അഭിമാനം.

ദുർഗ മനോജ്
ഫെമിൻഗോ ബുക്സ്

സമർപ്പണം

ഞാൻ കണ്ടറിഞ്ഞ ആദ്യ എഴുത്തുകാരന്
-അച്ഛന്.
ഓരോ ചുവടിലും കൂടെ നിന്ന സ്നേഹമയിക്ക്
-അമ്മയ്ക്ക്.

ഉള്ളടക്കം

മുഖക്കുറിപ്പ്
അവളെഴുതിയ കേരളം

സ്വന്തമായി ഒരു മുറി (A room of one's own) എന്ന വെർജിനീയ വൂൾഫിന്റെ രചന പുറത്തുവരുന്നത് 1929-ലാണ്. ഇരുപത് വർഷങ്ങൾക്ക് ശേഷം രണ്ടാം ലിംഗം (Second Sex) എന്ന സിമോൺ ബുവ്വേയുടെ രചനയും. ഈ കൃതികൾ മുന്നോട്ട് വെച്ച ആശയങ്ങൾ പഠിച്ചും പഠിപ്പിച്ചും പതിറ്റാണ്ടുകൾ കഴിഞ്ഞിട്ടും ബഹുഭൂരിപക്ഷം സ്ത്രീകളുടെയും ലോകം പരിമിതവൃത്തത്തിൽ തന്നെ ചുരുങ്ങിക്കിടപ്പാണ്. വീട്, കുടുംബം തുടങ്ങിയവ ഇപ്പോഴും അവൾക്ക് തുടലാണ്. ആ തുടലിന്റെ നീളത്തെയാണ് അവളുടെ സ്വാതന്ത്ര്യം എന്ന് വിളിക്കുന്നത്.

പെണ്ണിന്റെ ആത്മാവിഷ്കാരസാധ്യതകൾ ഇപ്പോഴും പുരുഷനോളം വിപുലപ്പെട്ടിട്ടില്ല. ആണെഴുതുന്ന ലോകം പൊതുലോകമാണെന്നും പെണ്ണെഴുതുമ്പോൾ അത് വിശേഷലോകമാണെന്നും കരുതുന്ന, ആവിഷ്കാരത്തിന്റെ ഔന്നത്യം പുരുഷമാത്രസാധ്യമാണ് എന്ന് വിചാരിച്ചുപോരുന്നവരുടെ വംശാവലി കാലമിത്രയായിട്ടും കുറ്റിയറ്റുപോകുന്നില്ല തന്നെ! സാഹിത്യപ്രവർത്തനം സ്ത്രീക്ക് വഴങ്ങുമെങ്കിലും നൃത്തമൊഴികെയുള്ള മറ്റ് ആവിഷ്കാരങ്ങളിൽ അവൾക്ക് വിഷയിയുടെ പങ്കേ നിർവഹിക്കാനാവൂ എന്ന ധാരണയാണ് മറ്റുചിലർക്ക് സ്വീകാര്യമായത്! തനിക്ക് സ്വതന്ത്രയായി ഇരിക്കുവാൻ ഇടമില്ലാത്തയിടം ഉപേക്ഷിച്ച് തനിക്കുചേർന്ന ഒരു മുറി അവൾ പണിഞ്ഞെടുത്തിട്ടും കള്ളിതിരിക്കലിന്റെ വിവേചനബുദ്ധി സജീവമായിത്തുടരുന്നു. അവൾ സ്വന്തം മുറി പണിതപ്പോൾ അതിനുള്ളിൽ മാത്രമാണ് അവളുടെ സാധ്യതയെന്നും പുറംലോകത്തിന്റെ ആഴവും പരപ്പും അവൾക്ക് അപ്രാപ്യമാണെന്നും പ്രച

രിപ്പിക്കലായി അടുത്ത തന്ത്രം.

വീണുപോയ കിണറിന്റെ ഇടുക്കത്തെ ഉള്ളിലുള്ള ആകാശം കൊണ്ട് വിപുലീകരിക്കാൻ മാത്രമല്ല ഒരു കുതിരച്ചാട്ടംകൊണ്ട് ആ കിണറിനെ അതിജീവിക്കാനും സ്ത്രീക്ക് കഴിഞ്ഞിരിക്കുന്നു. എത്തിച്ചേർന്ന പുറംലോകത്തെക്കൂടി സ്ത്രൈണാനുഭവങ്ങളുടെ വിശാലതയിലേക്ക് പ്രത്യാനയിക്കുകയും ആഖ്യാനത്തിന്റെ പ്രമേയവും സ്വരൂപവും പുതുക്കിപ്പണിയുന്നതിൽ നിർണായക പങ്ക് നിർവഹിക്കുകയും ചെയ്തിരിക്കുന്നു അവൾ.

ആ കുതിപ്പിനൊപ്പം കേരളവുമുണ്ട്. ആ സഞ്ചാരത്തെ നോക്കിക്കാണാനുള്ള ശ്രമമാണ് ഈ പുസ്തകം. ആത്മാവിഷ്കാരത്തിന്റെയും പൊതുജീവിതത്തിന്റെയും ലോകങ്ങളെ ഈ കൃതി അഭിമുഖീകരിക്കുന്നു. അങ്ങനെ നോക്കുമ്പോൾ ഈ പുസ്തകത്തിന് രണ്ട് ഭാഗങ്ങളുണ്ട്. സിനിമ, ചിത്രകല, സംഗീതം പോലുള്ള മേഖലകളിലെ സ്ത്രീ ആവിഷ്കാരങ്ങളുടെ കനവും ഉള്ളുറപ്പും വിശകലനം ചെയ്യുന്നവയും അവൾ എങ്ങനെ ആവിഷ്കരിക്കപ്പെടുന്നു എന്ന് പരിശോധിക്കുന്നവയുമാണ് ആദ്യവിഭാഗത്തിലെ ലേഖനങ്ങൾ. ശാസ്ത്രം, സാമൂഹ്യപ്രവർത്തനം, രാഷ്ട്രീയം എന്നീ പൊതുസരണികളിൽ സ്വന്തം ഇടം സൃഷ്ടിക്കുന്ന സ്ത്രീകളുടെ പ്രവർത്തനങ്ങൾ അടയാളപ്പെടുത്തുന്നവയാണ് രണ്ടാമത്തെ വിഭാഗം ലേഖനങ്ങൾ.

'അജ്ഞാതവാസം കഴിഞ്ഞ് ഒരു എഴുത്തുകാരി' എന്ന ഡോ. രാജേന്ദ്രൻ എടത്തുംകരയുടെ ലേഖനം കോന്നനാത്ത് കുട്ടിപ്പാറു അമ്മ എന്ന ആദ്യകാല സ്ത്രീ നാടകകൃത്തിനെ പരിചയപ്പെടുത്തുന്നു. പ്രബോധ ചന്ദ്രോദയം എന്ന നാടകത്തിന്റെ വിവർത്തക ഇദ്ദേഹമാണെന്ന് രാജേന്ദ്രൻ സമർഥിക്കുന്നു. 'കാലത്തിന്റെ താളമറിയാതെ കടലിന്റെ ആഴങ്ങളിലേക്ക്' എന്ന ലേഖനത്തിൽ ഡോ. പ്രിൻസ് മോൻ ജോസ് മൽസ്യഗന്ധി എന്ന നാടകത്തെ മുൻനിർത്തി സജിത മഠത്തിലിന്റെ നാടക സംഭാവനകൾ വിശകലനം ചെയ്യുകയാണ്. ഡോ. സിബി കുര്യന്റെ 'കാലം കേവലം ഒരുകലമാണ്' എന്ന ലേഖനം ശ്രീജ കെ.വി.യുടെ 'ഓരോരോ കാലത്തിലും' എന്ന നാടകത്തെ പഠനവിധേയമാക്കുന്നു. സ്ത്രീ നാടകപ്രവർത്തകർ എന്ന നിലയിൽ ഇരുവരും നടത്തുന്ന ഇടപെടൽ രണ്ട് ലേഖകരും സൂക്ഷ്മമായി വിലയിരുത്തുന്നുണ്ട്.

ഡോ. ലാൽ രഞ്ജിത്തിന്റെ "സാലഭഞ്ജിക' മുതൽ 'ഭാരതമാത" വരെ ചിത്രകലയിലെ സ്ത്രീരൂപങ്ങൾ എന്ന പഠനം ചിത്ര

കലയിലെ സ്ത്രീ ആവിഷ്കാരങ്ങളെ ചരിത്രപരവും സംസ്കാരികവുമായി വിശകലനം ചെയ്യുന്നു. അഭിലാഷ് തിരുവോത്തിന്റെ ലേഖനം വർത്തമാനകാല കേരളചിത്രകലയിലെ സ്ത്രീസാന്നിധ്യം എന്ന ലേഖനം ശ്രീജ പള്ളത്തിന്റെ രചനകളെ വിശദമായി പഠിക്കുന്നു. ഡോ. സുനിൽ ജോസിന്റെ കലാകാരിയുടെ "ജീവിതമെഴുത്ത്" സിസ്റ്റർ സാന്ദ്രസോണിയയുടെ ചിത്രകലാ സംഭാവനകളാണ് വിശകലനം ചെയ്യുന്നത്.

ടെലിവിഷനിലെ വനിതാ വാർത്താവതാരകരെ മുൻനിർത്തി ഡോ. ഹസ്കർ അലി ഇ.സി.യും ടെലിവിഷൻ സീരിയലുകളെ മുൻനിർത്തി ഡോ. അനുസ്മിതയും ദൃശ്യമാധ്യമങ്ങളിലെ സ്ത്രീ പ്രാതിനിധ്യം പരിശോധിക്കുന്നു. ശ്രീജ ശ്രീധരന്റെ "ആത്മാന്വേഷണത്തിന്റെ ചലച്ചിത്രകാരി" എന്ന ലേഖനം ഗീതുമോഹൻദാസിന്റെയും നവീന വിജയന്റെ "കുടുംബകഥ: പെൺ സംവിധാനം" എന്ന ലേഖനം അഞ്ജലി മേനോന്റെയും സിനിമകളെ പഠിക്കുന്നു. ഡോ. എൻ.വി. മുഹമ്മദ് റാഫിയുടെ "മലയാളസിനിമയിലെ തന്തക്ക് പിറന്ന ആണുങ്ങൾ", ഡോ. സിജു കെ.ഡി.യുടെ "കാണുന്നപുരുഷൻ: കാഴ്ചയാകുന്ന സ്ത്രീ" എന്നീ ലേഖനങ്ങൾ ചലച്ചിത്രം സ്ത്രീയെ എങ്ങനെ ആഖ്യാനം ചെയ്യുന്നു എന്നതാണ് പരിശോധിക്കുന്നത്. ചലച്ചിത്രപിന്നണി ഗായികമാരുടെ സംഭാവനകളെ വിശകലനം ചെയ്യുന്ന ലേഖനങ്ങളാണ് സി.എസ്.മീനാക്ഷിയുടെ "മലയാളിയുടെ സംഗീതാസ്വാദനശീലങ്ങളും തെന്നിന്ത്യൻ ചലച്ചിത്ര ഗായികമാരും", ഡോ.എം.ഡി. മനോജിന്റെ "ചിത്രയുടെ പാട്ടുലോകം", മെൽബി ജേക്കബിന്റെ "വിസ്മൃതിയിലാണ്ട പിന്നണി ഗായികമാർ" എന്നീ ലേഖനങ്ങൾ. ശാസ്ത്രീയസംഗീതലോകത്തെ പരിഗണിക്കപ്പെടാതെപോയ വനിതാപ്രതിഭകളെ പൊതുമധ്യത്തിലവതരിപ്പിക്കുകയാണ് ഡോ. ദീപ്ന അരവിന്ദ്.

ഭാഷാഗവേഷണത്തിലെ സ്ത്രീകളുടെ സംഭാവനകളാണ് ഡോ. ബിന്ദു വിലയിരുത്തുന്നത്. ഹലീമാ ബീവിയുടെ സാമൂഹ്യ ഇടപെടലുകളുടെ ചരിത്രപ്രാധാന്യത്തിലേക്ക് ഡോ.മുംതാസ് പി.കെ.യും ജാനകി അമ്മാൾ, അന്ന മാണി, പ്രഭ ആർ ചാറ്റർജി എന്നിവർ ശാസ്ത്രവികാസത്തിന് നല്കിയ സംഭാവനകളെപ്പറ്റി ഡോ. സംഗീത ചേനംപുല്ലിയും എഴുതുന്നു. "അവളെഴുതിയ കേരളം അവളെ എഴുതാത്ത കേരളം" എന്ന ഡോ. സിജു കെ.ഡി.യുടെ ലേഖനം രാഷ്ട്രീയകേരളത്തിന്റെ സ്ത്രീ ചരിത്രത്തിലേക്കും വർത്തമാനത്തിലേക്കുമുള്ള അന്വേഷണമാണ്.

വായനക്കാരുടെ ഗൗരവപൂർണ്ണമായ വിമർശനങ്ങൾക്കും വിലയിരുത്തലിനുമായി ഈ പുസ്തകം സ്നേഹാദരങ്ങളോടെ സമർപ്പിക്കുന്നു.

ഡോ. സിജു കെ.ഡി.

൦൦

1

അജ്ഞാതവാസം കഴിഞ്ഞ് ഒരു എഴുത്തുകാരി

ഡോ. രാജേന്ദ്രൻ എടത്തുംകര

മറവിയുടെ ഇരുട്ടു പുതച്ച അരങ്ങാണ് മലയാളത്തിലെ നാടകസാഹിത്യചരിത്രം. ആദ്യത്തെ മലയാളനാടകം എഴുതിയ കല്ലൂർ ഉമ്മൻ ഫിലിപ്പോസിനെ തന്നെയാണ് അത് ആദ്യം വിസ്മരിച്ചത്. ഷേക്സ്പിയറുടെ കോമഡി ഓഫ് എറേഴ്സ് 1886-ലാണ് ഉമ്മൻ ഫിലിപ്പോസ് ആൾമാറാട്ടം എന്ന പേരിൽ മലയാളത്തിലേക്കു വിവർത്തനം ചെയ്തത്. തമിഴിലെ സംഗീതനാടകങ്ങളുടെ ചൂടും ചൂരും ചുവയും മാത്രം സ്വന്തമായുണ്ടായിരുന്ന മലയാളിക്ക് തികഞ്ഞ ഗദ്യത്തിൽ പുതുവഴിയൊരുക്കുകയായിരുന്നു അദ്ദേഹം. പടിഞ്ഞാറൻ മാതൃകയിലുള്ള ഒരു നാടകം അന്നു തമിഴിൽപോലും ഉണ്ടായിരുന്നില്ല. പി. സുന്ദരംപിള്ള എഴുതി 1891-ൽ പുറത്തുവന്ന മനോന്മണീയം ആണല്ലോ ആ മാതൃകയിൽപ്പെട്ട ആദ്യ തമിഴ് നാടകം. വിശദമായ രംഗസൂചനകൾ പരമാവധി ഒഴിവാക്കി സംഭാഷണങ്ങളിലൂടെ കഥപറയുക എന്നതായിരുന്നു വിവർത്തനത്തിന്റെ സാമാന്യതന്ത്രം. അതേസമയം നാടകം എന്ന നിലയിൽ മൂലകൃതിയുടെ പ്രത്യേകതയും നാടകീയതയും ഉടനീളം സൂക്ഷിക്കുകയും ചെയ്തു. ആൾമാറാട്ടം എന്ന നാടകത്തെ സാഹിത്യചരിത്രകാരന്മാർ കണ്ടതായേ ഭാവിച്ചില്ല. 1882-ൽ പ്രസിദ്ധീകരിച്ച കേരളവർമവലിയകോയിതമ്പുരാന്റെ കേരളീയഭാഷാശാകുന്തളമാണ് മലയാളത്തിലെ ആദ്യനാടകം എന്ന് സാഹിത്യചരിത്രങ്ങൾ പിടിവാശികാണിച്ചു. 'ആദ്യമായി ഒരു സംസ്കൃതനാടകം മലയാളത്തിൽ ആക്കപ്പെട്ടിട്ടുള്ളത് ഇതാണ്' എന്നുമാത്രമേ തന്റെ കൃതിയെക്കുറിച്ച് കേരളവർമ അവകാശവാദം ഉന്നയിച്ചിരുന്നുള്ളൂ എന്നത് ഭയഭക്തിബഹുമാനങ്ങളുടെ പകർന്നാട്ടത്തിൽ വിസ്മരിച്ചുപോയി.

തമസ്കരണത്തിന്റെ ആ പ്രഥമപാഠം അവിടെ നിൽക്കട്ടെ. ഉമ്മൻ ഫിലിപ്പോസിനെ ആദ്യമലയാളനാടകകൃത്തായി രേഖപ്പെടുത്തുന്ന ചില ശ്രമങ്ങളെങ്കിലും പിൽക്കാലത്ത് ഉണ്ടായിട്ടുണ്ടല്ലോ. ഊരും പേരുംമാത്രമല്ല സാന്നിധ്യംപോലും അറിയാത്തവിധം നാടകചരിത്രത്തിൽനിന്ന് ജീവപര്യന്തം നാടുകടത്തപ്പെട്ട മറ്റൊരാളെക്കുറിച്ചാണ് പറയാനുള്ളത്. കോന്നനാത്ത് കുട്ടിപ്പാറുഅമ്മ എന്ന എഴുത്തുകാരിയാണ് അത്.

മലയാളത്തിലെ സ്ത്രീനാടകകൃത്തുക്കളെക്കുറിച്ച് ഇന്നുവരെ ലഭ്യമായ വിവരങ്ങൾ അനുസരിച്ച് പത്തൊമ്പതാം നൂറ്റാണ്ടിന്റെ സാഹിത്യമണ്ഡപത്തിൽ രണ്ടുപേരെയേ കാണാനുള്ളൂ. 'സുഭദ്രാർജ്ജുനം' രചിച്ച തോട്ടക്കാട് ഇക്കാവമ്മയും 'അജ്ഞാതവാസം' രചിച്ച കുട്ടിക്കുഞ്ഞുതങ്കച്ചിയും. സുഭദ്രാർജ്ജുനം 1891ലും അജ്ഞാതവാസം 1892-ലുമാണ് പ്രസിദ്ധീകരിക്കപ്പെട്ടത്. സാഹിത്യചരിത്രങ്ങളുടെ ധാരണയനുസരിച്ച് അജ്ഞാതവാസം പ്രസിദ്ധീകരിച്ച് നാലുപതിറ്റാണ്ടിനുശേഷമേ മറ്റൊരു സ്ത്രീനാടകകൃത്ത് രംഗപ്രവേശം ചെയ്യുന്നുള്ളൂ. 'കിരാതാർജ്ജുനീയം വ്യായോഗം' രചിച്ച പാലിയത്ത് ഓമനക്കുഞ്ഞമ്മ, 'യുവരാജസിംഹം' രചിച്ച സി.എം. ചിന്നമ്മ, 'ശിവജി അഥവാ മഹാരാഷ്ട്രസിംഹം' രചിച്ച എ.ജി. തങ്കമ്മ എന്നിവരാണത്രേ കുട്ടിക്കുഞ്ഞുതങ്കച്ചിയ്ക്കു ശേഷം നാടകരചനയിലേർപ്പെട്ട സ്ത്രീനാടകകൃത്തുക്കൾ. മൂന്നു പുസ്തകങ്ങളും പുറത്തുവരുന്നത് 1934-ലാണ്. ഈ ചരിത്രമാണ് ഇന്നു ലഭ്യമായ ഏറ്റവും ആധികാരികമായ ചരിത്രം. മലയാളത്തിലെ എല്ലാ സാഹിത്യചരിത്രങ്ങൾക്കും പറയാനുള്ളതും ഇതുമാത്രമാണ്.

ഈ ധാരണയെ അടിമുടി മാറ്റിയെഴുതുന്ന ഒരു ഗ്രന്ഥം തൃശ്ശൂരിലെ അപ്പൻ തമ്പുരാൻ ലൈബ്രറിയിയിൽ കണ്ടതിന്റെ ആഹ്ലാദത്തിലാണ് ഈ കുറിപ്പ്. അവിടെ കേരളവർമ്മ വലിയകോയിതമ്പുരാന്റെ ഗ്രന്ഥശേഖരത്തിൽ 29-ാം നമ്പർ ആയി സൂക്ഷിച്ചിരിക്കുന്ന പ്രബോധചന്ദ്രോദയം എന്ന നാടകവിവർത്തനമാണ് അത്. കൃഷ്ണമിശ്രന്റെ പ്രഖ്യാതമായ കൃതിയ്ക്ക് മലയാളത്തിലുണ്ടായ ഒന്നാമത്തെ വിവർത്തനവും ഇതുതന്നെ. കൊല്ലവർഷം 1068-ൽ (എ.ഡി. 1893) കൊച്ചി കേരളമിത്രം ശാഖാ അച്ചുകൂടത്തിൽ നിന്നും പ്രസിദ്ധീകരിച്ചതാണ് പ്രസ്തുതപുസ്തകമെന്ന് പുറംചട്ടയിൽ രേഖപ്പെടുത്തിയിട്ടുണ്ട്. പുസ്തകത്തിൽ ഒരിടത്തും രചയിതാവിന്റെ പേര് ചേർത്തിട്ടില്ല. പുറംചട്ടയിൽ പ്രസാധകന്റെ പേരാണുള്ളത്. അത് ഇങ്ങനെയാണ്: 'കോന്നനാത്ത് ശങ്കുണ്ണിമേനോൻ അവർകളുടെ ചില

വിന്മേൽ അച്ചടിക്കപ്പെട്ടത്.'

പ്രബോധചന്ദ്രോദയം എന്നും കോന്നനാത്ത് ശങ്കുണ്ണിമേനോൻ എന്നും കേൾക്കുമ്പോൾ സാഹിത്യചരിത്രപഠിതാക്കൾക്ക് ഉള്ളൂരിന്റെ കേരളസാഹിത്യചരിത്രത്തിലെ ഒരു പരാമർശം ഓർമയിലെത്തുകതന്നെ ചെയ്യും. കേരളസാഹിത്യചരിത്രം നാലാം വാല്യത്തിൽ പ്രബോധചന്ദ്രോദയം നാടകത്തെക്കുറിച്ച് പറയുന്നിടത്താണ് അത്. ഉള്ളൂർ എഴുതുന്നു: 'കോന്നനാത്തു ശങ്കുണ്ണി മേനോൻ എന്നൊരു കവി 1068-ാമാണ്ടിനിടയ്ക്ക്ആ നാടകം തർജ്ജമചെയ്തിട്ടുണ്ടായിരുന്നു'. പ്രബോധചന്ദ്രോദയത്തിന്റെ രചയിതാവല്ല, പ്രസാധകൻ മാത്രമാണ് കോന്നനാത്ത് ശങ്കുണ്ണിമേനോൻ എന്ന് അപ്പൻതമ്പുരാൻ ലൈബ്രറിയിലെ പുസ്തകം ഉറപ്പുനൽകുന്നു. ഉള്ളൂരിന്റെ നോട്ടക്കുറവ് പ്രസാധകനെ രചയിതാവായി തെറ്റിദ്ധരിച്ചതാവാം. താൻ പണിപ്പെട്ട് എഴുതിത്തീർത്ത ഗ്രന്ഥം തിരുത്താനോ മിനുക്കുപണി നടത്താനോകഴിയാതെ അന്ത്യരംഗത്തിലേക്ക് അതിവേഗം നടക്കേണ്ടിവന്ന ആ മഹാമനീഷി അത്രയെങ്കിലും ചെയ്തല്ലോ എന്ന് സമാശ്വസിക്കുകയാവും നല്ലത്. പക്ഷേ, പിൽക്കാലഗവേഷകർ ആരും ആ വഴിയിലെ കതിരും പതിരും തിരഞ്ഞുപോയില്ല എന്നത് സങ്കടകരം തന്നെയാണ്. കോന്നനാത്ത് ശങ്കുണ്ണിമേനോൻ അല്ലെങ്കിൽ പിന്നെ ആരാണ് പ്രബോധചന്ദ്രോദയത്തിന്റെ രചയിതാവ്? ആ ചോദ്യത്തിനാണ് ഉത്തരം കണ്ടുപിടിക്കേണ്ടത്. ഗ്രന്ഥകർത്താവിന്റെ പേര് പുസ്തകത്തിൽ ഒരിടത്തും രേഖപ്പെടുത്തിയിട്ടില്ല എന്നതിനാൽ വിശ്വസനീയമായ മറ്റു തെളിവുകൾ തേടേണ്ടിയിരിക്കുന്നു. കൃഷ്ണമിശ്രന്റെ സുപ്രസിദ്ധമായ സംസ്കൃത നാടകം ഭാഷാന്തരം ചെയ്യാൻ തനിക്ക് സജ്ജനങ്ങൾ തുണയായി നിൽക്കണം എന്ന് അഭ്യർഥിയ്ക്കുന്ന ഒരു വന്ദനശ്ലോകം ഗ്രന്ഥത്തിന്റെ തുടക്കത്തിൽ കൊടുത്തിട്ടുണ്ട്. അതിന്റെ തുടർച്ചയായി ഇങ്ങനെ എഴുതിയിരിക്കുന്നു:

മാർത്താണ്ഡവംശതിലകായിതരാമഭദ്ര
പാദാരവിന്ദമകരന്ദരസാനുഭുതെ:
ലക്ഷ്മീപതെ:പദയുഗംജനകസ്യനൗമി
രാമസ്യമാടനൃപമന്ത്രിവരസ്യനിത്യം

കൊച്ചി രാജാവിന്റെ മന്ത്രിയായ രാമനാണ് ഗ്രന്ഥകർത്താവിന്റെ പിതാവ് എന്നും ലക്ഷ്മിയാണ് മാതാവ് എന്നും ഈ വരികൾ സാക്ഷ്യപ്പെടുത്തുന്നു. രചയിതാവിന്റെ പേരോ ഊരോ അപ്പോഴും അവ്യക്തമാണ്. നാന്ദിയിലോ നാടകശരീരത്തിൽ മറ്റെവിടെയെങ്കി

ലുമോ അത് രേഖപ്പെടുത്തുന്ന പതിവുവഴക്കം ഈ കൃതിയിൽ പാടെ ഉപേക്ഷിച്ചിരിക്കുന്നു.

അപ്പൻതമ്പുരാൻ ലൈബ്രറിയിലെ പ്രകൃതഗ്രന്ഥം ഇവിടെയാണ് ഗവേഷകർക്ക് അത്യന്തം ഉപകാരപ്പെടുന്നത്. പ്രബോധചന്ദ്രോദയത്തിന്റെ രചയിതാവ് ഒരു സ്ത്രീയാണ് എന്ന് ആ പുസ്തകം തെളിവുതരുന്നുണ്ട്. തിരുവിതാംകൂർ മഹാറാണിയ്ക്ക് സമർപ്പിക്കപ്പെട്ട പ്രതിയാണ് കേരളവർമയുടെ കൈയിൽ വന്നെത്തിയത് എന്ന് പുസ്തകത്തിൽ എഴുതിച്ചേർത്ത ഒരു കുറിപ്പിൽനിന്നും മനസ്സിലാക്കാം. അതിന്റെ മുഴുവൻ രൂപം ഇങ്ങനെയാണ്: 'മഹാരാജമാന്യരാജ ശ്രീ തിരുവിതാങ്കൂർ മഹാറാണിതമ്പുരാട്ടി തിരുമനസ്സിലെ സ്വീകാരത്തിന്നായി ഈ ഗ്രന്ഥം ഗ്രന്ഥകർത്ത്രിയാൽ ഭക്തിവിനയപുരസ്സരമാകുംവണ്ണം സമർപ്പിക്കപ്പെട്ടിരിക്കുന്നു. കഴിയുന്ന സഹായങ്ങളെ തിരുവുള്ളമുണ്ടായി ചെയ്തുകിട്ടിയാൽ കൊള്ളാമെന്നും സവിനയം പ്രാർത്ഥിച്ചുകൊള്ളുന്നു'. അതിനുതാഴെ കൊച്ചി ഇളയതമ്പുരാന്റെ പ്രൈവറ്റ് സെക്രട്ടറി കെ. അച്യുതമേനോന്റെ മേൽവിലാസമാണ് നൽകിയിരിക്കുന്നത്. അദ്ദേഹമാണ് ഗ്രന്ഥകർത്രിയ്ക്കുവേണ്ടി പുസ്തകം സമർപ്പിച്ചത് എന്നർഥം.

വന്ദനശ്ലോകത്തിനു താഴെ ഗ്രന്ഥകർത്താവ് എന്ന് അച്ചടിച്ചത് ഗ്രന്ഥകർത്രി എന്ന് കയ്യെഴുത്തിനാൽ തിരുത്തിയിട്ടുണ്ട്. അതിനു താഴെ കോന്നനാത്ത് കുട്ടിപ്പാറുഅമ്മ എന്നും എഴുതിചേർത്തിരിക്കുന്നു. തൊട്ടുതാഴെ ഇംഗ്ലീഷിലുള്ള ഒരു കുറിപ്പുണ്ട്. കോന്നനാത്ത് കുട്ടിപ്പാറുഅമ്മയെ പരിചയപ്പെടുത്തുന്നതാണ് ആ കുറിപ്പ്. അന്തരിച്ച സബ്ജഡ്ജ് കുഞ്ഞൻമേനോന്റെ മരുമകളും അന്തരിച്ച (കൊച്ചിയിലെ) സർവാധികാര്യക്കാർ ഇ. രാമൻമേനോന്റെ മകളുമാണ് കുട്ടിപ്പാറുഅമ്മ എന്ന് ആ കുറിപ്പ് വ്യക്തമാക്കുന്നു. അതിൽകൂടുതൽ യാതൊന്നും കാണിച്ചിട്ടില്ല. ഒരു സമർപ്പണക്കുറിപ്പിൽ അതിന്റെ ആവശ്യവുമില്ല.

കൊച്ചിരാജാവിന്റെ മന്ത്രിയായ രാമനാണ് തന്റെ പിതാവ് എന്ന വന്ദനശ്ലോകത്തിലെ പ്രതിപാദനവും ഗ്രന്ഥകർത്താവിനെ പരിചയപ്പെടുത്തി കൊച്ചി ഇളയരാജാവിന്റെ പ്രൈവറ്റ് സെക്രട്ടറി ഇംഗ്ലീഷിൽ എഴുതിയ കുറിപ്പിലെ പ്രതിപാദനവും സമാനമാണ്. ആ വിശ്വാസ്യതയുടെ വെളിച്ചത്തിൽ പ്രബോധചന്ദ്രോദയം എന്ന നാടകത്തിന്റെ രചയിതാവ് കോന്നനാത്ത് കുട്ടിപ്പാറുഅമ്മയാണ് എന്ന് ഉറപ്പിച്ചുപറയാനാവും. മലയാളസാഹിത്യചരിത്രത്തിൽ നാം ഇതുവരെ കണ്ടുമുട്ടാതെപോയ നിർഭാഗ്യവതിയായ എഴുത്തുകാരിയിലേക്ക്

വെളിച്ചം ചൊരിയുകയാണ് ആ പരിചയക്കുറിപ്പ്. മലയാളത്തിൽ നാടകം പ്രസിദ്ധീകരിച്ച മൂന്നാമത്തെ എഴുത്തുകാരി, നാടകവിവർത്തനത്തിലേർപ്പെട്ട ആദ്യത്തെ എഴുത്തുകാരി.

അവരുടെ വ്യക്തിജീവിതത്തെക്കുറിച്ചോ സാഹിത്യജീവിതത്തെക്കുറിച്ചോ കൂടുതൽ വിവരങ്ങൾ ലഭ്യമല്ല. പുസ്തകത്തിൽ സ്വന്തം പേരുചേർക്കാതിരുന്നത് എന്തുകൊണ്ടാണെന്ന ചോദ്യത്തിനും ഉത്തരമില്ല. പ്രസാധകനു പറ്റിയ അബദ്ധമായിരിക്കുമോ അത്? അജ്ഞാതയായിരിക്കാൻ അവർ ആഗ്രഹിച്ചിട്ടുണ്ടാവും എന്നു തോന്നുന്നില്ല. അങ്ങനെയെങ്കിൽ തിരുവിതാംകൂർ മഹാറാണിയ്ക്ക് സമർപ്പിച്ച ഗ്രന്ഥത്തിൽ തന്റെ പേര് എഴുതിച്ചേർക്കാൻ അവർ സമ്മതിക്കുമായിരുന്നില്ലല്ലോ.

തോട്ടക്കാട് ഇക്കാവമ്മയുടെ സുഭദ്രാധനഞ്ജയം വായിച്ച് ഒരു സ്ത്രീ തന്നെ എഴുതിയതോ എന്നു സംശയംകൂറിയ പുരുഷകേസരികൾ കോന്നനാത്ത് കുട്ടിപ്പാറുഅമ്മയുടെ കാര്യത്തിലും അതേ മനോഭാവം പുലർത്തുമായിരുന്നു. അത്രമേൽ സർഗാത്മകവും നൂതനവും ശക്തവുമാണ് അവരുടെ എഴുത്ത്. വിളിപ്പുറത്തെന്നപോലെ വാക്കുകൾ, കൂടപ്പിറപ്പെന്നപോലെ കവിത്വം, മലയാളത്തിന്റെ ശില്പശോഭ തികഞ്ഞ ഗദ്യം. പത്തൊമ്പതാം നൂറ്റാണ്ടിലെ വിവർത്തന കൃതികളിലൂടെ കൂട്ടത്തിൽ പ്രബോധചന്ദ്രോദയം എന്തുകൊണ്ടും സവിശേഷമായ നോട്ടം അർഹിക്കുന്നുണ്ട്. മനുഷ്യഭാവങ്ങളും വികാരങ്ങളും കഥാപാത്രങ്ങളായിവരുന്ന നാടകത്തിന്റെ പ്രമേയം വിവേകം കൊണ്ട് ബോധോല്പത്തി വരുത്തുന്നതെങ്ങനെയെന്നാണ്. അസാധാരണമായ ആ പ്രമേയവും അനുപമമായ ആഖ്യാനവുമാണ് കൃഷ്ണമിശ്രനെ അനുവാചകർക്ക് പ്രിയപ്പെട്ടവനാക്കിത്തീർത്തത്. മൂലകൃതിയോട് അണുവിടചോരാത്ത താദാത്മ്യമാണ് വിവർത്തനത്തിന്റെ ഉരകല്ല് എങ്കിൽ കുട്ടിപ്പാറുഅമ്മ ആ കടമ്പ വിജയകരമായി മറികടന്നിരിക്കുന്നുവെന്ന് പുസ്തകത്തിലെ ഏതു ഭാഗവും തെളിവുനല്കും.

1893-ൽ പ്രസിദ്ധീകരിച്ച പ്രബോധചന്ദ്രോദയം എന്ന വിവർത്തനവും കോന്നനാത്ത് കുട്ടിപ്പാറുഅമ്മ എന്ന എഴുത്തുകാരിയും വിസ്മൃതിയുടെ പടുത പിന്നിട്ട് സാഹിത്യചരിത്രത്തിന്റെ മുന്നരങ്ങിലേക്ക് കടന്നിരിക്കും എന്ന പ്രതീക്ഷയാണ് വിരാമചിഹ്നം.

○○

2

കാലത്തിന്റെ താളമറിയാതെ കടലിന്റെ ആഴങ്ങളിലേക്ക്

ഡോ. പ്രിൻസ് മോൻ ജോസ്

ജീവിതം അതിതീക്ഷ്ണവും തീവ്രതരവുമാക്കുന്ന കാലമാണ് അധിനിവേശകാലം. അനുഭവങ്ങളുടെ തീക്ഷ്ണതയും പേടിപ്പിക്കുന്ന നിഴലുകളും ദയാരഹിതമായ കീഴടക്കലുകളും. കാലം നിഷ്ക്കരുണം തൂത്തെറിയുന്ന ജീവിതങ്ങൾ. നിസഹായരുടെ നിലവിളികൾ. തുറസിലേക്ക് കാതോർത്തിരിക്കുന്ന ഒരുവനും ആ നിലവിളികൾ കേൾക്കാതിരിക്കാനാവില്ല. അവരെ അവഗണിക്കാനാവില്ല. ദലിതർ, സ്ത്രീകൾ, പ്രകൃതി, ഭിന്നലിംഗക്കാർ, മൂന്നാംലോകവാസികൾ, ദരിദ്രർ, കുഞ്ഞുങ്ങൾ എന്നിങ്ങനെ പോകുന്നു ഇരകളുടെ നീണ്ടനിര. ഇവരുടെ അനുഭവങ്ങൾക്കും അവ രൂപപ്പെടുത്തിയ രാഷ്ട്രീയത്തിനും സത്യസന്ധമായ മാനങ്ങളുണ്ട്. അവ തികച്ചും സംവാദാത്മകവും കാലത്തോട് കലഹിക്കുന്നതുമാണ്. കാരണം അവ രൂപപ്പെട്ടിരിക്കുന്നത് മനുഷ്യജീവിതങ്ങളുടെ പച്ചയായ ജീവിതപരിസരങ്ങളിലാണ്. അവയ്ക്ക് ചുടുചോരയുടെ രൂക്ഷഗന്ധമുണ്ട്. സത്യത്തിന്റെ ഭീകരവും വേദനിപ്പിക്കുന്നതുമായ മാനങ്ങളുണ്ട്. അവർ വിരൽ ചൂണ്ടുന്നത് സമൂഹമനഃസാക്ഷിയുടെ മാറിലേക്കാണ്. ഈ വിഹ്വലതയിലേക്കും സാമൂഹ്യപ്രശ്നങ്ങളിലേക്കും പ്രേക്ഷകമനസ്സിനെ കൈപിടിച്ചുയർത്തുന്ന നാടകമാണ് സജിത മഠത്തിലിന്റെ മത്സ്യഗന്ധി. അടിച്ചമർത്തപ്പെടുന്ന സ്ത്രീജീവിതവും ഒപ്പം മുറിവേറ്റു വീഴുന്ന മുക്കുവസമൂഹവും പൊതു അനുഭവതലങ്ങളിൽ ഈ നാടകത്തിൽ പ്രത്യക്ഷപ്പെടുന്നു. അഭിനയത്തിന്റെ നൂതനമാനങ്ങളും സങ്കേതങ്ങളും പ്രകടിപ്പിക്കുന്ന ഈ നാടകം ഏകാംഗ(ഏകാങ്കം)അഭിനയ

രീതിയിൽ പരീക്ഷണാത്മകമായാണ് ചിട്ടപ്പെടുത്തിയിരിക്കുന്നത്.

നാടക-ചലച്ചിത്രമേഖലകളിൽ അഭിനയകലയുടെ നവഭാവങ്ങളും അപാരതയും നൂതനരംഗകലാപാഠങ്ങളും പരീക്ഷിച്ച കലാകാരിയാണ് സജിത മഠത്തിൽ. 'അഭിനേത്രി' എന്ന സ്ത്രീനാടകവേദിയിലൂടെ നടകരംഗത്ത് സ്ത്രീ ഇടങ്ങളെ അവർ അടയാളപ്പെടുത്തി. മലയാളനാടകസാഹിത്യചരിത്രത്തിന്റെ ആണധികാരപ്രമത്തതയെ ചരിത്രാത്മകമായി വിമർശിക്കുന്ന, ചരിത്രം നിരാകരിച്ച സ്ത്രീകളെ മുഖ്യധാരയിലേക്ക് സധൈര്യം കൈപിടിച്ചുയർത്തിയ രചനയാണ് മലയാളനാടക സ്ത്രീചരിത്രം എന്ന കൃതി. അരങ്ങിന്റെ വകഭേദങ്ങൾ, എം.കെ കമലം, അരികിൽ ഉയരുന്ന സ്ത്രീശബ്ദങ്ങൾ എന്നീ പഠനങ്ങൾക്ക് പുറമെ കാളി, മദേഴ്സ് ഡേ, ചക്കീചങ്കരൻ എന്നിങ്ങനെ നിരവധി നാടക രചനകളിലൂടെ കലാസാഹിത്യമേഖലകളിൽ സജീവമാണ് സജിതാ മഠത്തിൽ.

സ്ത്രീവാദപരമായ നിലപാടുകൾ, രാഷ്ട്രീയം, പ്രത്യയശാസ്ത്രം എന്നിവയുടെ സൈദ്ധാന്തിക അടിത്തറയിൽ സ്ത്രീവിമോചനലക്ഷ്യത്തോടെ പ്രവർത്തിക്കുന്ന നാടകവേദിയാണ് സ്ത്രീനാടകവേദി. പുരാതന നാടകപാരമ്പര്യത്തിന്റെ ജൻമഭൂമിയായ ഗ്രീക്കിലും റോമിലും സ്ത്രീയെ പുരുഷനുതാഴെ രണ്ടാംതരക്കാരിയായി കരുതി, അവൾക്ക് ഒരിക്കലും നാടകവേദിയിലേക്ക് പ്രവേശനം നല്കിയിരുന്നില്ല. ഭാരതീയരംഗകലാ പാരമ്പര്യത്തിലും ഈ വിവേചനം ഉണ്ടായിരുന്നു. മധ്യകാലനാടകവേദിയിലും ഇതുതന്നെയായിരുന്നു അവസ്ഥ. എന്നാൽ ഇതിനെല്ലാം അപവാദമായിരുന്ന ജർമൻ നാടകകൃത്തായിരുന്നു Hrothsvitha. പുരാതനകാലം മുതൽ ലാറ്റിൻ വെസ്റ്റിൽ നാടകം രചിച്ച വ്യക്തിയായിട്ടാണ് ആളുകൾ അവരെ കരുതുന്നത്. അവരുടെ നാടകങ്ങളിലെ സ്ത്രീകൾ ശക്തരായ വ്യക്തിസ്വരൂപങ്ങളായിരുന്നു. അതുപോലെതന്നെ നോർവീജിയൻ നാടകകൃത്തായ ഇബ്സന്റെ നാടകങ്ങളിൽ ആധുനികസ്ത്രീവാദത്തിന്റെ ആദ്യാങ്കുരങ്ങൾ കാണാം. ഡോൾഹൗസ് ഇതിന് മികച്ച മാതൃകയുമാണ്. സ്ത്രീസ്വത്വത്തിന്റെ വിഭിന്ന പ്രതിനിധാനങ്ങളെ നാടകങ്ങളിലേക്ക് സന്നിവേശിപ്പിച്ച കലാചിന്തകനായ ആൻറണി എലീസിനെയാണ് സ്ത്രീനാടകവേദിയുടെ പ്രാരംഭകനായി കരുതുന്നത്. ഇങ്ങിവിടെ ഭാരതത്തിലേക്കെത്തുമ്പോൾ സ്ത്രീനാടകവേദിയ്ക്ക് കരുത്തുപകർന്നവരാണ് ഭാരതി സാരഭായ്, മഞ്ജരി ഈശ്വരൻ, ഉമാ മനേശ്വർ, ദീനാമേത്ത, പോളി സെൻ ഗുപ്ത, മഞ്ജുള പത്മനാഭൻ, ത്രിപുരാരി ശർമ എന്നിവർ.

മറ്റേതൊരു സാഹിത്യപ്രസ്ഥാനങ്ങളിലും എന്നതുപോലെ മലയാളനാടകവേദിയിലും സ്ത്രീപക്ഷസമീപനങ്ങളും മുന്നേറ്റങ്ങളും ഉണ്ടായി. ആദ്യകാലത്ത് മലയാളസാഹിത്യം സ്ത്രീസാന്നിധ്യങ്ങളെ അവഗണിച്ചെങ്കിലും പിന്നീട് അഭിനയരംഗത്തേക്കും നാടകരചനാരംഗത്തേക്കും സംവിധാനരംഗത്തേക്കും നിരവധി സ്ത്രീകൾ കടന്നുവന്നു. കുട്ടിക്കുഞ്ഞുതങ്കച്ചിയുടെ അജ്ഞാതവാസമാണ് സ്ത്രീകർതൃത്വത്തിൽ എഴുതപ്പെട്ട ആദ്യമലയാളനാടകം. തുടർന്ന് 1891 തോട്ടയ്ക്കാട്ട് ഇക്കാവമ്മയുടെ സുഭദ്രാർജ്ജുനം നാടകം പുറത്തുവന്നു. ആദ്യമായി അഭിനയരംഗത്ത് പ്രത്യക്ഷപ്പെട്ട സ്ത്രീയും അവരായിരുന്നു. ടി.സി അച്യുതമേനോന്റെ സംഗീതനൈഷധം നാടകത്തിലാണ് അവർ രംഗപ്രവേശം ചെയ്തത്. തുടർന്ന് കെ.സരസ്വതിയമ്മ, ലളിതാംബിക അന്തർജ്ജനം, സജിത മഠത്തിൽ, ശ്രീജ, രാജരാജേശ്വരി എന്നിങ്ങനെ നിരവധിസ്ത്രീകൾ നാടകരംഗത്തേക്ക് കടന്നുവന്നു.

1986-ൽ മാനുഷിയുടെ സ്ത്രീ എന്ന തെരുവുനാടകവും 1987-ൽ സമതയുടെ സതി, അറിയുമോ നീ എന്നെ, അമ്മ തുടങ്ങിയ നാടകങ്ങളും സ്ത്രീനാടകവേദിയെ സജീവമാക്കി. മാനുഷിയുടെ നാടകാവതരണത്തിലൂടെയാണ് കെ.വി. ശ്രീജയെപ്പോലുള്ള നാടകപ്രവർത്തകർ രംഗപ്രവേശം ചെയ്തതത്. സമതയുടെയും ശാസ്ത്രസാഹിത്യപരിഷത്തിന്റെ യും വനിതാജാഥകളിലൂടെയും നാടകാവതരണത്തിലൂടെയും ഈ രംഗത്ത് എത്തിയവരാണ് സജിത മഠത്തിലും ചന്ദ്രികയുമെല്ലാം. അതുപോലെ സജിത മഠത്തിലിന്റെ നേതൃത്വത്തിൽ ആരംഭിച്ച അഭിനേത്രി എന്ന നാടകവേദിയുടെ ആരംഭം കേരളീയനാടകരംഗത്ത് ശ്രദ്ധേയമായ ചലനങ്ങൾ സൃഷ്ടിച്ചു. പ്രൊഫ.ജി.ശങ്കരപ്പിള്ളയുടെ രണ്ട് നാടകരചനകളെ സമന്വയിപ്പിച്ചുകൊണ്ട് ചിറകടിയൊച്ചകൾ എന്ന പുതിയ നാടകഭാഷ്യം അഭിനേത്രി ഒരുക്കി. ശ്രീലത, സജിത മഠത്തിൽ, സുധി എന്നിവർ ഒന്നുചേർന്നു നടത്തിയ ഈ നാടകം, കേരളത്തിലെ സ്ത്രീപക്ഷനാടകരംഗത്തെ വലിയൊരു മുന്നേറ്റമായിരുന്നു. ഇവരുടെ ഇടപെടുകൾക്ക് ചരിത്രത്തിലുള്ള സ്ഥാനത്തെക്കുറിച്ച് സജിത മഠത്തിൽ ഇപ്രകാരം അഭിപ്രായപ്പെടുന്നു: "മുഖ്യധാരാനാടകവേദി പുരുഷനോട് ചേർന്നുനില്ക്കുന്ന സ്വന്തമായ വ്യക്തിത്വമില്ലാത്ത സ്ത്രീകഥാപാത്രങ്ങളെ അവതരിപ്പിച്ചപ്പോൾ സ്ത്രീപക്ഷനാടകവേദി അവകാശബോധമുള്ള മിഴിവാർന്ന സ്ത്രീകഥാപാത്രങ്ങളെ അവതരിപ്പിച്ചു. സ്ത്രീ അവസ്ഥകൾക്കൊപ്പം അനുഭവങ്ങളും സ്വപ്നങ്ങളും ആഗ്രഹങ്ങളും നാട

കമാക്കപ്പെട്ടു. സ്ത്രീകളുടെ അഭിലാഷങ്ങൾ അവളുടെ കണ്ണിലൂടെ കാണുന്നവയായിരുന്നു ഈ നാടകങ്ങൾ. അവ ഭ്രമാത്മകമായ പുരുഷക്കാഴ്ചയായിരുന്നില്ല. സ്ത്രീബന്ധങ്ങൾ, സൗഹൃദങ്ങൾ എന്നിവയെല്ലാം ഈ നാടകങ്ങളിൽ അത്യന്തം വ്യത്യസ്തമായിരുന്നു." ഈ നാടകങ്ങൾ വിവിധതലങ്ങളിൽ സ്ത്രീ പുരുഷബന്ധങ്ങളുടെ സംഘർഷങ്ങളും വിഷയീകരിച്ചിരുന്നുവെന്ന് സജിത മഠത്തിൽ മലയാളനാടകസ്ത്രീചരിത്രത്തിൽ രേഖപ്പെടുത്തിയിട്ടുണ്ട്. ഈ നിരയിലേക്ക് ചേർത്തുവയ്ക്കാവുന്ന നാടകരചനയാണ് മത്സ്യഗന്ധി.

ഉപഭോഗസംസ്ക്കാരവും മാറുന്ന വികസനസങ്കല്പങ്ങളും ശാസ്ത്രപുരോഗതിയും ഇരകളാക്കുന്ന നിസഹായമനുഷ്യരുടെ ഗദ്ഗദങ്ങൾ കടലിന്റെ പശ്ചാത്തലത്തിൽ അവതരിപ്പിക്കുന്ന നാടകമാണ് മത്സ്യഗന്ധി. ട്രോളർ ബോട്ടുകളും ട്രോളർ വലകളും കടലിലേക്ക് നടത്തിയ അധിനിവേശം കടലിന്റെ ഗന്ധത്തെ തന്നെ മാറ്റി മറിക്കുന്നു. ട്രോളർ ബോട്ടിന്റെ ഇടിയേറ്റ ആഘാതത്തിൽ വഞ്ചി തകർന്ന് മരണപ്പെടുന്ന മുക്കുവരുടെ ചീഞ്ഞ ഗന്ധവും അതുപോലെ ട്രോളർ വലകൾ കൊന്നുതള്ളുന്ന കുഞ്ഞു മീനുകളുടെ ചീഞ്ഞ മണവും അതിതീക്ഷ്ണമായി, നാടകത്തിൽ കുമിഞ്ഞുപൊന്തുന്നു. മരണപ്പെട്ടവർ പൊയ്പ്പോയി. വീട്ടിൽ കണവനെ കാത്തിരിക്കുന്ന പെണ്ണാളരാണ് ഇനി കഷ്ടപ്പെടാൻ പോകുന്നത്. അവളുടെ ജീവിതം തികച്ചും ദുസഹവും വേദനനിറഞ്ഞതുമാകുന്നു. എന്നാൽ സ്ത്രീ ജീവിതം വേദനകളോട് പരിഭവം പറഞ്ഞ് മുന്നോട്ടുപോകേണ്ട ജൻമമാണോ? അല്ല എന്നാണ് മത്സ്യഗന്ധിയുടെ നിശ്ചയം. അതുകൊണ്ട് ഇവയെല്ലാം അവഗണിച്ച് അവൾ സധൈര്യം ജീവിതത്തെ മുന്നോട്ടുകൊണ്ടുപോകുന്നു. അവളുടെ കഥനങ്ങളാണ് ഇവിടെ ഈ ഏകാങ്കത്തിലൂടെ ഇതൾ വിരിയുന്നത്. പഴയ കടപ്പുറ വിശ്വാസങ്ങളെല്ലാം കാലഹരണപ്പെട്ടതാണെന്നാണ് അവളുടെ വാദം. പുതിയ കാലത്തിന് പുതിയ നീതീകരണങ്ങളുണ്ട്. കടലിൽ പോകുന്നവന്റെ ഭാര്യ പതിവ്രതയായിരിക്കണം. അവളുടെ ചാരിത്ര്യത്തിന് ഭംഗം വന്നാൽ അതവന് ആപത്താണ്. എന്നാൽ ഭാര്യ എത്ര പരിശുദ്ധയാണെങ്കിലും പുതിയകാലം കടലിൽ അതിജീവിക്കാൻ മുക്കുവരെ സമ്മതിക്കുമോ. ഒരിക്കലുമില്ല. അതുകൊണ്ട് മത്സ്യഗന്ധി ഉറക്കെ ചോദിക്കുകയാണ്.

"മുടിയഴിച്ചിട്ടു കടപ്പുറത്ത് എന്തുചെയ്യുകയാണന്നോ? ട്രോളർ ബോട്ടുകൾ ഇടിച്ചുതെറിപ്പിച്ച ചുണ്ടൻ വള്ളത്തിലെ എന്റെ മുക്കുവനെ തിരിച്ചു കൊണ്ടുവരാൻ നിങ്ങൾക്കു സാധിക്കുമോ? ട്രോളർ

വലകൾ കൊന്നുനശിപ്പിക്കുന്ന കുഞ്ഞുമീനുകളെ ജീവൻ വെപ്പിച്ചു വലുതാക്കി എന്റെ കൊട്ടയിലേക്കെത്തിക്കാൻ നിങ്ങൾക്കാവുമോ? കസ്ത്തൂരി ഗന്ധിയായി നിങ്ങളെന്നെ സ്വീകരിക്കേണ്ട. മുക്കുവത്തി മുടി അഴിച്ചിട്ടുനിന്നാൽ കടലമ്മ കോപിക്കും പോലും"

പരിഷ്കൃതസമൂഹത്തിന്റെ മുഖത്തുനോക്കി അതിതീക്ഷ്ണമായി ഭർത്സിക്കുകയാണ് മത്സ്യഗന്ധിയിവിടെ. ഒപ്പം പഴവിശ്വാസങ്ങളെ തൂത്തെറിയുകയും ചെയ്യുന്നു അവർ. മത്സ്യവും മത്സ്യഗന്ധവും നീചവും അധഃകൃതവുമായി കരുതുന്ന സമൂഹമനസാക്ഷിയേയും ഇതിഹാസ ആലേഖനങ്ങളെയും കണക്കറ്റ് പരിഹസിക്കാനും മത്സ്യ ഗന്ധിക്കു മടിയില്ല. സ്ത്രീശരീരം മത്സ്യഗന്ധമുള്ളതാണെങ്കിലും ഭോഗാസക്തികൾക്ക് അവ മാധുര്യവാഹിയാണ്. മത്സ്യഗന്ധിയായ സത്യവതിയോട് മുനിക്കുണ്ടായ ഭ്രമവും അതിനുവേണ്ടി മഞ്ഞുമറ സൃഷ്ടിച്ചതും ഇതിഹാസകാരന്റെ ജനനത്തിനാണെന്നു പറഞ്ഞ് ന്യായീകരിക്കുന്നതിൽ എന്ത് ന്യായമാണുള്ളത്. എന്തിനാണ് സവർണ ചരിത്രാഖ്യാതാക്കൾക്ക് ഇത്രയും വെമ്പൽ. ഈ കാപട്യം തന്നെയാണ് പരിഷ്കൃത സമൂഹവും മത്സ്യഗന്ധിയായ തന്റെ മേലും മുക്കുവസമൂഹത്തിന്റെ നേരെയും പുലർത്തുന്നതെന്ന് അവൾ ചിന്തിക്കുന്നു:

"നാറുന്നുപോലും. മീൻനാറ്റം. മീൻ കൊണ്ടു നടക്കുമ്പോൾ മീൻ നാറ്റമല്ലാതെ മുല്ലപ്പൂ മണക്കുമോ?"എന്ന നിശിതവിമർശനം സമ കാലിക സമൂഹത്തിന്റെ ഹൃദയം ഭേദിക്കുന്നതാണ്.

നാഗരികതയും വികസനങ്ങളും ഉപഭോഗസംസ്കാരവും അമി തവ്യയത്തിലൂടെ പ്രകൃതിവിഭവങ്ങളെ നിർബാധം ചൂഷണം ചെയ്യു ന്നതിന്റെ നൈതികതയെ നാടകകൃത്തിന് ഒരിക്കലും ന്യായീകരി ക്കാനാവുന്നില്ല. എല്ലാ സൗഭാഗ്യങ്ങളും സമ്പന്നർക്കു മാത്രം. അടി സ്ഥാനവർഗങ്ങളും മത്സ്യത്തൊഴിലാളികളും എന്നും അവഗണിക്ക പ്പെട്ടവർ മാത്രം. അവർക്ക് പ്രാഥമിക ആവശ്യങ്ങൾ പോലും സാധിച്ചു നല്കാൻ ഭരണകൂടത്തിന് മടിയാണ്. ഈ അനീതികൾ ക്കെതിരായ ചോദ്യങ്ങളും നാടകത്തിൽ ഉയരുന്നുണ്ട്.

"നാട്ടിൽ മുഴുവൻ നീന്തൽക്കുളവും കളിച്ചു രസിക്കാൻ വെള്ള ത്തിന്റെ കുറേ പാർക്കുകളും മഴ നൃത്തോം ഒക്കെ ഉണ്ടുപോലും. മീൻ മാർക്കറ്റിലെ പൈപ്പീന്ന് ഒരു തുള്ളി വെള്ളം വരുല്ലാ." കാലവും ഭരണസംവിധാനങ്ങളും സൃഷ്ടിക്കുന്ന ഈ അസ്വാരസ്യങ്ങൾക്ക് യുഗ മെത്ര താണ്ടിയാലും പരിഹാരമില്ലേയെന്ന ഈ ചോദ്യമാണ് പ്രേക്ഷ കരുടെ മുന്നിൽ വന്നലയടിക്കുന്നത്.

സ്ത്രീയെന്നും വ്യഥിതയും ,പീഡിതയും ഇരയുമാണ്.പുരുഷനുള്ള ഉപഭോഗവസ്തുവും. പക്ഷേ സാമ്പ്രദായികമായ ഈ ധാരണകൾ മാറേണ്ടതല്ലേ. പക്ഷേ അധികാരം അവളെ സദാ വേട്ടയാടിക്കൊണ്ടിരിക്കുന്നു.

"കടലമ്മയെ സർക്കാർ തട്ടിയെടുക്കുന്ന സ്ഥിതിക്ക് ഈ മത്സ്യഗന്ധമാണ് എന്റെ പ്രതീക്ഷ.കടപ്പുറത്ത് ഉല്ലസിക്കാനെത്തുന്നവർക്ക് മീനിനൊപ്പം മത്സ്യഗന്ധികളും"

നാഗരികതയും വികസനങ്ങളും അപ്രസക്തമാക്കുന്ന എത്രയെത്ര ജീവിതങ്ങൾ. യന്ത്രവത്ക്കരണത്തിനടിപ്പെട്ട് തൊഴിൽ മേഖലകളിൽ നിന്ന് പുറന്തള്ളപ്പെട്ടവർ.അവയോടൊപ്പം കാലഹരണപ്പെട്ട് മൺമറയാനാണ് വിധി. ഇല്ല ഒരിക്കലും തോറ്റുകൊടുക്കാനാവില്ല. നാഗരികസംസ്കാരത്തിൽ ആവശ്യം വേണ്ടത് ഒന്നുണ്ട്. സ്ത്രീശരീരം. ഇതിന്നായി കാലത്തിനൊപ്പം സഞ്ചരിക്കാൻ ഒരുങ്ങുകയാണ് മത്സ്യഗന്ധി. എന്നിട്ടവർ സമൂഹത്തിനു നേരെ വിരൽ ചൂണ്ടി ഉറക്കെ അലറുകയാണ്.

"മത്സ്യഗന്ധികളുടെ സ്വപ്നം, ചീഞ്ഞളിഞ്ഞ നാറ്റമാണ്. ചീഞ്ഞളിഞ്ഞ നാറ്റമാണ്."

ഇതിനു കാരണം നിങ്ങൾ തന്നെയല്ലേ എന്ന വിമർശനവും ചാട്ടുളിപോലെ പ്രയോഗിച്ചിട്ടാണ് അരങ്ങ് തിരശ്ശീലയ്ക്കുള്ളിലേക്ക് പിൻവാങ്ങുന്നത്.

ഗ്രന്ഥസൂചി

1. സജിത മഠത്തിൽ, മലയാളനാടകസ്ത്രീചരിത്രം, മാതൃഭൂമി, കോഴിക്കോട്, 2010.

2. ശങ്കരപ്പിള്ള. ജി, മലയാളനാടകസാഹിത്യചരിത്രം,കേരളസാഹിത്യഅക്കാദമി തൃശൂർ, 1991.

3. വാസുദേവൻ പിള്ള വയല, മലയാളനാടകസാഹിത്യചരിത്രം, കേരള ഭാഷാ ഇൻസ്റ്റിറ്റ്യൂട്ട്, തിരുവനന്തപുരം, 2005

○○

3

കാലം കേവലം ഒരകലമാണ്

ഡോ. സിബി കുര്യൻ

കാലം കേവലം ഒരകലമാണ്. ശ്രീജ കെ.വിയുടെ 'ഓരോരോ കാലത്തിലും' എന്ന നാടകത്തിന്റെ മുഖക്കുറിയാണിത്. കാലം കേവലം ഒരകലമാണ് എന്ന ഈ അംഗവാക്യത്തിന്റെ അനുബന്ധമായി നൽകിയിരിക്കുന്ന നാടകത്തിന്റെ പേരും അപൂർണ്ണവാക്യംതന്നെയാണ്. കാലത്തിലും എന്നതിലെ സമുച്ചയം ഇനിയും ചില പൂരിപ്പിക്കലുകളും അതിലൂടെയുള്ള പൂർണ്ണതകളും ആവശ്യപ്പെടുന്നുമുണ്ട്. ഇവയെല്ലാം സ്ത്രീയെന്ന വ്യക്തിസത്തയിലേക്കാണ് ഊന്നുന്നതെന്ന് ശ്രീജയുടെ നാടകാനുഭവങ്ങളിലൂടെ കടന്നുപോകുന്ന ഏതൊരാൾക്കും ബോധ്യപ്പെടും. കാലം വെറുമൊരു അകലം മാത്രമാണ്, ഓരോരോ കാലത്തിലും പലവിധത്തിലുള്ള ചൂഷണങ്ങൾക്കും പീഡനങ്ങൾക്കും വിധേയമായിക്കൊണ്ടിരിക്കുന്ന സ്ത്രീകൾ തീഷ്ണമായ അനുഭവങ്ങളിലൂടെയാണ് അനുനിമിഷം കടന്നുപൊയ്ക്കൊണ്ടിരിക്കുന്നത്. കാലം എന്നതിനുപകരം ദേശം, മതം, ജാതി, വർണ്ണം എന്നിങ്ങനെ നിരവധി ധാരണകൾ കൂട്ടിച്ചേർത്തുകൊണ്ട് ഈ ആശയത്തെ വിപുലപ്പെടുത്താവുന്നതാണ്. ബാഹ്യഘടകങ്ങളിൽ പലതരത്തിലുള്ള പരിവർത്തനങ്ങൾ കാലാനുസൃതമായി വന്നുചേർന്നെങ്കിലും സ്ത്രീസംബന്ധിയായ, അവളുടെ ലിംഗപരതയുമായി ബന്ധപ്പെട്ട ബഹുവിധ ആശങ്കകൾ ഇന്നും നിലനിൽക്കുകയാണ്. അതുകൊണ്ടാണ് സ്ത്രീപക്ഷചിന്തകളും തദനുസൃതമായ സജീവപ്രവർത്തനങ്ങളും അവയുടെ പ്രചരണത്തിന് ഉതകുന്ന കലാപ്രവർത്തനങ്ങളും അവയെക്കുറിച്ചുള്ള ആലോചനകളും എല്ലാക്കാലത്തും പ്രസക്തമായി നിലനിൽക്കുന്നത്.

സ്വന്തമായൊരു മുറി (A Room of One's Own) എന്ന കൃതി വെർജീനിയ വുൾഫ് പ്രസിദ്ധീകരിച്ച അതേ വർഷം തന്നെയാണ്

–1929ൽ– ഇങ്ങ് കേരളത്തിൽ അടുക്കളയിൽ നിന്ന് അരങ്ങത്തേക്കു കടന്നുവരാൻ വി.ടി. ഭട്ടതിരിപ്പാട് തന്റെ സോദരിമാരോട് ആഹ്വാനം ചെയ്തതും. ഒരു സ്ത്രീക്ക് ഫിക്ഷൻ എഴുതണമെങ്കിൽ പണവും സ്വന്തമായി ഒരു മുറിയും ഉണ്ടായിരിക്കണം. സ്ത്രീ ഒരാശയത്തെക്കുറിച്ച് ചിന്തിക്കാൻ തുടങ്ങുമ്പോഴെ ഒരു കാവൽക്കാരൻ നിയമങ്ങളുടെയും നിയന്ത്രണങ്ങളുടെയും വേലിക്കെട്ടുകൾക്കൊണ്ട് തുറസ്സായ സ്ഥലങ്ങൾ ബന്ധിക്കുന്നു. അതോടെ അവളുടെ ആശയങ്ങൾ അവൾക്ക് നഷ്ടമാകുന്നു. സ്ത്രീകൾ കാലാകാലങ്ങളായി പാർശ്വവൽക്കരിക്കപ്പെടുകയും പുരുഷാധിപത്യം സാഹിത്യത്തിൽ ആധിപത്യം പുലർത്തുകയുംചെയ്ത സാഹചര്യത്തിൽ വ്യക്തിസ്വാതന്ത്ര്യവും സാമൂഹികസമത്വവും അംഗീകരിച്ചു കിട്ടേണ്ടതിനെപ്പറ്റിയാണ് വൂൾഫ് ആശങ്കപ്പെട്ടത്. സാമൂഹികമാറ്റത്തോടൊപ്പം സ്ത്രീ അവസ്ഥയിലും മാറ്റമുണ്ടാകണമെന്നും അവളുടെ സാമൂഹികപദവി അംഗീകരിക്കപ്പെടണമെന്നുമാണ് 'അടുക്കളയിൽനിന്ന് അരങ്ങത്തേക്ക്' എന്ന നാടകത്തിലൂടെ വി.ടി.യും ആഹ്വാനംചെയ്തത്. ഈ രണ്ട് പ്രകൃഷ്ടകൃതികളും സൂചിപ്പിക്കുന്നത് ലോകമെമ്പാടുമുള്ള സ്ത്രീകളുടെ അവസ്ഥയെയും അതിലുണ്ടാകേണ്ട അനിവാര്യമായ പരിവർത്തനത്തെയുമാണ്. വ്യത്യസ്ത രീതിയിലാണെങ്കിലും സമൂഹത്തിൽ രൂപപ്പെട്ടുവന്ന ഈ പൊതുവികാരം സാഹിത്യകൃതികളിലൂടെയാണ് പ്രതിഷ്ഠാപിതമായത്. ആ രംഗത്ത് ഏറെ സംഭാവന ചെയ്യാൻ കഴിഞ്ഞത് നാടകസാഹിത്യത്തിനാണ്. ഇതര സാഹിത്യരൂപങ്ങളെ അപേക്ഷിച്ച് നാടകത്തിനുള്ള ആശയപ്രക്ഷേപണശേഷിയും സാമൂഹികപരതയുമാണ് മറ്റു സാമൂഹിക വിഷയങ്ങളിലെന്നതുപോലെ സ്ത്രീപക്ഷ നിലപാടുകളിലും മുന്നിട്ടിറങ്ങാൻ നാടകത്തെ പ്രാപ്തമാക്കിയത്.

മലയാളനാടകരംഗത്തെ ആദ്യത്തെ സ്ത്രീ സാന്നിദ്ധ്യം 'അജ്ഞാതവാസം'(1890) എന്ന നാടകത്തിന്റെ രചയിതാവായ കുട്ടിക്കുഞ്ഞു തങ്കച്ചിയാണ്. എന്നാൽ സ്ത്രീജീവിതപ്രശ്നങ്ങൾ ആദ്യമായി രംഗത്തവതരിപ്പിച്ചത് യോഗക്ഷേമ നാടകങ്ങളിലൂടെയാണ്. വി.ടി. ഭട്ടതിരിപ്പാടിന്റെ 'അടുക്കളയിൽ നിന്ന് അരങ്ങത്തേക്ക്', എം. ആർ.ബിയുടെ 'മറക്കുടയ്ക്കുള്ളിലെ മഹാനരകം', പ്രേംജിയുടെ 'ഋതുമതി' എന്നീ നാടകങ്ങളെല്ലാം നമ്പൂതിരി സമുദായത്തിലെ സ്ത്രീകളുടെ വിവിധ പ്രശ്നങ്ങളെ ഉപലംഭിക്കുന്നവയാണ്. എങ്കിലും പുരുഷനിർമ്മിതികളായ ഈ നാടകങ്ങൾ പുരുഷകേന്ദ്രിത സമൂഹത്തിന്റെ പുരോഗതിയുടെ ഭാഗമായി മാത്രമേ സ്ത്രീജീവിതങ്ങളെ അഭിവീ

ക്ഷിക്കുന്നുള്ളു എന്ന വിമർശനം പരക്കെയുണ്ട്. 1935-ൽ ലളിതാം ബിക അന്തർജനം രചിച്ച 'സാവിത്രി അഥവാ വിധവാ വിവാഹം' എന്ന നാടകം പുറത്തു വന്നതോടെയാണ് സ്ത്രീപക്ഷരചനയെന്നും പെണ്ണെഴുത്തെന്നും പൂർണ്ണമായ അർത്ഥത്തിൽ വിശേഷിപ്പിക്കാവുന്ന ഒരു നാടകം മലയാളത്തിൽ സാധ്യമായത്. സ്ത്രീപ്രശ്നത്തെ സ്ത്രീതന്നെ നാടകമാക്കി എന്ന പ്രത്യേകതയുള്ള ഈ നാടകത്തിന് ഗ്രന്ഥകർത്ത്രി നൽകിയ പേര് 'പുനർജന്മം' എന്നായിരുന്നു. ചെറുപ്രായത്തിൽതന്നെ വൈധവ്യത്തിന്റെ പീഡകളേറ്റു വാങ്ങേണ്ടിവന്ന സാവിത്രിക്ക് ബാല്യകാല സുഹൃത്ത് പുനർജന്മം നൽകുന്നതാണ് നാടകത്തിന്റെ ഇതിവൃത്തം. 1940-കളിൽ തൃശ്ശൂരിലെ അന്തർജനസമാജത്തിന്റെ നേതൃത്വത്തിൽ ഒരു സംഘം സ്ത്രീകൾ രംഗസാക്ഷാത്ക്കാരം നടത്തിയ 'തൊഴിൽ കേന്ദ്രത്തിലേക്ക്' എന്ന നാടകം സ്ത്രീനാടകവേദി എന്ന സങ്കല്പത്തെക്കൂടി യാഥാർത്ഥ്യമാക്കുന്നുണ്ട്. സ്ത്രീകൾ തൊഴിൽ മേഖലയിലേക്കിറങ്ങാനും സാമ്പത്തിക സ്വാശ്രയത്വം കൈവരിക്കാനും ആഹ്വാനം ചെയ്യുന്ന ഈ നാടകം മലയാളത്തിലെ സ്ത്രീപക്ഷചിന്തയെയും സ്ത്രീനാടകവേദിയെയും ഏതാണ്ട് പൂർണ്ണമായും സാർത്ഥകമാക്കുന്നുണ്ട്.

പുരുഷനിർമ്മിത നാടകങ്ങളിൽനിന്ന് സ്ത്രീ, കർത്തൃപദവിയും അവതരണവും സാധ്യമാക്കിയ നാടകങ്ങളിലേക്ക് പരിവർത്തിച്ച മലയാളനാടകത്തിന്റെ ചരിത്രപരമായ അനുസ്യൂതിയാണ് സമകാലിക സ്ത്രീനാടകവേദിയുടെ കരുത്ത്. 1980-കൾ മുതൽ സജീവമായ നാടകക്കൂട്ടായ്മകളും ചർച്ചകളും സ്കൂൾ ഓഫ് ഡ്രാമയുടെ പ്രവർത്തനങ്ങളും അതിന്റെ ഫലമായി രൂപപ്പെട്ട സ്ത്രീനാടകസംഘങ്ങളും സ്ത്രീനാടകവേദിക്ക് ഉണർവേകിയ ഘടകങ്ങളാണ്. രചനയിലും അവതരണത്തിലും പൂർണ്ണമാകുന്ന സ്ത്രീകൂട്ടായ്മയാണ് സ്ത്രീനാടകവേദിയുടെ സാഫല്യം. ഇതിന്റെ രാഷ്ട്രീയമെന്നത് നിലവിലുള്ള രംഗപാഠത്തിന്റെ സ്ത്രീപക്ഷ വായനയല്ല, പകരം നാടകവേദിയുടെ നിർമ്മിതിയെ അടിമുടി സ്വാധീനിക്കുന്ന സമഗ്രതയാണ്. ഫെമിനിസ്റ്റ് നാടകവേദിയെക്കുറിച്ച് പഠനം നടത്തിയ എലൈൻ ആസ്റ്റൺ (Elaine Aston) പ്രയോഗക്ഷമത, വിഷയസ്വീകാര്യം, അവതരണരീതി എന്നിവയെല്ലാംചേർന്ന് രൂപപ്പെടുത്തുന്ന സ്വതന്ത്രചിന്താധാരയാണ് സ്ത്രീനാടകവേദിയെന്ന് നിരീക്ഷിച്ചിട്ടുണ്ട്. പുരുഷകേന്ദ്രിത സമൂഹത്തിൽ സ്ത്രീക്കു നേരിടേണ്ടി വരുന്ന തിക്താനുഭവങ്ങളുടെ യഥാതഥമായ ചിത്രണം, നിരന്തരമായ ദുരനുഭവങ്ങളിൽനിന്ന് കരുത്താർജ്ജിച്ച സ്ത്രീസമൂഹത്തിന്റെ പ്രതി

കരണം, ആർജ്ജിതപാഠങ്ങളെ അധിഷ്ഠിതമാക്കിയുള്ളതും സ്വാർജ്ജിതവുമായ ജീവിതം ഇവയൊക്കെയാണ് സ്ത്രീപക്ഷ ചിന്തകൾ മുന്നോട്ടു വയ്ക്കുന്ന നിലപാടുകൾ. ഇവയോട് സാത്മ്യം പ്രാപിക്കുന്നവയും സ്ത്രീജീവിതത്തിന്റെ അനുക്രമമായ വളർച്ചയെ അനുഭവപ്പെടുത്തുന്നതുമായ രംഗപാഠങ്ങളാണ് ശ്രീജയുടെ ഓരോരോ കാലത്തിലും, കല്യാണസാരി, ലേബർ റൂം എന്നീ നാടകങ്ങൾ. മൂന്നു നാടകങ്ങളും സ്ത്രീജീവിതത്തെ തീഷ്ണമായി ആവിഷ്ക്കരിക്കുന്നവ എന്ന നിലയിൽ തുടർച്ച അവകാശപ്പെടാവുന്നവയാണ്.

കുറിയേടത്തു താത്രിക്ക് ജീവിതത്തിൽ അനുഭവിക്കേണ്ടി വന്ന ലൈംഗികചൂഷണങ്ങളെയും അതിനോടുള്ള അവരുടെ ധീരമായ പ്രതികരണങ്ങളെയും പുതിയ കാലത്തെ സ്ത്രീദുഃഖദുരിതങ്ങളോട് ചേർത്തുവയ്ക്കുന്ന നാടകമാണ് 'ഓരോരോ കാലത്തിലും.' നാടകകൃത്തിന്റെ ജന്മദേശമായ ആറങ്ങോട്ടുകരയിൽ ജനിച്ച് 1905-ൽ തൃപ്പൂണിത്തുറയിൽവച്ച് സ്മാർത്തവിചാരം ചെയ്യപ്പെട്ട് ഭ്രഷ്ടാക്കപ്പെട്ട കുറിയേടത്ത് താത്രിയുടെ ജീവിതത്തെ പ്രതിഷേധത്തിന്റെ പ്രതീകമെന്ന നിലയിൽ നാടകത്തിലൂടെ പുനരാവിഷ്ക്കരിക്കുന്നു. കുറിയേടത്ത് താത്രി എന്ന സാവിത്രിയാണ് നാടകത്തിലെ കേന്ദ്ര കഥാപാത്രം. പുരുഷാധിപത്യസമൂഹത്തിൽനിന്ന് താത്രിക്ക് ഏറ്റുവാങ്ങേണ്ടിവന്ന ചൂഷണവും പരിഹാസവും അവഗണനയും സമകാലത്തിലും യാതൊരു ഭേദവുമില്ലാതെ നിലനിൽക്കുന്നു എന്നതിന്റെ സൂചകമാണ് നാടകത്തിലെ യുവതി. ഈ രണ്ടു കഥാപാത്രങ്ങളെ സവിശേഷമായ വിധത്തിൽ വിന്യസിച്ചുകൊണ്ടാണ് നാടകകൃത്ത് സ്ത്രീജീവിതത്തിന്റെ പരിണതികളെ സമൂഹമനസ്സാക്ഷിക്കു മുമ്പിൽ ഉയർത്തിക്കാട്ടുന്നത്. പുരുഷന്റെ ചതിക്കുഴിയിൽ വീണ് തകർന്നടിയുന്നവളാണ് യുവതിയെന്ന കഥാപാത്രം. എന്നാൽ തന്നെ ദുരുപയോഗിച്ചശേഷം വിചാരണചെയ്ത് പുറത്താക്കാൻ വെമ്പൽക്കൊള്ളുന്ന ധാർഷ്ട്യത്തിനുനേരേ പരിഹസിച്ചു ചിരിക്കുന്നവളാണ് താത്രി. 'അവരെന്നെ പടിയടച്ച് പിണ്ഡംവെക്കുംന്ന്...അവരെന്നെ ഭ്രഷ്ടാക്കുംന്ന്.' എന്നിങ്ങനെ നെഞ്ചുറപ്പോടെ പ്രഖ്യാപനം ചെയ്തുകൊണ്ട് മറക്കുട വലിച്ചെറിയാനും പുതമുണ്ട് അഴിച്ചെറിയാനും തയ്യാറാകുന്നവളാണ് നാടകത്തിലെ നായിക.

ദുരഭിമാനം മാത്രം കൈമുതലായുള്ള സുശീലയെന്ന ഇടത്തരം ഗൃഹനായികയുടെ ജീവിതത്തെ വരച്ചുകാണിക്കുന്ന നാടകമാണ് 'കല്യാണസാരി.' കല്യാണസാരി അവരുടെ ജീവിതദർശനത്തിന്റെയും പ്രൗഢിയുടെയും പ്രതീകമാണ്. സുശീല വ്യവസ്ഥാപിത

ജീവിതക്രമത്തിനുള്ളിൽ സ്വയം തളച്ചിടപ്പെടാൻ ആഗ്രഹിക്കുന്ന, മധ്യവർഗ്ഗ സ്ത്രീസവിശേഷതകൾ വെളിപ്പെടുത്തുന്ന കഥാപാത്രമാണ്. കഷ്ടപ്പാടുകൾക്കിടയിലും ഭർത്താവിനോടുള്ള ആദരവും കടമയും പാലിക്കണമെന്നും തന്റെ കുടുംബത്തിന്റെ പാരമ്പര്യവും മഹത്ത്വവും-ചിതലരിച്ച് തകർന്നു വീഴാറായ വീടിനു സമാനമാണെങ്കിലും-കാത്തുസൂക്ഷിക്കണമെന്നും ആഗ്രഹിക്കുന്നവളാണ് സുശീല. ഈ നാടകത്തിലും നായികാ കഥാപാത്രത്തിന്റെ നേർവിപരീതദിശയിൽ നീങ്ങുന്ന ഒരു കഥാപാത്രമുണ്ട് - പാറുക്കുട്ടി. അവൾക്ക് തന്റെ ഇല്ലായ്മകളെക്കുറിച്ച് നല്ല ബോദ്ധ്യമുണ്ട്. അത് മറ്റുള്ളവർ അറിയുന്നതിൽ അവൾക്കേതും പരിഭവവുമില്ല. തന്റെ കഠിനാദ്ധ്വാനത്തിലൂടെ അന്തസ്സായി ജീവിതം കരുപ്പിടിക്കാനുള്ള വെമ്പലാണവൾക്ക്. സ്വയം ജോലിചെയ്ത് ജീവിക്കുന്ന, അതിൽ അഭിമാനിക്കുന്ന പാറുക്കുട്ടിയെയാണ് നാടകകൃത്ത് അഭിമാനസ്ത്രീത്വത്തിന്റെ പ്രതീകമായി ഉയർത്തിക്കാട്ടുന്നത്. "മറ്റുള്ളോര് ണ്ടാക്കിത്തരുംന്ന് വിചാരിച്ചിട്ടൊന്നും ഒരു കാര്യോല്യ. അവനോൻ പണിയെടുത്ത് തിന്നണത് ഒരു സുഖം തന്ന്യ."എന്നുള്ള പാറുക്കുട്ടിയുടെ പ്രസ്താവന നാടകത്തിന്റെ കേന്ദ്രാശയംതന്നെയാണ്. സ്വന്തം ജീവിതത്തിലെ ദുരിതാനുഭങ്ങൾകൊണ്ടും അയൽക്കാരിയായ പാറുക്കുട്ടിയുടെ ജീവിതമാതൃകകൊണ്ടും സുശീല തന്റെ ജീവിതത്തെ അടിമുടി പരിഷ്ക്കരിക്കാൻ തയ്യാറാവുന്നിടത്ത്, കല്യാണസാരി കാലിലെ ചെളി തൂത്തുതുടയ്ക്കാനുള്ള ചവിട്ടിയായി മാറുന്നിടത്താണ് നാടകം പര്യവസാനിക്കുന്നത്.

സ്ത്രീപക്ഷ നാടകവേദിയുടെ സ്വഭാവം പൂർണ്ണമായിതന്നെ സംവഹിക്കുന്ന നാടകമാണ് 'ലേബർറൂം.' സ്ത്രീകൾ മാത്രം കഥാപാത്രങ്ങളായുള്ള ഈ നാടകം സ്ത്രീകൾക്കു സഹജമായുള്ള, അവർക്കുമാത്രം അഭിനയിച്ച് ഫലിപ്പിക്കാൻ കഴിയുന്ന നിഗൂഢജീവിതങ്ങളെക്കൂടി നിർദ്ധാരണംചെയ്യുന്നു. സ്ത്രീപുരുഷബന്ധം, ലൈംഗികത, ഗർഭധാരണം, പ്രസവം എന്നിങ്ങനെ സ്ത്രീജീവിതത്തെ നേരിട്ട് ബാധിക്കുന്ന നിരവധി പ്രശ്നങ്ങൾ ചർച്ച ചെയ്യുന്നുണ്ട് 'ലേബർറൂം'. ഈ നാടകത്തിലും വിരുദ്ധധ്രുവത്തിൽ വർത്തിക്കുന്ന രണ്ടു കഥാപാത്രങ്ങളുണ്ട്. പ്രസവമുറിയിൽ ഊഴംകാത്തുകിടക്കുന്ന സ്ത്രീ രണ്ടും സ്ത്രീ മൂന്നും. പിറക്കാനിരിക്കുന്ന തന്റെ കുഞ്ഞ് കടൽത്തിരപോലെയും സൂര്യജ്വലനംപോലെയും ചന്ദ്രശീതളംപോലെയും മാരിവില്ലുപോലെയും ആണെന്ന് സ്വപ്നംകാണുന്ന സ്ത്രീ രണ്ട് യാഥാസ്ഥിതിക സ്ത്രീ പ്രാതിനിധ്യം ഉൾക്കൊ

ള്ളുന്ന കഥാപാത്രമാണ്. എന്നാൽ തന്റെ ആഗ്രഹത്തിനു വിരുദ്ധ മായി ഗർഭപാത്രത്തിൽ വളരുന്ന കുഞ്ഞ് മരണത്തിലേക്ക് പിറക്കട്ടെ എന്നാഗ്രഹിക്കുന്നവളാണ് സ്ത്രീ മൂന്ന്. അത്തരത്തിലുള്ള മാന സ്സികാവസ്ഥയിലേക്ക് അവളെ ബലാൽക്കാരമായി ആനയിച്ച സാ മൂഹികാവസ്ഥയെ അവളിങ്ങനെ വെളിപ്പെടുത്തുന്നുമുണ്ട്. 'അതൊരു പെൺകുഞ്ഞാണെങ്കിൽ, പത്തോ പതിനഞ്ചോ വർഷങ്ങൾക്കു ശേഷം ഇതുപോലൊരു ലേബർ റൂമിൽ എന്നെപ്പോലെ ... പുറ ത്തൊരാൾപോലുമില്ലാതെ ... അതൊരാൺകുഞ്ഞാണെങ്കിൽ ... എന്നെപ്പോലും കൂട്ടിക്കൊടുക്കുന്ന ... എനിക്കും പേടിയാണ്.' എന്ന് അലറിക്കരയുന്ന ആ സ്ത്രീ കഥാപാത്രം സാമൂഹികവ്യവസ്ഥിതി അടിച്ചേല്പിച്ച ദുരന്തമുഖത്താണ് നിലകൊള്ളുന്നത്. ഇങ്ങനെ ദ്വന്ദ്വ ഭാവമാർന്ന കഥാപാത്രങ്ങളെ സമർത്ഥമായി വിന്യസിച്ചുകൊണ്ട്, അവരുടെ പാരസ്പര്യത്തിലൂടെ സ്ത്രീവിരുദ്ധ ആശയങ്ങളെ പ്രതി രോധിക്കാനും സ്ത്രീശക്തീകരണ പ്രക്രിയയെ ത്വരിതപ്പെടുത്താനും പര്യാപ്തമാകുന്നിടത്താണ് ശ്രീജയുടെ പാത്രസൃഷ്ടി വൈഭവം സഫ ലമാകുന്നത്.

സ്ത്രീ സഹജമായ പ്രണയം, സഹാനുഭൂതി, നിഷ്ക്കളങ്കത, സഹ ജീവിസ്നേഹം എന്നീ സവിശേഷതകളൊക്കെ പുലർത്തുന്നവരാ ണ് ശ്രീജയുടെ കഥാപാത്രങ്ങൾ. ചിന്തയിലും പ്രവൃത്തിയിലും പ്രഭ ചൊരിയുന്ന, മറ്റുള്ളവരുടെ നന്മമാത്രം കാംക്ഷിക്കുന്ന സ്ത്രീരത് നങ്ങൾതന്നെയാണ് അവർ. പുരുഷകേന്ദ്രിത സമൂഹത്തിന്റെ ദുർ നീതിയാണ് അവരെ ദുഃഖക്കയത്തിലേക്ക് തള്ളിയിടുന്നതും പ്രതി രോധത്തിന്റെ വേലികെട്ടാൻ നിർബന്ധിതരാക്കുന്നതും.

'കാട്ടുമരങ്ങൾക്കിടയിൽ ആപ്പിൾ മരംപോലെയാണ്
തരുണന്മാർക്കിടയിൽ എന്റെ പ്രിയതമൻ
പ്രണയമായിരുന്നു അയാൾ എന്റെ നേരെ അയച്ച സൈന്യം'

എന്നിങ്ങനെ സോളമന്റെ ഉത്തമഗീതത്തിലെ പ്രണയാർദ്രമായ വരി കളുടെ പശ്ചാത്തലത്തിലാണ് 'ഓരോരോ കാലത്തിലും' എന്ന നാട കത്തിലെ യുവതി നാടകാരംഭത്തിൽ രംഗത്തുവരുന്നത്. നളചരി തത്തിലെ പ്രണയപദങ്ങൾക്ക് അനുസൃതമായി ചുവടുവച്ചുകൊ ണ്ടാണ് കുറിയേടത്തു താത്രിയും രംഗത്തു പ്രത്യക്ഷപ്പെടുന്നത്. പ്രണയം നിഷേധിക്കപ്പെട്ട് മരണത്തെപ്പോലും പ്രണയിച്ച വാൻ ഗോഗിന്റെ നിസ്വാർത്ഥ പ്രണയത്തെ സ്വപ്നംകണ്ട യുവതി ആധു നിക കാലഘട്ടത്തിന്റെ പ്രതിനിധിയായ യുവാവിനാൽ വഞ്ചിത യാകുന്നു. 'വാൻഗോഗ്...പാവം...ജീവിക്കാനറിയാതെ ആത്മഹത്യ

ചെയ്ത ഒരു പാവം ചിത്രകാരൻ' എന്നനിലയിലാണ് യുവാവ് വാൻ ഗോഗിനെ വിലയിരുത്തുന്നത്. പെൺകുട്ടിയുടെ കവിളിൽ തലോടിക്കൊണ്ട് 'ഹൗ സോഫ്റ്റ്...' എന്നു ദുഷ്ടലാക്കോടെ സമീപിക്കുന്ന യുവാവിനോടുള്ള യുവതിയുടെ പ്രതികരണം ബ്രഷിൻ തുമ്പു പിടിച്ചുകൊണ്ട് 'അതെ ഈ ബ്രഷിന്റെ തുമ്പിന് എന്തൊരു മൃദുലതയാണ്' എന്നിങ്ങനെ തീർത്തും നിഷ്ക്കളങ്കമായാണ്. സംഗീതത്തോടും കഥകളിയോടുമുള്ള നിഷ്ക്കളങ്കപ്രണയമാണ് താത്രിയെയും കളങ്കിതയാക്കുന്നത്.

സ്ത്രീ സഹജമായ നന്മയും കരുതലും ആത്മാഭിമാനും പ്രകടിപ്പിക്കുന്ന കഥാപാത്രമാണ് 'കല്യാണസാരി'യിലെ സുശീല. ഭർത്താവിന് പുതയ്ക്കാൻ താൻ ഏറ്റവും അമൂല്യവസ്തുവായി കരുതുന്ന കല്യാണസാരി നൽകാൻ അവൾ മടിക്കുന്നില്ല. കുടംബത്തോടുള്ള സ്നേഹവും കരുതലുമാണ് അവരുടെ ജീവിതത്തെ ജീവിതവ്യമായി നിലനിർത്തുന്നതുതന്നെ 'ജനിച്ചു വീഴുന്ന ഒരു കുഞ്ഞിന്റെ ആദ്യത്തെ ശബ്ദം: അതുപോലൊരു സംഗീതം വേറെല്യ.' എന്നു പ്രഖ്യാപിക്കുന്ന ലേബർ റൂമിലെ സ്ത്രീ രണ്ട് മാതൃഭാവത്തിന്റെ നേർചിത്രമാണ്. ശല്യക്കാരിയും നിഷേധിയുമൊക്കെയായി പ്രത്യക്ഷപ്പെടുന്ന സ്ത്രീ മൂന്നും നാടകാവസാനത്തിൽ സ്നേഹവും സഹാനുഭൂതിയും ആവോളം പ്രകടമാക്കുന്നുണ്ട്. ശ്രീജ അവതരിപ്പിക്കുന്ന സ്ത്രീ കഥാപാത്രങ്ങളെല്ലാം സ്ത്രീസഹജമായ സ്വഭാവസവിശേഷതകൾ പ്രകടിപ്പിക്കുന്നവരാണ്.

പുരുഷാധിപത്യസമൂഹമാണ് സ്ത്രീയെ നിത്യദുഃഖത്തിലേക്ക് ആനയിക്കുന്നത്. അതിനു കാരണമായിത്തിരുന്നത് പലപ്പോഴും അവളുടെ ശരീരംതന്നെയാണ്. വെറും ഉപഭോഗവസ്തു മാത്രമായാണ് സമൂഹം മിക്കപ്പോഴും സ്ത്രീയെ നോക്കിക്കാണുന്നത്. ഏതൊരു മനുഷ്യനും അഭിലഷിക്കുന്ന സ്വാതന്ത്ര്യവും സമത്വവുമല്ല, പകരം നിന്ദയും അവഹേളനവുമാണ് സ്ത്രീകൾക്ക് നേരിടേണ്ടിവരുന്നത്. നിസ്വാർത്ഥ പ്രണയത്തിനു പകരമായി അവൾക്ക് ലഭിക്കുന്നത് കാമം മാത്രമാണ്. 'ഓരോരോ കാലത്തിലും' എന്ന നാടകത്തിൽ വാൻ ഗോഗിന്റെ ആത്മസമർപ്പണപൂർണ്ണമായ പ്രണയം അഭിലഷിക്കുന്ന യുവതിക്ക് കാമുകനിൽനിന്ന് ലഭിക്കുന്നത് അവഗണനയും പരിഹാസവും മാത്രമാണ്. ചതിയിൽപെട്ട യുവതിയുടെ ജീവിതത്തെ നാടകകൃത്ത് പൂരിപ്പിക്കുന്നത് വെറും പത്താം വയസ്സിൽ പിതാവിനാൽ പീഡിപ്പിക്കപ്പെട്ട താത്രിയുടെ ദുരന്തംകൊണ്ടാണ്. താത്രിയുടെ ബാലകൗതുകങ്ങളെല്ലാം അപഥങ്ങളിലേക്കാണ് അവളെ നയി

ക്കുന്നത്. അവൾ സ്നേഹിച്ചവരൊക്കെ അവളെ വഞ്ചിച്ചു കടന്നു പോകുന്നു. 'കല്യാണസാരി'യിലെ നായികയ്ക്ക് നേരിടേണ്ടിവരുന്നതും ഭർത്താവിൽനിന്നുള്ള അവഗണനതന്നെ. അവളുടെ പരിദേവനങ്ങൾക്ക് ചെവികൊടുക്കാനോ അവളെ ആശ്വസിപ്പിക്കാനോ അയാൾ തയ്യാറാവുന്നില്ല. താത്രിയുടേതിന് സമാനമാണ് 'ലേബർ റൂമി'ലെ സ്ത്രീ മൂന്നിന്റെ ജീവിതാനുഭവങ്ങൾ. തന്റെ ഉദരത്തിലുള്ള കുഞ്ഞിന്റെ അച്ഛൻ ആരാണെന്നുപോലും അവൾക്കറിയില്ല.

തെറ്റിലേക്ക് നയിക്കുന്നവർതന്നെ ഇരയെ കുറ്റക്കാരിയെന്ന് മുദ്ര കുത്തുകയും തങ്ങളെ സ്വയം ന്യായീകരിക്കുകയുംചെയ്യുന്ന ചിര പരിചിതവും ആവർത്തിതവുമായ സാമൂഹികചിത്രം ശ്രീജയുടെ നാടകങ്ങളിൽ ആഴത്തിൽ അടയാളപ്പെടുത്തിയിട്ടുണ്ട്. 'ഓരോരോ കാലത്തിലും' എന്ന നാടകത്തിലെ ലൈംഗികപീഡനത്തിനിരയായ യുവതിയോടുള്ള ആശുപത്രി ജീവനക്കാരുടെയും പോലീസിന്റെയും പത്രക്കാരുടെയും പെരുമാറ്റം അവളുടെ ആത്മബോധത്തിന്റെ അവസാനകണികയും കെടുത്തിക്കളയുന്നുണ്ട്. 'പുഴുക്കൾ... വൃത്തി കെട്ട പുഴുക്കൾ... കൈയ്യിൽ... കാലിൽ... ദേഹം മുഴുവൻ... എവിട ന്നാദ്?. എന്റെ ഉള്ളിൽ നിന്ന്' എന്നിങ്ങനെയാണ് യുവതി തന്റെ ആത്മനിന്ദാപരമായ മാനസ്സികാവസ്ഥയെ പ്രതിഫലിപ്പിക്കുന്നത്. ദേഹത്തെന്നതുപോലെ ഉള്ളിലും പുഴുക്കൾ നിറഞ്ഞിരിക്കുന്നു. കുറ്റപ്പെടുത്തൽ പോലെ തന്നെ ഭീതിദമാണ് അവഗണയും ധാർഷ്ട്യവും. 'ഇതൊക്കെ നമ്മളാണുങ്ങൾക്ക് പറഞ്ഞിട്ട്ള്ളതാ'എന്ന് സ്വയം ന്യായീകരിക്കുന്ന നമ്പ്യാത്തൻ, തന്റെ കാമക്കൂത്തിന് ഇരയായ താത്രിയുടെ ചെയ്തികളെ 'അതിന്റെ കാമഭ്രാന്ത്' എന്നു വിശേഷിപ്പിക്കാൻ മടിക്കുന്നില്ല. ഇങ്ങനെ നിരവധി സന്ദർഭങ്ങളിൽ പുരുഷാധിപത്യ പ്രവണതയുടെ മുഖംമൂടി പിച്ചിച്ചീന്തി രോഗാതുരമായ സാമൂഹികക്രമത്തിന്റെ അനീതിയും ആധിപത്യപ്രവണതയും തുറന്നുകാണിക്കാൻ കഴിയുന്നിടത്ത് ശ്രീജയുടെ നാടകങ്ങൾ സ്ത്രീപക്ഷ നിലപാടുകളെ സ്പഷ്ടീകരിക്കുന്നുണ്ട്. 'കല്യാണസാരി'യിലെ സുശീലയുടെ ഭർത്താവും അയാൾ ഉൾപ്പെടുന്ന ചുറ്റുപാടുകളും അവഗണനകൊണ്ടാണ് അവളുടെ ഹൃദയത്തിൽ തീ നിറയ്ക്കുന്നത്. 'നിങ്ങൾക്ക് ദേഷ്യം വന്നാലും മടുത്താലും ഇറങ്ങി പോവ്വാം. പീടികത്തിണ്ണേല് കുത്തിയിരുന്ന് ബഡായി അടിക്കാം... ഞാനെന്താ ചെയ്യണ്ടതെന്റീശ്വരാ.' എന്നു പരിതപിക്കുന്ന സുശീല സ്ത്രീക്ക് സാമൂഹിക വ്യവസ്ഥിതി ചാർത്തിക്കൊടുക്കുന്ന സർവ്വവിധ ഭാരങ്ങളും മടുപ്പുംപേറി ജീവിതത്തെ നിസ്സംഗമായി നേരിടാൻ വിധിക്കപ്പെട്ട

വളാണ്. രംഗത്തു കഥാപാത്രങ്ങളിലൂടെ നേരിട്ട് അവതരിപ്പിക്കുന്നില്ലെങ്കിലും 'ലേബർ റൂമി'ലുമുണ്ട് സമൂഹത്തിന്റെ അതിക്രമങ്ങൾ. ലേബർ റൂമിൽ പെട്ടുപോയ സ്ത്രീകളെല്ലാം പരോക്ഷമായെങ്കിലും സമൂഹത്തിന്റെ പാതിവ്രത്യം ഏറ്റുവാങ്ങാൻ വിധിക്കപ്പെട്ടവരാണ്. സ്ത്രീ മൂന്നിനെ ഗർഭിണിയാക്കി കടന്നുകളയുന്ന പുരുഷനും കുടുംബത്തിന്റെ ഭാരം മുഴുവൻ ചുമലിലേറ്റാൻ നഴ്സിനെ നിർബന്ധിക്കുന്ന കുടുംബക്രമവും സ്ത്രീകളെ വീർപ്പുമുട്ടിക്കുന്നുണ്ട്. 'മൂന്നു ദിവസമായി ഒന്നൊറങ്ങിയിട്ട്... വീട്ടിൽ ചെന്നാ മോനുണ്ടോ വിടുന്നു. പകലും പറ്റില്യ ഒന്നുകെടക്കാൻ. 'നഴ്സിന്റെ ഈ ജീവിത ദൈന്യത ഏതൊരു മധ്യവർത്തി സ്ത്രീയുടെതും തന്നെയാണ്.

സഹനവും പരിഹാസവും കുറ്റപ്പെടുത്തലുകളും അതിന്റെ പാരമ്യത്തിലെത്തുമ്പോൾ അവയ്ക്കെതിരേ ശക്തമായി പ്രതികരിക്കുന്ന കഥാപാത്രങ്ങളും നാടകീയ മുഹൂർത്തങ്ങളുമാണ് ശ്രീജയുടെ നാടകങ്ങളെ സ്ത്രീപക്ഷത്തോട് ചേർത്തുനിർത്തുന്നത്. സ്വത്വബോധത്തിൽ അധിഷ്ഠിതമായ ഉയർത്തെഴുന്നേല്പും സ്ത്രീവിരുദ്ധനിലപാടുകൾക്ക് എതിരേയുള്ള രൂക്ഷപ്രതികരണങ്ങളും സ്ത്രീപക്ഷചിന്തയുടെ മുഖ്യവിഷയമാണ്. നിലവിലുള്ള സാമൂഹികക്രമത്തിൽ സ്ത്രീ അനുഭവിക്കുന്ന അസമത്വങ്ങൾ കണ്ടറിയാൻ പര്യാപ്തമായ ചിന്താശക്തി പുലർത്തുന്നവരും അവയ്ക്കെതിരേ പ്രതികരിക്കാനുള്ള ആർജ്ജവം ആർജ്ജിച്ചവരുമാണ് ശ്രീജയുടെ സ്ത്രീകൾ. സ്മാർത്തവിചാരണയ്ക്ക് വിധിക്കപ്പെട്ടതിനോടുള്ള താത്രിയുടെ പ്രതികരണം കാണുക. 'എനിക്കിപ്പോ നല്ല നല്ല ഒറപ്പാ ഇനി ഞാനെന്താ ചെയ്യേണ്ടത് ന്ന്', ആത്മബലവും പ്രതികരണത്വരയും ആവോളം നിറഞ്ഞുനിൽക്കുണ്ട് ഈ വാക്കുകളിൽ. പരപുരുഷബന്ധത്തിന്റെ തെളിവുചോദിക്കുന്ന സ്മാർത്തനോട് തന്നെ ദുരുപയോഗിച്ച പുരുഷന്മാരുടെ അടയാളങ്ങൾ ഒന്നൊന്നായി വെളിപ്പെടുത്തി, ഒടുവിൽ രാജാവിന്റെ മുദ്രമോതിരം ഉയർത്തിക്കാട്ടി ഉറച്ച ശബ്ദത്തോടെ അറുപത്തഞ്ചാമത്തെയാൾ എന്നു പ്രഖ്യാപനം ചെയ്യാനുള്ള ഉൾക്കരുത്തു പ്രകടിപ്പിക്കുന്നവളാണ് കുറയേടത്തു താത്രി എന്ന കഥാപാത്രം. പീഡനങ്ങളിലും പരിഹാസങ്ങളിലും പെട്ട് തകർന്നുപോകാനുള്ളതല്ല, പ്രതിബന്ധങ്ങളിൽനിന്ന് ഉയർത്തെഴുന്നേറ്റ് സ്വേച്ഛാപൂർവ്വകമായ ജീവിതം നയിക്കേണ്ടവളാണ് സ്ത്രീ. 'നിൻ വഴികാണുക, നിൻ കണ്ണാൽത്തന്നെ നീ, നിൻ മറക്കൂട നീലവാനം.' എന്നുള്ള എം. ഗോവിന്ദന്റെ കവിതയിലെ വരികൾ നാടകാന്ത്യത്തിൽ ഉയർന്നുകേൾക്കാം. പെണ്ണിന്റെ വഴി കണ്ടെ

ത്തേണ്ടത് അവൾതന്നെയാണ്. അവൾക്ക് മറക്കുട നീലവാനത്തിന്റെ അനന്തതയാണ്, അപരിമേയമായ സാദ്ധ്യതകളിലേക്കാണ് സ്ത്രീ ജീവിതം മുന്നേറേണ്ടത് എന്ന സ്ത്രീപക്ഷ നിലപാടുകളെ ഉദ്ഗാനംചെയ്തുകൊണ്ടാണ് 'ഓരോരോ കാലത്തിലും' അവസാനിക്കുന്നത്.

'കല്ല്യാണസാരി'യിലെ സുശീലയും നാടകാവസാനം തന്റെ അബദ്ധധാരണകളിൽനിന്നു മോചിതയായി സ്വാതന്ത്ര്യത്തിന്റെ പുറം കാഴ്ചകളിലേക്ക് കണ്ണുതുറക്കുന്നു. കുടുംബമഹിമ, പാരമ്പര്യം, ദുരഭിമാനം എന്നിവയുടെ ഭാരംപേറിയാണ് അവർ ആത്മഹത്യയ്ക്കു തുനിയുന്നത്. കല്ല്യാണസാരി പെട്ടിയിലടച്ചുവച്ചിട്ട് ഒരുകാര്യവുമില്ല, പണിയെടുത്ത് ജീവിക്കുന്നതിന് ഒരു നാണക്കേടുമില്ല, അവനവൻ പണിയെടുത്ത് തിന്നുന്നത് ഒരു സുഖമാണ് എന്നിങ്ങനെയുള്ള പാറുക്കുട്ടിയുടെ വാക്കുകൾകേട്ട് കല്ല്യാണസാരി പറമ്പിലേക്ക് വലിച്ചെറിയാൻ സുശീല തയ്യാറാവുന്നു. ഒടുവിൽ, സുശീലയും പാറുക്കുട്ടിയുംചേർന്ന് സാരി രണ്ടായി കീറിമുറിച്ച് ചവിട്ടിയുണ്ടാക്കുന്നിടതാണ് നാടകം പൂർണ്ണമാകുന്നത്. കല്ല്യാണസാരിയോടൊപ്പം രണ്ടായി കീറപ്പെടുന്നത് സ്ത്രീയെ അസ്വാതന്ത്ര്യത്തിന്റെ കൂട്ടിലടക്കുംവിധം സമൂഹം ചാർത്തിക്കൊടുത്ത അബദ്ധധാരണകൾ കൂടിയാണ്. 'ലേബർ റൂം' എന്ന നാടകം പങ്കുവയ്ക്കുന്നതും സ്ത്രീ സ്വത്വബോധത്തിന്റെ പ്രബലനിലപാടുകൾതന്നെ. സ്ത്രീ ഒന്ന് പ്രസവിച്ചകുഞ്ഞ് മരിക്കുന്നതോടെ സ്ത്രീ രണ്ടും മൂന്നും അവരുടെ ജീവിതനഷ്ടങ്ങളെക്കൂടി തീഷ്ണമായി അനുഭവിക്കുന്നുണ്ട്. അതോടെ, 'ജനിക്കാനിരിക്കുന്നവരും മരിച്ചുപോയവരും ജീവിച്ചിരിക്കുന്നവരേക്കാൾ പ്രായം കൂടിയവരാണ്' എന്നിങ്ങനെ നാടകത്തിൽ ആവർത്തിച്ചുവരുന്ന വാക്കുകൾ അർത്ഥജ്വലനശേഷി കൈവരിക്കുകയും സ്ത്രീജീവിതത്തിന്റെ അന്തരാർത്ഥം വെളിപ്പെടുത്താൻ പര്യാപ്തമാകുകയും ചെയ്യുന്നു. പെൺകുഞ്ഞിന്റെ മരണത്തോടെ സ്ത്രീജീവിതത്തിൽ നിരന്തരം ആവർത്തിച്ചുവരുന്ന വിരുദ്ധദ്വന്ദ്വങ്ങൾ കൂടുതൽ ധ്വനനശേഷി കൈവരിക്കുന്നു. 'നല്ലത്- ചീത്ത, മധുരം- കയ്പ്, കറുപ്പ്- വെളുപ്പ്, ജനനം - മരണം... ഇവയ്ക്കിടയിൽ ഞാൻ അല്ല, നമ്മൾ...' മരിച്ച കുഞ്ഞിനെയും സമൂഹം വേശ്യയെന്നു മുദ്രചാർത്തിക്കൊടുത്ത സ്ത്രീ മൂന്നിനെയും ചേർത്തുപിടിച്ചുകൊണ്ട് സ്ത്രീ രണ്ട് പറയുന്ന ഈ വാക്കുകൾ ഈ നാടകത്തിന്റെയും ശ്രീജയുടെ നാടകസൽപ്പത്തിന്റെയും ഭരതവാക്യമാകുന്നു. വൈരുദ്ധ്യങ്ങൾ ജീവിതസാധാരണമാണ്. അവയെ പ്രതിരോധിക്കുകയും അതിലംഘിക്കുകയും ചെയ്യു

മ്പോഴാണ് സ്ത്രീജീവിതം ധന്യമാകുന്നത്. അതിനായുള്ള നിരന്തര പോരാട്ടമാണ് അവളുടെ ജീവിതം- ഏതു കാലത്തിലും, എവിടെയും.

ഗ്രന്ഥസൂചി

1. ഒരു സംഘം ലേഖകർ, പെണ്ണെഴുത്ത്, കേരള ഭാഷാ ഇൻസ്റ്റിറ്റ്യൂട്ട്, തിരുവനന്തപുരം, 2002

2. ഒരു സംഘം ലേഖകർ, ഫെമിനിസം 1, കേരള ഭാഷാ ഇൻസ്റ്റിറ്റ്യൂട്ട്, തിരുവനന്തപുരം, 2000

3. സജിത മഠത്തിൽ, മലയാള നാടകസ്ത്രീചരിത്രം, മാതൃഭൂമി ബുക്സ്, കോഴിക്കോട്, 2012

4. ശ്രീജ കെ.വി., ഓരോരോ കാലത്തിലും, ഡി.സി. ബുക്സ്, കോട്ടയം, 2004

5. Elaine Aston, A hand book of Femist Theatre Practice , Routledge, London, 1999

6. Jennifer Mather Saul, Feminism Issues & Arguments, Oxford University Press, New York, 2003

7. Sushila Singh, Feminism Theory, Criticism, Analysis, Pencraft International, Delhi, 2004

○○

4

'സാലഭഞ്ജിക' മുതൽ 'ഭാരതമാത' വരെ ചിത്രകലയിലെ സ്ത്രീ രൂപങ്ങൾ: ഒരു പഠനം

ഡോ. ലാൽ രഞ്ജിത്

സാലഭഞ്ജിക ഒരു പൂർവ്വ ആര്യൻ സങ്കല്പമാണ്. സകല നാരി ദേവി സങ്കല്പങ്ങളും ചെന്നുനിൽക്കുന്നത് ഈ മരത്തിൻ ചുവട്ടിലാണ്. ഒരു ചെറിയ ശിഖരം പിടിച്ചുകൊണ്ട് മരത്തെ തൊടുന്ന സ്ത്രീ; അവളുടെ മാന്ത്രിക സ്പർശത്താൽ പൂത്തുലയുന്ന വൃക്ഷം എന്നത് അവളിലെ പ്രജനനശക്തിയുടെ മിത്തിനുള്ളിൽ ഒളിപ്പിച്ചുവെച്ച ആശയം. സ്ത്രീരൂപങ്ങൾ ഭാരതീയ ചിത്രകലയിലും കേരളീയ ചിത്രകലയിലും നിറഞ്ഞുനിൽക്കുന്നത് ഈ ആശയത്തിന്റെ വ്യത്യസ്ത സാധ്യതകളും ഭാവങ്ങളും പിൻപറ്റിയാണ്. പുഷ്കലത്വത്തിന്റെ ചൈതന്യ ആരോപണം (personification of fertility) കേരളത്തിലെ ദേവാലയങ്ങളിലെ ചുമർചിത്രങ്ങളിൽ ആവർത്തിക്കപ്പെട്ട രൂപമായി കാണുന്നത് സാലഭഞ്ജികകളെയാണ്. സ്ത്രീരൂപങ്ങൾ ചിത്രകലയിൽ പടരുന്നത് പ്രധാനമായും ഈ ആശയത്തിലൂന്നിയായതിന്റെ തെളിവുകളായി വൃക്ഷക, യക്ഷിണി, അമ്മ, അപ്സര, ദേവി, ഗണിക തുടങ്ങി നിരവധി ചിത്രങ്ങൾ ചരിത്രത്തിൽ മായാതെ നിൽക്കുന്നു.

ഹാരപ്പൻ സംസ്കാരത്തിന്റെ ശേഷിപ്പുകളിൽ കാണുന്ന 'നൃത്തം ചെയ്യുന്ന പെൺകുട്ടി' എന്ന ശിൽപമാവാം ഏറ്റവും ആദ്യമായി സ്ത്രീരൂപത്തെ കലയിൽ ആവാഹിച്ചത് എന്ന് കരുതപ്പെടുന്നു. അതിനുശേഷം നൂറ്റാണ്ടുകളിലൂടെ ചിത്രകലയിൽ സ്ത്രീരൂപങ്ങൾ ഏറെക്കുറെ മാറ്റമില്ലാതെ പതിഞ്ഞുകൊണ്ടിരുന്നു. നിറയെ പൂത്തൊരു മരത്തിനരികെ കൃഷ്ണനെ കാത്തിരിക്കുന്ന രാധയായും

കാമുകനെ കാത്തിരിക്കുന്ന കന്യകകളായും അവർ ചിത്രപ്പലകക ളിൽ പുനർജനിച്ചു. ബിസി മൂന്നാം നൂറ്റാണ്ടിൽ മൗര്യകാലഘട്ട ത്തിൽ ദിദർജന്റ് യക്ഷി എന്ന ശില്പത്തിലൂടെ പ്രകൃതിയുടെ ഊർജ്ജം മുഴുവൻ സ്ത്രീയിൽ ഉണ്ടെന്ന സന്ദേശം നൽകാനാണ് കലാകാരൻ ശ്രമിക്കുന്നത്. അതിസുന്ദരമായി റിയലിസ്റ്റിക് ശൈ ലിയിൽ തീർത്ത ശിൽപത്തിൽ ശരീരത്തിലെ ഓരോ മടക്കുകളും മാദകത്വം തുളുമ്പുന്ന രീതിയിൽ ചെയ്തിരിക്കുന്നു. മറ്റ് ചിത്രശില് പങ്ങളിൽ ഭാരതീയർ ശ്രദ്ധിച്ചു പോന്ന, ഭംഗി കാഴ്ചക്കാരിൽ നയ നസുഖം പകരുക എന്ന ആവശ്യം ചൗരി ബിയറർ എന്ന ശില്പ ത്തിലും ശ്രദ്ധിച്ചിരുന്നതായി കാണാം.

മധുരയിൽ കാണുന്ന ഭൂദേശ്വരയക്ഷിയിലും പിന്നെ ഈ മനോ ഹരിത നമുക്ക് കാണാൻ കഴിയും. സ്ത്രീയുടെ ഉദ്ധതമായ മാറിട ങ്ങളും നിതംബവും അടിവയറുമെല്ലാം ഇന്ദ്രിയ സുഖം പകരുന്ന മാംസളതയുടെ ഭംഗി പേറി നിൽക്കുന്നത് അവളുടെ ഉൽപ്പാദനശ ക്തിയുടെ പ്രതീകമായാണ്. സാലഭഞ്ജികയായി നിൽക്കുന്ന സ്ത്രീരൂപങ്ങൾ സാഞ്ചി സ്തൂപത്തിലും ദ്രൗപതീരഥത്തിന് അടുത്തും മാമല്ലപുരത്തും ബെയ്റൂട്ടിലുമെല്ലാം കാണാം. കേരള ത്തിലെ കൊട്ടാരചിത്രങ്ങളിലും സാലഭഞ്ജികമാർ നിറഞ്ഞുനിന്നു; നൂറ്റാണ്ടുകളോളം.

ചിത്രകലയിലെ പരമ്പരാഗത സ്ത്രീ സങ്കല്പങ്ങളായി എന്നും കണ്ടുവരുന്നത് അമ്മ ദൈവങ്ങൾ, പരിശുദ്ധദൈവങ്ങൾ,ആത്മാവ്, യക്ഷി, കാമാർത്ത, പ്രജനനബിംബങ്ങൾ, കാമുകി, ഗണിക, വീട്ടമ്മ, ഉഗ്രമൂർത്തി, കാളി എന്നിവയാണ്. ഇവയുടെ മാറിമറിഞ്ഞ രൂപ ങ്ങളും ആശയങ്ങളും ആണ് കേരളത്തിലെ ചിത്രകലയിൽ, പ്രധാ നമായും ചുമർചിത്രകലയിൽ കണ്ടുവരുന്ന സ്ത്രീരൂപങ്ങൾ. നൂറ്റാ ണ്ടുകളോളം ഏറെക്കുറെ മാറ്റമില്ലാതെ സ്ത്രീശരീരങ്ങൾ ചിത്രച്ചു മരുകളിൽ പ്രദർശിപ്പിക്കപ്പെട്ടുകൊണ്ടിരുന്നു എന്നത് സാമൂഹ്യ യാഥാർത്ഥ്യത്തിന്റെ പരിച്ഛേദമാണ്

അമ്മ, കാമുകി, പ്രജനനം ചെയ്യുന്നവൾ എന്നീ ത്രയങ്ങളിൽ ചിത്രകലയിൽ സ്ത്രീരൂപങ്ങൾ ഒതുക്കപ്പെട്ടു എന്നത് താലമാന ത്തിന് കാഴ്ചയുടെ ആഖ്യാനം ചമയ്ക്കാൻ കാരണമായി. പ്രജന നശക്തിയുടെ ഐക്കണുകളായി, നിറഞ്ഞ മാറിടങ്ങളുള്ള, ശക്തിയുടെ ദേവതകളായി കടുംനിറത്തിൽ കേരളീയ ക്ഷേത്രങ്ങ ളിൽ നിറഞ്ഞാടി. സ്ത്രീയുടെ മനസ്സോ വികാരങ്ങളോ ആശയ ങ്ങളോ പത്തൊമ്പതാം നൂറ്റാണ്ട് വരെ ചിത്രകലയിൽ സ്ഥാനം

പിടിച്ചില്ല എന്നത് ശരീരത്തിന് അവളുടെ മനസ്സിനെക്കാൾ ലഭിക്കുന്ന ആരാധനയാണ് കാണിക്കുന്നത്. സമൂഹത്തിൽ കാണുന്ന പാരഡോക്സ്സിക്കൽ പ്രൊജക്ഷൻ എല്ലായിടത്തും കാണാം. സ്ത്രീ രൂപങ്ങളുടെ ഫിസിക്കാലിറ്റി, പെണ്മ, മനോജ്ഞത, ഭംഗി, ഭാവങ്ങളെല്ലാം പരമ്പരാഗത ചിത്രകലയിൽ മാറാതെ ആവർത്തിച്ചു കൊണ്ടിരുന്നതായി നിരീക്ഷിക്കാം.

കേരളദേശത്ത് ഏറെ പ്രചാരമുള്ള ഒരു ചിത്രമായി അർധനാരീശ്വരൻ മാറുന്നത് ചിത്രകലയിലെ മറ്റൊരു മാറ്റമാണ്. ബിസി 35-നും എഡി അറുപതിനും ഇടയിൽ ഭരണം നടത്തിയ കുശാനരാജാക്കന്മാരുടെ കാലത്താണ് ആദ്യമായി അർദ്ധനാരീശ്വര സങ്കല്പം ചിത്രങ്ങളിൽ ജന്മം കൊള്ളുന്നത്. എല്ലോറ എലിഫന്റ എന്നിവിടങ്ങളിലെ ഗുഹാചിത്രങ്ങളിൽ ഇത്തരം ചിത്രങ്ങൾ സവിശേഷ ശ്രദ്ധയാകർഷിച്ച് ഇന്നും നിലനിൽക്കുന്നു. ആൺപെൺ ശക്തികളെ ചേർത്തുവെച്ച് പ്രജനനശക്തിയായി കാണിക്കുകയാണ് ഇവിടെ. ഗുപ്ത കാലഘട്ടത്തിലെ ചെമ്പ് പ്രതിമകളിലും അജന്തയിലെ എലിഫന്റയിലും ഇവ കാണാം. ഹിന്ദുമതത്തിലെ ശിവശക്തിക്ക് സമാനമായി ബുദ്ധനും താരയും മഹായാന ബുദ്ധമതം ചിത്രീകരണങ്ങളിൽ വരുന്നുണ്ട്. താര ശക്തിയുടെ രക്ഷകയായി മാറുന്നു. പിന്നീട് താര ദേവിയുമാകുന്നു.

താലമാനത്തിലൂടെ ആര്യൻ ജനത സ്ത്രീകളെ ഈശ്വരത്വത്തിൽ എത്തിക്കുന്നത് കാണാം. ദേവതകളായി മാറിയ സ്ത്രീരൂപങ്ങൾ, അമ്മ ദൈവങ്ങൾ എന്നിവ ചേർന്ന് ഏഴാം നൂറ്റാണ്ടോടെ ചിത്രകല മതപരമാവാൻ തുടങ്ങിക്കഴിഞ്ഞിരുന്നു. ഗംഗ, ലക്ഷ്മി, ഭൂദേവി, മഹിഷാസുരമർദ്ദിനി എന്നീ ചിത്രങ്ങൾ കേരളീയ ചിത്രകലയിൽ ആവർത്തിച്ച് പ്രത്യക്ഷപ്പെട്ടു. ഏഴാം നൂറ്റാണ്ടിലെ മഹായാന ബുദ്ധമതവും താന്ത്രിക ചിന്താ സങ്കല്പങ്ങളും സ്ത്രീശരീരത്തിലെ ഏറ്റവും വിശേഷമായ അവയവമായി മാറിടങ്ങളെ മാറ്റുന്നു. ആണിലെ സുപ്തമായ (Dorment) ശക്തിയെ ഉണർത്തുന്ന പെൺശക്തിയായി അത് നിറഞ്ഞാടി. പെൺരൂപങ്ങളുടെ വിഷ്വൽ ഇമേജറി മാറുന്നത് താന്ത്രികഫിലോസഫിയോടെ ആണ്. കൂടുതൽ മദാലസകളെയും രതീഭാവങ്ങളും ഖജുരാഹോയിലും കൊണാർക്കിലെ സൂര്യക്ഷേത്രങ്ങളിലും കാണാം. ദേവി ജഗദംബക്ഷേത്രത്തിലെ മൈഥുനകാഴ്ചകൾ ഉത്പാദന പ്രജനനക്ഷമതയ്ക്കും ലൈംഗികതയ്ക്കുമുള്ള ഉപകരണങ്ങളായി സ്ത്രീശരീരങ്ങൾ മാറുന്നതിന്റെ സാക്ഷ്യങ്ങളാണ്. ഉദാത്തീകരിക്കപ്പെട്ട സ്ത്രീശരീരങ്ങൾ ദേവത

കളായി മാറ്റപ്പെട്ടു. കേരളത്തിലും ഈ മാറ്റങ്ങൾ പ്രകടമാണ്. സുര സുന്ദരി, അലസകന്യക, നർത്തകിയായി അവളുടെ രൂപങ്ങൾ ചിത്രീ കരിക്കപ്പെട്ടു. വലിയൊരു കാലത്തോളം ചിത്രകലയിൽ സ്ത്രീ രൂപ ങ്ങൾക്ക് മുറ്റിയ മുലയും തുടുത്ത നാഭിയും ത്രിഭംഗ നിൽപ്പുമായി രുന്നു. ആൺനോട്ടങ്ങൾക്കുള്ള വസ്തുക്കൾ, പരിപാവനത കൽ പ്പിക്കപ്പെട്ട ശരീരങ്ങൾ, ലൈംഗികതക്കുള്ള വസ്തുക്കൾ എന്നിവ മാത്രമായി ചിത്രീകരണത്തിൽ സ്ത്രീകൾ കടന്നുവന്നു. ഇത് ആണിന്റെ കണ്ണിലൂടെയും മനസ്സിലൂടയും മാത്രം സ്ത്രീകൾ തന്റെ ശരീരത്തെ മനസ്സിലാക്കുന്നതിൽ എത്തിച്ചു.

നിർവാണ ഭദ്ര ബാഹു എഴുതിയ ജൈനഗ്രന്ഥമായ കല്പസൂ ത്രത്തിൽ തീർത്ഥങ്കരൻമാരുടെ ജീവചരിത്രം വിവരിക്കുന്നത് ചിത്ര കലയക്ക് ഏറെ പ്രചോദനമേകിയ സംഭവമായിരുന്നു. മെലിഞ്ഞ സ്ത്രീ രൂപങ്ങൾ അന്നുമുതലാണ് ചിത്രങ്ങളിൽ സ്ഥാനം പിടിച്ചു തുടങ്ങിയത്. ശരീരത്തോട് ചേർന്ന് ഒട്ടിനിൽക്കുന്ന ആഭരണങ്ങൾ അക്കാലത്തെ സ്ത്രീ ചിത്രീകരണത്തിലെ പുതുമയായിരുന്നു.

ഏഡി നാലാം നൂറ്റാണ്ട് മുതൽ ആറാം നൂറ്റാണ്ടു വരെ നിലനി ന്നിരുന്ന ഗുപ്ത കാലഘട്ടത്തിലാണ് ഭാരതീയ ചിത്രകല പൂർണ്ണ രൂപം പ്രാപിക്കുന്നത്. ബ്രാഹ്മണർക്ക് സമൂഹത്തിൽ സ്ഥാനം ലഭി ക്കുന്നതും സ്വത്ത് ലഭിക്കുന്നതും ബ്രാഹ്മണ ദൈവങ്ങൾക്ക് ഉയർ ന്നപദവി ലഭിക്കാനായി നടത്തിയ ഇടപെടലുകളും ചിത്രകലയിൽ വലിയ സ്വാധീനമായി വളർന്നു. പരംപുരുഷനും പുരുഷാർത്ഥങ്ങ ളുമുണ്ടായി. അടിസ്ഥാന ജീവിതമൂല്യങ്ങളായി കാമ അർഥ ധർമ്മ ങ്ങൾ. അവ ലഭിക്കുന്നതിനുള്ള വഴികളായി ജീവിതം മാറിയപ്പോൾ പരിപാവനമായ ദൈവസങ്കൽപങ്ങൾക്ക് പകരം അതിമാനുഷരായ ദൈവങ്ങൾ വന്നത് ചിത്രകലയിലൂടെ സ്ഥിരപ്പെടുത്താൻ സാധിച്ചു. അവിടെ ശരീരഭംഗിക്ക് പകരം പ്രകടനങ്ങൾക്ക് (Expression) പ്രാധാന്യം കൈവരുന്നത് കാണാം.

ഉദാത്ത സ്ത്രീകളെ കാണിക്കാൻ സാഹിത്യകൃതികൾ ഇറങ്ങു ന്നതോടൊപ്പം അവയെ സ്ഥിരപ്പെടുത്താൻ സ്ത്രീ സൗന്ദര്യത്തിന് വാർപ്പ്മാതൃകകളുടെ അനുരണനങ്ങൾ ശില്പ ചിത്രകലയിലും ഉദയം കൊണ്ടു. സുന്ദരിയായ രാജകുമാരി, മദാലസയായ അപ്സ രസ്, ഇരുണ്ട നിറമുള്ള രാജകുമാരി, സിദ്ധാർത്ഥന്റെ അമ്മ, കാത്തി രിക്കുന്ന കന്യക എന്നിവ പോലുള്ള ചിത്രങ്ങൾ.

നൂറു കൈകളിൽ നിരവധി ആയുധങ്ങളുമായി സിംഹത്തിന് പുറത്ത് മഹിഷാസുരനെ നിഗ്രഹത്തിനിറങ്ങുന്ന മഹിഷാസുരമർ

ദ്ദിനി സ്ത്രീ ശക്തി വിളിച്ചോതുന്ന ചിത്രമായി ഭാരതത്തിലും കേരളത്തിലും പ്രചരിക്കുന്നുണ്ട്. പക്ഷേ മുഖഭാവത്തിൽ കാര്യമായ മാറ്റം പ്രകടമായിരുന്നു. പേടിപ്പെടുത്തുന്ന മുഖമുള്ള, ഉഗ്രമൂർത്തിയായ കാളിയെ പോലെയല്ലാതെ മെലിഞ്ഞ ശരീരപ്രകൃതിയുള്ള സുന്ദര മുഖത്തോടെ ആണ് കേരളത്തിലെ കൊട്ടാരങ്ങളിലും അമ്പലങ്ങളിലും മഹിഷാസുരമർദ്ദിനി നിറഞ്ഞത്. ദേവിമഹാത്മ്യം എന്ന സാഹിത്യകൃതിയുടെ ശക്തിയാണ് ചിത്രങ്ങളിലൂടെ ആലേഖനം ചെയ്യപ്പെട്ടത്. ഈ ചിത്രീകരണങ്ങൾക്ക് ശേഷമാണ് അർദ്ധനാരിശ്വരൻ എന്ന സങ്കല്പം ഉദയം കൊള്ളുന്നതും ചിത്രീകരണങ്ങളിൽ നിറയുന്നതും.

പത്താം നൂറ്റാണ്ടിൽ എത്തുന്നതോടെ സ്ത്രീ ചിത്രങ്ങൾ മോഹനമായ് മാറുന്നതും അവയിൽ നവത്വം വന്നു ചേരുന്നതും കാണാം. പതിനൊന്നാം നൂറ്റാണ്ടിലെ ജൈനചിത്രങ്ങളിലാണ് ആദ്യ മിനിയേച്ചർ ചിത്രങ്ങൾ കാണുന്നത്. കേരളത്തിലും ഇത്തരം മിനിയേച്ചർ ചിത്രങ്ങൾ പ്രചുരപ്രചാരം നേടി. മധ്യകാല ഭാരതത്തിലെ ചിത്രങ്ങളിൽ സ്ത്രീകൾക്കും പുരുഷനും ആകൃതി നഷ്ടപ്പെടുന്നത് സവിശേഷ ശ്രദ്ധയാകർഷിക്കേണ്ട വസ്തുതയാണ്. സ്ക്വാട്ട്/മിനിയേച്ചർ ഫോർമാറ്റിലേക്ക് ചതുരവടിവിലുള്ള മുഖങ്ങൾ വന്നുചേർന്നത് അതിനുശേഷം ആണ്.

സാഹിത്യത്തിലെ സ്ത്രീ സങ്കല്പനങ്ങൾ ചിത്രകലയിലും അതേപടി പകരുന്നത് കേരളത്തിലും കാണാം. കാളിദാസൻ കുമാരസംഭവത്തിൽ പാർവതിദേവിയുടെ ഉടലഴക് പ്രകൃതിയിലെ രൂപകങ്ങളിലൂടെ വർണ്ണിക്കുന്നത് എത്രയേറെ ചിത്രകാരന്മാരെയാണ് സ്വാധീനിച്ചത്! കാമുകനെ കാത്തിരിക്കുന്ന കുലീന സ്ത്രീ, ഗണികകൾ, രാജകുമാരികൾ എന്നിവർക്കൊപ്പം പെൺമുഖമുള്ള ആൺദൈവങ്ങളും ചിത്രീകരിക്കപ്പെട്ടു. പരശുരാമനും വേട്ടക്കൊരുമകനും മാത്രം താടിയുള്ള ആൺമുഖങ്ങളിൽ അവതരിപ്പിക്കപ്പെട്ടു. കഥകളി, തോൽപ്പാവകൂത്ത്, തെയ്യം, കൂടിയാട്ടം എന്നിവയിൽ നിന്നെല്ലാം ചിത്രകല സ്ത്രീരൂപങ്ങളെ ആവാഹിച്ചു.

കാശ്മീരി കവിയായ ബിൽഹണ ചൗർ പഞ്ചാസിതലൂടെ ചാബവതി എന്ന രാജകുമാരിയുടെ കഥ പറഞ്ഞു. ഇത് ഭാരതീയ ചിത്രകലയിൽ പരമ്പര പെയിന്റിംഗുകളാണ് സമ്മാനിച്ചത്. പ്രണയവും രതിയും കാത്തിരിക്കുന്ന കാമുകിയുമായി ചിത്രങ്ങൾ കേരളക്കരയിലും ജനകീയമായി. സംസ്കൃതകൃതികൾ വിട്ട് പ്രാദേശിക ഭാഷയിലെ സാഹിത്യങ്ങൾ അവലംബമായി ചിത്രങ്ങൾ

മെനയാൻ ചിത്രകാരന്മാർ തയ്യാറായി. ചിത്രകാരൻമാർ രസികപ്രിയയും ഗീതഗോവിന്ദവും ഭാഗവതപുരാണവും ബാരമാസയും ചിത്രീകരിക്കുന്നതിൽ ശ്രദ്ധയൂന്നിയത് പുതിയൊരു ഭാവതലം സമ്മാനിച്ചു. പന്ത്രണ്ടാം നൂറ്റാണ്ടിൽ ബംഗാളി കവി ജയദേവൻ രാധയെയും കൃഷ്ണനെയും കഥാപാത്രങ്ങളാക്കി ഗീതാഗോവിന്ദവും പതിനാറാം നൂറ്റാണ്ടിൽ കേശവദാസ് രസികപ്രിയയും എഴുതി. വിഷ്ണുകഥയായ ഭാഗവതപുരാണവും ഋതുക്കളുടെ പ്രത്യേകതകൾ വിവരിക്കുന്ന ബാരാമാസയും ജന്മംകൊണ്ടു. രാധ ആത്മാവും കൃഷ്ണൻ ദൈവവുമായി മാറി. ആത്മാവ് ദൈവത്തിൽ അലിയുന്ന രാധാകൃഷ്ണ സങ്കല്പം. ഉൽക്കടമായ കാത്തിരിപ്പിന്റെ, പുനസമാഗമത്തിന്റെ, അതിസന്തോഷഭാവങ്ങൾ ചിത്രീകരിക്കപ്പെട്ടു. മെലിഞ്ഞ സ്ത്രീരൂപങ്ങൾ നൂറ്റാണ്ടുകൾക്കു ശേഷം വീണ്ടും പ്രത്യക്ഷപ്പെടാൻ തുടങ്ങുന്നത് ഇവിടെ മുതൽക്കാണ്.

കൃഷ്ണൻ ഗാർഹ് ചിത്രരചനാ രീതിയിൽ ഇന്ദ്രിയ സുഖം പകരുന്നതായ രൂപങ്ങൾ വരയ്ക്കാൻ തുടങ്ങിയത് സ്ത്രീ രൂപങ്ങൾക്ക് പുതിയൊരു ഭാവതലം സമ്മാനിച്ചു. മുടിയഴക്, കൂർത്ത മൂക്ക്, വലിയ കണ്ണുകൾ, വെളുത്തദേഹം, മെലിഞ്ഞ രൂപം, ആഭരണഭൂഷിത ശരീരം: എല്ലാം വന്നതോടെ സ്ത്രീരൂപങ്ങൾ കാമാർത്തയിൽ നിന്ന് തെല്ലു മാറി വശീകാരിയായി മാറുന്നു. ദൈവങ്ങളിൽ നിന്നും ഉദാത്തമായ സങ്കൽപ്പങ്ങളിൽ നിന്നും സ്ത്രീരൂപങ്ങൾ മാനവിക മുഖവുമായി തിരിച്ചിറങ്ങിയെങ്കിലും അവളുടെ വികാരങ്ങളെയും ചെയ്തികളെയും യൂണിവേഴ്സലൈസ് ചെയ്യപ്പെടുകയോ അന്യവൽക്കരിക്കപ്പെടുകയോ ചെയ്തത് ചിത്രകലയിൽ വലിയ മാറ്റങ്ങളിലേക്ക് നടന്നുകയറുന്നതിൽ നിന്ന് സ്ത്രീ രൂപങ്ങളെ പിന്തിരിപ്പിച്ചു. അവളുടെ എല്ലാ സങ്കല്പങ്ങളും അനശ്വരതയിലേക്ക് ചേക്കേറി. അവൾ സ്വയം അന്യയായി മാറി. ചെറുതെങ്കിലും സാമൂഹ്യ മാറ്റങ്ങൾക്കനുസരിച്ച് ചിത്രീകരണത്തിലെ സ്ത്രീ രൂപങ്ങൾ മാറിയിരുന്നെങ്കിലും അമ്മ, ദേവി, യക്ഷി, ഗണിക, നർത്തകി എന്നീ സങ്കല്പനങ്ങളിൽ നിന്ന് തീർത്തും വിമോചിതരാവാൻ പിന്നെയും ഏറെ കാത്തിരിക്കേണ്ടി വന്നു.

സുൽത്താനേറ്റ് കാലഘട്ടം ആകുമ്പോഴേക്കും ചിത്രകലയിൽ നഗ്നത ഇല്ലാതാവുന്നത് കാണാം. സ്ത്രീശരീരങ്ങൾ പൂർണവസ്ത്രത്തിൽ ചിത്രീകരിക്കപ്പെട്ട കാലമായിരുന്നു അത്. രാജസ്ഥാനി ചിത്രകലയിൽ കണ്ട അതിഭാവുകതയുടെ പ്രണയ സങ്കൽപ്പങ്ങളായ രാധയും കൃഷ്ണനും കേരളീയ ചിത്രകലയിലും വന്നു. കാത്തി

രിപ്പ് പ്രധാനമായ ഒരു വിഷയമായി. നിരവധി ചിത്രങ്ങളിൽ കാത്തിരിക്കുന്ന സ്ത്രീകളെ കലാകാരന്മാർ വരച്ചു ചേർത്തു കൊണ്ടിരുന്നു.

കാളീഘട്ട് ചിത്രകലാ രീതിയിലാണ് ആദ്യമായി മതത്തിനപ്പുറം കല സഞ്ചരിച്ച് സാമൂഹ്യപ്രശ്നങ്ങൾ ചിത്രീകരിക്കാൻ തുടങ്ങുന്നത്. സാധാരണക്കാരന്റെ കലയായി ചിത്രകല മാറുന്നതും അവന്റെ പ്രശ്നങ്ങൾ ചിത്രങ്ങളിൽ ആലേഖനം ചെയ്യപ്പെടുന്നതും വലിയ മാറ്റമായി കാണാൻ സാധിക്കും. വിക്റ്റോറിയൻ ചെയറിൽ ഇരുന്ന് മുടിചീകുന്ന സ്ത്രീ, പുകവലിക്കുന്ന സ്ത്രീ, ശുശ്രൂഷിക്കുന്ന സ്ത്രീ, സിത്താർ വായിക്കുന്ന സ്ത്രീ എന്നിവ ചിത്രീകരിക്കപ്പെട്ടു. സറ്റയറുകൾ ചിത്രീകരിക്കുന്ന ചിത്രങ്ങളിൽ സ്ത്രീ രൂപങ്ങളെ അമ്മ ദേവി സങ്കൽപ്പങ്ങളിൽ നിന്നും മോചിപ്പിച്ച് കൂടുതൽ യഥാർത്ഥ്യമുള്ളതാക്കി മാറ്റുന്നതായി കാണാം.

ഭാര്യയുടെ മർദ്ദനമേൽക്കുന്ന ഭർത്താവ് ബാബു അന്ന് നാട്ടിൽ പ്രചുരപ്രചാരം നേടിയ ഒരു നർമ്മ കഥയായിരുന്നു. ഈ കഥയുടെ ചിത്രീകരണങ്ങൾ എല്ലാ സ്ഥലങ്ങളിലും ചില വ്യത്യസ്തതകളോടെ ആവർത്തിക്കുന്നത് കാളീഘട്ട് ചിത്രകലാ രീതിയിലാണ്. നഗരത്തിലെ സ്ത്രീകൾ ചിത്രവിഷയങ്ങളായി മാറി അതിന്റെ ഭാഗമായി ചിത്രകലയ്ക്ക് തന്നെ പുതിയ സചിത്രമായ അവതാരങ്ങൾ ലഭിച്ചു. വശ്യതയുടെ സ്ത്രീരൂപ നിർമ്മിതികളിൽ നിന്നും ലിബറൽ ആയ പുകവലിക്കുന്ന സ്ത്രീകളിലേക്കുള്ള ചുവടുമാറ്റം സ്ത്രീ രൂപങ്ങൾക്ക് ലഭിച്ച സ്വാതന്ത്ര്യമായി നിരീക്ഷിക്കാം. സീത, പാർവതി, അന്നപൂർണ സങ്കല്പങ്ങളിൽ നിന്ന് സ്ത്രീകൾ സാധാരണ സ്ത്രീകളായി, മനുഷ്യരായി പുനർജനിച്ചു.

ചിത്രകലയുടെ താൽപര്യവും രീതിയും മാറുന്നത് കൊളോണിയൽ കാലഘട്ടത്തിൽ ആണ്. ഇന്ത്യൻ പരമ്പരാഗത ചിത്രകലാ സംസ്കാരത്തെ ശിഥിലമാക്കി കൊണ്ട് സാംസ്കാരിക അധിനിവേശ ഘടന വരുന്നതോടെ മാറ്റങ്ങൾക്ക് കൊടുങ്കാറ്റിന്റെ വേഗത കൈവന്നു. കമ്പനി ചിത്രങ്ങൾ രാജ്യത്തെങ്ങും പടർന്ന് ചിത്രകലാരംഗത്ത് മുൻപില്ലാത്ത വിധം 'കമ്മീഷൻ ഇൻഡസ്ട്രിയൽ ആർട്ടിസ്റ്റ്' എന്ന ഒരു വിഭാഗം ചിത്രകാരന്മാർ ഉണ്ടാവുകയും ചെയ്തു. വാട്ടർകളറിൽ നിന്ന് ഒപ്പക് കളറിലേക്കും, കടുത്ത നിറങ്ങളിൽ നിന്ന് ലളിത നിറങ്ങളിലേക്കും മാറിക്കൊണ്ട് ഫോട്ടോഗ്രാഫി പെയിന്റിംഗ് പ്രചാരം നേടിയെടുത്തു. സ്ത്രീകളുടെ പോർട്രേറ്റുകൾ, കമ്പനി സ്മാരകങ്ങൾ എന്നിവ ചിത്രകലയിൽ പ്രമുഖമായ ഇനമായി മാറിത്തുടങ്ങി. ബ്രിട്ടീഷുകാർ ആർട്ട് സ്കൂളുകൾ സ്ഥാപിച്ചതോടെ

ഫ്ളാറ്റ് കളർ പാറ്റേൺ മാറിവന്നു. വരകൾക്ക് പകരം ടോണാലിറ്റിയും പരിപ്രേക്ഷ്യം എന്ന സങ്കേതവും വന്നതോടെ നൂറ്റാണ്ടുകൾ താണ്ടിയ ഭാരതീയ ചിത്രകലാ രീതി അവസാനം കണ്ടു.

വിശ്വപ്രസിദ്ധനായ രവിവർമ്മയുടെ ചിത്രങ്ങളിൽ സ്ത്രീ രൂപങ്ങൾക്ക് പുതിയൊരു ഭാവതലം കൈവന്നു. വനിതകളെ ചിത്രങ്ങളിൽ കൊണ്ടിരുത്തിയ രവിവർമ്മ ബ്രിട്ടീഷ് അനുകരണമായല്ല ഓയിൽ പെയിന്റ് പരീക്ഷണങ്ങൾ നടത്തിയത്. വിക്റ്റോറിയൻ സദാചാരത്തെ തള്ളിയ അദ്ദേഹം ഇറോട്ടിക് ഫെമിനൈൻ ആഖ്യാനമാണ് നടത്തിയത്. മൽസ്യഗന്ധിയും അപ്സരസും ലക്ഷ്മിയും സീതയും പൂർണ്ണവസ്ത്ര രൂപിണികളായി മാറി. ഭാഗികമായി ആട കൊണ്ട് അലങ്കരിക്കപ്പെട്ട ആഭിചാരിണി, വശീകാരിണിയായ മുഖ ഭാവങ്ങളിൽ സ്ത്രീകൾ പിറന്നു. വിരോധാഭാസത്തിന്റെ പ്രതിനിധാനം ആയിരുന്നു ചിത്രകലയിൽ രാജാരവിവർമ്മ കൊണ്ടുവന്നത് എന്ന് കാണാൻ പ്രയാസമില്ല. താൻ വരയ്ക്കുന്ന ചിത്രങ്ങൾ ജനങ്ങൾ കാണുകയും ആസ്വദിക്കുകയും വേണമെന്ന് നിർബന്ധം രവിവർമ്മക്ക് ഉണ്ടായിരുന്നു. ഇന്ത്യൻ മനസ്സുകളിൽ പ്രതിഷ്ഠ നേടിയ ദേവീദേവന്മാരും പുരാണകഥാപാത്രങ്ങളും യഥാർത്ഥ മനുഷ്യരുടെ രൂപത്തിൽ പ്രത്യക്ഷപ്പെടാൻ തുടങ്ങിയത് അദ്ദേഹത്തിന്റെ ചിത്രങ്ങളിലൂടെയായിരുന്നു. ഏകമാനശൈലിയിൽ നിന്നും ഉൾക്കൊണ്ടതും യാഥാർത്ഥ്യവുമായി അടുത്തുനിൽക്കുന്ന യൂറോപ്യൻ ശൈലി പരീക്ഷിച്ചതും അദ്ദേഹത്തിന്റെ ചിത്രങ്ങളിൽ സ്ത്രീരൂപങ്ങൾക്ക് പ്രത്യേകം മിഴിവേകി.

ഹംസ ദമയന്തി, സീതാസ്വയംവരം, സീതാപഹരണം, ശ്രീരാമ പട്ടാഭിഷേകം, വിശ്വാമിത്രനും മേനകയും, രാധാമാധവം, അർജുനനും സുഭദ്രയും, വിരാട സദസ്സിൽ ദ്രൗപതി, ദർഭമുനകൊണ്ട ശകുന്തള എന്നിവ പ്രധാന പുരാണേതിഹാസ ചിത്രങ്ങളായി അരങ്ങുവാണു. മുല്ലപ്പൂ ചൂടിയ നായർ വനിത, മലബാർ മനോഹരി, വിവാഹവേദിയിലേക്ക്, സ്നാനം കഴിഞ്ഞ സ്ത്രീ, നർത്തകി, കാദംബരി, ഫലമേന്തിയ സ്ത്രീ എന്നീ ചിത്രങ്ങളും വേറിട്ടുനിന്നു.

രണ്ട് രീതികളിലാണ് രാജാരവിവർമ്മ തന്റെ ചിത്രങ്ങളിൽ സ്ത്രീരൂപങ്ങൾക്ക് ജന്മം നൽകിയത്. തികച്ചും രണ്ട് വ്യത്യസ്തതകളിൽ നിന്നുകൊണ്ടുതന്നെ. സ്ത്രീശരീരത്തെ വസ്തുവൽക്കരിച്ചുകൊണ്ടുതന്നെ നഗ്നതയുടെ കാമാർത്ത ചേരുവകൾ ചേർത്തുകൊണ്ട് ഒരു ഭാഗത്ത് സ്ത്രീകളെ അവതരിപ്പിക്കുമ്പോൾ, പരിപാവനമായ പുണ്യപുരാണ രൂപങ്ങളായ, ദേവതകളായ, നയനമനോ

ഹരമായ, പൂർണ്ണവേഷത്തോടു കൂടെയുള്ള ദേവി അദ്ദേഹത്തിന്റെ ചായക്കൂട്ടുകളിൽനിന്നും പിറന്നു. മുൻപേ നിലനിന്നിരുന്ന ഗണികയും നായികയുമായ രണ്ട് വിരുദ്ധവും സമാന്തരമായ ഇമേജറികൾ രവിവർമ്മ ചിത്രങ്ങളിലൂടെ ഒന്നുകൂടി ഊട്ടിയുറപ്പിക്കുകയാണ്.

ഇത് തുടർന്നുവന്ന കാലങ്ങളിൽ ഏറെ മാറ്റങ്ങളാണ് സ്ത്രീരൂപ രചനകളിൽ കൊണ്ടുവന്നത്. മത്സ്യഗന്ധിയിലും അപ്സരസ്സിലും നിന്ന് ലക്ഷ്മിയിലും സീതയിലും സരസ്വതിയിലും എത്തുമ്പോൾ സംരക്ഷിക്കപ്പെടേണ്ടവളും ആരാധിക്കപ്പെടേണ്ടവളും വീട്ടിലടയ്ക്കപ്പെടേണ്ടവളുമാണെന്ന പഴയ സങ്കല്പങ്ങൾ തന്നെയാണ് പുറത്തുവരുന്നത്. അതുകഴിഞ്ഞ് ആഗ്രഹങ്ങളുടെ മൂർത്തഭാവങ്ങളുമായി ഗണികകളും വേശ്യകളും രവിവർമ്മ ചിത്രങ്ങളിലെ സ്ത്രീകളായി വരുന്നിടത്ത് വൈരുദ്ധ്യം വ്യക്തമാക്കപ്പെടുന്നു.

കാലമേറെ കഴിഞ്ഞ് സ്വദേശി മൂവ്മെന്റ് കാലത്താണ് സ്ത്രീചിത്രങ്ങളിൽ ഒരു മതനിരപേക്ഷ മുഖം സാധ്യമാകുന്നത്. അബനീന്ദ്രനാഥ ടാഗോറിന്റെ ഭാരതമാതയിൽ നമ്മൾ കാണുന്നത് അത്തരമൊരു മുഖമാണ്. പക്ഷേ അവിടെയും അമ്മഭൂമി സംരക്ഷിക്കപ്പെടേണ്ടവൾ, ശത്രുവിന്റെ കയ്യിൽപ്പെട്ട് കളങ്കിതയായിപ്പോയവൾ എന്നീ വികാരങ്ങളെ തഴുകി കൊണ്ടാണ് ചിത്രം വളരുന്നത്. ശത്രുസംഹാരിയായ ദുർഗ, കാളിരൂപങ്ങളിൽ നിന്ന് അമ്മ ഒരു ദേശം ആയി മാറുന്നതും അവൾക്ക് നല്ല ഒരു സാധാരണ സ്ത്രീയുടെ മുഖം ഉണ്ടാവുന്നതും ദേവതാ സങ്കൽപങ്ങളിൽ നിന്നും മാറുന്നതും മതബിംബങ്ങളിൽ നിന്നും സ്ത്രീ മതനിരപേക്ഷ സിംബലായി മാറുന്നതും കാണാം. പാലിയോലിത്തിക് കാലത്തെ അമ്മ ഭൂമി സങ്കല്പം അമ്മ മാതൃരാജ്യം ആയി മാറുകയാണ് ഇവിടെ ശിക്ഷാ ദീക്ഷ വസ്ത്ര അന്ന എന്നിവ നാല് കൈകളിലും പിടിച്ചു നിൽക്കുന്ന, കാവി വസ്ത്രത്തിൽ ഒരു സുന്ദര സ്ത്രീരൂപം ആയിരുന്നു അബനീന്ദ്രനാഥ ടാഗോറിന്റെ അന്നത്തെ കാലം ആവശ്യപ്പെട്ട ചിത്രം. ഭാരതമാതാ ചിത്രകലയിലെ പരമ്പരാഗതമായ സ്ത്രീ സങ്കല്പങ്ങളിൽ നിന്നെല്ലാം മാറി ഇറങ്ങി വന്ന ചിത്രം.

ഹാരപ്പൻ സംസ്കാരത്തിൽ കണ്ടെത്തിയ നർത്തകിയായ പെൺകുട്ടിയിൽ നിന്നും അബനീന്ദ്രനാഥ ടാഗോറിന്റെ ഭാരതമാതയിൽ എത്തുമ്പോഴും വളരെയൊന്നും സ്ത്രീരൂപ നിർമ്മിതികൾ ചിത്രശില്പകലകളിൽ മാറിയില്ലെന്ന് അറിയുമ്പോൾ മാത്രമേ പിന്നീടിങ്ങോട്ട് വ്യത്യസ്ത ഇടപെടലുകളിലൂടെ ചിത്രകല സ്ത്രീരൂപനിർമിതികളെ മാറ്റിമറിച്ചതിന്റെ ഊർജ്ജ തീക്ഷ്ണത നമ്മൾ തിരിച്ചറി

യുകയുള്ളൂ.

ആധുനികകാല ചിത്രകല ഏറ്റെടുത്ത് മുന്നോട്ട് കൊണ്ടുപോയത് അതിസങ്കീർണമായ ദൗത്യമായിരുന്നു. ചിത്രകലയിലെ പരമ്പരാഗത സ്ത്രീരൂപങ്ങളിൽ നിന്നും അവയെ മാറ്റി സ്ഥാപിക്കുക എന്ന ശ്രമകരമായ ദൗത്യം ഏറ്റെടുത്തു മുന്നേറുകയാണ് കേരളീയ ചിത്രകലയും. എങ്കിലും മനസ്സിൽ ഉറച്ചുപോയ അമ്മ ദേവി സങ്കല്പങ്ങൾ ഒളിഞ്ഞും തെളിഞ്ഞും പുതിയ ചിത്രങ്ങളിലും കാണാമെന്നത് നൂറ്റാണ്ടുകളായി അഗ്നിയിലുരുകിയുറച്ചുപ്പോയ സാംസ്കൃതിയുടെ ജഢത്വം കാണിക്കുന്നു.

○○

5

കലാകാരിയുടെ ജീവിതമെഴുത്ത്

ഡോ. സുനിൽ ജോസ്

ജീവിതത്തോട് ഏറ്റവും അടുത്ത യാഥാർത്ഥ്യം കലയാണ് എന്നത്രെ ജോർജ് എലിയട്ട് അഭിപ്രായപ്പെട്ടിട്ടുള്ളത്. കല ജീവിതത്തെ പ്രതിഫലിപ്പിക്കുകയും അതിനുപകരമായി നിലകൊള്ളുകയും അതിനെ മൂർത്തമായി അവതരിപ്പിക്കുകയും ചെയ്യുന്നു. ജീവിതത്തിന്റെ അർത്ഥവും മൂല്യവും ആവിഷ്കരിക്കുവാൻ കലക്കുള്ള കഴിവ് ദാർശനിക ചിന്തയ്ക്കോ ശാസ്ത്രത്തിനോ ഇല്ല. മനുഷ്യാസ്ഥിത്വത്തെ കലാകാരൻ/കലാകാരി വെളിപ്പെടുത്തുന്നത് അന്യമായ എന്തെങ്കിലും ഘടകങ്ങളെ കലയിൽ അവതരിപ്പിച്ചു കൊണ്ടല്ല, ജീവിതത്തിലെ തന്നെ ചില ഭാവങ്ങൾക്കും അനുഭൂതികൾക്കും പ്രത്യേകമായ ഊന്നൽ നൽകി അവയെ അവതരിപ്പിക്കുകയോ ചിത്രീകരിക്കുകയോ ചെയ്തു കൊണ്ടാണ്.

പോൾ വൈസ് (Paul Weiss) എന്ന അമേരിക്കൻ ചിന്തകൻ കലയെ അസ്തിത്വവുമായി ബന്ധപ്പെടുന്നതെങ്ങനെയാണെന്ന് വിവരിക്കുന്നുണ്ട്. അസ്തിത്വത്തിന്റെ പരിമിതമായ ഒരു നിദർശനവൽ (limited Instantiation)ക്കരണത്തിലൂടെയും സമഗ്രമായ പ്രതിബിംബന (Integral representation) ബന്ധത്തിലൂടെയാണ് കലാകാരൻ/കലാകാരി അസ്തിത്വത്തെ ആവിഷ്കരിക്കുന്നത്. കലാചരിത്രം കലാവസ്തുക്കളെ പഠനവിധേയമാക്കുന്നത് അവയുടെ ചരിത്രപരമായ സവിശേഷതകളെ മുൻനിർത്തിക്കൊണ്ടാണ്. ഒരു കലാവസ്തുവിന്റെ സവിശേഷ ശൈലിയേയും അത് ഉരുത്തിരിഞ്ഞുവന്നത് എങ്ങനെയെന്നും അന്വേഷിക്കേണ്ടതുണ്ട്. കലാവസ്തു വർത്തമാനകാല സമൂഹത്തോട് വിനിമയം ചെയ്യുന്നത് എന്താണെന്നും അത്തരമൊരു വിനിമയശേഷി അതിനു കൈവരുന്നതെങ്ങനെ

എന്നുമുള്ള അന്വേഷണവും പ്രസക്തമാണ്.

ദൃശ്യകലയിലെ മാറ്റങ്ങൾക്ക് ചുറ്റുപാടുകളിലുള്ള ദൃശ്യങ്ങളിലെ മാറ്റവും അത് നിരീക്ഷിക്കുന്ന മനുഷ്യരുടെ പ്രതികരണങ്ങളും കാരണമാകാറുണ്ട്. അതുപോലെ തന്നെ ഓരോ വ്യക്തിയുടെയും ബൗദ്ധികമായ വീക്ഷണമാറ്റവും കലയിൽ പ്രതിഫലിക്കാറുണ്ട്. പാശ്ചാത്യ ചിത്രകല 'കാണുന്നതിന്റെ ശരി പകർപ്പ്' എന്ന ആശയത്തിൽ നിന്ന് മാറിയതാണ് ആധുനിക കലയുടെയും നവീന ലാവണ്യ ചിന്തകളുടെയും തുടക്കം. നവോത്ഥാന കാലത്തിനു ശേഷം വസ്തുനിഷ്ഠതയും ആത്മനിഷ്ഠതയും ശാസ്ത്രീയതയും കലയിൽ യോജിച്ചു. കാഴ്ചയിൽ നിന്നും ഉൾക്കാഴ്ചയിലേക്കുള്ള മാറ്റമാണ് കല എന്ന തത്വം ആധുനിക കലയുടെ അടിസ്ഥാന ചിന്തകളിൽ ഒന്നാണ്.

സിസ്റ്റർ സാന്ദ്രാ സോണിയ എന്ന കലാകാരിയുടെ കലാജീവിതം പ്രസക്തമാകുന്നത് വർത്തമാനകാലവുമായുള്ള കലയിലൂടെ ഉള്ള നിരന്തരമായ ഇടപെടലുകൾ കൊണ്ടാണ്. ഓരോ വ്യക്തിയും തന്റെ സാംസ്കാരിക സ്വത്വത്തെക്കുറിച്ചും വിപുലമായ ഈ ലോകത്തിലെ സവിശേഷമായ സൂക്ഷ്മ കർത്തൃത്വത്തെക്കുറിച്ചും തിരിച്ചറിവുകൾ സൂക്ഷിക്കുന്നുണ്ട്. അത് ആ വ്യക്തിയുടെ കലാജീവിതത്തിലും കാണാനാകും. ടി.കെ. പത്മിനിയെ കുറിച്ചുള്ള പഠനത്തിൽ ചിത്രകാരിയായ കവിത ബാലകൃഷ്ണൻ നിരീക്ഷിക്കുന്നത് പോലെ 'ചിത്രകലയുടെ പ്രതിസന്ധികൾ അസ്തിത്വ പ്രതിസന്ധിയായി അനുഭവപ്പെട്ട ഒരു സമൂഹത്തിൽ കലാപ്രവർത്തനം കൊണ്ട് സാമൂഹികമായ ഒരു പദവിയും ആവിഷ്കാര മേഖലയും നിർമ്മിക്കുക എന്നത് കൊണ്ട് സ്ത്രീക്കുമേൽ ഇരട്ട നിയന്ത്രണമാണ് ഏൽപ്പിക്കുന്നത്. വരയ്ക്കുന്ന സ്ത്രീ എഴുതുന്ന സ്ത്രീയെക്കാൾ രണ്ടുതവണ ഒറ്റപ്പെട്ടവൾ ആണ്' ഇത്തരം നിരീക്ഷണങ്ങൾ തന്റെ സൗമ്യമായി ജീവിതം കൊണ്ടും ചിത്രങ്ങളിലെ ശക്തമായ രാഷ്ട്രീയദർശനങ്ങൾ കൊണ്ടും മറികടക്കുന്നുണ്ട് സിസ്റ്റർ സാന്ദ്രാ സോണിയ.

മിക്കവാറും ഇരുണ്ട പശ്ചാത്തലത്തിൽ നിഴലും വെളിച്ചവും കൊണ്ട് നിർമ്മിക്കുന്ന ലോകത്തിൽ വസ്തുക്കളെയും ചെറുജീവികളെയും പ്രതീകവൽക്കരിച്ച് അവയല്ലാത്ത മറ്റൊരു അർത്ഥവും അവയ്ക്ക് അപ്പുറമുള്ള ഒരു ദർശനവും കരുതി വെക്കുന്നുണ്ട് ഓരോ കാൻവാസും. സർറിയലിസത്തിന്റെയും പ്രതിഷ്ഠാപനകലയുടെയും ചില അംശങ്ങൾ സാന്ദ്രയുടെ ചിത്രങ്ങളിൽ നിരന്തരം കടന്നുവരു

ന്നുണ്ട്. സ്വതന്ത്രവും നിസർഗ്ഗവുമായ ആവിഷ്കാരമാണ് സർറിയലിസത്തിൽ കാണാനാവുക. ചിത്രകലയിൽ തമ്മിൽ ഒട്ടും ചേരാത്ത ബിംബങ്ങളും പ്രതിബിംബങ്ങളും പശ്ചാത്തലങ്ങളും ഒരുമിച്ചു കൊണ്ടുവന്നു (juxtaposition) ഭ്രാന്തമെന്ന് യാഥാസ്ഥിതികൻമാർ വിശേഷിപ്പിക്കാവുന്ന ഒരു യാഥാർത്ഥ്യദർശനം സാധ്യമാക്കുകയാണ്. യുക്തിക്കതീതമായ സൗന്ദര്യദർശനം അന്വേഷിക്കുന്ന സർറിയലിസത്തിന്റെ ഉൾക്കാഴ്ചകളും ദാർശനിക പരിപ്രേക്ഷ്യങ്ങളും എല്ലാകാലത്തും എല്ലാ നല്ല കലാരൂപങ്ങളെയും പ്രചോദിപ്പിച്ചു കൊണ്ടിരിക്കും എന്നതിന്റെ വർത്തമാനകാല ഉദാഹരണങ്ങളായി മാറുന്നുണ്ട് സാന്ദ്രാ സോണിയയുടെ ചിത്രങ്ങൾ.

കോഴിക്കോട് ജില്ലയിലെ താമരശ്ശേരി പുതുപ്പാടി സെന്റ് ഫിലിപ്പ് നേരി സന്യാസസമൂഹത്തിലെ അംഗമായ സിസ്റ്റർ സാന്ദ്ര സോണിയ കോഴിക്കോട് യൂണിവേഴ്സൽ ആർട്സിലും തൃപ്പൂണിത്തുറ ആർ.എൽ.വി. കോളേജിലും ചിത്രകല അഭ്യസിച്ചു. കേരളത്തിനകത്തും പുറത്തും ചിത്രകലാ ക്യാമ്പുകളിലും നിരവധി പ്രദർശനങ്ങളിലും പങ്കെടുത്തിട്ടുണ്ട്. സാമൂഹിക മാധ്യമങ്ങളിലും സജീവമായ സിസ്റ്റർ സാന്ദ്ര സോണിയയുടെ ചിത്രങ്ങൾ താളം തെറ്റുന്ന നീതിബോധത്തിനെതിരെ കലയിലൂടെയുള്ള പ്രതിഷേധത്തിന്റെ പുതുബിംബങ്ങൾ ചേർത്തുവയ്ക്കുന്നു. പലയിടങ്ങളിലും പിന്തള്ളപ്പെട്ടുപോകുന്ന പെൺവരയുടെ പുതിയ സാധ്യതകളിലേക്ക് ധീരതയോടെ സാമൂഹികപ്രതിബദ്ധതയോടെ മുന്നിട്ടിറങ്ങുന്നു.

ഉത്തരാധുനികകലയുടെ പ്രധാനപ്പെട്ട സവിശേഷത അത് ആധുനികകല മുന്നോട്ടുവെച്ച ആശയങ്ങൾ മറികടന്ന് മുന്നേറുന്നു എന്നതാണ്. കലയിലെ ഉന്നത(high) അധമ(Low) വേർതിരിവുകൾ മായ്ച്ചുകളഞ്ഞ്, അവയെ കൂട്ടിച്ചേർത്തു കാലത്തിന്റെ കലയെ നിർമ്മിക്കുന്നുണ്ട് ഉത്തരാധുനിക കല. നിത്യവും കാണുന്ന സാധാരണ വസ്തുക്കളെ മറ്റൊരുതരത്തിൽ മറ്റൊരിടത്ത് അവതരിപ്പിക്കുമ്പോൾ 'ഒന്ന് ശ്രദ്ധിച്ചു പോകുന്ന അവസ്ഥ' സംജാതമാവുകയാണു ഒരു രീതി. പ്രതിഷ്ഠാപന(ഇൻസ്റ്റലേഷൻ)മാണ് ആധുനികോത്തരകലയുടെ മറ്റൊരു രീതി.

ശില്പകലയുടെ വളർച്ചയായി ആവിർഭവിച്ച പ്രതിഷ്ഠാപനം കേവലം ഒരു ശിൽപ്പത്തിലോ ശിൽപ്പസമുച്ചയത്തിലോ ഒതുങ്ങുന്നതല്ല. ഒരു ആശയം പ്രകടിപ്പിക്കാൻ ഏതെല്ലാം എങ്ങനെയെല്ലാം ഒരുക്കാമെന്ന ക്രമീകരണത്തിന്റെ അനന്തസാധ്യതയാണത്. കാഴ്ചക്കാരുടെ പങ്കാളിത്തത്തോടെയുള്ള (participatory art)കലയാണ്

പ്രതിഷ്ഠാപനം. ഓരോ സന്ദർഭവും പരിതസ്ഥിതിയും മനുഷ്യാവസ്ഥയുടെ ഭാഗമാണ്. സന്ദർഭത്തെതന്നെ കലാ വിഷയമാക്കുന്നത് പ്രതിഷ്ഠാപനത്തിന്റെ ഒരു സവിശേഷതയാണ്. മനുഷ്യാവസ്ഥകളുടെ ചിത്രീകരണത്തിൽ സാന്ദ്രാ സോണിയ മനുഷ്യരുടെ ചിത്രങ്ങൾ വരയ്ക്കുകയല്ല. മനുഷ്യ ഇതരമായ ബിംബങ്ങളിലൂടെ ചെറിയ മൃഗങ്ങൾ, പക്ഷികൾ, മത്സ്യങ്ങൾ, പൂച്ചകൾ, പുൽച്ചാടികൾ, ഉറുമ്പുകൾ, പൂവുകൾ, പത്രങ്ങൾ, വേരുകൾ, ക്ലോക്കുകൾ മനുഷ്യാവസ്ഥയെയും പ്രകൃതിയേയും സവിശേഷമായ രീതിയിൽ പ്രതിഷ്ഠാപനം (installation) നടത്തുകയാണ്. അതിലൂടെ ഒരു പുതിയ കാഴ്ചയെ കാണികൾക്ക് നൽകാനും അവരെ ചിത്രങ്ങളിൽ പങ്കാളിത്തമുള്ളവരാക്കി അവതരിപ്പിക്കാനും കഴിയുന്നു. പ്രകൃതിയെ പകർത്തിവയ്ക്കുകയല്ല കാണിയുടെ നേർക്ക് ഒരു കണ്ണാടിയായി പ്രതിഷ്ഠിക്കുകയാണ് ഈ കാൻവാസുകൾ. കണ്ടൽകാടുകളും വേരുകളും പൂക്കളും പച്ചിലകളും പക്ഷികളും നിരന്തരം ആവർത്തിക്കുന്ന മോട്ടിഫുകളാണ് ഇവിടെ.

ആത്മാവും അപരവും തമ്മിലും മനുഷ്യനും പ്രപഞ്ചവും തമ്മിലുമുള്ള നിലനിൽക്കുന്ന ബന്ധത്തെ ഒരു സമൂഹം എങ്ങനെ മനസ്സിലാക്കുന്നു എന്നതാണ് ലോകവീക്ഷണത്തിന്റെ ആധാരം. ജീവിതത്തിന്റെ സാമൂഹികസന്ദർഭവും കാലവും സ്ഥലവും എല്ലാം ഇത്തരം ലോകവീക്ഷണത്തെ നിർണയിക്കുകയാണ്. കലയിലൂടെ തന്റേതായ ലോകവീക്ഷണം അവതരിപ്പിക്കുന്നുണ്ട് സാന്ദ്രാ സോണിയ. പാരിസ്ഥിതികമായ വ്യഥകളും നഷ്ടമാകുന്ന ജൈവവൈവിധ്യങ്ങളെയും സ്വാതന്ത്ര്യത്തെയും നന്മകളെയും കുറിച്ചുള്ള ഉൾക്കാഴ്ചകളും ചിത്രങ്ങളിൽ പ്രതിഫലിക്കുന്നുണ്ട്. കണ്ടൽകാടുകൾക്കിടയിലെ കൊക്കുകളും തവളകളും ആമകളും ഞണ്ടുകളും സൂചനകളാണ്. അതിജീവനത്തെക്കുറിച്ചുള്ള ആകുലതകൾ അവയുടെ കണ്ണുകളിൽ വായിച്ചെടുക്കാൻ കഴിയും.

സിഗ്മുണ്ട് ബോമാൺ (Zygmunt Bauman) മുന്നോട്ടുവെച്ച ലിക്വിഡ് മോഡേണിറ്റിയുടെ (liquid modernity) സവിശേഷതയായ കാലത്തിനും സമയത്തിനും ഉള്ള ഒരേ വസ്തുക്കളുടെ ഒഴുകിനടപ്പ് സാന്ദ്രാ സോണിയയുടെ ചിത്രങ്ങളിലെ മോട്ടിഫുകളിൽ ദൃശ്യമാണ്. സംരക്ഷണ കവചമായി ചിത്രീകരിക്കപ്പെട്ട കണ്ടൽ തന്നെ മറ്റൊരു ചിത്രത്തിൽ മർദ്ദകനും ചൂഷകനും ആയി മാറുന്നുണ്ട്. അവിടെ താമരപ്പൂ ഇറുക്കുന്ന കഴുകൻകാലുകളായി കണ്ടൽച്ചെടികൾ മാറുന്നു. ഇതേവിധം തന്നെ താമരപ്പൂക്കൾ ഒരേസമയം ഇര

യായും മറ്റൊരു ചിത്രത്തിൽ ചൂഷക ബിംബമായും പരിണമിക്കുന്നത് കാണാം. വർത്തമാനകാലത്തിലെ അസ്തിത്വദുഃഖം കൃത്യമായി അവതരിപ്പിക്കുന്നത് മത്സ്യങ്ങളുടെ ബിംബങ്ങളിലൂടെയാണ്.

ഉടലിൽ ചോരവാർന്നും ഇര വിഴുങ്ങിചെടിയുടെ ഇരയായും മുരിക്കിൻ മുള്ളിനിടയിൽ കുരുങ്ങി മുള്ളുകൾ മാത്രമായി ശേഷിച്ചും സമയത്തിനു മേലെ ചുവന്ന തുണിയിൽ പൊതിഞ്ഞ നിലയിലും മനുഷ്യരുടെ മുഖരൂപങ്ങൾക്ക് പകരമായും കൊളോസ്സിയങ്ങളിൽ തലകീഴായി തൂങ്ങിയും ഓക്സിജൻ മാസ്ക് ധരിച്ചും എത്രയോ തവണ മത്സ്യങ്ങൾ ചിത്രങ്ങളിൽ സ്ഥാനംപിടിക്കുന്നുണ്ട്. ഓരോ ചിത്രത്തിലും അവയ്ക്ക് സവിശേഷമായ ഒരു രാഷ്ട്രീയ സാമൂഹിക അർത്ഥതലം സംവേദനം ചെയ്യാൻ കഴിയുന്നുണ്ട്. അവ ഒരേ സമയം മുറിവേറ്റ, ശ്വാസം മുട്ടിയ, മരിച്ച മാനവികതയുടെയും ക്രിസ്തുവിന്റെയും പ്രതീകങ്ങളായി മാറുന്നു. ക്രൈസ്തവ ദൈവശാസ്ത്ര പ്രകരണങ്ങളിലും ആദ്യകാല ചുവർ ചിത്രങ്ങളിലും ക്രിസ്തുവിന്റെ പ്രതീകമായാണ് മത്സ്യം ഉപയോഗിക്കപ്പെട്ടിരുന്നത് എന്നതും ഓർക്കേണ്ടതുണ്ട്.

സവിശേഷമായ മറ്റൊരു തരം ചിത്രങ്ങൾ ചെറിയ ജീവികളുടെ സാന്നിധ്യം നിറഞ്ഞവയാണ്. വണ്ട്, ഉറുമ്പ്, പുൽച്ചാടി മുതലായ അവതരിപ്പിക്കുന്നതും വ്യത്യസ്തമായ ജീവിത ദർശനങ്ങൾ ആണ്. കൊളോസ്സിയം മനുഷ്യന്റെ ചോര വീണ മണ്ണാണ്. അവിടെ തലകീഴായി നിർത്തിയ മത്സ്യവും മുള്ളു മാത്രമായി ശേഷിച്ച വൻ മത്സ്യവും ദാലി (Salvador Dali) ചിത്രങ്ങളെ ഓർമിപ്പിക്കുന്ന ഉതിരുന്ന ചോരയും കാലത്തെ കലയിൽ അടയാളപ്പെടുത്തുന്ന പ്രതിഷ്ഠാപനകലാസങ്കേതമാണ്. വലിയ ചിലന്തിവലയിൽ കുടുങ്ങിയ ചെറിയ മത്സ്യങ്ങൾ, നടുവിൽ ഓക്സിജൻ മാസ്ക് വെച്ച് മടിയിൽ കിടത്തിയ മറ്റൊരു മത്സ്യത്തിന്റെ ചിത്രം വിശ്വമനസ്സാക്ഷിയെ ഓർമിപ്പിക്കുന്നത് എന്താണെന്ന് വ്യക്തമാണല്ലോ?

തന്റെ ചിത്രങ്ങൾ രചിക്കപ്പെടുന്നത് ചുവരുകൾ അലങ്കരിക്കാൻ മാത്രമല്ല ശത്രുവിനെതിരെ ശക്തമായ ആയുധമായി കൂടിയാണ് എന്ന് തന്റെ പ്രസിദ്ധമായ 'ഗോർണിക്ക' (Guernica) എന്ന ചിത്രത്തെ ഓർമ്മിപ്പിച്ച് പാബ്ലോ പിക്കാസോ പറഞ്ഞിട്ടുണ്ട്. എല്ലാവരും പരസ്പരം ബന്ധപ്പെട്ടിരിക്കുന്ന പ്രകൃതിയെ സംരക്ഷിക്കുമ്പോൾ നമ്മെ തന്നെയാണ് സംരക്ഷിക്കുന്നത്. അത്തരം നിലപാടുകളാണ് ഈ കലാകാരിയെ പാരിസ്ഥിതിക പ്രശ്നങ്ങളിൽ ഇടപെടാൻ പ്രേരിപ്പിക്കുന്നത്.

നവമാധ്യമങ്ങളിലും വർത്തമാനകാല പത്രങ്ങളിലും ടെലിവിഷനിലും കാണുന്ന പ്രതിലോമകരമായ ജനവിരുദ്ധപ്രവർത്തനങ്ങൾക്ക് എതിരായി ശക്തമായി പ്രതികരിക്കാനും സാന്ദ്രാ സോണിയ എന്ന കലാകാരി ശ്രമിക്കാറുണ്ട്. വർത്തമാന പത്രങ്ങൾ കൊണ്ട് നിർമ്മിച്ച തൂണിന് മുകളിൽ ഇരിക്കുന്ന കടലാസുതോണി പ്രതീകമായി മാറുന്നത് അങ്ങനെയാണ്. ചെറിയ പത്രത്താളുകളിൽ മുഖംമൂടിയിട്ട മൂന്നു വലിയ പുൽച്ചാടികൾ അവയ്ക്ക് താഴെ ചെറിയ ഉറുമ്പുകൾ നാനാവിധമായ ചിതറിയ നവമാധ്യമ കലയുടെ ആവിഷ്കരണ സൂചന നൽകുന്നുണ്ട്.

കല എന്നത് അനേകം ഇമേജുകളാൽ രൂപംകൊള്ളുന്ന സഞ്ചിതബോധമായി മാറുമ്പോൾ കലയും കലാവസ്തുവും തമ്മിലുള്ള ബന്ധം ഭൗതിക നിലയെ അതിവർത്തിക്കുന്ന ഒന്നായിമാറുന്നു. അങ്ങനെ ചിത്രത്തിലെ പുൽച്ചാടിയും ഉറുമ്പും അവയെ അല്ല അവർക്ക് പുറത്തേക്കുള്ള അർത്ഥതലങ്ങളെ നിർമ്മിക്കുന്നു. അങ്ങനെ കലാകാരിയുടെ ഭാവന കാണിയെ വ്യത്യസ്തമായ ചിന്താസരണിയിലേക്ക് സ്വതന്ത്രമാക്കുന്ന, ശീലങ്ങളെയും കാഴ്ചകളുടെ പതിവ് രീതികളെയും സ്വസ്ഥതയുടെ ചാനലുകളിൽനിന്ന് സ്വതന്ത്രമാക്കുന്ന സാമൂഹ്യരാഷ്ട്രീയസാംസ്കാരിക പ്രതിസന്ധിയുടെ പ്രശ്നപരിസരങ്ങളിലേക്ക് തുറന്നിടുന്ന വഴിയും വാതിലുമായി മാറുന്നു.

മനുഷ്യാവസ്ഥയെക്കുറിച്ചുള്ള ഏറ്റവും ഗഹനമായ മൗനങ്ങളും അന്വേഷണങ്ങളുമായി സാന്ദ്രാ സോണിയയുടെ ചിത്രങ്ങൾ മാറുന്നുണ്ട്. ജ്ഞാനത്തിന്റെയും ഭാവനയുടെയും അതിരുകളില്ലാത്ത ലോകം കൈയ്യെത്തും ദൂരത്ത് ഉള്ളപ്പോഴും വിഭാഗീയവും സങ്കുചിതവുമായ വഴി അന്വേഷിക്കുന്ന മനുഷ്യൻ ഇരയും വേട്ടക്കാരനും ആയി മാറുമ്പോൾ നീതിയുടെ നിർവചനങ്ങൾ അപ്രസക്തമാകുന്നതിന്റെ കലാരൂപകമാണ് സാന്ദ്ര സോണിയയുടെ മറ്റൊരു സവിശേഷ ചിത്രം. കയറുകൾ കൊണ്ട് വരിഞ്ഞു മുറുക്കി നീതിദേവതയുടെ ശിൽപം. താഴെ നാക്കിലയിൽ ഒരു തുള്ളി കണ്ണീരും രണ്ടു മീനുകളും. പശ്ചാത്തലത്തിൽ കയറുകൊണ്ട് വരിഞ്ഞു മുറുക്കി കേരളം. അതിനുമപ്പുറം തയ്യാറാക്കിവെച്ചിരിക്കുന്ന ഒരു ചിത. രാഷ്ട്രീയ ധ്വനികൾ ഏറെയുള്ള കേരളത്തിന്റെ സമകാലിക മുഖം ആണിത്. ഇരുണ്ട പശ്ചാത്തലത്തിൽ പാറക്കൂട്ടങ്ങളുടെ മുകളിൽ പ്രതിഷ്ഠിച്ചിരിക്കുന്ന, അടച്ചുവെച്ചിരിക്കുന്ന ചില്ലുഭരണിക്കുള്ളിൽ ശ്വാസം മുട്ടുന്ന വേരുകളും ഇലകളും നിറഞ്ഞ ചെടിയുടെ ചിത്രം

നമ്മുടെ കലാപഠനത്തിന്റെ ഭാഗമായി വരയ്ക്കുന്ന നിശ്ചല വസ്തു ചിത്രങ്ങളുടെ (still life) വികലീകരണം (distortion) കൂടിയായി മാറുന്നതോടെ അത് നിശ്ചലമായ വർത്തമാനകാല മനുഷ്യാവസ്ഥയുടെ നേർചിത്രം ആകുന്നു.

ഏതെങ്കിലുമൊരു വസ്തുവിനെ ഉണ്മയും അസ്തിത്വവുമായി ബന്ധപ്പെടുത്തി അവതരിപ്പിക്കാനാണ് വർണ്ണത്തെ ചിത്രകല ഉപയോഗപ്പെടുത്തുന്നത്. ഗുസ്താവ് യുങ്ങിനെ പോലെയുള്ളവർ വർണ്ണത്തിന്റെ മനശ്ശാസ്ത്രവിവരണങ്ങൾ നല്കിയിട്ടുണ്ട്. പക്ഷേ രാഷ്ട്രീയ സാമൂഹിക തലങ്ങളിൽ വർണ്ണത്തിന് വേറെ പുതിയ അർത്ഥങ്ങൾ ഉണ്ടാകാം. ചിത്രകലയിൽ രേഖ യുക്തിയുടെയും വർണ്ണം വൈകാരികതയുടെയും മേഖലകളെ പ്രതിനിധാനം ചെയ്യുന്നതായി പറയാറുണ്ട്. സാന്ദ്ര സോണിയയുടെ ചിത്രങ്ങളിൽ വർണ്ണങ്ങളുടെ മിതത്വവും കൃത്യതയും ശ്രദ്ധേയമാണ്. പ്രകൃതിയിൽ നിന്ന് വേറിട്ടു നിൽക്കുന്ന വർണങ്ങളെക്കാൾ പ്രകൃതിയിൽ ലയിച്ചു ചേരുന്ന നിറങ്ങളാണ് അധികവും പശ്ചാത്തലമായി വരുന്നത്. ഇത്തരം ഇരുണ്ട പശ്ചാത്തലത്തിൽനിന്നാണ് കാണികളിലേക്ക് ചിത്രം ബിംബങ്ങൾ എത്തിനോക്കുന്നത്.

ഒറ്റയ്ക്ക് പറക്കുന്ന കൊക്കും ചിതറിവീണ പൂവിതളുകളും ശ്വാസംകിട്ടാതെ പിടയുന്ന മീനുകളും ഒക്കെ ഇരുട്ടിൽനിന്ന് വെളിച്ചത്തിലേക്ക് കുതറിയെത്തുന്നുണ്ട്. വർണത്തെയും ക്രമീകരണത്തെയും (colour and composition) കേവല സൗന്ദര്യത്തിന്റെ ഭാഷ എന്നതിനപ്പുറത്തേക്ക് കൊണ്ടുപോകാനാകുന്നുവെന്നതാണ് ഈ ചിത്രങ്ങളുടെ എടുത്തു പറയേണ്ട സവിശേഷതകളിൽ ഒന്ന്. പ്രാദേശികമായിരിക്കുമ്പോഴും സാർവ്വദേശീയമായിരിക്കാനും സർവ്വദേശീയമായിരിക്കുമ്പോഴും പ്രാദേശികയിരിക്കാനും കഴിയുന്ന ഒരുതരം ഇലാസ്തികത ലോകത്തിലുള്ള എല്ലാ കലാവസ്തുക്കളും പങ്കുവഹിക്കുന്നതായി നിരീക്ഷിക്കപ്പെട്ടിട്ടുണ്ട് അതിന്റെ ആവിഷ്ക്കാര സാധ്യതയെ ഏകമാനമായവയിൽ നിന്നും ബഹുമുഖമായ സൗന്ദര്യ അനുഭൂതിയിലേക്ക് തുറന്നുവയ്ക്കുകയാണ് സാന്ദ്രാ സോണിയ എന്ന ചിത്രകാരിയുടെ കലാജീവിതം

○○

6
വർത്തമാനകേരള ചിത്രകലയിലെ സ്ത്രീസാന്നിദ്ധ്യം

(ശ്രീജ പള്ളത്തിന്റെ ചിത്രകലാജീവിതത്തിലൂടെ)

അഭിലാഷ് തിരുവോത്ത്

ഒന്നുകിൽ പുറത്തുപോവുക അല്ലെങ്കിൽ പുറത്താക്കപ്പെടുക; ചിത്രകലയുടെ കാര്യത്തിൽ കേരളം എപ്പോഴും ഇത്തരമൊരു നയ മായിരുന്നു അനുവർത്തിച്ചുപോന്നത്. ചിത്രകലയിലെ നാടുവിട ലുകൾക്ക് പ്രേരണാഘടകങ്ങൾ പലതായിരുന്നു. തൊഴിലന്വേ ഷണം, അന്ന് യാതൊരു തരത്തിലുള്ള കലാപഠന സാധ്യതയും ഇല്ലാതിരുന്ന കേരളത്തിൽ നിന്നും അത് സാധ്യമായ ഇടങ്ങളിലേ ക്കുള്ള യാത്ര, സാംസ്കാരികമായ താൽപര്യങ്ങൾ എന്നിങ്ങനെ. സ്വാതന്ത്ര്യാനന്തര ഇന്ത്യയിൽ സ്വതന്ത്രമായ ചിത്രകലാപഠനം സാധ്യമാക്കിയ കേന്ദ്രങ്ങളിൽ ശാന്തിനികേതനും ബറോഡ സർവ്വ കലാശാലയുമാണ് എടുത്തുപറയാവുന്നവ. അവിടങ്ങളിലേയ്ക്ക് കലാപഠനത്തിനായി പോയവരിലധികവും പുരുഷന്മാരായിരുന്നു. നാടുവിടലുകൾക്കുള്ള തീരുമാനങ്ങൾ അധികവും കൈക്കൊണ്ടത് ചിത്രകാരന്മാരായിരുന്നു എന്നത് സഞ്ചാര സ്വാതന്ത്ര്യത്തിന്റെ മാത്രം കാര്യമായിരുന്നില്ല. കുടുംബ ഉത്തരവാദിത്തങ്ങളുടെ നിർവഹണം മാത്രമാണ് സ്ത്രീയുടെ പരമമായ ധർമ്മം എന്ന് സ്ഥാപിക്കപ്പെ ട്ടിരുന്ന കാലത്ത് ചിത്രകാരികൾ സഞ്ചാരസ്വാതന്ത്ര്യം എന്നത് ചിന്തി ക്കാൻ പോലുമാകാത്ത, കലാപരമായ അസ്തിത്വം എന്നത് എന്താ ണെന്ന് തിരിച്ചറിയാനാകാത്ത തരത്തിൽ വീട്ടകങ്ങളിൽ തുന്നലും കൈവേലകളും വീട്ടുജോലികളും ചെയ്തുകൊണ്ട് കഴിഞ്ഞു. ഒരു പക്ഷേ ചിത്രം വരയ്ക്കാനുള്ള കഴിവ് ജനിതകമായി കൈമാറ്റം

ചെയ്യാൻ വേണ്ടി മാത്രം ജീവിച്ചു. ഒരു വര പോലും വരയ്ക്കാനാവാതെ അവരുടെ ഉള്ളിലുള്ള കലാകാരികൾക്ക് സ്വാഭാവിക മരണം സംഭവിച്ചുകൊണ്ടിരുന്നു.

മേൽത്തരം സാമ്പത്തിക സാമൂഹിക സാഹചര്യങ്ങളിൽ ജീവിച്ചിരുന്ന സ്ത്രീകൾ അവരുടെ സമയം ചെലവഴിക്കുവാൻ ക്രാഫ്റ്റ് വർക്കുകളിലേയ്ക്ക് അവരുടെ ചിത്രരചനാ രീതിയെ ഉപയോഗപ്പെടുത്തുകയെങ്കിലും ചെയ്തിട്ടുണ്ട്. കേരളത്തിലെ പൊതുവായ കുടുംബാന്തരീക്ഷസ്വഭാവവും സാമൂഹിക വ്യവസ്ഥയും പുരുഷ കേന്ദ്രീകൃതമായതുകൊണ്ടുതന്നെ പൊതുകലാരംഗത്ത് ഇന്നും വേണ്ടത്ര കണക്കാക്കപ്പെടാത്ത ചിത്രകലയുടെ കാര്യവും മറ്റൊന്നല്ലായിരുന്നു. ചിത്രകലാ പ്രവർത്തനം ഒരു കലാകാരന് സാമൂഹിക പദവി നേടിക്കൊടുക്കുമെന്നും സമൂഹത്തിൽ ചിത്രകാരനെന്ന അസ്തിത്വത്തിന് സാദ്ധ്യതയുണ്ട് എന്നും തിരിച്ചറിയപ്പെട്ടത് രാജാരവി വർമ്മയുടെ കാലത്താണ്. ചിത്രകാരനാണെന്നത് മാത്രമല്ല, രാജ കുടുംബാംഗമാണെന്നതും അച്ചടിയെന്ന സമകാലിക സാങ്കേതിക വിദ്യയെ ചിത്രകലയുമായി ബന്ധിപ്പിച്ച് പ്രിന്റുകൾ എടുത്ത് ബഹുജനങ്ങളിലേക്ക് ചിത്രത്തെ പ്രചരിപ്പിക്കാനായതും ഇന്ത്യയൊട്ടുക്കുമുള്ള രാജകുടുംബാംഗങ്ങളുടെ ചിത്രങ്ങൾ പകർത്തുന്ന തിരക്കേറിയ ചിത്രകാരനാകാൻ സാധിച്ചതും രവിവർമ്മയ്ക്ക് മാത്രം സാധ്യമായ സംഗതിയായിരുന്നു.

എന്നാൽ അതേ കാലയളവിൽ ഒരുപക്ഷേ രവിവർമ്മ ചിത്രങ്ങളോട് കിടപിടിക്കുന്ന എണ്ണഛായാചിത്രങ്ങൾ വരച്ച അതേ കുടുംബത്തിലെ മംഗളാദേവി തമ്പുരാട്ടിയെന്ന ചിത്രകാരി പൊതുമണ്ഡലത്തിൽ പൂർണ്ണമായും തമസ്കരിക്കപ്പെട്ടു. പല പ്രമുഖ രവി വർമ്മ ചിത്രങ്ങളുടെയും പശ്ചാത്തലം പൂർത്തീകരിച്ചത് മംഗളാദേവിയായിരുന്നു. രാജാരവിവർമ്മയുടേതെന്ന് പ്രചരിക്കുന്ന ചില എണ്ണഛായാ ചിത്രങ്ങൾ മംഗളാദേവി തമ്പുരാട്ടി വരച്ചതാണെന്നാണ് മറ്റൊരുകാര്യം. ഓരേ കുടുംബത്തിലെ തുല്യ കഴിവുള്ള ചിത്രകാരനും ചിത്രകാരിക്കും എന്താണ് സംഭവിച്ചതെന്ന് രവിവർമ്മ കുടുംബത്തെ നോക്കിത്തന്നെ പറയാം.

കുടുംബബന്ധങ്ങളുടെ ഉത്തരവാദിത്തമാണ് സ്ത്രീയുടെ ഉത്തമ കടമ എന്ന് കരുതപ്പെട്ട കാലത്തിന്റെ പശ്ചാത്തലത്തിലാണ് ടി.കെ. പത്മിനെയന്ന ചിത്രകാരിയുടെ കലാജീവിതം പ്രസക്തമാകുന്നത്. അറുപതുകളിലിലെ സാമൂഹികാന്തരീക്ഷത്തിൽ ചിത്രകാരിയുടെ അസ്തിത്വത്തെ തിരിച്ചറിയുകയും അത്തരത്തിൽ മൗലികമായ

രചനാശൈലി സ്വീകരിക്കുകയും ചെയ്തു എന്നതാണ് ടി.കെ. പത്മിനിയുടെ പ്രാധാന്യം. കേരളത്തിൽ സാദ്ധ്യമല്ലാതിരുന്ന ചിത്രകലാപഠനം യഥാർത്ഥ്യമാക്കുവാൻ തികച്ചും സാധാരണ ഗ്രാമീണാന്തരീക്ഷത്തിൽ വളർന്ന ഒരു പെൺകുട്ടി മദ്രാസിൽ പോയി എന്നത് എത്ര മഹാസംഭവമാണെന്ന് ഊഹിക്കാവുന്നതേയുള്ളൂ. 'മദ്രാസ് കോളേജ് ഓഫ് ആർട്സ് ആന്റ് ക്രാഫ്റ്റിൽ ചേർത്ത് പഠിപ്പിക്കുവാൻ തീരുമാനിച്ചതായി പറഞ്ഞപ്പോൾ അവളുടെ കണ്ണുകൾ തിളങ്ങി' എന്ന് ടി.കെ. പത്മിനിയെക്കുറിച്ച് അവരുടെ അമ്മാവൻ ടി.കെ. ദിവാകരൻ എഴുതിയിട്ടുണ്ട്. ടി.കെ.പത്മിനിയുടെ കാലത്ത് ചിത്രകാരികൾ ഉണ്ടായിരുന്നെങ്കിലും അവർ അധിവും ഒഴിവുസമയങ്ങൾ ചെലവഴിക്കാനോ അല്ലെങ്കിൽ ക്രാഫ്റ്റ് വർക്കുകൾ ചെയ്യുന്ന തരത്തിലോ ആയിരുന്നു ചിത്രകലയെ കണ്ടിരുന്നത്. അവരുടെ കലാരചനകൾക്ക് ആ അർത്ഥത്തിൽ മൗലികത കുറവായിരുന്നു എന്നു വേണം കരുതാൻ. അതുകൊണ്ടുതന്നെ പിന്നീടുവന്ന ചിത്രകലാവിമർശനങ്ങളിലും വിശകലനങ്ങളിലും പത്മിനിയോളം മൗലികതയും ഉയർത്തെഴുന്നേൽപ്പും മറ്റാർക്കും ഇല്ലായിരുന്നു. കേരളത്തിലെ ചിത്രകലാ വിമർശനവും രേഖപ്പെടുത്തലും വളരെ ശുഷ്കമായ മേഖലയായിതുകൊണ്ടുതന്നെ പിന്നീടുള്ള ചിത്രകാരികളെക്കുറിച്ചുള്ള എഴുത്തുകൾ അവരുടെ കലാജീവിതം എന്തായിരുന്നു എന്ന് മനസ്സിലാക്കാൻ ബുദ്ധിമുട്ടേറിയ കാര്യമാണ്.

ടി.കെ. പത്മിനിയുടെ കലാജീവിതവും ലോകചിത്രകലയിലെ സ്ത്രീസാന്നിദ്ധ്യമായ ഫ്രിഡയുടെ കലാജീവിതവും കൊണ്ട് ഏറെ സ്വാധീനിക്കപ്പെട്ട ചിത്രകാരിയാണ് ശ്രീജ പള്ളം. വളരെ ചെറിയ പ്രായത്തിൽതന്നെ ചിത്രകലയോട് ചേർന്നുനിന്ന് സാദ്ധ്യമായ ഇടങ്ങൾ കണ്ടെത്തി വരയ്ക്കുമായിരുന്ന ശ്രീജ പള്ളം, സ്കൂൾ പഠനകാലത്ത് കലോത്സവമത്സരങ്ങളിൽ പങ്കെടുക്കുകയും സമ്മാനങ്ങൾ നേടുകയും ചെയ്തിരുന്നു. എന്നാൽ മത്സരങ്ങളിൽ വരയ്ക്കുക എന്നതല്ല ചിത്രമെന്നതും, തന്ന വിഷയത്തെ നിശ്ചിത സമയത്തിനുള്ളിൽ പൂർത്തീകരിക്കുക എന്ന രീതിയിൽ ഒരു കായിക മത്സരം പോലൊന്നല്ല ചിത്രകല എന്നുമവർ തിരിച്ചറിഞ്ഞു. എറണാകുളത്തെ നോർത്ത് പറവൂരിൽ ചിത്രകലയിൽ ഡിപ്ലോമ എടുക്കുന്ന കാലത്ത് ഗുരുസ്ഥാനീയനായ കരുമാല്ലൂർ ഉണ്ണികൃഷ്ണൻ മത്സരചിത്രകലയിൽ നിന്നും ചിത്രകലയുടെ വിശാലമായ ലോകത്തേക്ക് ശ്രീജയെ വഴിതെളിച്ചു. സ്വതന്ത്രമായി വരയ്ക്കുവാനും ചിത്രങ്ങളെ വായിക്കുവാനും എറണാകുളത്ത് നടക്കുന്ന എക്സിബിഷനുകൾ

കാണുവാനും പുതിയ ചിത്രകാരന്മാരെയും ചിത്രകാരികളെയും പരിചയപ്പെടാനും ശ്രീജ പള്ളത്തിന് സാധ്യമായതും, തന്റെ ചിത്രകലാ കാഴ്ചപ്പാടുകൾ മാറ്റിമറയ്ക്കപ്പെട്ടതും ഈ കാലത്താണ്.

വിവാഹത്തോടെ, കേരള നവോത്ഥാന കാലഘട്ടത്തിൽ നിസ്തുലമായ സംഭാവന നല്കിയ ആര്യ പള്ളത്തിന്റെ കുടുംബാംഗമായതാണ് ശ്രീജയുടെ കലാജീവിതത്തിലെ മറ്റൊരു വഴിത്തിരിവ്. എയർഫോഴ്സിൽ ഉദ്യോഗസ്ഥനായിരുന്ന ഭർത്താവിന്റെ ജോലിയുടെ ഭാഗമായി ഇന്ത്യയിലെ വിവിധയിടങ്ങളിൽ യാത്രചെയ്യാനും താമസിക്കാനും സാധ്യമായത് ചിത്രകലയിലെ 'നാടുവിടൽ' അനുഭവിക്കുവാൻ ശ്രീജ പള്ളത്തിന് സാഹചര്യമായി. കുടുംബത്തിന്റെ ഉത്തരവാദിത്തങ്ങൾ പലയവസരങ്ങളിലും സ്വതന്ത്രമായ രചനകൾക്ക് ഏറെ ബുദ്ധിമുട്ടുണ്ടാക്കിയെങ്കിലും താനത്രയേറെ ചേർത്തുപിടിക്കുന്ന ചിത്രകലയെ ഒരിക്കലും ശ്രീജ കൈവിട്ടിരുന്നില്ല. ട്രെയിനിൽ യാത്രചെയ്യുമ്പോഴും, വീട്ടിലിരിക്കുമ്പോഴും, പുറത്തേക്ക് എന്താവശ്യത്തിന് പോകുമ്പോഴും കൂടെ ഒരു സ്കെച്ച് ബുക്കും പെന്നും പെൻസിലും കരുതിയിരിക്കുക, ചെറുതും വലുതുമായ യാത്രകളിൽ കാണുന്നതൊക്കെയും വരയ്ക്കുക എന്നതായിരുന്നു എല്ലാത്തിനെയും മറികടക്കുവാനുള്ള ഇഷ്ടമരുന്ന്. ഇങ്ങനെ യാത്രകളിൽ വരച്ച ഒരുപാട് രേഖാചിത്രങ്ങൾ ശ്രീജയുടെ ശേഖരത്തിലുണ്ട്. ഇടയ്ക്കിടെയുണ്ടാകുന്ന സ്ഥലം മാറ്റങ്ങൾ കാരണം എളുപ്പത്തിൽ ചുരുട്ടിക്കൊണ്ടുപോകാനോ അടുക്കിവെക്കാനോ സാധിക്കുന്ന വലുപ്പമുള്ളവ മാത്രമേ വരയ്ക്കാറുണ്ടായിരുന്നുള്ളൂ എന്നതാണ് ഒരു കാര്യം.

നോക്കി വരയ്ക്കുന്നതിനും കോപ്പിയടി വരകൾക്കും യാതൊരു താൽപര്യവും ഇല്ലാതിരുന്ന ശ്രീജ എപ്പോഴും മൗലികമായ രചനകൾക്കായി തയ്യാറെടുപ്പുകൾ നടത്തിയിരുന്നു. ചിത്രകാരിയെന്ന നിലയിൽ തന്റെ ഉള്ളിലുള്ള തന്നെ അടയാളപ്പെടുത്തുന്ന മൗലികമായ രചനകൾ സാധ്യമായ രീതിയിൽ വരയ്ക്കുക എന്നതാണ് എപ്പോഴും ചെയ്തിരുന്നത്. ലോകചിത്രകലാ സങ്കേതങ്ങളിൽ ഏറ്റവും കൂടുതൽ ചിത്രകാരന്മാർക്ക് സ്വീകാര്യമായ ഇംപ്രഷനിസ്റ്റ് രീതിയിൽ അക്രിലിക് പെയിന്റ് ഉപയോഗിച്ചാണ് ശ്രീജയുടെ അടുത്ത കാലത്തെ പെയിന്റിംഗുകൾ അധികവും.

ദേശീയതലത്തിലും മലയാള സാഹിത്യബുദ്ധിജീവി മണ്ഡലത്തിലും ലിംഗസമത്വചർച്ചകളും ആശയങ്ങളും സജീവമാകുന്ന കാലത്ത് നേരിയതോതിൽ കേരള ചിത്രകലയിലും ലിംഗസമത്വ

ആശയങ്ങൾ കടന്നുവരുന്നുണ്ട്. ചിത്രകലയിലെ അക്കാദമിക ബുദ്ധിജീവികൾക്കിടയിൽ ലിംഗസമത്വം വേണ്ടത്ര പരിഗണിക്കപ്പെട്ട വിഷയമായിരുന്നുവോ എന്നത് ചർച്ചചെയ്യപ്പെടേണ്ടതാണ്. 2006-ൽ 'വുമൺ പെയിന്റേഴ്സ് ഇൻ കേരള' എന്ന ചിത്രപ്രദർശനമാണ് ഈ മേഖലയിൽ ശ്രദ്ധേയമായ കാൽവെപ്പായത്. അത് ക്യൂറേറ്റ് ചെയ്തത് കേരള ലളിതകലാ അക്കാദമിയുടെ ആഭിമുഖ്യത്തിൽ പ്രൊഫ. അജയകുമാറായിരുന്നു. തുടർന്ന് പ്രാദേശികമായി ചിത്ര കാരികൾക്കായി ക്യാമ്പുകളും പ്രദർശനങ്ങളും നടന്നിരുന്നു. 2007-ൽ കൊച്ചിയിൽ 'ദർപ്പൺ' എന്ന പേരിൽ നടന്ന 'കണ്ടമ്പററി ഫെമി നൈൻ ഇമേജിംഗ് ഫ്രം കേരള' എന്ന പ്രദർശനം അതിൽ ശ്രദ്ധേ യമായിരുന്നു.

ടി.കെ.പത്മിനിക്കു ശേഷം ലിംഗസമത്വത്തിന്റെ രാഷ്ട്രീയവും സാമൂഹികവുമായ പ്രാധാന്യം മനസ്സിലാക്കുവാൻ ചിത്രകാരികൾ കൂടുതൽ സമയമെടുത്തു എന്നുവേണം കരുതാൻ. രണ്ടായിരത്തിന് ശേഷമുണ്ടായ പോസ്റ്റ് മോഡേൺ വാദങ്ങളും സോഷ്യൽ മീഡിയങ്ങളുടെ കടന്നുവരവും ബോസ് കൃഷ്ണമാചാരിയും റിയാസ് കോമുവും തുടങ്ങിവെച്ച ബിനാലെയും ചിത്രകാരികൾക്ക് നൽ കിയ പുത്തൻ ഇടങ്ങൾ വളരെ പ്രാധാന്യമർഹിക്കുന്നതാണ്. ബിനാ ലെയുടെ നാലാം എഡിഷൻ ക്യുറേറ്റ് ചെയ്തത് അനിതാ ദുബെ ആയിരുന്നു. ആ എഡിഷനിൽ രാജ്യത്തിനകത്തും പുറത്തുമുള്ള ധാരാളം ചിത്രകാരികൾ അവരുടെ മൗലികമായ രചനകൾ വഴി ലോകത്തിന് പ്രത്യേകിച്ച് മലയാളികൾക്ക് പുതിയ ദൃശ്യബോധ മാണ് നൽകിയത്. അഞ്ജു ഡോദിയ, മാധവി പരേഖ്, നിലിമ ഷെയ്ഖ്, ചിത്ര ഗണേഷ്, അനു പാലകുന്നത്ത് തുടങ്ങി ചിത്രകാ രികളുടെ വലിയൊരു ലോകമാണ് ബിനാലെ നാലാം എഡിഷ നിൽ കാണിച്ചുതന്നത്.

സമകാലിക ചിത്രകലാരംഗത്ത് ഉണ്ടാവുന്ന മാറ്റങ്ങളൊക്കെത്ത ന്നെയും നിരന്തരം പഠനവിധേയമാക്കിയിരുന്ന ശ്രീജ പള്ളം 2004-ൽ കേരളത്തിലേക്ക് തിരിച്ചുവരികയും ഒറ്റപ്പാലത്ത് സ്ഥിരതാമസമാ ക്കുകയും കലാരംഗത്ത് സജീവമാകുകയും ചെയ്തു. പ്രാദേശിക മായി നടത്തിയ ഏകാംഗ പ്രദർശനങ്ങളും എറണാകുളത്ത് നട ത്തിയ ചിത്രപദർശനങ്ങളും സമകാലിക ചിത്രകലയിലെ മാറ്റങ്ങ ളിലുള്ള ശ്രദ്ധയും ശ്രീജയുടെ ചിത്രരചനാരീതികളെ കൂടുതൽ അർ ത്ഥവത്താക്കി മാറ്റുകയായിരുന്നു. ലോകോത്തര ചിത്രശില്പ പ്രതിഷ്ഠാപന കലാപ്രദർശനമായി കൊച്ചി-മുസ്രിസ് ബിനാലെ

അനുഭവങ്ങളും മുൻകാല യാത്രകളിൽ മിന്നലാട്ടം പോലെ കണ്ട കാഴ്ചകളിൽ നിന്ന് ലഭിച്ച പ്രചോദനവും സ്കെച്ചുകളും ശ്രീജ പള്ളത്തിൽ ഒരുപോലെ സംയോജിക്കുകയും അതൊക്കെ മൗലികമായ രചനകളായി ക്യാൻവാസിലേക്ക് പകർത്തപ്പെടുകയാണുണ്ടായത്.

2010-നു ശേഷമുള്ള കാലത്ത് വളരെവലിയ മാറ്റങ്ങളാണ് കേരള ചിത്രകലയിൽ ഉണ്ടായതെന്ന് ശ്രീജയെന്ന ചിത്രകാരിയുടെ അഭിപ്രായം. പുരുഷന്മാരാണ് കൂടുതലായും കേരള ചിത്രകലാരംഗത്ത് സജീവമായുള്ളത്. ലിംഗസമത്വം കേരളചിത്രകലയിൽ ഇനിയും ഒട്ടേറെ മുന്നോട്ട് പോകാനുള്ളതാണെന്നത് ചിത്രകാരിയുടെ അഭിപ്രായമാണെങ്കിലും മറ്റ് കലാമേഖലകളെ അപേക്ഷിച്ച് ലിംഗവിവേചനം താരതമ്യേന കുറവാണെന്നുകൂടി ശ്രീജ നിരീക്ഷിക്കുന്നുണ്ട്.

വീട്ടിൽതന്നെ ഇരുന്ന് വരയ്ക്കുന്ന സ്ത്രീകൾ ഒട്ടേറെയുണ്ട്. പക്ഷേ, ആ വരകളിൽ അധികവും നോക്കിവരയ്ക്കലോ ക്രാഫ്റ്റ് വരകളോ മാത്രമാണ്. തങ്ങളുടെ ആശയങ്ങളെ, അനുഭവങ്ങളെ ആവിഷ്കരിക്കുന്ന ചിത്രങ്ങൾ വരയ്ക്കുന്ന രീതിയിലുള്ള മൗലികമായ രചനകൾ നടത്തുന്ന സ്ത്രീകൾ കുറവാണ്. ഫൈൻ ആർട്സ് കോളേജുകളിൽ നിന്നിറങ്ങുന്ന പുതിയ തലമുറ ചിത്രകാരികൾ പക്ഷേ മൗലികമായ രചനകൾ നടത്തുന്നതിൽ ഏറെ മുന്നോട്ട് പോയിരിക്കുന്നു. ചിത്രങ്ങൾ വരയ്ക്കുവാനാവശ്യമായ നിറങ്ങളും ബ്രഷുകളും ക്യാൻവാസും വാങ്ങുവാനാവശ്യമായ സാമ്പത്തികം സ്വരൂപിക്കുക എന്നത് ശ്രീജ പള്ളമടങ്ങുന്ന ഏതൊരു ചിത്രകാരിയുടെയും പ്രധാന പ്രശ്നമാണ്. മലയാളികളുടെ ദൃശ്യസാക്ഷരതാദാരിദ്ര്യവും ചിത്രങ്ങൾ വാങ്ങുക എന്ന സ്വഭാവമില്ലായ്മയും ഇതിന് കാരണമാണ്.

ശ്രീജയുടെ രചനകളിലധികവും പരിസ്ഥിതിയും ആധുനിക ലോകക്രമത്തിൽ സ്ത്രീകൾ എന്താണ് ചെയ്യുന്നത് എന്നുള്ള അന്വേഷണവും കാണാം. പുരുഷകേന്ദ്രീകൃത അധികാരഘടന, ദാരിദ്ര്യം, ലിംഗനീതിക്കുവേണ്ടിയുള്ള പോരാട്ടം തുടങ്ങിയവ കടന്നുവരുന്ന ചിത്രങ്ങളാണ് ഏറ്റവും കൂടുതലായി ചെയ്തുകൊണ്ടിരിക്കുന്നത്. 2021-ൽ ആലപ്പുഴ കേന്ദ്രീകരിച്ച് നടക്കുന്ന 'ലോകമേ തറവാട്' എന്ന ബൃഹത്തായ ചിത്രപ്രദർശനത്തിൽ വെച്ചിരിക്കുന്ന ശ്രീജ പള്ളത്തിന്റെ രചനകൾ ഈയർത്ഥത്തിൽ ശ്രദ്ധേയമായവയാണ്. ചിത്രകാരിയെന്ന നിലയിൽ തന്റെ കർമ്മമണ്ഡലം സജീവമായി കൊണ്ടുപോകുന്നതിലും എന്ത് ബുദ്ധിമുട്ടുണ്ടെങ്കിലും ചിത്രം വരയ്ക്കുക

എന്ന തന്റെ തീരുമാനത്തോടു ചേർന്നു നിൽക്കുന്ന കുടുംബാംഗങ്ങൾ ഏറെ സഹായകരമാണെന്ന് ശ്രീജ സാക്ഷ്യപ്പെടുത്തുന്നു.

ചിത്രരചന തന്നെ സംബന്ധിച്ചിടത്തോളം ജീവിതത്തോടുള്ള തന്റെ നിരന്തരമായ ഇടപെടലാണെന്നും, വരയ്ക്കാതെ ഇരിക്കാൻ ഒരിക്കലും സാധിക്കില്ല എന്നത് തന്നെയാണ് മുന്നോട്ട് നയിച്ച ഘടകങ്ങളിലൊന്ന് എന്നും തന്റെ ചിത്രങ്ങളിലൂടെ ശ്രീജ വ്യക്തമാക്കുന്നുണ്ട്. സത്യാനന്തര കാലവും മനുഷ്യന്റെ അത്യാർത്തി കലർന്ന ആധുനികത ക്ഷതമേൽപ്പിക്കുന്ന പിരിസ്ഥതിയും പരിസ്ഥിതി ജൈവബന്ധങ്ങളും ആധാരമാക്കി അവർ ഏറെ ചിത്രങ്ങൾ വരച്ചിട്ടുണ്ട്. കേരളത്തിന്റെ പശ്ചാത്തലത്തിൽ തികച്ചും സമകാലികമായുള്ള സ്ത്രീജീവിതങ്ങളെ അർത്ഥവത്തായി ക്യാൻവാസിൽ പകർത്തുകയും തന്റെ സാമൂഹികവും രാഷ്ട്രീയവുമായ കാഴ്ചപ്പാടുകൾ വ്യക്തമാക്കുകയും ചെയ്യുന്ന സൃഷ്ടികൾ കൂടിയാണ് ശ്രീജ പള്ളത്തിന്റേത്. മലയാളത്തിൽ ചിത്രകാരികളുടെ ചിത്രങ്ങൾ കൂടുതൽ തെളിഞ്ഞുവരുന്നു എന്ന് തന്നെയാണ് ശ്രീജ പള്ളത്തിന്റെ കലാജ്‌വിതം അടിസ്ഥാനമാക്കിയുള്ള ഈ എഴുത്ത് അവസാനിക്കുമ്പോൾ ശുഭസൂചകമായി പറയാനുള്ളത്.

○○

7
മലയാള ടെലിവിഷൻ പരമ്പരകളിലെ സ്ത്രീ

ഡോ. അനുസ്മിത എൻ.

ടെലിവിഷൻ ഇന്ന് എല്ലാ അർത്ഥത്തിലും നമ്മുടെ നിത്യജീവിതത്തിന്റെ ഭാഗമായിത്തീർന്നിരിക്കുന്നു. ടെലിവിഷന്റെ വ്യാപനത്തോടെയും പ്രാദേശിക ചാനലുകളുടെ വർദ്ധനയോടെയും കേരളത്തിലെ സ്ത്രീകളുടെ പ്രധാന വിനോദോപാധിയായി ടിവി പരമ്പരകൾ ഇന്ന് മാറിയിരിക്കുന്നു. കേരളീയ സമൂഹത്തിന്റെ വികാസപരിണാമത്തിന്റെ ഒരു ഘട്ടത്തിൽ സാക്ഷരത നേടിയ സമൂഹമായി കേരളം വളരുകയും ഇതിന്റെ തുടർച്ചയായി ജനപ്രിയവാരികകൾ കേരളത്തിലെ സ്ത്രീകളുടെ മുഖ്യവിനോദോപാദിയായി മാറുകയും ചെയ്തിരുന്നു. തുടർന്ന് വന്ന ടെലിവിഷൻ പരമ്പരകൾ ഒരു പടി കൂടി കടന്ന് ജീവിതചര്യയെപ്പോലും നിയന്ത്രിക്കുന്ന, സ്ത്രീസ്വത്വ രൂപീകരണത്തെയും കുടുംബബന്ധങ്ങളെയും സ്വാധീനിക്കുന്ന നിർണ്ണായക ഘടകമായി ഇന്ന് മാറിയിരിക്കുന്നു.

പരമ്പരകളുടെ ചരിത്രം സോപ്പ് ഓപ്പറ

ടെലിവിഷൻ പരമ്പരകളുടെ ഉത്ഭവം റേഡിയോ നാടകങ്ങളിൽ നിന്നാണ്. 1930-ൽ വളരെയധികം പ്രസിദ്ധിയാർജ്ജിച്ച റേഡിയോ നാടകങ്ങളെ സൂചിപ്പിക്കുവാൻ ബ്രിട്ടനിലെ പത്രങ്ങളാണ് സോപ്പ് ഓപ്പറ എന്ന വാക്ക് ആദ്യമായി ഉപയോഗിച്ചത്. 15 മിനുട്ട് ദൈർഘ്യമുള്ള ഇത്തരം റേഡിയോ നാടകങ്ങൾ സ്പോൺസർ ചെയ്തിരുന്നത് വീടും വീട്ടുസാമഗ്രികളും വസ്ത്രങ്ങളും വൃത്തിയാക്കുന്ന പല തരത്തിലുള്ള സോപ്പ് ഉത്പന്നങ്ങളായിരുന്നു. സോപ്പ് ഓപ്പറയിലെ സോപ്പ് എന്ന വാക്ക് ഇങ്ങനെയാണ് ഉത്ഭവിക്കുന്നത്. ഓപ്പറ

എന്ന വാക്ക് പരിപാടിയിലെ നാടകീയ മുഹൂർത്തങ്ങളെയും സൂചിപ്പിക്കുന്നു.

ചിക്കാഗോയിലെ ഡബ്ല്യു.ജി.എൻ റേഡിയോയിൽ 1930 ഒക്ടോബർ 20 മുതൽ 1943 ജൂലൈ വരെ പ്രക്ഷേപണം ചെയ്ത പെയിന്റഡ് ഡ്രീംസ് ആണ് ലോകത്തിലെ ആദ്യ പകൽ സോപ്പ് ഓപ്പറ അല്ലെങ്കിൽ ആദ്യ തുടർനാടകമായി കണക്കാക്കപ്പെട്ടിട്ടുള്ളത്. ഭാഷാധ്യാപികയായിരുന്ന ഇർനാ ഫിലിപ്സ് ആയിരുന്നു ഇതിന്റെ കഥയും സംഭാഷണങ്ങളും രചിച്ചത്. 1933 മുതൽ 1937 വരെ എൻ.ബി.സി. റേഡിയോയിലൂടെ സംപ്രേഷണം ചെയ്ത റ്റുഡേയ്സ് ചിൽഡ്രൻ, 1937 മുതൽ 1956 വരെ സി.ബി.എസ്. റേഡിയോയിലൂടെ 2500 എപ്പിസോഡുകൾ സംപ്രേഷണം ചെയ്ത 'ദി ഗൈഡിങ്ങ് ലൈറ്റ്' തുടങ്ങിയ റേഡിയോ സോപ്പ് ഓപ്പറകളും രചിച്ചത് ഇർനാ ഫിലിപ്സ് ആയിരുന്നു. 1940-കളുടെ തുടക്കം മുതൽ ടെലിവിഷൻ റേഡിയോയ്ക്ക് പകരം സ്ഥാനം പിടിക്കാൻ തുടങ്ങി. ഈ മാറ്റം പ്രാരംഭദശയിലേ മനസ്സിലാക്കിയ പരസ്യ പ്രായോജകരായ കമ്പനികൾ ടെലിവിഷൻ പരിപാടികളുടെയും പ്രായോജകരായി. പ്രേക്ഷകരിൽ ഭൂരിഭാഗവും വീട്ടമ്മമാരായിരിക്കുമെന്നതിനാൽ ഷോകൾ പ്രധാനമായും വനിതാ പ്രേക്ഷകരെയാണ് ലക്ഷ്യമിട്ടിരുന്നത്. പ്രൊക്റ്റർ ആന്റ് ഗാംബിൾ ആണ് ആദ്യമായി റേഡിയോ നാടകങ്ങൾ നിർമ്മിക്കുകയും വിതരണം ചെയ്യുകയും ചെയ്യുന്ന കമ്പനി തുടങ്ങിയത്.

ദൂരദർശനും മലയാള പരമ്പരകളും

1982-ലാണ് ദൂരദർശൻ ദേശീയ പരിപാടികളാരംഭിച്ചത്. ഉപഗ്രഹത്തിലൂടെ ഇന്ത്യയിലെ എല്ലാ ദൂരദർശൻ ഭൂതലസംപ്രേഷണ കേന്ദ്രങ്ങളെയും ബന്ധിപ്പിച്ചുകൊണ്ടുള്ള സംപ്രേഷണം അതോടെ തുടങ്ങി. ഹിന്ദിയിലായിരുന്നു പരിപാടികളിൽ 90% വും. ഇത് ദേശീയഭാഷയുടെ പ്രചാരണത്തിന് വലിയ സഹായമായി. ഇന്ത്യൻ ടെലിവിഷൻ ചരിത്രത്തെ തന്നെ വഴിതിരിച്ച് വിട്ടത് മനോഹർ ജോഷി തിരക്കഥയെഴുതി 1984 ജൂലൈ 7-നു ഹിന്ദിയിൽ പ്രക്ഷേപണം ചെയ്ത തുടങ്ങിയ ഹംലോഗ് എന്ന ആദ്യ ടെലിവിഷൻ പരമ്പരയാണ്. 1984-നും 1985-നും ഇടയിലുള്ള 17 മാസത്തെ ഓട്ടത്തിനിടയിൽ 159 എപ്പിസോഡുകൾ പൂർത്തിയാക്കിയ ഈ പരമ്പര ശരാശരി 50 ദശലക്ഷം ആളുകൾ കണ്ടു. അതുവരെ ഇന്ത്യയിലെ ഒരു ടെലിവിഷൻ പ്രോഗ്രാമിന്റെ ഏറ്റവും വലിയ പ്രേക്ഷകർ ആയിരുന്നു ഇത്.

പ്രേക്ഷകരെ മുഴുവൻ ടെലിവിഷന് മുന്നിൽ തളച്ചിടുകയും ആഹ്ലാദഭരിതരാക്കുകയും ചെയ്ത രണ്ടു പരമ്പരകളാണ് ഭാരത ഇതിഹാസങ്ങളായ രാമായണവും (1987) മഹാഭാരതവും (1988). ഈ പരമ്പരകൾ കാണാനായി പല ഉത്തരേന്ത്യൻ നഗരങ്ങളിലെ പൊതുസ്ഥലങ്ങളിൽ ജനങ്ങൾ തടിച്ചുകൂടുകയും തൻമൂലം പല യിടത്തും ഗതാഗതതടസ്സം പോലും ഉണ്ടായതായും അക്കാലത്ത് പത്രവാർത്തകൾ ഉണ്ടായിരുന്നു.

ഈ പരമ്പരകളുടെ കലാപരവും വാണിജ്യപരവുമായ വിജയം മറ്റു ഭാഷകളിലുള്ള ടെലിവിഷൻ പരിപാടികളുടെ നിർമ്മാതാക്കൾക്കും പ്രചോദനമായി തീർന്നു. തുടർന്ന് ഇന്ത്യയിലെ എല്ലാ ദൂരദർശൻ കേന്ദ്രങ്ങളും പരമ്പര നിർമ്മാണരംഗത്തേയ്ക്ക് കടന്നു. അതോടൊപ്പം തിരുവനന്തപുരം ദൂരദർശനും രംഗത്ത് വന്നു. ആദ്യ കാലത്ത് പ്രശസ്തരായ എഴുത്തുകാരുടെയും സംവിധായകരുടെയും പങ്കാളിത്തത്തോടെ ദൂരദർശൻ കമ്മീഷൻ ചെയ്ത പരമ്പരകളാണ് മലയാളത്തിൽ നിർമ്മിച്ചിരുന്നത്. വേരുകൾ (മലയാറ്റൂർ രാമകൃഷ്ണൻ), നാല്കെട്ട് (എം. ടി. വാസുദേവൻനായർ), മരണം ദുർബലം (കെ. സുരേന്ദ്രൻ), തോറ്റങ്ങൾ (കോവിലൻ), കുട്ടനാടൻകഥകൾ (തകഴി), സ്കൂൾ ഡയറി (അക്ബർ കക്കട്ടിൽ) ഒരുകുടയും കുഞ്ഞു പെങ്ങളും (മുട്ടത്ത് വർക്കി) തുടങ്ങിയവയെല്ലാം തിരുവനന്തപുരം ദൂരദർശൻ ആദ്യകാലങ്ങളിൽ സംപ്രേക്ഷണം ചെയ്ത ഒന്നാംകിട പരമ്പരകളിൽ ചിലതാണ്. സ്വകാര്യ ടെലിവിഷൻ ചാനലുകൾ കൂടി രംഗത്തേയ്ക്ക് പ്രവേശിപ്പിച്ചതോടു കൂടി പരമ്പരകളുടെ ഉത്സവം തന്നെ മലയാളത്തിൽ ആരംഭിച്ചു എന്ന് പറയാം.

മലയാള പരമ്പരകളിൽ ആവിഷ്ക്കരിക്കുന്ന സ്ത്രീ

ഇന്ന് മലയാളം ചാനലുകളിൽ കുടുംബ പരമ്പരകളുടെ ഒരു പേമാരിതന്നെ നടക്കുന്നുണ്ടെന്ന് പറയാം. പ്രധാനമായും സ്ത്രീ സമൂഹത്തെ ലക്ഷ്യം വച്ചുകൊണ്ട് നിർമ്മിക്കുന്ന പരമ്പരകൾ സ്ത്രീയുടെ യഥാർത്ഥ സ്വത്വം ആവിഷ്കരിക്കുന്നുണ്ടോ എന്നത് ചിന്തനീയമാണ്. തുടക്കം മുതൽ ഒടുക്കം വരെ നിറുത്താതെ കരഞ്ഞു കൊണ്ടിരിക്കുന്ന സ്ത്രീ, ദുഷ്ടയായ അമ്മായി അമ്മയും നാത്തൂനും, ദുർമന്ത്രവാദം, പ്രേതപിശാചുക്കളുടെ വിളയാട്ടം, അവിഹിതഗർഭം, വിവാഹേതരബന്ധങ്ങൾ, വിവിധതരം ആത്മഹത്യകൾ, കൊലപാതകങ്ങൾ, ചതി അങ്ങനെ നീളുന്നു കണ്ണീർ പരമ്പരകളുടെ സ്ഥിരം ചേരുവകൾ. നിസ്സാരവും അർത്ഥശൂന്യവുമായ

സംഭവങ്ങൾ അനന്തമായി വലിച്ചു നീട്ടുന്നതാണ് മിക്ക പരമ്പരകളുടെയും പൊതുസ്വഭാവം. ഇതിനിടയിൽ പല കഥാപാത്രങ്ങളെയും അവതരിപ്പിക്കുന്ന നടീനടന്മാർ മാറ്റപ്പെടുന്നു. വിവാഹം കഴിച്ച് വീട്ടിൽ കൊണ്ടുവരുന്ന പെൺകുട്ടിയെ ഭ്രാന്തിയാക്കുവാനും അങ്ങനെ അവളുടെ സ്വത്ത് കൈക്കലാക്കുവാനും പിന്നീട് മറ്റൊരു സ്ത്രീയെ വിവാഹം കഴിക്കാനും വേണ്ടിയുള്ള നീചപ്രവൃത്തികൾ പല പരമ്പരകളുടെയും പ്രമേയമായി സ്വീകരിച്ചിരിക്കുന്നു. സാമൂഹ്യ പ്രശ്നങ്ങളെ ഉപരിപ്ളവമായി സ്പർശിച്ച് അയഥാർത്ഥത്തിന്റെയും പൊങ്ങച്ചത്തിന്റെയും മായികലോകത്തേക്കാണ് ഭൂരിഭാഗം പരമ്പരകളും പ്രേക്ഷകനെ നയിക്കുന്നത്. സ്ത്രീകൾ യഥാർത്ഥ ജീവിതത്തിൽ അനുഭവിക്കുന്ന പ്രശ്നങ്ങൾ വിരളമായേ പരമ്പരകളിൽ പ്രമേയമാകാറുള്ളൂ. പൊതുസമൂഹത്തിൽ ഇടപെടുന്നവരും, തൊഴിൽ രംഗത്തുള്ളവരുമായ സ്ത്രീ കഥാപാത്രങ്ങൾ അപൂർവ്വമായി മാത്രമേ പരമ്പരകളിൽ പ്രത്യക്ഷപ്പെടാറുള്ളൂ. കാഴ്ചക്കാർ കൂടുതലും സ്ത്രീകളാണെങ്കിലും പുരുഷന്മാരേക്കാൾ താഴെ തട്ടിലായാണ് പരമ്പരകളിൽ മിക്ക സ്ത്രീകളെയും അവതരിപ്പിക്കുക. കുടുംബങ്ങളിൽ പ്രധാനപ്പെട്ട തീരുമാനങ്ങൾ എടുക്കുന്നതിൽ വിദ്യാസമ്പന്നകളായ സ്ത്രീകൾക്ക് പോലും പുരുഷന്മാർ കഴിഞ്ഞിട്ടേ അവകാശമുള്ളൂവെന്നാണ് മിക്ക പരമ്പരകളും കാണിച്ച് തരുന്നത്.

പേരും പൊരുളും

സ്ത്രീകളുടെ ഭാവശുദ്ധിയിലാണ് മലയാള ടെലിവിഷൻ പരമ്പരകൾ ഊന്നൽ നല്കിയിരിക്കുന്നത്. സ്ത്രീ ദേവതയാണ്, പുണ്യമാണ്, വിളക്കാണ്, ഐശ്വര്യമാണ്, ഭാഗ്യദേവതയാണ് എന്നിങ്ങനെയുള്ള വിശുദ്ധവത്ക്കരണങ്ങളിലും, മഹത്വവത്ക്കരണങ്ങളിലുമാണ് പുരുഷാധിപത്യ സമൂഹം സ്ത്രീകളെ പ്രതിഷ്ഠിച്ചിരിക്കുന്നത്. ഇത്തരത്തിലുള്ള വിശുദ്ധവത്ക്കരണങ്ങളുടെ ബഹിർസ്ഫുരണങ്ങൾ പരമ്പരകളുടെ പ്രമേയങ്ങളിൽ മാത്രമല്ല പേരുകളിൽ പോലും ദൃശ്യമാകും. ഭാഗ്യലക്ഷ്മി, നിലവിളക്ക്, കുടുംബവിളക്ക്, സ്ത്രീജന്മം പുണ്യജന്മം, സ്ത്രീയൊരു സാന്ത്വനം, സാന്ത്വനം, സ്ത്രീധനം, കന്യാദാനം, സൂര്യപുത്രി, എന്റെ മാനസപുത്രി തുടങ്ങിയവ ഇവയിൽ ചിലതാണ്. മാത്രവുമല്ല സ്ത്രീയുടെ സ്വഭാവത്തിലെ പരിശുദ്ധിയെ കാണിക്കാനായി വിശുദ്ധ പൂക്കളുടേയും വൃക്ഷങ്ങളുടെയും പേരുകൾ പരമ്പരകൾക്ക് നല്കി. തുമ്പപ്പൂ, ചെമ്പരത്തി, പാരിജാതം, മന്ദാരം, കുങ്കുമപ്പൂ, ഹരിചന്ദനം, ചന്ദനമഴ എന്നിങ്ങനെ

സ്ത്രീയെ പ്രതീകവത്ക്കരിക്കുന്ന പരമ്പരകൾക്കും മലയാളത്തിൽ ക്ഷാമമില്ല. മഹത്വത്തിന്റെയും വിശുദ്ധിയുടെയും ശ്രീകോവിലുകളായി സ്ത്രീയെ പ്രതിഷ്ഠിക്കുന്നതിലൂടെ സ്ത്രീ സ്വത്വത്തിന്റെ ജൈവികത നഷ്ടമാവുകയും, സ്ത്രീകളുടെ ചിന്തകളും പ്രവർത്തനങ്ങളും ചിലയിടങ്ങളിൽ മാത്രം തളച്ചിടപ്പെടുകയും തങ്ങൾക്കെതിരെ നിഷ്ഠൂരപീഡനങ്ങൾ നടത്തുന്നവർക്ക് നേരെ പോലും പ്രതികരിക്കാൻ ശേഷിയില്ലാത്തവായി സ്ത്രീകൾ മാറുകയുമാണ് ചെയ്യുന്നത്. പെണ്ണിടങ്ങളുടെയും ആണിടങ്ങളുടെയും നിർമ്മിതിക്കും ഇത്തരം വീക്ഷണം കാരണമാകുന്നുണ്ട്. ആണധീശത്വത്തിന്റെ, മനുഷ്യത്വരഹിതമായ സ്ത്രീ വിരുദ്ധതയുടെ പ്രചാരണമാണ് സ്ത്രീയ്ക്ക് നല്കുന്ന അമിത മഹത്വവത്ക്കരണങ്ങളിലൂടെയും വിശുദ്ധവത്കരണങ്ങളിലൂടെയും യഥാർത്ഥത്തിൽ സാധ്യമാകുന്നത്.

നല്ല സ്ത്രീ = അബല

പരമ്പരകളിൽ അരങ്ങേറുന്ന മാതൃകാ സ്ത്രീത്വം സ്ത്രീയുടെ ദുർബലതകളിൽ ഊന്നിയുള്ളവയാണ്. തികച്ചും അബലയായ സ്ത്രീയാണ് മിക്ക പരമ്പരകളിലേയും മുഖ്യകഥാപാത്രം. തന്നെ ഏത് തരത്തിൽ ദ്രോഹിക്കുന്നവർക്ക് മുമ്പിലും കരച്ചിലും വിലാപവുമായി മാത്രം ജീവിതം കഴിച്ച് കൂട്ടുന്ന പ്രതികരണശേഷി തീർത്തും നഷ്ടപ്പെട്ട സ്ത്രീകളെ സ്ത്രീത്വത്തിന്റെ മാതൃകയായി അവതരിപ്പിക്കാൻ മത്സരിക്കുകയാണ് പരമ്പരകൾ. പ്രതിനായക കഥാപാത്രങ്ങൾ നിരന്തരം വേട്ടയാടുമ്പോഴെല്ലാം കരച്ചിലിലൂടെ മാത്രമാണ് മിക്ക സ്ത്രീ കഥാപാത്രങ്ങളും പ്രതികരിക്കുക. ഒരു കാലത്ത് സൂപ്പർ ഹിറ്റ് പരമ്പരകളായിരുന്ന മാനസിയിലെ അനുവും എന്റെ മാനസപുത്രിയിലെ സോഫിയും പാരിജാതത്തിലെ അരുണയും ചന്ദനമഴയിലെ അമൃതയും മഞ്ഞുരുകും കാലത്തിലെ ജാനിക്കുട്ടിയുമെല്ലാം നിരന്തരം ശത്രു വലയത്തിൽ അകപ്പെട്ടിട്ടും രാപ്പകൽ ഭേദമില്ലാതെ കരഞ്ഞ് കൊണ്ട് മാത്രം പ്രതികരിക്കുന്നവരാണ്. എന്ത് ദ്രോഹങ്ങൾ മറ്റുള്ളവർ ചെയ്താലും നന്മയുടെ മൂർത്തിമദ്ഭാവങ്ങളായി ഇത്തരം കഥാപാത്രങ്ങൾ നിലകൊള്ളുന്നു. സാഹചര്യങ്ങളോട് പ്രതികരിക്കുന്ന സ്ത്രീകളെയാകട്ടെ കുടുംബത്തിനും സമൂഹത്തിനും അധികപ്പറ്റാണെന്ന സന്ദേശമാണ് പരമ്പരകൾ പകർന്ന് നല്കുന്നത്.

ഇത്തരം മിഥ്യാധാരണകളുടെ അളവ്കോലുകൾ ഉപയോഗിച്ച് നല്ല സ്ത്രീ, ചീത്ത സ്ത്രീ വാർപ്പ് മാതൃകകൾ ഉണ്ടാക്കിയെടുക്കാനാണ് പരമ്പരകൾ ശ്രമിക്കുന്നത്. പരമ്പരകളെ വെറും കെട്ടുകഥക

ളായി കണക്കാക്കാതെ സംഭവിക്കുന്നതെല്ലാം യഥാർത്ഥ്യമാണെന്ന രീതിയിൽ കാണുന്ന, വിവേചനബുദ്ധിയോടെയല്ലാതെ പരമ്പരകളെ നിരീക്ഷിക്കുന്ന പല സ്ത്രീകൾക്കും ഇത്തരം മാതൃകാ സ്ത്രീത്വം അനുകരണ സാധ്യത തുറന്നു കൊടുക്കുന്നുണ്ട്. സ്ത്രീകളെ അബലകളാക്കി കാണിച്ചു കൊണ്ട് റേറ്റിംഗിൽ മുന്നേറുന്ന ഇത്തരം പരമ്പരകൾ സ്ത്രീകൾക്ക് നല്കുന്ന സന്ദേശങ്ങൾ ഇവയാണ്.

▸ എല്ലായ്പ്പോഴും അബലയും ദുർബലയുമായിരിക്കുക,

▸ സാഹചര്യങ്ങളോട് പ്രതികരിക്കാതിരിക്കുക.

▸ ദുഃഖിക്കുക, ദുഃഖം പരമാവധി ഉള്ളിലൊതുക്കുക, നിവർത്തിയില്ലാതാകുമ്പോൾ കണ്ണീരിലൂടെ ദുഃഖം പ്രകടിപ്പിക്കുക,

▸ എല്ല സ്ത്രീകളുടെയും ഏറ്റവും പ്രധാനപ്പെട്ട ഗുണം സഹനമാണ്

▸ ഏത് കുറ്റവും സ്വയം ഏറ്റെടുക്കുക,

▸ ആർക്കും എന്തിനും വഴങ്ങിക്കൊടുക്കുകയാണ് സ്ത്രീയുടെ ധർമ്മം.

ഇത്തരം തെറ്റായ ധാരണകൾ സമൂഹത്തിൽ അടിച്ചേൽപ്പിക്കാനാണ് പരമ്പരകൾ കൂടുതലായും ശ്രമിച്ച് കൊണ്ടിരിക്കുന്നത്.

സ്ത്രീ കഥാപാത്രങ്ങൾ: രണ്ടാം തരം പൗരത്വം

പരമ്പരകളിൽ മിക്ക സ്ത്രീ കഥാപാത്രങ്ങൾക്കും രണ്ടാം തരം പൗരത്വമാണുള്ളത്. പല സ്ത്രീ കഥാപാത്രങ്ങളുടേയും മുഖ്യ തൊഴിൽ വില കൂടിയ വസ്ത്രങ്ങളും ആഭരണങ്ങളുമണിഞ്ഞ് നടക്കുകയും, മനസ്സിൽ അസൂയയും കുശുമ്പും നിറഞ്ഞ് സമയം കിട്ടുമ്പോഴൊക്കെ അപവാദപ്രചാരണങ്ങൾ നടത്തുക വഴി സ്വന്തം മനസ്സിലും അന്യരുടെ മനസ്സുകളിലും വിഷം നിറയ്ക്കുകയുമാണ്. ഏതാണ്ടെല്ലാ പരമ്പരകളിലെയും സ്ത്രീകൾ ഭർത്താവിനെക്കുറിച്ചും കുടുംബത്തിലെ മറ്റംഗങ്ങളെക്കുറിച്ചും തെറ്റായ ധാരണകൾ വച്ചുപുലർത്തുന്നവരാണ്. അങ്ങനെയുള്ള കുടുംബിനികളെ വഴിതെറ്റിക്കാനായി ചില പെണ്ണുങ്ങൾ പ്രത്യക്ഷപ്പെടും.

ഇത്തരക്കാർ നേരായ മാർഗ്ഗത്തിലൂടെ ചിന്തിക്കുന്ന സ്ത്രീകളുടെ മനസ്സിൽ പോലും അസൂയയുടെയും സംശയത്തിന്റെയും കുടിലതയുടെയും വിഷ വിത്തുക്കൾ നിറയ്ക്കുന്നു. പിന്നെ ആ കുടുംബത്തിൽ അസ്വസ്ഥതകളുടെ പെരുമഴയായിരിക്കും. അമ്മായിയമ്മയെ ശത്രുവായി കരുതുന്ന മരുമകൾ, മരുമകളെ കുഴിയിൽ വീഴ്ത്താൻ തക്കം പാർത്തിരിക്കുന്ന അമ്മായിയമ്മ, അനുജത്തിയു

ടെ ഭർത്താവിനെ വലവീശിപ്പിടിക്കുന്ന ജേഷ്ഠത്തി, ഭർത്താവിനെ കൊല്ലാൻ ക്വട്ടേഷൻ സംഘത്തെ ഏർപ്പെടുത്തുന്ന ഭാര്യ, നിഷ്കളങ്കരായ കുട്ടികളെ ഉപദ്രവിക്കുന്ന രണ്ടാനമ്മ തുടങ്ങി പ്രേക്ഷകരെ സാംസ്കാരികമായും ധാർമികമായും അധഃപതിപ്പിക്കാൻ വഴിയൊരുക്കുന്നവരാണ് സീരിയലുകളിലെ സ്ത്രീ കഥാപാത്രങ്ങളിൽ നല്ലൊരു പങ്കും. സ്ത്രീകൾ കണ്ണികളായ കുറ്റകൃത്യങ്ങളെക്കുറിച്ചുള്ള വാർത്തകൾ കൂടി വരികയാണ്. തട്ടിപ്പുകളിലേയ്ക്കും പൈശാചികമായ ക്രൂര കൃത്യങ്ങളിലേക്കും സ്ത്രീകളെ നയിക്കുന്നതിൽ സിനിമ പോലെ തന്നെ സീരിയലുകൾക്കും ചെറുതല്ലാത്ത പങ്കുണ്ട്.

അമ്മായിയമ്മ: മരുമകൾ മാതൃകകൾ

പണ്ട് പണ്ടേ അമ്മായി അമ്മ മരുമകൾ കലാപം പഴഞ്ചൊല്ലുകളിലൂടെയും, കവിതാശകലങ്ങളിലൂടെയും മറ്റും സജീവമാക്കി നിർത്താൻ മലയാളി ശ്രദ്ധ ചെലുത്തിയിട്ടുണ്ട്. ഇതിന്റെയെല്ലാം തുടർച്ചയെന്നോണമാവണം ഭൂരിഭാഗം പരമ്പരകളിലും അമ്മായി അമ്മ മരുമകൾ സംഘട്ടങ്ങൾ കടന്ന് വരുന്നത്. നിത്യ ജീവിതത്തിലും ഇത്തരം മനോഭാവമുള്ള അമ്മായിഅമ്മമാരും അമ്മായിയമ്മയെക്കാൾ ക്രൂരകളായ മരുമക്കളും അപൂർവ്വമായെങ്കിലും ജീവിച്ചിരിപ്പുണ്ട് എന്നത് സത്യമാണ്. എങ്കിലും അമ്മായി അമ്മ മരുമകൾ ബന്ധത്തെക്കുറിച്ച് തെറ്റായ ധാരണകൾ സമൂഹത്തിൽ പ്രചരിപ്പിക്കുന്നതിൽ പരമ്പരകളോളം പങ്ക് മറ്റൊരു കലയ്ക്കുമില്ലെന്ന കാര്യം നിസ്തർക്കമാണ്.

നായിക പ്രതിനായിക വേഷങ്ങൾ

സ്ത്രീ കഥാപാത്രങ്ങൾക്കെതിരെ മറ്റ് സ്ത്രീ കഥാപാത്രങ്ങളെ തന്നെ അണിനിരത്തിയാണ് ഇന്ന് ഭൂരിഭാഗം പരമ്പരകളും പ്രതിരോധം തീർക്കുന്നത്. സ്ത്രീകളെ പീഡിപ്പിക്കുന്നത് സ്ത്രീകൾ തന്നെയാണ്. സ്ത്രീയുടെ ഏറ്റവും വലിയ ശത്രു മറ്റൊരു സ്ത്രീ തന്നെ എന്ന 'പൊതുപ്രമാണ'ത്തിലൂന്നി പ്രതിനായക വേഷത്തിലും സ്ത്രീയെ തന്നെ അവതരിപ്പിച്ചതോടെ നല്ല സ്ത്രീ, ചീത്ത സ്ത്രീയെന്ന കൃത്യമായ ക്ലാസിഫിക്കേഷനും പരമ്പരകൾ സമൂഹത്തിന് സംഭാവന ചെയ്തു. കുടുംബബന്ധങ്ങളിലെ സങ്കീർണതകൾ, വിവാഹേതര ബന്ധങ്ങൾ, അമ്മ അമ്മായിയമ്മ-മരുമകൾ മെലോഡ്രാമ, അച്ഛനെയോ അമ്മയെയോ അറിയാത്ത കുട്ടി, കുടുംബത്തെയും ഭാര്യയെയും കുറിച്ചുള്ള അമിത മഹത്വവൽക്കര

ണങ്ങൾ, യുക്തിക്ക് നിരക്കാത്ത സാഹചര്യങ്ങൾ വർഷങ്ങൾ ഇത്ര കഴിഞ്ഞിട്ടും ഇത്തരം പ്ലോട്ടുകളിൽ തന്നെ ചുറ്റിക്കറങ്ങുകയാണ് പരമ്പരകൾ.

സ്ത്രീ പ്രദർശനവസ്തുവും പ്രചാരണവസ്തുവും

സന്ദർഭത്തിന് ഇണങ്ങാത്ത വേഷവിധാനങ്ങളുമായാണ് പരമ്പരകളിൽ മിക്ക സ്ത്രീ കഥാപാത്രങ്ങൾ പ്രത്യക്ഷപ്പെടുന്നത്. വീട്ടുജോലിക്കാരിയായാലും യജമാനത്തിയായാലും അടുക്കളയിലായാലും, വീട്ടിലായാലും ഓഫീസിലായാലും ആശുപത്രിയലായാലും വിവാഹച്ചടങ്ങിലായാലും മരണവീട്ടിലായാലും അണിഞ്ഞൊരുങ്ങി സർവ്വാഭരണവിഭൂഷിതകളായി ഏതോ ആഘോഷങ്ങളിൽ പങ്കെടുക്കാനെന്ന പോലെയാകും മിക്കപ്പോഴും സ്ത്രീകഥാപാത്രങ്ങൾ രംഗത്തെത്തുന്നത്.

കണ്ണഞ്ചിപ്പിക്കുന്ന ആഡംബര വേഷവിതാനങ്ങളണിഞ്ഞെത്തുന്ന സ്ത്രീ കഥാപാത്രങ്ങൾ സ്വയം പ്രദർശനവസ്തുക്കളാവുകയും, കമ്പോളത്തിലെ പല ഉത്പന്നങ്ങളുടേയും വില്പനയ്ക്കുള്ള പരസ്യ പ്രചാരകരാകുകയും ചെയ്യുന്നുണ്ട്. സ്ത്രീ ശരീരത്തെയും സൗന്ദര്യത്തേയും ഉപയോഗപ്പെടുത്തി വസ്ത്രങ്ങൾ, ആഭരണങ്ങൾ, പാദരക്ഷകൾ, ബാഗുകൾ, സൗന്ദര്യവർധക വസ്തുക്കൾ തുടങ്ങിയ ഉപഭോഗവസ്തുക്കൾ വിറ്റ് തീർക്കുവാനുള്ള കച്ചവട ഉപകരണമായും പരമ്പരകൾ സ്ത്രീകളെ ഉപയോഗപ്പെടുത്തുന്നുണ്ട്. മാത്രമല്ല ഈ ആഡംബര വസ്ത്രങ്ങളും ആഭരണങ്ങളും എല്ലാം ദരിദ്ര ജനങ്ങൾക്ക് നേരെയുള്ള ഒരു വർഗ്ഗസമരം കൂടിയാണ്.

അത്തരം ഫാഷൻ വസ്ത്രങ്ങൾ ധരിക്കാൻ കഴിയാത്തവരെ സമൂഹം മോശക്കാരായി കണക്കാക്കുകയും അവരെ നിന്ദിക്കുകയും, അവഗണിക്കുകയും ചെയ്യുന്ന രീതിയിലേയ്ക്ക് സമൂഹം മാറിയിട്ടുണ്ട്. സമൂഹത്തിൽ വളർന്ന് വരുന്ന ഇത്തരം തെറ്റായ കാഴ്ചപ്പാടുകൾ സാമ്പത്തികമായി പിന്നോക്കം നില്ക്കുന്ന സാധാരണജനങ്ങളെ മാനസികമായി തളർത്തുകയും ആത്മാഭിമാനം ഇല്ലാതാക്കുകയും ചെയ്യുന്നതിന് കാരണമായിത്തീരും. വസ്ത്രധാരണത്തിൽ കപട സദാചാരങ്ങൾ നിരത്തിയും പരമ്പരകൾ പ്രേക്ഷകരെ കബളിപ്പിക്കുന്നുണ്ട്.

ഇരുപത്തിയൊന്നാം നൂറ്റാണ്ടിലും അതിരാവിലെ എഴുന്നേറ്റ് കുളിച്ച് സെറ്റ് സാരിയുടുത്ത്, തലയിൽ ഈറനണിഞ്ഞ തോർത്ത് മുണ്ട് കെട്ടി, കഴുത്തിൽ കനമുള്ള സ്വർണ്ണ മാലയിൽ താലിയിട്ട്,

നെറ്റിയിൽ കുങ്കുമപ്പൊട്ട് തൊട്ട്, ഭർത്താവിന് ബെഡ് കോഫിയുമായെത്തുന്ന ദാമ്പത്യരത്നങ്ങളായ കുലസ്ത്രീകളെയാണ് അടക്കവും ഒതുക്കവുമുള്ള ഉദാത്ത സ്ത്രീയെന്ന് വാഴ്ത്തപ്പെടുന്നത്.

വെളുത്ത പെണ്ണുങ്ങൾ

ലോക സാമൂഹ്യാവസ്ഥയിൽ വർണ വിവേചനം വംശീയ വിവേചനത്തിന്റെ ഭാഗമായാണ് ചരിത്രം അടയാളപ്പെടുത്തിയിരിക്കുന്നത്. നിറത്തിന്റെ പേരിൽ വേട്ടയാടപ്പെട്ട ഒരു കാലഘട്ടത്തിൽ നിന്നും പതിറ്റാണ്ടുകളുടെ പോരാട്ടത്തിലൂടെയാണ് കറുത്തവർക്ക് മനുഷ്യരെപ്പോലെ ജീവിക്കാനുള്ള സാമൂഹ്യ സാഹചര്യം സൃഷ്ടിക്കപ്പെട്ടത്. എന്നാൽ ഇരുപത്തിയൊന്നാം നൂറ്റാണ്ടിലും വെളുപ്പ് നിറമാണ് സ്ത്രീ സൗന്ദര്യത്തിന്റെ ലക്ഷണമെന്ന പുരുഷ വിപണി കേന്ദ്രീകൃത കാഴ്ച്ചപ്പാടാണ് നിലനിൽക്കുന്നത്. ഈ കാഴ്ചപ്പാട് സമൂഹമനസ്സുകളിൽ രൂഢമൂലമാക്കുന്നതിൽ സിനിമ പോലെ തന്നെ പരമ്പരകൾക്കും വലിയ പങ്കുണ്ട്.

എണ്ണക്കറുപ്പിന്റെ ഏഴഴകിനെക്കുറിച്ചും കറുപ്പിന്റെ സൗന്ദര്യശാസ്ത്രത്തെക്കുറിച്ചും ആരെല്ലാം വാഴ്ത്തിപ്പാടിയാലും നമ്മുടെ പരമ്പരകളിൽ പ്രത്യക്ഷപ്പെടുന്ന ഭൂരിഭാഗം കഥാപാത്രങ്ങളും വെളുപ്പിന്റെ സൗന്ദര്യശാസ്ത്രത്തിന്റെ പ്രചാരകരാണ്. മലയാളസാഹിത്യത്തിലെ അനശ്വര കഥാപാത്രങ്ങളായ കറുത്തമ്മയും കറുത്ത ചെട്ടിച്ചിയും രാച്ചിയമ്മയുമെല്ലാം കറുത്ത സൗന്ദര്യത്തിന്റെ മൂർത്തിഭാവങ്ങളായി തന്നെ ഇന്നും നിലനില്ക്കുന്നുണ്ട്. എന്നാൽ ഇത്തരം കഥാപാത്രങ്ങൾ ദൃശ്യവത്ക്കരിക്കപ്പെടുമ്പോൾ വെളുപ്പിന്റെ സൗന്ദര്യ ശാസ്ത്രത്തിന്റെ വക്താക്കളായി മാറിപ്പോകുന്നുണ്ട്.

പരമ്പരകളിലൂടെയും സിനിമയിലൂടെയും പ്രചാരണം നേടിക്കൊണ്ടിരിക്കുന്ന വെളുപ്പെന്ന വർണ സൗന്ദര്യബോധം ദൈവസങ്കൽപ്പങ്ങളിൽപോലും മാറ്റം വരുത്തിയിട്ടുണ്ട്. പ്രാചീന മതകാലഘട്ടത്തിൽ സ്ത്രീദൈവങ്ങൾ കറുത്തവരും ഇന്നത്തെ സൗന്ദര്യസങ്കൽപ്പങ്ങൾക്ക് വിരുദ്ധവും ആയിരുന്നു. കാളി മുതൽ അറിയുന്നതും അറിയപ്പെടാത്തതുമായ ഗോത്രവർഗ പാരമ്പര്യ ദൈവങ്ങൾക്കെല്ലാം രൗദ്രഭാവം തന്നെയായിരുന്നു. തലയോട്ടിമാലയും പുലിത്തോലും ദംഷ്ട്രകളും പ്രതിരോധത്തിന്റെ ചിഹ്നങ്ങളായിരുന്നു. പിന്നീടുള്ള ദേവീസങ്കൽപങ്ങളിൽ കാണാനാവുന്ന കറുപ്പിൽ നിന്നും വെളുപ്പിലേക്കുള്ള മാറ്റവും സ്ത്രൈണത സ്ഫുരിക്കുന്ന ഭാവങ്ങളും ആടയാഭരണങ്ങളും കടന്നുവന്നതിൽ ഒളിഞ്ഞിരിക്കുന്നത് മേൽക്കോയ്മ

രാഷ്ട്രീയമാണ്.

അധിനിവേശ സംസ്കാരം കറുപ്പിനെ അടിയാള നിറമായി അടയാളപ്പെടുത്തി. ആര്യന്മാരുടെ അധിനിവേശത്തോടെ വരേണ്യ താൽപര്യങ്ങൾ മേൽക്കോയ്മ നേടുകയും ദ്രാവിഡമായ ചിഹ്ന ങ്ങളും കലകളും സമൂഹത്തിന്റെ അടിത്തട്ടിലേക്ക് ചവിട്ടിത്താഴ്ത്ത പ്പെടുകയും ചെയ്തു. പൗരാണിക കാലത്ത് സ്ത്രീയെ അടയാള പ്പെടുത്തിയത് മാതൃത്വം, ലൈംഗികത, ശക്തി, രൗദ്രത തുടങ്ങിയ ഭാവങ്ങളിലായിരുന്നു. എന്നാൽ പിന്നീട് കേവല ലൈംഗികത യിലേക്ക് ചുരുക്കപ്പെടുകയും 'ശരീരം' എന്ന ഒറ്റബുദ്ധി ചിന്താധാ രയിലേക്ക് മാറുകയുമാണുണ്ടായത്. സ്ത്രീ ശരീരം പുരുഷന് ആകർഷണം തോന്നാനും സൃഷ്ടി സ്ഥിതി പരിപാലന വ്യവസ്ഥ യിൽ നിലകൊള്ളേണ്ടതാണെന്നുമുള്ള മിഥ്യാസങ്കൽപത്തെ നാമ റിയാതെ ഉപബോധമനസ്സിൽ പ്രതിഷ്ഠിച്ചിരിക്കുന്നതിൽ പരമ്പര കൾക്ക് വലിയ പങ്കുണ്ട്.

ഇത്തരം വ്യവസ്ഥാപിത സങ്കൽപ്പങ്ങൾക്കെതിരെ പ്രതിരോധ ത്തിന്റെ ഇടങ്ങൾ സൃഷ്ടിക്കേണ്ട സ്ത്രീകൾ തന്നെ ഈ മനോസ ങ്കൽപത്തിലേക്ക് വീണുപോകുന്നു എന്നതാണ് ദൗർഭാഗ്യകരം. ഒറ്റപ്പെട്ട ശബ്ദങ്ങൾ ഉയരുന്നെങ്കിലും 'ഉടലിന്റെ രാഷ്ട്രീയം' വേണ്ട വിധത്തിൽ സ്ത്രീ മനസ്സുകളിൽ എത്തിയിട്ടില്ല. ആഗോളമൂലധനം കമ്പോളത്തിൽ സ്ത്രീശരീരത്തെ ഉപഭോഗവസ്തുവായി മാത്രം കാണുന്നു. പാശ്ചാത്യവത്കരണത്തിന്റെയും ഭാഗമായി ജനങ്ങളുടെ ചിന്താഗതികളിലും കാഴ്ചപ്പാടുകളിലും വന്ന മാറ്റം ഇതിനോട് ചേർത്ത് വായിക്കേണ്ടതാണ്.

ഉപസംഹാരം

മലയാളത്തിലെ മിക്ക ടെലിവിഷൻ പരമ്പരകളും ഒരു തരത്തി ലല്ലെങ്കിൽ മറ്റൊരു തരത്തിൽ സ്ത്രീ വിരുദ്ധ ആശയങ്ങൾ തന്നെ യാണ് പ്രചരിപ്പിക്കുന്നത്. സ്ത്രീയുടെ സഹനങ്ങളും വിദ്വേഷങ്ങ ളുമാണ് പലപ്പോഴും പരമ്പരകളുടെ കഥാഗതിയെ നയിക്കുന്നത്. വിദ്യാഭ്യാസമുള്ളവരോ ഉദ്യോഗസ്ഥകളോ ഭരണ നിർവ്വഹണ ത്തിൽ ഉന്നതസ്ഥാനം വഹിക്കുന്നവരോ സാമൂഹിക വിഷയങ്ങ ളിൽ ഇടപെടുന്നവരോ സ്വന്തമായ നിലപാടുകൾ ഉള്ളവരോ കഠി നാദ്ധ്വാനം ചെയ്ത് കുടുംബം പുലർത്തുന്നവരോ ആയ സ്ത്രീ കഥാപാത്രങ്ങൾ അപൂർവ്വമായേ പരമ്പരകളിൽ പ്രത്യക്ഷപ്പെടാ റുള്ളൂ.

അവിഹിത ബന്ധങ്ങങ്ങളെ പ്രോത്സാഹിപ്പിച്ചും മദ്യത്തിന്റെയും മയക്കുമരുന്നിന്റെയും ഉപയോഗം മഹത്വവൽക്കരിച്ചും നിയമ ലംഘനത്തെ നിസ്സാരവത്കരിച്ചും സ്ത്രീപീഢനങ്ങളെ സാധാരണ സംഭവമായും കാണിക്കാത്ത മലയാള പരമ്പരകൾ വിരളമാണ്. ഭാര്യയെ വഞ്ചിക്കുന്ന ഭർത്താവും ഭർത്താവിനെ വഞ്ചിക്കുന്ന ഭാര്യയും സീരിയലിൽ മിടുക്കിന്റെയും സാമർഥ്യത്തിന്റെയും അവതാരങ്ങളാണ്. മാതാപിതാക്കളെ എങ്ങനെ അനുസരിക്കാതിരിക്കാം, കുടുംബബന്ധങ്ങൾ ശിഥിലമാക്കുന്നതെങ്ങനെ, നിയമത്തിന്റെ കണ്ണിൽപ്പെടാതെ എങ്ങനെ കുറ്റകൃത്യങ്ങൾ ചെയ്യാം എന്നൊക്കെ പഠിക്കാനുള്ള മാധ്യമമായി മാറിയിരിക്കുന്നു നിലവിൽ പരമ്പരകൾ. വീട്ടിലിരിക്കുന്ന സ്ത്രീകളോടൊപ്പം, മുതിർന്നവരും കുട്ടികളും പരമ്പരകളുടെ പ്രേക്ഷകരാണ്. ഇവരുടെയെല്ലാം മാനസികാരോഗ്യത്തെ സാമൂഹിക വീക്ഷണത്തെയും പരമ്പരകൾ സ്വാധീനിക്കുന്നുണ്ട്. വളരെ ചെറുപ്പം മുതലേ സ്ത്രീകളെ തല്ലുന്ന, അവരെ താഴ്ത്തികെട്ടുന്ന തരത്തിലുള്ള സംസാരങ്ങളുള്ള പരമ്പരകൾ കണ്ട് വളരുന്ന കുട്ടിയെ പിന്നീട് തിരുത്തുന്നത് പ്രയാസകരമാകും.

കലാമൂല്യവും സാങ്കേതിക മികവും പ്രകടമാക്കുന്ന സൃഷ്ടികൾ ഒന്നും തന്നെ ഇല്ലാത്തതിനാൽ പലപ്പോഴും മികച്ച ടെലിവിഷൻ പരമ്പരയ്ക്ക് സംസ്ഥാന അവാർഡ് പോലും ലഭിക്കുന്നില്ല. പരമ്പരകളിൽ സ്ത്രീകളെയും കുട്ടികളെയും മോശമായി ചിത്രീകരിച്ചു കാണുന്നതിൽ കടുത്ത ആശങ്കയും ജൂറി രേഖപ്പെടുത്തിയിട്ടുണ്ട്. കലയുടെ പരമമായ ലക്ഷ്യം പ്രേക്ഷകനെ രസിപ്പിക്കുകയും അവരിൽ സന്തോഷം നിറയ്ക്കുകയും തന്നെയാണ്. എന്നാൽ ആനന്ദാനുഭൂതി പകരുന്നതിലൂടെ പ്രേക്ഷകന്റെ മലീമസമായ മനസ്സിനെ സംസ്കരിച്ച് സംസ്കാരസമ്പന്നമായ സ്നേഹവും കാരുണ്യവും ആർദ്രതയുമുള്ള നല്ല മനുഷ്യരായി രൂപാന്തരപ്പെടുത്തുക എന്ന ഉന്നതമായ ലക്ഷ്യം കൂടി കലാസൃഷ്ടികൾ നിറവേറ്റേണ്ടതുണ്ട്.

ജീവിതത്തിൽ മനുഷ്യന് നഷ്ടമായിക്കൊണ്ടിരിക്കുന്ന നന്മകളും മനുഷ്യത്വവും നീതിബോധവുമൊക്കെ തിരിച്ചുപിടിക്കാൻ കലകൾ സഹായകമാവണം. നമ്മുടെ ശ്രേഷ്ഠമായ പാരമ്പര്യത്തേയും പൈതൃകത്തേയും ഭാഷയേയും സംസ്കാരത്തേയുമൊക്കെ സംരക്ഷിക്കുന്നതോടൊപ്പം സാമൂഹ്യ പരിവർത്തനോപാധിയായി കൂടി കല മാറുമ്പോഴാണ് കലയുടേയും കാലഘട്ടത്തിന്റെയും ദൗത്യം പൂർത്തീകരിക്കപ്പെടുന്നത്. ഇത്തരം ഉത്തരവാദിത്വങ്ങളിൽ നിന്നും ഒഴിഞ്ഞ് മാറാൻ ജനപ്രിയ കലയായ പരമ്പരകൾക്കും സാധ്യമല്ല.

പരമ്പര എഴുത്തുകാർ മുഴുവനും പുരുഷൻമാർ ആണെന്നതു കൊണ്ടുതന്നെ പുരുഷൻമാരുടെ കാഴ്ചയിലെ സ്ത്രീ അനുഭവങ്ങളും, സ്ത്രീ സങ്കൽപങ്ങളും ആണ് വികലമായി സ്ത്രീ പ്രശ്നങ്ങൾ എന്ന പേരിൽ മലയാളം സീരിയലുകളിൽ അവതരിപ്പിക്കപ്പെടുന്നത്. അതുകൊണ്ട് തന്നെ ഇത് പലപ്പോഴും സ്ത്രീവിരുദ്ധമാവുന്നതിൽ പരാതി പറഞ്ഞിട്ട് പ്രയോജനമില്ല. സ്ത്രീകൾ തന്നെ സീരിയലുകളുടെ കഥാ തിരക്കഥാ സംവിധാന രംഗങ്ങളിലേക്ക് എത്തപ്പെട്ടാൽ സീരിയലുകളുടെ പ്രമേയത്തിലും അവതരണത്തിലും വിപ്ലവകരമായ മാറ്റം തന്നെ സംഭവിക്കാതിരിക്കില്ല. നൻമയുടെയും സ്നേഹത്തിന്റെയും കഠിനാധ്വാനത്തിന്റെയും സ്ത്രീ സമത്വത്തിന്റെയും കഥകൾ പ്രേക്ഷകർക്ക് നൽകി ഒരു നല്ല സമൂഹത്തിനെ സൃഷ്ടിക്കുക എന്നതാവട്ടെ പുതിയ തലമുറയിലെ പരമ്പരകളുടെ ലക്ഷ്യം.

○○

8

ദൃശ്യമാധ്യമങ്ങളിലെ സ്ത്രീ സാന്നിധ്യവും പ്രതിനിധാനവും

ഡോ. ഹസ്ക്കറലി ഇ.സി.

സമകാലികലോകത്തെ വിസ്മയമാണ് ദൃശ്യമാധ്യമങ്ങൾ. ദൃശ്യമാധ്യമങ്ങൾ ആളുകളുടെ കാഴ്ചയുടെ ലോകം വിശാലമാക്കി. ഓരോ കാഴ്ചയും ഓരോ അനുഭവമാകുന്ന ലോക സാഹചര്യം സംജാതമായി. അച്ചടി-ശ്രവ്യ മാധ്യമങ്ങളിൽ നിന്ന് വ്യത്യസ്തമായി ദൃശ്യമാധ്യമങ്ങളിൽ പ്രത്യക്ഷപെടുന്നവരുടെ ശരീരഭാഷ വിലയിരുത്തപ്പെട്ടു. പറയുന്ന വിഷയം പോലെത്തന്നെ, പറയുന്ന ആളുടെ ശരീരഭാഷയും ദൃശ്യമാധ്യമങ്ങളിൽ പ്രാധാന്യമുള്ളതായി മാറി. ഓരോരുത്തരുടെയും പ്രായം, ലിംഗം (ആൺ/പെൺ) ഫോട്ടോലുക്ക് എന്നിവക്ക് അനുസരിച്ചാണ് ഓരോ പരിപാടി സ്വീകരിക്കുന്നതും തള്ളിക്കളയുന്നതും. ദൃശ്യമാധ്യമങ്ങളെ ഒന്നിച്ചു വിലയിരുത്തുക എന്നത് ഒരു പ്രബന്ധത്തിൽ ചുരുക്കാൻ കഴിയുന്ന ഒന്നല്ല, എന്നതുകൊണ്ടുതന്നെ മലയാളത്തിലെ വാർത്താചാനലുകളിലെ സ്ത്രീ പ്രതിനിധാനത്തെക്കുറിച്ചാണ് ഇവിടെ വിലയിരുത്താൻ ശ്രമിക്കുന്നത്.

താരതമ്യേന കുറഞ്ഞ ചരിത്രപാരമ്പര്യം മാത്രം അവകാശപ്പെടാൻ കഴിയുന്ന മാധ്യമമാണ് ദൃശ്യ മാധ്യമങ്ങൾ. അവയിൽത്തന്നെ വാർത്താമാധ്യമങ്ങളുടെ ചരിത്രം അതിലും കുറച്ചുകൂടി കുറയും. റേഡിയോ കാലത്തെ വാർത്താസംസ്കാരത്തിൽ വാർത്ത വായനക്കാർക്ക് ശബ്ദവിന്യാസത്തിൽ മാത്രം ശ്രദ്ധയൂന്നിയാൽ മതിയാ

യിരുന്നു. കാഴ്ചയുടെ തലത്തിൽ വന്നതോട് കൂടി കാര്യങ്ങൾ കുറച്ചു കൂടി വൈവിധ്യപൂർണ്ണമായി.

ഫ്രെയിമിലുള്ള എല്ലാ വസ്തുക്കളും ശ്രദ്ധിക്കപ്പെട്ടു. ഇനി അവതാരകനിലേക്ക് വന്നാൽ, അവതാരകന്റെ ശരീരഭാഷ വാർത്താ അവതരണത്തിലെ പ്രധാന ഘടകമാകുന്നത് പല വിധത്തിലാണ്. കാഴ്ച ഏക ശിലാത്മകമായ അനുഭൂതിയല്ല പ്രദാനം ചെയ്യുന്നത്. വാർത്താ അവതാരകന്റെ മുഖഭാവം മാത്രമല്ല എല്ലാ ചലനങ്ങളും നീരീക്ഷിക്കപ്പെടുന്നു. സ്റ്റുഡിയോ പശ്ചാത്തലം മുതൽ അവതാരകന്റെ ഓരോ ചലനങ്ങളും പ്രേക്ഷകനിൽ സ്വാധീനം ചെലുത്തുന്നു. കേൾവിയിൽ നിന്ന് കാഴ്ചയിലേക്കുള്ള മാറ്റം വിസ്മയകരമായിരുന്നുവെന്ന് അന്യത്ര സൂചിപ്പിച്ചുവല്ലോ. ശബ്ദത്തോടൊപ്പം ദൃശ്യവും വാർത്തയുടെ കാഴ്ചവട്ടത്തിൽ വന്നതോടുകൂടി അവതാരകരുടെ ശാരീരത്തോടൊപ്പം ശരീരവും ശ്രദ്ധിക്കേണ്ട ഒന്നായി. അവതാരകരുടെ അംഗവിക്ഷേപങ്ങളും പശ്ചാത്തലവുമെല്ലാം നിർണായക ഘടകമായി. വാർത്താ അവതാരകരുടെ ശരീരഭാഷ വാർത്താ അവതരണത്തിലെ പ്രധാന ശ്രദ്ധാകേന്ദ്രമായി.

'വാണിജ്യകാലത്തു ശരീരം ഒരു ആശയവിനിമയയന്ത്രം തന്നെയാണ്'. (ഉംബെർട്ടോ എക്കോ: 1979). എന്ത് പറയുന്നു എന്നതിനേക്കാൾ ആര് പറയുന്നു, എങ്ങനെ പറയുന്നു എന്നതിനായി ഊന്നൽ. മാർഷൽ മക് ലുഹന്റെ പ്രശസ്തമായ വാചകമാണ് 'മീഡിയം ഈസ് ദി മെസ്സേജ്'. ഏതു മാധ്യമത്തിലൂടെയാണ് നാം സന്ദേശം കൈമാറുന്നത് ആ മീഡിയം തന്നെ സന്ദേശമാകുന്ന അവസ്ഥ. ആ മീഡിയത്തിനു ഉള്ളടക്കത്തിനേക്കാൾ പ്രാധാന്യമുണ്ട്. നല്ല രുചികരമായ ഭക്ഷണം ഉണ്ടാക്കിയിട്ടു വൃത്തിയില്ലാത്ത പാത്രത്തിൽ വളരെ മോശം രീതിയിൽ നൽകിയാൽ എന്താണ് അവസ്ഥ. എത്ര രുചിയുണ്ടായിട്ടും കാര്യമില്ല. അതുപോലെ തന്നെയാണ് വാർത്തകളും അതിന്റെ അവതരണവും. വാർത്തയിലെ വിഷയത്തോടൊപ്പം തന്നെ അവ എങ്ങനെ അവതരിപ്പിക്കുന്നു, ആര് അവതരിപ്പിക്കുന്നു എന്നതും പ്രാധാന്യമുള്ളതാണ്.

ഏകതാനകമായ ദൃശ്യസംസ്കാരത്തിൽ നിന്ന് ബഹുവിധ സംസ്കാരത്തിലേക്കുള്ള മലയാളിയുടെ മാറ്റം വിസ്മയകരമായിരുന്നു. ഇന്ത്യയിലെ ടെലിവിഷൻ സംപ്രേഷണത്തിന് കാൽനൂറ്റാണ്ട് കഴിഞ്ഞതിനു ശേഷമായിരുന്നു കേരളത്തിൽ മലയാള ടെലിവിഷൻ പ്രക്ഷേപണം ആരംഭിച്ചത്. 1985-ലാണ് ദൂരദർശന്റെ മലയാളം ചാനൽ ആരംഭിക്കുന്നത്. പത്തുവർഷത്തിനു ശേഷം ഏഷ്യാനെറ്റ്

ഇന്ത്യയിൽ രണ്ടാമത്തേതും മലയാളത്തിൽ ആദ്യത്തേതുമായ ഉപ ഗ്രഹചാനലായി നിലവിൽ വന്നു. ദൂരദർശന്റെ അപ്രമാദിത്യത്തിന് തിരിച്ചടി നല്കിക്കൊണ്ടാണ് 1993-ൽ ഏഷ്യാനെറ്റ് രംഗത്തുവരുന്നത്. 'ദൂരദർശനും' അതിനുശേഷം 'ഏഷ്യാനെറ്റും' മലയാളികളുടെ ദൃശ്യസംസ്കാരത്തിൽ കാതലായ മാറ്റങ്ങൾ ഉണ്ടാക്കി.

2003-ൽ ഇന്ത്യാവിഷൻ ന്യൂസ് ചാനലിന്റെ വരവോടുകൂടിയാണ് മലയാളത്തിലെ സമ്പൂർണ്ണ വാർത്താചാനലുകൾക്ക് തുടക്കം. ഇന്ത്യാവിഷൻ തുടങ്ങിയ വാർത്താസംസ്കാരം പിന്നീട് വന്ന വാർത്താചാനലുകൾക്ക് മാതൃകയോ പ്രേരണയോ ആയിട്ടുണ്ട്. തുടക്കത്തിൽ വാർത്ത എന്നത് കേവലം വായിച്ചു തീർക്കാനുള്ള ഒരു ജോലി എന്നതിൽ കവിഞ്ഞ യാതൊരുവിധ സവിശേഷതയും ആവശ്യപ്പെട്ടിരുന്നില്ല എന്നത് വാസ്തവമായിരുന്നു. നല്ല ശബ്ദവും തെറ്റുകൂടാതെ വായിക്കാനുള്ള കഴിവുമുള്ള ആർക്കും തിരഞ്ഞെടുക്കാവുന്ന ഒരു ജോലി. ആദ്യകാല മലയാള വാർത്താവായനക്കാരിൽ പ്രധാനപ്പെട്ട സ്ത്രീശബ്ദം ദൂരദർശൻ മലയാളം ചാനലിലെ രാജേശ്വരിയുടെയും പിന്നീട് ഹേമലതയുടേതുമാണ്. ടെലി പ്രോംപ്റ്റർ ഇല്ലാതെ പ്രിന്റ് ചെയ്ത വാർത്തകൾ നോക്കി വായിച്ചിരുന്ന കാലം. ഐ കോണ്ടാക്ട് മാത്രമായിരുന്നു പ്രധാന ഏകകം. 1993-ൽ സ്വകാര്യ ചാനലായ ഏഷ്യാനെറ്റ് വരുന്നതോടു കൂടിയാണ് നിലവിലുള്ള വാർത്താവായനക്ക് കെട്ടിലും മട്ടിലും മാറ്റം വരുന്നത്. ഫിലിപ്പൈൻസിലെ സുബിഗ് ബേയിൽ നിന്ന് തിരുവനന്തപുരത്തെ ഗോർക്കിഭവനിലെ സ്റ്റുഡിയോവിലേക്കുള്ള മാറ്റം വിപ്ലവകരമായിരുന്നു. ഏഷ്യാനെറ്റിന്റെ ആദ്യകാല വാർത്താ വായനക്കാർ ആയിരുന്നു പ്രമോദ് രാമനും, എൻ.കെ. രവീന്ദ്രനും. പിന്നീട് ഏഷ്യാനെറ്റിൽ മായയും റാണിയും അനുജയും അളകനന്ദയും വാർത്താവതാരകരായി വന്നു.

ഇന്ത്യാവിഷൻ ന്യൂസ് ചാനൽ കൊണ്ടുവന്ന വാർത്താസംസ്കാരം സവിശേഷമായിരുന്നു. ഇന്ത്യാവിഷനിലെ ഒട്ടുമിക്ക റിപ്പോർട്ടുമാരെകൊണ്ടും വാർത്താ അവതരിപ്പിക്കാനുള്ള പരിശ്രമം തുടക്കം മുതൽതന്നെ ഉണ്ടായിരുന്നു. വാർത്താവായനയിൽ നിന്ന് വാർത്താ അവതരണത്തിലേക്കുള്ള ആദ്യ പരിശ്രമം ഇന്ത്യാവിഷൻ വാർത്താസംഘത്തിന്റേതായിരുന്നു. ലൈവ് ടെലി ഇൻ (Tele In) ഉൾപ്പെടെ ഒ.ബി (Outdoor Broadcasitng) വാൻ സംവിധാനവും മലയാളിക്ക് സുപരിചിതമാകുന്നത് ഇന്ത്യാവിഷനിലൂടെയാണ്. വർത്തമാനകാലത്തെ പ്രധാനപ്പെട്ട വാർത്താ അവതാരകർ എല്ലാം തന്നെ ഇന്ത്യാവിഷൻ വാർത്താ ചാനലിന്റെ സൃഷ്ടികളായിരുന്നു. ഇന്നത്തെ സ്റ്റാർ

അവതാരകരായ ഷാനി പ്രഭാകറും നിഷയും ശ്രീകലയും പിൽക്കാലത്തു സ്മിതയും ശ്രീജയും തുടങ്ങി ഒട്ടേറെ സ്ത്രീസാന്നിധ്യങ്ങൾ ഇന്നുണ്ട്. വാർത്താ അവതരണത്തിൽനിന്നു വ്യത്യസ്തമായി ചൂടേറിയ ചർച്ച മോഡറേറ്റ് ചെയ്യാൻ പ്രാപ്തിയുള്ള സ്ത്രീ ആങ്കേർസ് മലയാളത്തിൽ കുറവാണ്. അനുപമക്കും ഷാനിക്കും പിന്നീടുവന്ന വീണ ജോർജിനും അല്ലാതെ മുഖ്യസമയ വാർത്താ വിശകലനത്തിന് കാര്യമായി ഇടപെടാൻ സാധിച്ചില്ല എന്നത് യാഥാർഥ്യമാണ്.

സമകാലിക ലോകത്തു വാർത്താ അവതരണം ഒരു സംവാദ മണ്ഡലമാണ്. ആര് ആർക്കുമേൽ താർക്കികമായി വിജയം നേടുന്നുവോ അക്കൂട്ടർ അന്നത്തെ വിജയപക്ഷമാകുന്ന സമസ്യ. അടുത്ത ദിവസം മറ്റൊരു കൂട്ടർ. ചർച്ചയിൽ പങ്കെടുക്കുന്ന ആളുകൾക്ക് വലിയരീതിയിൽ മാറ്റം ഉണ്ടാകുന്നില്ല. ഇതിനിടയിൽ അവതാരകരുടെ പങ്ക് അവതാരകർ സ്വയം നിർമ്മിച്ചെടുക്കണം. അല്ലാത്തപക്ഷം സ്റ്റുഡിയോ റൂമുകൾ ഹൈജാക്ക് ചെയ്യുന്ന അവസ്ഥ ഉണ്ടാകും. മറ്റൊരുവിധത്തിൽ പറഞ്ഞാൽ അവതാരകരുടെ മെയ് വഴക്കമാണ് വാർത്തയെ നിലനിർത്തുന്നതും ഇല്ലാതാക്കുന്നതും. കേൾവിയും കാഴ്ചയും ഒന്നിച്ചു ചേർന്ന മാധ്യമമാണ് ടെലിവിഷൻ. ടിവി പരിപാടിയുടെ (വാർത്താ ഉൾപ്പടെയുള്ള) വിജയം എന്നത് അവതാരകന്റെ അവതരണത്തിനുസരിച്ചാണ്. പറയുന്ന കാര്യത്തേക്കാൾ പറയുന്ന രീതിക്കാണ് ഇന്ന് പ്രാധാന്യം.

ആശയവിനിമയത്തിന് വ്യത്യസ്ത രീതികൾ പ്രചാരത്തിലുണ്ട്. ഐ കോണ്ടാക്ടിനെ ആസ്പദമാക്കിയുള്ള ആശയവിനിമയ രീതിയെ ഒക്കുലെസിക്സ് (oculesisc) സ്പർശനം ആസ്പദമാക്കിയുള്ള ആശയവിനിമയ രീതിയെ ഹാപ്റ്റിക്സ് (haptisc) ശബ്ദത്തെ ആസ്പദമാക്കിയുള്ള ആശയ വിനിമയ രീതിയെ വൊക്കലിക്സ് (vocalics), ശാരീരിക ചലനത്തെ ആസ്പദമാക്കിയുള്ള ആശയവിനിമയ രീതിയെ കൈനെസിക്സ് (kinesicts), വസ്തു ഉപയോഗിച്ചുള്ള ആശയ വിനിമയത്തെ ഒബ്ജെക്റ്റിക്സ് (objectics)എന്നുമാണ് പറയുന്നത്. ഇവയിൽ തന്നെ കണ്ണ് കൊണ്ടും ശാരീരിക ചലനം കൊണ്ടും ഒരു പരിധിവരെ വസ്തുക്കൾ ഉപയോഗിച്ച് കൊണ്ടും ആശയ വിനിമയം നടത്തേണ്ട ആവശ്യം ടിവി അവതാരകർക്കു അത്യാവശ്യമാണ്. പേപ്പറിൽ നോക്കി വാർത്ത വായിക്കുന്നതിനു പകരം ടെലിപ്രോംപ്റ്ററിൽ നോക്കി വാർത്ത വായിക്കുന്ന സന്ദർഭത്തിൽ അവതാരകർക്കു തുടക്കത്തിൽ നേരിട്ട ഒരു വെല്ലുവിളി അവ

രുടെ കൈകൾ തന്നെയായിരുന്നു. വാർത്താ അവതാരകരുടെ കൈകൾ എവിടെ വെക്കണം എന്നത് ഒരു പ്രശ്നമായിരുന്നു. വാസ്തവത്തിൽ ആശയ വിനിമയത്തിൽ മനുഷ്യരുടെ അറുപത്തിയഞ്ച് ശതമാനത്തോളം ആശയവിനിമയവും നോൺ വെർബൽ എന്ന് പറയുന്നുണ്ടെങ്കിലും അവ പ്രായോഗിക തലത്തിൽ തിരിച്ചറിഞ്ഞിട്ടില്ലെന്നതാണ് വാസ്തവം. (അല്ലൻ, ബാർബറ: 2004)

മലയാളത്തിലെ സ്ത്രീ വാർത്താ അവതാരകർക്കു പുരുഷ വാർത്താ അവതാരകരെ പോലെ പൂർവമാതൃകകൾ ഉണ്ടായിരുന്നില്ല. ബർക്കദത്ത മാത്രമായിരുന്നു ഏകമാതൃക. പ്രണോവ് റോയിയെ പോലെ, രാജ്ദീപ് സർദേശായി പോലെ, അർണാബ് ഗോസാമിയെ പോലെ ശക്തമായ സാന്നിധ്യത്തിന്റെ അഭാവം സ്ത്രീ വാർത്താ അവതാരകരെ സംബന്ധിച്ചേടത്തോളം ഒരേസമയം പരിമിതിയും ഗുണവുമായിരുന്നു. ദേശീയ ചാനലുകളിൽത്തന്നെ ശ്രദ്ധേയമായ സ്ത്രീ വാർത്താ അവതാരകർ പരിമിതം മാത്രമായിരുന്നു.

നേരിട്ട് ഇടപെടുന്നതു പോലെയല്ല, ടി.വി. പരിപാടികളിലൂടെ അവതാരകർ ഓരോ പ്രേക്ഷകനുമായി ഇടപെടുന്നത്. അത് വ്യത്യസ്ത രീതിയിലാണ്. പ്രേക്ഷകനെ സംബന്ധിച്ചേടത്തോളം തനിക്കു ഉൾകൊള്ളാൻ കഴിയുന്ന ഒന്നാണോ വാർത്താ എന്നതിനപ്പുറം അവതാരകന്റെ ശരീരഭാഷ ഏതു വിധത്തിലാണ് എന്ന് ശ്രദ്ധിക്കുന്നുണ്ട്. അതുകൊണ്ടുതന്നെയാണ് രാത്രിയിലെ വാർത്താ സംവാദങ്ങളിൽ തനിക്കു ഇഷ്ടപെടുന്ന അവതാരകന്റെ (അവതാരകയുടെ) വാർത്ത കേൾക്കാൻ പ്രേക്ഷകർ തയ്യാറാകുന്നത്. അവതാരകർ ചാനൽ മാറിയാൽ പിന്നീട് ഏതു ചാനലിലാണോ അവർ വരുന്നത് എന്ന് നോക്കാതെ പ്രേക്ഷകൻ കാണാൻ തയ്യാറാകുന്നുണ്ട്. അവതാരകരെ സംബന്ധിച്ചേടത്തോളം വ്യത്യസ്ത അഭിരുചിയുള്ള ആളുകളെ എങ്ങനെ ഉൾകൊള്ളിച്ചു മുന്നോട്ടു പോകാൻ സാധിക്കും എന്നത് ഒരു വെല്ലുവിളിയാണ്. പരിചിതമില്ലാത്ത/തിരിച്ചറിയാത്ത കാഴ്ച സമൂഹത്തിനു മുൻപിലാണ് ആധുനിക ലോകത്തു ഓരോ ദൃശ്യമാധ്യമങ്ങളും പരിപാടികൾ അവതരിപ്പിക്കുന്നത്. അതേസമയം എല്ലാവിധത്തിലുള്ള പ്രേക്ഷകരെയും ഒരേ വിധത്തിൽ തൃപ്തിപ്പെടുത്താനാണ് എല്ലാ ചാനലുകളും ശ്രമിക്കുന്നത്.

അതിനാൽ സംസ്കാരത്തിന് അനുസൃതമായി ശരീരഭാഷക്കും വ്യത്യാസങ്ങളുണ്ട്. സമയം, സ്ഥലം, അംഗവിക്ഷേപവും മുഖഭാവവും, സ്പർശനം, വസ്ത്രധാരണം, ആഭരണങ്ങൾ അണിയൽ,

യൂണിഫോം, ശിരോവസ്ത്രം, ഐ കോണ്ടാക്ട്, കണ്ണ് ചിമ്മൽ, ശബ്ദ രൂപഭേദങ്ങൾ, സംഗീതം, നൃത്തം, ഗന്ധം (ആൻഡേഴ്സൺ :1977). ദൂരദർശൻ കാലയളവിൽ സൽമ സുൽത്താന റോസാ പൂവ് മുടിയിൽ ചൂടി വാർത്താ വായിച്ചിരുന്ന സന്ദർഭം നോക്കിയാൽ മതിയാകും.

പ്രേക്ഷകരെ സംബന്ധിച്ചേടത്തോളം വാർത്താ അവതാരകരുടെ ഓരോ അംഗചലനത്തിലും വലിയ ശ്രദ്ധ നൽകുന്നുണ്ട്. ഗൗരവകരമായ വിഷയം അവതരിപ്പിക്കുമ്പോൾ പ്രകടിപ്പിക്കേണ്ട മുഖഭാവവും ശക്തമായ നിൽപ്പും സാധാരണ കാര്യങ്ങൾ അവതരിപ്പിക്കുമ്പോൾ ഉള്ള മിതത്വവും സന്ദർഭോചിതമാണ്. ഏതെങ്കിലും ഒരു ഭാഗത്തു ഇരുന്നു കൊണ്ടുള്ള വാർത്താവായനയിൽ നിന്ന് മാറി, നിന്നുകൊണ്ടും നടന്നു കൊണ്ടുമുള്ള വാർത്താ അവതരണം ഇന്ന് സർവ സാധാരണമാണ്. കണ്ണ് മാത്രമല്ല കൺപുരികവും കൈയും കാലും ശരീരത്തിലെ ഓരോ ഭാഗവും വാർത്താ അവതാരകർക്കു തലവേദന ഉണ്ടാക്കുന്ന ഒന്നാണ്.

എന്തിനേറെ പറയുന്നു, വാർത്താ അവതാരകർക്കു സൗന്ദര്യവും വേണം എന്നായി. പുരുഷന്മാരെ അപേക്ഷിച്ചു സുന്ദരികളായ വാർത്താ അവതാരകരെ തന്നെയാണ് മിക്ക ചാനലുകളും പരിഗണനക്ക് എടുക്കുന്നത്. സ്ക്രീൻ അപ്പീൽ എന്നത് ദൃശ്യ മാധ്യമത്തെ സംബന്ധിച്ച് നിർണായക ഘടകമെന്ന അവസ്ഥ വരെ ഉണ്ടായിട്ടുണ്ട്. ചുരുക്കത്തിൽ, മലയാളത്തിലെ സ്ത്രീ വാർത്താ അവതാരകരുടെ എണ്ണം മുൻപുള്ള എണ്ണത്തിൽ നിന്ന് ക്രമാനുഗതമായ രീതിയിൽ വലിയ മാറ്റം ഉണ്ടായിട്ടുണ്ടെങ്കിലും അവ മുഖ്യധാരാ അവതരണ രംഗത്തേക്ക് കടന്നു വന്നിട്ടില്ല എന്നത് വസ്തുതയാണ്. ചാനലുകളുടെ എണ്ണം കൂടിയത് അവതാരകരുടെ എണ്ണം കൂടി എന്ന സാമാന്യ നിഗമനത്തിൽ നിന്ന് വ്യത്യസ്തമായി സവിശേഷമായ പ്രാധാന്യം ആർക്കും വരുന്നില്ല.

ഔചിത്യബോധം വാർത്താ അവതാരകർക്കു ഉണ്ടാവേണ്ടതുണ്ട്. വാർത്താ അവതരണം ഒരു സാധാരണ ജോലി എന്നതിനപ്പുറം സാമൂഹിക പ്രതിബദ്ധതയുള്ള ഒരു സേവന വൃത്തിയായി മാറുമ്പോഴാണ് മാധ്യമ ജോലിയുടെ മഹത്വവും കൂടുന്നത്.

oo

9

ആത്മാന്വേഷണത്തിന്റെ ചലച്ചിത്രകാരി

ശ്രീജ ശ്രീധരൻ

സ്ത്രീ സംവിധായകരെ വിലയിരുത്തുമ്പോൾ സിനിമ എന്ന കലാസൃഷ്ടിയെ മൊത്തമായി വിലയിരുത്തുന്നതിനു പകരം അവർ മുന്നോട്ടു വെക്കുന്ന രാഷ്ട്രീയം അഥവാ സിനിമയിലെ സ്ത്രീപക്ഷ കാഴ്ചപ്പാടാണ് കൂടുതൽ വായിക്കപ്പെടുന്നത്. കേരളം പോലെ തികച്ചും പിതൃമേധാവിത്വ സമൂഹത്തിൽ സ്ത്രീ സിനിമ ചെയ്യുന്നതുതന്നെ രാഷ്ട്രീയമായിരിക്കെ പ്രത്യേകിച്ചും ഇങ്ങനെ വായിക്കപ്പെടാൻ അവയ്ക്ക് അർഹതയുണ്ട് താനും. കേരളത്തിൽ മാത്രമല്ല ഇന്ത്യയിൽ പൊതുവായി ഒരു സ്ത്രീക്ക് സിനിമ രൂപപ്പെടുത്തണമെങ്കിൽ പുരുഷന്റെ ഇരട്ടി അധ്വാനവും സങ്കല്പവും പ്രവർത്തനവും ആവശ്യമായി വരുന്നുണ്ട്.

മൂലധനം ഒരുക്കുന്നത് മുതൽ സിനിമാ ചർച്ചകൾക്കാവശ്യമായ പൊതു ഇടം കണ്ടെത്തണമെങ്കിൽ വരെ സ്ത്രീക്ക് വലിയ അളവിൽ പിന്തുണ തേടേണ്ടിവരുന്നുണ്ട് ഹേബർമാസ് മുന്നോട്ടു വെക്കുന്ന പൊതു ഇടം മലയാളിസ്ത്രീകൾക്ക് അടുത്തകാലം വരെ ഏറെക്കുറെ അപ്രാപ്യമായിരുന്നു. സിനിമാചർച്ചകൾ നടക്കുന്ന ഹോട്ടൽ മുറിയിൽ പുരുഷനോടൊപ്പം തനിച്ചിരുന്നാൽ അവൾ അസന്മാർഗിണിയായി മുദ്ര കുത്തപ്പെടുന്ന സമൂഹമാണ് കേരളത്തിൽ ഉള്ളത്. വളരെ സ്വകാര്യമായ ഇടങ്ങളിലോ അല്ലെങ്കിൽ ജനമധ്യത്തിലോ മാത്രമാണ് സർഗാത്മകമായ സംവാദങ്ങൾ സ്ത്രീക്ക് സാധ്യമാകുന്നത്. ഇക്കാരണത്താൽ ഒരു കല എന്ന നിലയിൽ സിനിമ കൈവരിച്ച സാങ്കേതിക കലാമുന്നേറ്റങ്ങളെ ശരിയായ വിധത്തിൽ ആവിഷ്കരിക്കാൻ സ്ത്രീകളിൽ ഭൂരിഭാഗത്തിനും

സാധ്യമാകുന്നില്ല. അതുകൊണ്ടു തന്നെ സാങ്കേതികതയെയോ കലാമൂല്യത്തെയോ അവഗണിച്ചുകൊണ്ടാവും സ്ത്രീ സിനിമകളുടെ വായന. അല്ലെങ്കിൽ അങ്ങനെ വായിക്കാൻ നിരൂപകർ നിർബന്ധി തരാവുന്നുണ്ട്. പക്ഷേ ഇത്തരം പരിമിതികളെ അവഗണിച്ച് കൊണ്ടു ഈ മാധ്യമത്തെ തങ്ങളുടെ കലാസംവേദനത്തിനു പ്രാപ്തമാക്കിയ മികവുറ്റ സംവിധായികമാർ ഇന്ത്യയിലുണ്ട്. അപർണ സെൻ, കല്പന ലാജ്മി, ദീപമെഹ്ത്ത, മീരനായർ, മേഘ്ന ഗുൽസാർ, കൊങ്കണസെൻ എന്നിവർ അവരിൽ ചിലർ മാത്രം. അവരുടെ കൂട്ടത്തിലേക്കു പരിഗണിക്കാൻ യോഗ്യതയുള്ള, അല്ലെങ്കിൽ വളർന്നുകൊണ്ടിരിക്കുന്ന സംവിധായികമാരിൽ ഒരാളാണ് ഗീതു മോഹൻദാസ്.

ലോകസിനിമയിൽ സ്ത്രീപക്ഷസിനിമകൾ എന്നതിനും മീതെയായി സ്ത്രീകൾ തങ്ങളുടെ കയ്യൊപ്പുകൾ പതിപ്പിച്ചു കഴിഞ്ഞിരിക്കുന്നു. അഗ്നസ് വർദ, സൊഫിയ കപ്പോള, മാർത്ത മസോറ്സ്, ഹെല്മ സാൻഡേഴ്സൺ തുടങ്ങിയവരുടെ സിനിമകൾ ശക്തമായ പ്രമേയവും ദൃശ്യപരിചരണവും കൊണ്ടു ക്ലാസിക് നിരയിൽ ഇടം പിടിച്ചവരാണ്. അപർണ സെന്നിനെ മാറ്റി നിർത്തിയാൽ ഇൻഡ്യയിൽ നിന്നും അത്തരം സ്ഥാനത്തേക്ക് ഒരാൾ ഇനിയും ഉയർന്നു വരേണ്ടതുണ്ട്.

പാർശ്വവത്ക്കരിക്കപ്പെട്ട വിഭാഗങ്ങൾ സിനിമയിൽ എങ്ങനെ പ്രതിനിധീകരിക്കപ്പെടുന്നുവെന്നും അവയുടെ കാഴ്ചശീലങ്ങൾ എങ്ങനെ മാറ്റപെടണമെന്നും ചിന്തിക്കുമ്പോൾ മാത്രമേ സ്ത്രീ സംവിധായകരെ വിലയിരുത്താൻ കഴിയൂ എന്നൊരു പക്ഷമുണ്ട്. ലോറമൾവി തുടങ്ങി വച്ച ആൺനോട്ടം എന്ന ആശയവും അതിനോടാനുബന്ധിച്ചു സമാന്തര വായനയുടെ ആവശ്യകതയെക്കുറിച്ചു ജൂഡിറ്റ് ബട്ലർ തുടങ്ങി വച്ച അത്യന്തം ഗഹനമായ സ്ത്രീപക്ഷ ചർച്ചകൾക്കും ചുവട് പിടിച്ചാണ് വനിതാ സംവിധായകരെ വിലയിരുത്തേണ്ടത്. മുഖ്യധാരാസിനിമകളിൽ ആൺക്കോയ്മ ഇപ്പോഴും പ്രബലമായ തുടരവേ സമാന്തരസിനിമകളിൽ ചെറുമാറ്റങ്ങൾ കാണപ്പെടുന്നുണ്ട്.

മുഖ്യധാരാസിനിമകളിൽ തന്നെ ഫറ ഖാൻ, അഞ്ജലി മേനോൻ തുടങ്ങി കുറച്ചു സംവിധായികമാർക്കു സിനിമ വ്യവസായത്തിലും തങ്ങളുടെ ഇടം ഉറപ്പിക്കാൻ സാധിക്കുന്നുണ്ട്. അങ്ങനെ കാലങ്ങളായി പുരുഷൻ കയ്യടക്കി വെച്ച മേഖലകളിൽ സ്ത്രീ ഇടപെടുമ്പോൾ തന്നെ ആൺനോട്ടം സ്വാഭാവികമായി കുറയുന്നുണ്ട്. ചിലർ അത് ബോധപൂർവം മറികടക്കാൻ ശ്രമിക്കുമ്പോൾ ചില

രിൽ അത് സ്വാഭാവികമായി വന്നുചേരുന്നു. ഉദാഹരണത്തിന് അഞ്ജലിമേനോനെ തന്നെ എടുക്കുക. കച്ചവട സിനിമയുടെ എല്ലാ ചേരുവകളെയും സിനിമ എന്ന മാധ്യമത്തിന്റെ നൂതനമായ സാധ്യതകൾ ഉപയോഗിച്ചു വളരെ മനോഹരമായി ചിത്രീകരിച്ച സംവിധായികയാണ് അഞ്ജലി മേനോൻ.

അഞ്ജലിയുടെ സിനിമകളിൽ, പാരമ്പര്യത്തിന്റെ, സമ്പത്തിന്റെ, സവർണതയുടെ ചരടുകൾ കെട്ടു പിണഞ്ഞു കിടക്കുന്നുണ്ട്. എന്നാൽ അതിനിടയിലും സ്ത്രീപക്ഷനോട്ടങ്ങളും ചിന്തകളും അഞ്ജലിയുടെ സിനിമകളിൽ തെളിഞ്ഞു വരുന്നുണ്ട്. ഇവിടെയാണ് ഗീതു മോഹൻദാസ് എന്ന സംവിധായിക വ്യത്യസ്തയാവുന്നത്. കൃത്യമായ ഉപരിവർഗ ചുറ്റുപാടുകളിൽ നിന്നു സിനിമയിൽ എത്തിപ്പെട്ടിട്ടുപോലും ഗീതു മോഹൻദാസിന്റെ സിനിമകൾ മുന്നോട്ടുവെക്കുന്നതു അരിക്കുവൽക്കരിക്കപ്പെട്ടവരുടെ ജീവിതവും സമസ്യകളും ആണ്. അത് മുകളിൽ നിന്നുള്ള വീക്ഷണകോൺ അല്ല, മറിച്ചു ഒപ്പാചേർന്നുള്ള നിൽപ്പാണ്.

മലയാള സിനിമയുടെ ചരിത്രം പരിശോധിക്കുമ്പോൾ, തൊണ്ണൂറുകൾക്ക് മുമ്പ് വിരലിലെണ്ണാവുന്ന സ്ത്രീ സംവിധായികമാരേ സംവിധാന മേഖലയിലേക്ക് കടന്നു വന്നിട്ടുള്ളൂ. ഇത് വളരെ നീണ്ട ചരിത്രം ഉള്ള, ലോകസിനിമാ ചരിത്രത്തിനൊപ്പം വളർന്ന ഒരു മേഖലയിൽ ആണെന്നോർക്കണം. മലയാളത്തിലെ ആദ്യ സിനിമാ സംവിധായികയായ വിജയ നിർമല മുതൽ ഷീല വരെയുമുള്ളവരുടെ കാര്യം എടുക്കുക. അവർ വെറും നിഴൽ ചിത്രകാരികൾ ആയിരുന്നു. പിന്നീട് പ്രശസ്തരായി മാറിയ പല മുൻനിര സംവിധായകരുടെയും പഠനക്കളരി ആയിരുന്നു അത്. വിജയനിർമല തന്നെ ഒരു അഭിമുഖത്തിൽ ഇതിനെ കുറിച്ചു പറയുന്നുണ്ട്. അവർ മറ്റു ഭാഷകളിൽ തിരക്കുള്ള സംവിധായികയായി പിന്നീട് മാറി എന്നത് മറ്റൊരു ചരിത്രം.

രണ്ടായിരാമാണ്ടിന് ശേഷമാണ് സ്ത്രീകൾ കേരളത്തിൽ ക്യാമറക്കു പിന്നിൽ ദൃശ്യമായി തുടങ്ങിയത്. അതും എണ്ണത്തിൽ വളരെ കുറവാണ് താനും. ഇങ്ങനെ അത്യധികം ആൺകോയ്മ നിലനിൽക്കുന്ന മലയാള സിനിമയെ ലോകസിനിമയോട് ചേർത്തു നിർത്താനുള്ള ശ്രമമായി ഗീതു മോഹൻദാസിന്റെ സിനിമകളെ കാണണം. മലയാളസിനിമ എന്നതിനുപരി പാൻ ഇന്ത്യൻ സിനിമകളിലേക്കു മലയാളത്തിന്റെ ഇടപെടൽ എന്ന രീതിയിലാണ് ഗീതു മോഹൻദാസിന്റെ സംഭാവന.

സംയുക്ത സംരംഭങ്ങൾ അഥവാ കോ പ്രൊഡക്ഷൻ വ്യാപക മായതോടെയാണ് ലോകസിനിമാ ഭൂപടത്തിൽ ഇന്ത്യയിലെ സ്ത്രീ സംവിധായികമാർക്കു കൂടുതൽ ഇടം കിട്ടിത്തുടങ്ങിയത്. ദീപമേ ഹ്ത, ഗുരീന്ദർ ഛദ്ദ, മീരനായർ, സോയ അക്തർ തുടങ്ങി നിരവധി സംവിധായികമാർ ആഗോളതലത്തിൽ അത്തരത്തിൽ ശ്രദ്ധിക്ക പ്പെട്ടു. ഇന്ത്യയിലെ ഒരു പ്രത്യേക ഭൂവിഭാഗത്തിനെ പ്രതിനിധീക രിക്കുന്നതിനെക്കാൾ ആഗോള വാണിജ്യതാത്പര്യമനുസരിച്ച് ഇൻ ഡ്യയിൽ വ്യത്യസ്ത സാംസ്കാരിക സാമൂഹ്യാവസ്ഥയുടെ മിശ്ര ണമായിരുന്നു അവരുടെ സിനിമകൾ. ഗീതു മോഹൻദാസിന്റെ സി നിമകളും വ്യത്യസ്തമല്ല. ആദ്യ സിനിമ ഹിന്ദിയിൽ ഹിമാലയൻ പർവതനിരകളിലെ ചിത്കുൾ എന്ന ഗ്രാമത്തിൽ നടക്കുന്നതാണെ ങ്കിൽ രണ്ടാമതിറങ്ങിയ മൂത്തോൻ മുംബൈയിലും ലക്ഷദ്വീപിലു മാണ് സംഭവിക്കുന്നത്. ആ പ്രദേശങ്ങളിലെ തനതു പ്രാദേശിക ഭാഷയാണ് രണ്ടു സിനിമകളിലും ഉപയോഗിച്ചിരിക്കുന്നത്.

ഏറെ പ്രശംസ ലഭിച്ച കേൾക്കുന്നുണ്ടോ എന്ന ഹ്രസ്വ ചിത്രം മാറ്റിയാൽ രണ്ടേ രണ്ടു സിനിമകളേ ഗീതു സംവിധാനം ചെയ്തി ട്ടുള്ളൂ. എന്നിട്ടും എന്തുകൊണ്ടാണ് ഗീതുവിന്റെ സിനിമകൾ പഠന വിധേയമാക്കപ്പെടുന്നത്? കലാമൂല്യമുള്ള സിനിമകൾ നിർമ്മിക്കു ന്നത് പോലെ പ്രധാനമാണ് പ്രേക്ഷകരെയും ആഗോള വിപണി സാധ്യതകളും അംഗീകാരങ്ങളും കണ്ടെത്തുക എന്നത്. ഒരു നല്ല സിനിമ പ്രേക്ഷകരിലേക്കെത്തിക്കാൻ ഇന്ന് നിരവധി മാർഗങ്ങളുണ്ട്. അന്താരാഷ്ട്ര ചലച്ചിത്രമേള അതിലേക്കൊരു വഴിയാണ്. അന്താരാ ഷ്ട്രതലത്തിൽ ശ്രദ്ധിക്കപ്പെട്ട ഇൻഡ്യയിലെ എല്ലാ സംവിധായകരും ഈ വഴിയാണ് സ്വീകരിച്ചിരിക്കുന്നത്. അന്താരാഷ്ട്രസിനിമ മാർക്ക റ്റിങ്ങിൽ ചുരുങ്ങിയ നാൾകൊണ്ടു ഇടം കണ്ടെത്തിയ സംവിധാ യികയാണ് ഗീതുമോഹൻദാസ്. ഗീതുവിന്റെ മൂത്തോൻ തിരക്കഥ ഒരുക്കാൻ Sundance മേളയുടെ സഹായം ഉണ്ടായിരുന്നു. അന്താ രാഷ്ട്രവിപണിക്ക് അനുയോജ്യമായ കഥാതന്തുക്കൾ കണ്ടെത്തു ന്നതും തങ്ങൾ വ്യവഹരിക്കുന്ന രാഷ്ട്രഭൂമികയുമായി അതു ചേർ ന്നുനിൽക്കുന്നതും ഇത്തരം സിനിമകൾക്കു ആവശ്യമാണ്. കച്ചവ ടസിനിമ പോലെ തന്നെ കലാസിനിമകൾക്കും അത് ആവശ്യപ്പെ ടുന്ന കൃത്യമായ മൂലധന നിക്ഷേപങ്ങളും വിപണികളും ഉണ്ട്.

ഉള്ളടക്കത്തെ രൂപപ്പെടുത്തുമ്പോൾ സിനിമകൾക്കു മുദ്രാവാക്യ സ്വഭാവം വരുന്നില്ലയെന്നതാണ് ഗീതു മോഹൻദാസിന്റെ സിനിമ കളുടെ പ്രത്യേകത. എന്നു മാത്രമല്ല നിർവചിക്കപ്പെട്ട സ്ത്രീപക്ഷ

രാഷ്ട്രീയം വിളിച്ചുപറയുന്നവയുമല്ല ഗീതുവിന്റെ സിനിമകൾ. പക്ഷേ, പാർശ്വവത്ക്കരിക്കപ്പെട്ടവരുടെ കഥകൾ പറയുമ്പോൾ സ്ത്രീയുടെ അനുകമ്പയുടെ, ആർദ്രതയുടെ നോട്ടം ഗീതുവിന്റെ സിനിമകളിൽ നിന്നു വായിച്ചെടുക്കാൻ കഴിയും. രണ്ടു സിനിമകളാണു ഗീതു സംവിധാനം ചെയ്തിട്ടുള്ളത്. 2013-ൽ ഹിന്ദിയിൽ പുറത്തിറങ്ങിയ ഗീതാഞ്ജലി ഥാപ്പയും നവാസുദിൻ സിദ്ധിഖിയും അഭിനയിച്ച ലയേഴ്സ് ഡയസ് എന്ന ഹിന്ദി സിനിമയും ഹിന്ദി, ലക്ഷദ്വീപു മലയാളം ദ്വിഭാഷാ സിനിമയായ മൂത്തോനും. നിവിൻ പോളി, സഞ്ജന ദിപു, ശശാങ്ക് അറോറ, റോഷൻ മാത്യു എന്നിവർ ആയിരുന്നു മൂത്തോനിൽ അഭിനയിച്ചത്. നിർമ്മാണത്തിലോ ദൃശ്യ പരിചരണത്തിലോ ഇവ തമ്മിൽ യാതൊരു സാദൃശ്യവുമില്ലെങ്കിലും താഴെതട്ടിലുള്ള മനുഷ്യരുടെ ബന്ധങ്ങളിലെ ആഴവും സങ്കീർണതയും രണ്ടു സിനിമകളിലും ഒരു പോലെ അന്തർലീനമായി കിടപ്പുണ്ട്.

ലയേഴ്സ് ഡയസിലെ കമലയും മൂത്തോനിലെ മുല്ലയും അക്ബറും ജീവിതസാഹചര്യങ്ങളോട് പൊരുതുമ്പോൾ തന്നെ ആന്തരികമായ സംഘർഷങ്ങളും അനുഭവിക്കുന്നുണ്ട്. അവയെ ഉപരിവീക്ഷണകോണിൽ നിന്നോ ബാഹ്യമായൊ നോക്കി കാണുന്നതിന് പകരം അവരുമായി ഐക്യപ്പെടുന്ന രീതിയാണ് സംവിധായിക അവലംബിച്ചിരിക്കുന്നത്. നാം കണ്ടു ശീലിച്ച സിനിമകളിൽ മധ്യവർഗമോ അതിനു മുകളിലോ ഉള്ള മനുഷ്യർക്കു മാത്രമായാണ് ആന്തരികസംഘർഷമോ ആത്മബോധമോ കാണപ്പെടുന്നത്. ദാരിദ്ര്യത്തിന്റെ ദൈന്യങ്ങളോ പരാജയങ്ങളോ ചൂഷണങ്ങളോ മാത്രമാണ് താഴെ തട്ടിലുള്ളവരിൽ ഉള്ളതെന്നാണ് ഭൂരിഭാഗം സിനിമകളും പറഞ്ഞുവെക്കുന്നത്.

എന്നാൽ അവരിലും ആത്മബോധം ഉണ്ടെന്നും സ്വത്വസംഘർഷങ്ങളുണ്ടന്നും ഈ രണ്ടു സിനിമകളിലൂടെ സംവിധായിക ബോധ്യപ്പെടുത്തുന്നു. മൂത്തോനിലെ കുത്ത്റാത്തീബ് രംഗവും ലഹരിക്കടിമപ്പെടുമ്പോൾ അക്ബർ അനുഭവിക്കുന്ന ആത്മസംഘർഷങ്ങളും എടുക്കുക. സമൂഹത്തിന്റെ മുഖ്യധാരയിൽ നിന്നു മാറ്റപ്പെടുന്ന ലൈംഗികന്യൂനപക്ഷത്തിന്റെ പ്രതിനിധിയാണ് അക്ബർ.

കുത്ത്റാത്തീബ് പോലുള്ള വിശുദ്ധകലകളിൽ ഏർപ്പെടുന്ന കടുത്ത മതവിശ്വാസിയായ അക്ബറിന് ലൈംഗിക സ്വത്വം ഒരേ സമയം അപരിചിതത്വവും കുറ്റബോധവും സമ്മാനിക്കുന്നുണ്ട്. എന്നാൽ മറ്റേതു പ്രണയവും പോലെ അവിചാരിതമായി സംഭവി

ക്കുന്നതും ആഴമുള്ളതുമാണ് സ്വവർഗപ്രേമവുമെന്നാണ് സംവിധായിക കാണിച്ചു തരുന്നത്. സ്വവർഗ്ഗപ്രണയത്തെയും ട്രാൻസ്ജൻഡർ ജീവിതത്തെയും കേരളം സമൂഹം പതുക്കെപ്പതുക്കെ അംഗീകരിച്ചു തുടങ്ങുന്നതിനും മുമ്പാണ് സംവിധായിക ഇങ്ങനെ ചിത്രീകരിച്ചതെന്നോർക്കണം. അമീറിനെ കാണുന്ന മാത്രയിൽ അയാൾ അനുരാഗപരവശൻ ആകുന്നുണ്ട്. തന്റെ ലൈംഗിക സ്വത്വം മനസ്സിലാക്കുന്ന വേളയിൽ ആദ്യാനുരാഗിയുടെ എല്ലാ ആവേശവും ചേഷ്ടകളും ഊണിന്നാസ്ഥ കുറവും അയാളിൽ ദൃശ്യമാകുന്നു. ഇത് താൻ തന്നെയോ എന്നയാൾ കണ്ണാടിയിൽ നോക്കി അമ്പരക്കുന്നു. സ്വവർഗപ്രണയം ഇത്ര മനോഹരമായി ചിത്രീകരിച്ച മറ്റൊരു സിനിമ മലയാളത്തിലില്ല. അതിനായി മുഖ്യധാരാസിനിമകളിലെ കണ്ണും കണ്ണും ഇടയുന്നതുപോലെയുള്ള ക്ലിഷേ സന്ദർഭങ്ങൾ ഉപയോഗിച്ചതും മനഃപൂർവമെന്നു കരുതാവുന്നതാണ്.

ലയേഴ്സ് ഡൈസിലെ കമല ഭർത്താവിനെ തേടി പോകുമ്പോഴാണ് അവൾക്ക് കള്ളനെ കൂട്ടു കിട്ടുന്നത്. അവർക്കൊപ്പം മകളുമുണ്ട്. എന്നിട്ടും അവൾ അയാളെ ആശ്രയിക്കുകയോ ഇഷ്ടപ്പെടുകയോ ചെയ്യുന്നു. ഒട്ടും വിധിനിർണയം നടത്താതെയാണ് സംവിധായിക ബന്ധങ്ങളെ ചിത്രീകരിക്കുന്നത്. മൂത്തോനിലെ അക്ബറിന് പിന്നീടും ബന്ധങ്ങൾ ഉണ്ടാകുന്നുണ്ടെന്നു മുംബൈയിലെ ട്രാൻസ്ജൻഡറുമായുള്ള കൂടിക്കാഴ്ച നമ്മെ ബോധ്യപ്പെടുത്തുന്നു. അത്യന്തം ഹിംസാത്മകമായ, വിനാശകരമായ തൊഴിലിൽ ഏർപ്പെടുമ്പോഴും അവിടെ കെട്ടുറപ്പുള്ള ബന്ധങ്ങൾ രൂപപ്പെടുന്നുണ്ട്.

ലയേഴ്സ് ഡൈസിൽ ബന്ധങ്ങളുടെ സമവാക്യങ്ങൾ കുറച്ചു കൂടി സങ്കീർണമാണ്. സ്വാർത്ഥ ഉദ്ദേശ്യങ്ങളുള്ള കള്ളനും ലോകപരിചയം ഇല്ലാത്ത കമലയും തമ്മിലുള്ള മാനസിക ബന്ധം ഋജുവായ ഒന്നല്ല. പണത്തിന്റെ പുറത്തുള്ള ബന്ധമാണെങ്കിലും കള്ളന്റെ മാനുഷിക ഗുണം ഇടക്കിടെ വ്യക്തമാകുന്നുണ്ട്. ശരി, തെറ്റ് എന്ന ദ്വന്ദ്വസങ്കല്പത്തിന് ഇവിടെ സ്ഥാനമില്ല. അതിജീവനം എന്ന പ്രാഥമികാവശ്യമാണ് മനുഷ്യനെ മുന്നോട്ടു നയിക്കുന്നത്.

ഗീതുമോഹൻദാസിന്റെ സിനിമകൾ നൽകുന്നത് പനോരമ കാഴ്ചയല്ല, മനുഷ്യന്റെ ജീവിതപരിസരങ്ങളുടെ സങ്കീർണതയും യാഥാർഥ്യവുമാണ്. ഇൻഡ്യയിലെ ഏറ്റവും മനോഹരങ്ങളായ രണ്ടു പ്രദേശങ്ങളാണ് ലക്ഷദ്വീപും ഹിമാലയവും. രണ്ടു സിനിമകളിലും ഭൂപ്രകൃതി കഥാപാത്രങ്ങളുടെ ജീവിതത്തിന്റെ പശ്ചാത്തലം അഥവാ ബാക്ഡ്രോപ്പ് മാത്രമേ ആകുന്നുള്ളൂ. drone ക്യാമറകൾ

നൽകുന്ന ആകാശകാഴ്ചകൾ അല്ല, അവരുടെ ജീവിതപരിസര ത്തോട് ചേർന്നു നിൽക്കുന്ന കാഴ്ചകൾ മാത്രമാണവ. ലക്ഷദ്വീ പിൽ ചിത്രീകരിച്ച അനാർക്കലി എന്ന മലയാളസിനിമ കാണുമ്പോൾ പ്രേക്ഷകന് തോന്നുന്ന എന്തൊരു ഭംഗി എന്ന വികാരം ഈ സിനിമകളിൽ നിന്നു ലഭിക്കില്ല. ആ പ്രദേശത്തിന്റെ വർണക്കാഴ്ച കളോ വർണാഭമായ ആചാര വേഷവിധാനങ്ങളോ, നാടൻ കലാരൂ പങ്ങളോ സിനിമകളുടെ വാണിജ്യ സാധ്യതയായി ഉപയോഗിക്കു ന്നില്ല എന്നു ചുരുക്കം. കുത്ത് റാത്തീബ് ഉപയോഗിച്ചതാകട്ടെ ആത്മശുദ്ധീകരണത്തിന്റെ നാൾ വഴികൾ രേഖപ്പെടുത്താൻ മാത്രം.

അന്വേഷണം എന്ന പൊതു ആശയം ഉണ്ടെങ്കിലും ഗീതു മോഹൻദാസിന്റെ സിനിമകൾ രണ്ടും പ്രമേയത്തിലും ദൃശ്യപരിച രണത്തിലും വ്യത്യസ്തമാണ്. ലയേഴ്സ് ഡൈസ് തീർത്തും മന്ദ താളത്തിലും ഋജുവായ കഥ പറച്ചിൽ രീതിയിലുള്ളതുമാണ്. എന്നാൽ മൂത്തോനിലാകട്ടെ ഫ്ളാഷ്ബാക്ക് രീതിയും സ്ലോ മോ ഷനുകളുമെല്ലാം ഉപയോഗിക്കുന്നുണ്ട്. മൂത്തോനിൽ അക്ബറിനെ ആദ്യമായി കാണിക്കുന്നത് സ്ലോമോഷനിലാണ്.

ഫ്ളാഷ് ബാക്കിലും അക്ബറിന്റെ വരവ് പശ്ചാത്തലത്തിൽ അസ്തമനസൂര്യന്റെ വെളിച്ചം നിറച്ചുകൊണ്ടാണ്. രണ്ടു സമയങ്ങ ളിൽ നടക്കുന്ന കഥക്കും രണ്ടു രീതിയിലുള്ള ദൃശ്യപരിചരണമാണ് നൽകിയിരിക്കുന്നത്. ലക്ഷദ്വീപിലെ മനോഹരമായ ദിവസങ്ങൾ വളരെ മന്ദമായി നേർത്ത സംഗീതത്തിന്റെ അകമ്പടിയോടെ ചിത്രീ കരിച്ചിരിക്കുന്നു. എന്നാൽ മുംബൈ അക്രമവും വേഗതയും നിറ ഞ്ഞതാണ്. അവിടെ പശ്ചാത്തലസംഗീതം ബഹളമയമാണ്. ഗീതു മോഹൻദാസിന്റെ മൂത്തോനെക്കുറിച്ചുള്ള വലിയ വിമർശനം തെരു വുകളിലെ ജീവിതം ചിത്രീകരിക്കുമ്പോൾ പാൻ ഇന്ത്യൻ സംവിധാ യകർ അനുവർത്തിക്കുന്ന അതേരീതി അവലംബിച്ചു എന്നതാണ്. പ്രതേകിച്ചു സലാം ബോംബെ പോലുള്ള സിനിമകളുടെ സ്വാധീനം. മുല്ലയെ തങ്ങളുടെ കൂട്ടത്തിലേക്കു ചേർക്കാൻ ഹിംസയിലേക്കു പ്രവേശിപ്പിക്കുന്നതും തെരുവിലെ ജീവിതം മൊണ്ടാഷ് പോലെ ചിത്രീകരിക്കുന്നതും വിമർശനത്തിന് വഴിവച്ചിരുന്നു.

ഈ വിമർശനങ്ങളിൽ സത്യത്തിന്റെ അംശം ഉണ്ടെങ്കിലും മുംബൈ ചിത്രീകരിച്ചതിൽ സംവിധായികക്കു തനതായൊരു വഴിയുണ്ട്. സ്ഥിരമായ ഒരു വില്ലനോ കെട്ടവനോ അവിടെ ഇല്ല. സലിം മുതൽ റോസി വരെ ഓരോരുത്തരും മാനുഷികതയുടെ പല മുഖങ്ങൾ പ്രദർശിപ്പിക്കുന്നുണ്ട്. അതുപോലെ ലയേഴ്സ് ഡൈ

സിലെ കള്ളനും ആർദ്രതയുടെ, അനുകമ്പയുടെ ഭാവങ്ങൾ ഉണ്ട് ഗീതു മോഹൻദാസിന്റെ സിനിമകളിലെ കേന്ദ്ര കഥാപാത്രങ്ങൾ. ഒരർത്ഥത്തിൽ ആത്മബോധത്തിലേക്കു എത്തിച്ചേരുകയാണ്. അവനവനിലേക്കുള്ള തിരിഞ്ഞുനോട്ടമായി ഗീതുവിന്റെ കഥാപാത്രങ്ങൾ മാറുന്നുണ്ട്. മൂത്തോനിൽ ലഹരിയുടെ അഴങ്ങളിൽ ആണ്ടുപോകുമ്പോഴും ഭൂതകാലത്തിന്റെ വ്യഥയും ആത്മീയതയും അക്ബറിനെ സ്പർശിക്കുന്നുണ്ട്. മുല്ലയെ സ്വന്തം രക്തമെന്നു തിരിച്ചറിയുമ്പോഴും കുത്ത്റാത്തീബിന്റെ വിശുദ്ധ ചടങ്ങുകളിലേക്കാണ് അവന്റെ മനസ്സു സഞ്ചരിക്കുന്നത്. ഗുണ്ടയായും ലഹരി ഇടപാടുകരനായും കൂട്ടികൊടുപ്പുകാരനായും ജീവിക്കുമ്പോഴും വിശുദ്ധനായ ഒരു മനുഷ്യൻ അവന്റെ ഉള്ളിൽ നിന്നും അവനെ ഓർമപ്പെടുത്തികൊണ്ടേയിരിക്കുന്നു. ലയേഴ്സ് ഡൈസിലെ കമലയുടെ കാര്യവും അങ്ങനെത്തന്നെ വിഭിന്നഭാവങ്ങളിലൂടെ കടന്നു പോകുകയാണ്.

ഭർത്താവിനോടുള്ള കരുതലും സ്നേഹവും അയാളെക്കുറിച്ചുള്ള ആശങ്കയുമാണ് അവളെ മുന്നോട്ടു നയിക്കുന്നതെങ്കിലും ആന്തരികമായി സ്വാതന്ത്ര്യം ആർജിച്ച സ്ത്രീയാണവൾ. വ്യക്തിസത്താബോധം എന്നൊക്കെ അതിനെ വിളിക്കാൻ കഴിയും. individuation നെ വ്യക്തികേന്ദ്രിത (individualism) സ്വഭാവത്തിൽ നിന്നും വ്യത്യസ്തമാക്കുന്നത് അത് ഔപചാരികമായ സാമൂഹ്യബന്ധങ്ങളിൽ നിന്നു പുറത്തുകടക്കുമ്പോഴാണ്. ഈ അർത്ഥത്തിൽ മുല്ലയും അക്ബറും എല്ലാം തങ്ങളുടെ അതിർവരമ്പുകളെ പൊട്ടിച്ചെറിയുകയും തങ്ങളുടെ അവസ്ഥയെ വിശകലനം ചെയ്യുന്നുമുണ്ട്.

ഗീതുവിന്റെ രണ്ടു സിനിമകളും വ്യത്യസ്ത തരത്തിൽ (genre) പെടുന്നത് കൊണ്ടു തന്നെ മുഖ്യധാരാ സംവിധായകയെന്നോ ആർട്ട് സംവിധായകയെന്നോ നിയതമായ കളത്തിൽ സംവിധായികയെ ഒതുക്കാൻ കഴിയില്ല. ഹോളിവുഡ് സിനിമകളുടെയും ക്ലാസിക് സംവിധായകരുടെയും സ്വാധീനം ഗീതു മോഹൻദാസിന്റെ സിനിമകളിൽ ഉണ്ട്. ഏതു വിഭാഗത്തിൽപ്പെട്ട സിനിമയായാലും നിരവധി സിനിമകൾ ഈ കലാകാരിയിൽ നിന്നും പ്രതീക്ഷിക്കാം. ഏറ്റവും മികച്ച അന്താരാഷ്ട്ര പുരസ്കാരങ്ങൾ നേടുന്ന ആദ്യ മലയാളി സംവിധായികയാവാനും ഗീതു മോഹൻദാസിന് സാധ്യതയുണ്ടെന്നു ഈ സംവിധായികയുടെ സിനിമകൾ തെളിയിക്കുന്നു

○○

10
കുടുംബകഥ: പെൺസംവിധാനം

നവീന വിജയൻ

സിനിമകൾ എണ്ണത്തിൽ കുറവാണെങ്കിലും ചലച്ചിത്ര ലോകത്ത് തന്റേതായ ഇടം സൃഷ്ടിച്ചു കഴിഞ്ഞു അഞ്ജലി മേനോൻ; എഴുത്തുകാരിയെന്ന നിലയിലും സംവിധായിക എന്ന നിലയിലും. IFFK-യുടെ പുരസ്കാരവും ഫിപ്രെസി അവാർഡും നേടിയ മഞ്ചാടിക്കുരു (2008) ആണ് ആദ്യ സിനിമ. കേരള കഫേ എന്ന ആന്തോളജി സിനിമയിലെ ഹാപ്പി ജേർണി എന്ന ഹ്രസ്വചിത്രം, ഉസ്താദ് ഹോട്ടൽ, ബാംഗ്ലൂർ ഡേയ്സ്, കൂടെ എന്നിവയാണ് മറ്റ് സിനിമകകൾ. നിരവധി ഡോക്യുമെന്ററികളിൽ തന്റേതായ കഴിവ് രേഖപ്പെടുത്താൻ അവർക്ക് കഴിഞ്ഞിട്ടുണ്ട്. 1997-ൽ ടെലിവിഷനിലൂടെ തന്റെ കരിയർ ആരംഭിച്ച അഞ്ജലി മേനോൻ ജന്മം കൊണ്ട് കോഴിക്കോട്ടുകാരിയാണ്. പഠിച്ചത് കേരളത്തിലാണെങ്കിലും പിന്നീട് ദുബായിലേക്ക് പോയി. ഇപ്പോൾ മുംബൈയിൽ സ്ഥിരതാമസം.

തന്റെ മുത്തച്ഛന്റെ ശവസംസ്കാര ചടങ്ങിൽ പങ്കെടുക്കാൻ തന്റെ ഗ്രാമത്തിലേക്ക് മടങ്ങി വന്ന പത്ത് വയസ്സുകാരന്റെ കഥയാണ് മഞ്ചാടിക്കുരുവിന്റെ പ്രമേയം. ഈ ചിത്രം നിരൂപകപ്രശംസയും ഒട്ടേറെ പുരസ്കാരങ്ങളും നേടി. 2009-ൽ പുറത്തുവന്ന കേരള കഫേയിലെ ഹാപ്പി ജേർണിയുടെ പശ്ചാത്തലം കൊച്ചിയിൽ നിന്ന് കോഴിക്കോട്ടേക്കുള്ള ഒരു ബസ് യാത്രയാണ്. സ്ത്രീ ലമ്പടനായ ഉദ്യോഗസ്ഥന്റെ വേഷത്തിലെത്തിയ ജഗതി ശ്രീകുമാർ തന്റെ അഭി

നയപാടവം കൊണ്ട് ചിത്രത്തിന്റെ ആത്മാവായിത്തീർന്നു. നിത്യാ മേനോൻ, മുകുന്ദൻ എന്നിവർ ഉപകഥാപാത്രങ്ങളായെത്തി. ബസ്സിനുള്ളിലെ ജീവിതം കാഴ്ചവെച്ച 'ഹേപ്പി ജേണി' ഒട്ടും വിരസതയനുഭവപ്പെടാത്ത തരത്തിൽ ചിത്രത്തിന്റെ അവസാനം വരെ പ്രേക്ഷകനെ പിടിച്ചിരുത്തി. എന്തിനും ഏതിനും ഭയാനകമായ രീതിയിൽ കാര്യങ്ങൾ കൈകാര്യം ചെയ്യുന്ന ആനുകാലിക ജീവിതം നമുക്ക് സിനിമയിൽ ദർശിക്കാം. ഈ ചിത്രം അഞ്ജലി മേനോന് ഒരു കഥാകാരിയെന്ന നിലയിൽ കൂടുതൽ അംഗീകാരം നേടിക്കൊടുത്തു.

ഉസ്താദ് ഹോട്ടൽ (2012) എന്ന ചിത്രത്തിലൂടെയ ഏറെ സാധ്യതകളുള്ള സംവിധായികയാണ് എന്ന് വ്യക്തമാവുകയായിരുന്നു. ഈ സിനിമയിലൂടെ 2012-ൽ മികച്ച തിരക്കഥയ്ക്കുള്ള ദേശീയ അവാർഡ് അവർ നേടി. ഉസ്താദ് ഹോട്ടൽ പറയുന്നത് ഫൈസി (ദുൽക്കർ സൽമാൻ) എന്ന ചെറുപ്പക്കാരന്റെ കഥയാണ്. ഫൈസിയെക്കുറിച്ച് മാത്രം പറയാനാണ് അഞ്ജലി മേനോൻ എന്ന തിരക്കഥാകൃത്ത് ശ്രമിച്ചത്. അവനിലൂടെ അവൻ ജീവിക്കുന്ന ലോകം കാണിച്ചുതരുന്നു. അവന്റെ ജീവിതം പോകുന്ന വഴികളിലൂടെ ഈ ലോകത്ത് ഒരു ചെറുപ്പക്കാരൻ എങ്ങനെയൊക്കെയാണ് ജീവിക്കേണ്ടത് അല്ലെങ്കിൽ ജീവിതത്തെ നോക്കിക്കാണേണ്ടത് എന്ന് കാട്ടിത്തരുന്നു.

തനിക്ക് ചുറ്റുപാടുമുള്ള ജീവിതങ്ങൾ കാണാൻ വേണ്ടിയുള്ളതാകണം ഒരുവന്റെ ജീവിതം. മനുഷ്യമലം ഭക്ഷണമായി ഉപയോഗിക്കുന്നവർ നമ്മുടെ നാട്ടിലുണ്ട് എന്ന പച്ചയായ യാഥാർത്ഥ്യബോധത്തോടെ വേണം നമ്മൾ ഓരോരുത്തരും ജീവിക്കാൻ. സ്വാർത്ഥലാഭത്തിനായി ചെന്നായ്ക്കളെപ്പോലെ കടിപിടികൂടുന്ന മനുഷ്യർക്ക് സമൂഹത്തിന്റെ കണ്ണീർ കാണാനുള്ള മനസ്സുണ്ടാകണം. ജീവിതം ഇതാണ് എന്ന് തിരിച്ചറിവുണ്ടാകണം. ഇതൊക്കെയാണ് ഉസ്താദ് ഹോട്ടൽ പറഞ്ഞുതരുന്നത്. അതുകൊണ്ടുതന്നെ യുവജനങ്ങൾക്കുള്ള ഏറ്റവും നല്ല സന്ദേശമായിത്തീരുകയാണ് അഞ്ജലി മേനോന്റെ ഉസ്താദ് ഹോട്ടൽ. ചിത്രം ബിരിയാണിയുടെയും കല്ലുമ്മക്കായയുടെയും രുചിയറിയിച്ച് പ്രേക്ഷകരെ വശീകരിച്ചു കളഞ്ഞിരിക്കുന്നു. ജീവിതത്തിന്റെ അർത്ഥം പകർന്നുകൊടുക്കുകയാണ് സിനിമയുടെ ഉദ്ദേശ്യം. ഭക്ഷണം എങ്ങനെ ഉണ്ടാക്കണം എന്ന് മാത്രമല്ല, എന്തിന് ഉണ്ടാക്കണം എന്നുകൂടി പറഞ്ഞുതരുന്ന സിനിമ. പറഞ്ഞ് തിരിഞ്ഞ കഥ പോലെ ഉസ്താദ് ഹോട്ടലിന്റെ ദൃശ്യങ്ങൾ

കാഴ്ചക്കാരന്റെ ഹൃദയത്തിൽ തളം കെട്ടി നിൽക്കുന്നു. സംശുദ്ധ മായ ഒരു കണ്ണീർത്തുള്ളി പോലെ സിനിമ നമ്മളിൽ നിലയുറപ്പി ക്കുന്നു. അതുകൊണ്ട് തന്നെയാണ് അൻവറിന്റെ കൈത്തണ്ടയിൽ മനസിന്റെ നന്ദി കുറിച്ചിടുന്നത്.

കുട്ടിക്കാലം മുതൽ പരസ്പരം അടുപ്പമുള്ള മൂന്ന് ബന്ധുക്ക ളുടെ ജീവിതമാണ് ബാംഗ്ലൂർ ഡേയ്സ്. ബന്ധുക്കളായ അർജുൻ (ദുൽഖർ), കൃഷ്ണൻ (നിവിൻ പോളി), ദിവ്യ (നസ്രിയ) എന്നി വരെ ആഖ്യാനത്തിന്റെ കേന്ദ്രത്തിൽ പ്രതിഷ്ഠിക്കുകയും അവരുടെ സ്വത്വം തേടി ബാംഗ്ലൂരിൽ എത്തുകയും ചെയ്യുന്നു. ബാംഗ്ലൂർ എന്നാൽ ഒരു മലയാളിയെ സംബന്ധിച്ചിടത്തോളം, ഐടി കമ്പനി കളും പബ്ബുകളും ഫാസ്റ്റ് ലൈഫും ഉള്ള ഒരു സ്വപ്ന കേന്ദ്രമാണ്. പിന്നെ അവിടം കേന്ദ്രീകരിച്ച് ചിത്രം തുടരുന്നു. ഒരു ശരാശരി മലയാളി ഭർത്താവിന്റെ എല്ലാതരം ഇടുങ്ങിയ ചിന്തകളോടും കൂടി മറ്റൊരു വിചിത്രമായ കഥയിലേക്ക് പോകുന്നു ഫഹദ് ഫാസിലിന്റെ സിനിമയിലെ കഥാപാത്രം. അതുവരെ പൂർണ്ണ സ്വാതന്ത്ര്യത്തിൽ കഴിഞ്ഞ ഒരു പെൺകുട്ടി ഭാര്യയുടെ റോളിൽ എത്തുമ്പോൾ അനു ഭവിക്കുന്ന ശ്വാസം മുട്ടൽ, അവളുടെ ക്ഷമ, സഹകരണം, പൊട്ടി ത്തെറി, ആത്മസംഘർഷങ്ങൾ തുടങ്ങി കുടുംബ ജീവിതത്തിലെ എല്ലാ അവസ്ഥകളും നസ്രിയ ഭംഗിയായി അവതരിപ്പിച്ചിരിക്കുന്നു.

കുടുംബബന്ധങ്ങൾക്കുള്ളിലെ സങ്കീർണതകളിൽ നിന്നു കൊണ്ടു പറയുന്നവയാണ് അഞ്ജലി മേനോന്റെ സിനിമകൾ. ആദ്യം സംവിധാനം ചെയ്ത മഞ്ചാടിക്കുരുവായാലും പിന്നീട് തിരക്കഥ യെഴുതിയ ഉസ്താദ് ഹോട്ടൽ ആയാലും ഏറ്റവും ഒടുവിൽ സംവി ധാനം ചെയ്ത ബാംഗ്ലൂർ ഡെയ്സ് ആയാലും ഒരേ സ്വഭാവം പ്രക ടമാക്കുന്നതായി കാണാം. മുൻസിനിമകൾ കുടുംബങ്ങൾക്കുള്ളി ലേക്കെത്തി നോക്കിക്കൊണ്ടുള്ള ഒരു പൊതുവീക്ഷണ രീതിയാണ് ഉപയോഗിച്ചതെങ്കിൽ പിന്നീട് കുടുംബബന്ധങ്ങളിലെ സങ്കീർണ തയാണ് മുഖ്യവിഷയമായി ചിത്രീകരിച്ചിരിക്കുന്നത്. തന്റെ സിനി മകൾക്ക് ശക്തമായ കുടുംബബന്ധങ്ങളുണ്ടെന്ന് സംവിധായിക തന്നെ അവകാശപ്പെടുന്നു. സൗഹൃദത്തിന്റെയും കുടുംബ ബന്ധ ത്തിന്റെയും മനോഹരമായ മിശ്രിതമാണ് ബാംഗ്ലൂർ ഡേയ്സ്. ബാംഗ്ലൂർ ഡേയ്സ് വളരെ ലളിതമായ സിനിമയാണ്. ആളുകളെക്കു റിച്ച് അവരുടെ സ്വപ്നങ്ങളെക്കുറിച്ച്, ബന്ധങ്ങളെക്കുറിച്ച് എല്ലാം ഈ സിനിമ ജനങ്ങളോട് സംവദിക്കുന്നു. അഭിപ്രായ സ്വാതന്ത്ര്യം വ്യക്തിയുടെ അവകാശമാണ് എന്ന ആശയത്തെ മുറുകെ പിടി

ക്കുന്ന സംവിധായികയാണ് അഞ്ജലി മേനോൻ. പരിധി, പരിമിതി, അനുകൂലവും പ്രതികൂലവുമായ സാഹചര്യങ്ങൾ ഇവയെ എങ്ങനെയാണ് എളുപ്പം കൈകാര്യം ചെയ്യേണ്ടത് എന്നും അവരുടെ സംഭാഷണങ്ങളിൽ വ്യക്തമാകാറുണ്ട്. കുടുംബാന്തരീക്ഷത്തിന് മുൻഗണന നൽകിക്കൊണ്ട് തന്നെ സ്വന്തം പ്രൊഫഷൻ, കരിയർ എന്നിങ്ങനെയുള്ള സാധ്യതകളെ വിജയകരമായി കൊണ്ടുപോകാം എന്നും അവർ പലപ്പോഴും പറയുന്നത് കാണാം. ഇതേപോലെ തന്നെ അഞ്ജലിയുടെ സിനിമകൾ കാഴ്ചക്കാരനോട് സംവദിച്ചതത്രയും കുടുംബപശ്ചാത്തലത്തിൽ ഊന്നിത്തന്നെയാണ്.

ആത്മവിശ്വാസവും സ്വയം ബഹുമാനവും ശുഭാപ്തിവിശ്വാസവുമുള്ള വ്യക്തിത്വമാണ് മലയാളത്തിന്റെ ഈ സംവിധായിക. സിനിമയോട് ഇടപെടുമ്പോൾ ശ്രദ്ധിക്കേണ്ട കാര്യങ്ങൾ ഏറെയുണ്ടെന്നും സിനിമയോട് കൂടുതൽ കമ്മിറ്റ്മെൻറ് അനിവാര്യമാണെന്നും അവർ പറയുന്നു. സ്ത്രീകളെ സംബന്ധിച്ചിടത്തോളം ജീവിതത്തിലെ ഒരുപാട് റോളുകൾ കൈകാര്യം ചെയ്യേണ്ടതായിട്ടുണ്ട്. ജീവിതത്തിന്റെ അത്തരം സാഹചര്യങ്ങൾ അനുകൂലമായി വന്നാൽ മാത്രമേ ഒരു പെൺ സംവിധായിക ലക്ഷ്യസ്ഥാനത്തെത്തുകയുള്ളൂ എന്നും അവർ പറയുന്നു. അതോടൊപ്പം തന്നെ കേരളം പോലെ ഒരിടത്ത് ഷൂട്ടിംങ് കൾച്ചർ അത്ര അനായായാസകരമായ ഒരു കാര്യമല്ല. സെറ്റിലെ കൾച്ചർ സുപ്രധാനമായ ഒരു കാര്യമാണ്. പരസ്പരം അംഗീകരിച്ചും ബഹുമാനിച്ചും അഭിപ്രായങ്ങൾ നിർഭയം പങ്കുവെച്ചും ലിംഗവ്യത്യാസമില്ലാത്ത ഒരു കൂട്ടായ പ്രവർത്തനം നടന്നാൽ മാത്രമേ ഒരു ചിത്രം സമ്പൂർണ്ണ വിജയമാകുള്ളൂ. അതിന് ഏറ്റവും താഴേ മുതൽ മുകളിൽ വരെയുള്ള ഓരോ അണുവും സൂക്ഷ്മതയോട് കൂടി കൂട്ടായി പ്രവർത്തിക്കണം. സ്ത്രീകളുടെ കൂടെ വർക്ക് ചെയ്ത് പരിചിതരല്ലാത്തവരും ഉണ്ടാകാം ഇത്തരം ഇടങ്ങളിൽ. അത്തരം സാഹചര്യത്തിൽ പരസ്പരം ബുദ്ധിമുട്ടുകളും പ്രശ്നങ്ങളും സ്വാഭാവികമായും ഉണ്ടായേക്കാം. ഇതിനെ മറികടന്ന് ഇങ്ങനെയല്ലേ പരിചയപ്പെട്ട് വരിക എന്ന ഒരു പോസിറ്റീവ് കാഴ്ചപ്പാടും സംവിധായിക മുൻപോട്ടുവെക്കുന്നതായി കാണുന്നു.

പ്രതികൂലമായ ഏത് സാഹചര്യത്തെയും അനുകൂലമാക്കിത്തീർക്കാനുതകുന്ന സംസ്കാരവും അച്ചടക്കവും വിജയത്തിന്റെ പടികളാണെന്ന് അവർ പറഞ്ഞു വെക്കുന്നു എന്ന് സാരം. അത്യധികം പരിശ്രമങ്ങൾക്കൊടുവിൽ വിജയകരമായ അനുഭവങ്ങൾ സിനിമ

സമ്മാനിക്കാറുണ്ട് എന്നും അവർ പറയുന്നു. സിനിമയുമായി ബന്ധപ്പെട്ട പ്രവർത്തനങ്ങളിലേക്ക് താൽപര്യപൂർവ്വം ഇറങ്ങാൻ ആഗ്രഹിക്കുന്നവർക്കായി അവരുടെ പഠനകാലഘട്ടങ്ങളിൽത്തന്നെ അതിനുള്ള ഒരുക്കങ്ങൾ വിദ്യാഭ്യാസമേഖലയിൽത്തന്നെ ഒരുക്കപ്പെടേണ്ടതുണ്ടെന്നും അവർ പറയുന്നു. അതിനായി മീഡിയാസ്കൂളുകൾ ആരംഭിക്കുന്നത് ഈ മേഖലയിലേക്കെത്താനാഗ്രഹിക്കുന്നവർക്ക് കൂടുതൽ ഗുണകരമാകുകയും ചെയ്യും.

ജീവിതത്തെക്കുറിച്ച് ചിന്തിക്കുമ്പോൾ മരണവും അതിന്റെ തോൾ ചേർന്ന് നിൽക്കുന്നതായി കാണാം. മരിച്ചോരാൾ കൂടെയുണ്ടെങ്കിൽ ഓർമകളിൽ മുഴുകിത്തീർന്ന ഒരു ജീവിതവും ബാക്കി. അഞ്ജലി മേനോൻ സംവിധാനം ചെയ്ത മൂന്നാമത്തെ സിനിമയാണ് കൂടെ. മരണത്തിലൂടെ കണ്ണോടിച്ച് ജീവിതസ്മരണയും വീണ്ടെടുപ്പുകളും... കാൽവിരലിലൂടെ തണുത്ത് കയറുന്ന ആഖ്യാനശൈലിയും മനുഷ്യരുടെ ആത്മബന്ധങ്ങളുടെ ശീതോഷ്മളതലങ്ങളും തുടക്കം മുതൽ ഒടുക്കം വരെ ഈ സിനിമയിൽ തുളുമ്പി നിൽക്കുന്നു. എന്നാൽ നീണ്ടുപോകുന്ന ഉപകഥകളും അസാധാരണമായ തുടക്കത്തിനുശേഷം സാധാരണത്വത്തിലേക്കു വഴുതിപ്പോകുന്ന പ്രമേയവും കണ്ടില്ലെന്ന് നടിക്കാനാകില്ല. മാനുഷികവും വൈകാരികവുമായ തലങ്ങളെ പിടിച്ചുലച്ച് കൊണ്ടുള്ള സൈക്കോളജിക്കൽ സമീപനങ്ങളും ഇവിടെ പ്രയോഗിച്ചിരിക്കുന്നു. ഇത് പ്രേക്ഷകഹൃദയങ്ങളെ പഠിക്കാൻ സംവിധായികയ്ക്ക് കഴിഞ്ഞിട്ടുണ്ട് എന്നതിന്റെ ഉദാഹരണം കൂടിയാണ്.

മലയാളസിനിമയിൽ ഇത്തരത്തിൽ സ്വഭാവസാമ്യതകൾ ഉള്ള സിനിമകൾ ധാരാളം ഇറങ്ങിയിട്ടുണ്ടെങ്കിലും അവയിലെല്ലാം തന്നെ കുറ്റകൃത്യങ്ങളുടേയും തമാശകളുടേയും രസമാണ് ചാലിച്ച് ചേർത്തിരുന്നത്. എന്നാൽ ഇവിടെ നേരെ തിരിച്ച് ബന്ധങ്ങൾക്കാണ് പ്രാധാന്യം. കൂടെ എന്ന ചിത്രത്തിൽ പൃഥിരാജ് അവതരിപ്പിക്കുന്ന ജോഷ എന്ന അന്തർമുഖനായ പ്രവാസിയും നസ്രിയ അവതരിപ്പിക്കുന്ന അവനേക്കാൾ പതിനഞ്ച് വയസ്സിനിളപ്പമുള്ള കുഞ്ഞുപെങ്ങൾ ജെനിയും തമ്മിലുള്ള ബന്ധമാണ് വിഷയം. ഏതോ ഗൾഫ് രാജ്യത്തുള്ള കമ്പനിയിൽ ഒരു വലിയ ടാങ്കിനുള്ളിൽ ക്ലീൻ ചെയ്തുകൊണ്ടിരിക്കുന്ന ജോഷ്വായുടെ ദൃശ്യത്തോടെയാണു സിനിമ തുടങ്ങുന്നത്. ആ ഒറ്റ ഷോട്ടിലൂടെ സംവിധായിക സിനിമയ്ക്കുള്ളിലേക്ക് കാഴ്ചക്കാരെ നിഷ്പ്രയാസം കൊണ്ട് പോകുന്നു.

ലിറ്റിൽ സ്വയമ്പ് എന്ന ഛായാഗ്രഹകന്റെ മാസ്മരിക മികവിൽ

ഫ്രെയിമുകളിലൂടെ സിനിമ പുതിയ ഒരു ലോകം നമ്മെ കാണിക്കുന്നു. ഊട്ടിയാണ് പശ്ചാത്തലം. പതിവ് ഊട്ടി കാഴ്ചകളിൽ നിന്ന് വിഭിന്നമായ അനുഭവമാണ് സിനിമ ഇവിടെ സമ്മാനിക്കുന്നത്.

ജെന്നിയുടെ മരണവിവരമറിഞ്ഞാണ് ജോഷ്വാ നാട്ടിലെത്തുന്നതും പിന്നീടുണ്ടാകുന്ന സംഭവങ്ങളിലൂടെ ജോഷ്വാ തന്നെത്തന്നെയും ജെനിയെയും തിരയുന്നതാണ് സിനിമയുടെ പ്രമേയം. ജോഷ്വാ എന്ന കഥാപാത്രത്തെ മാത്രം കേന്ദ്രീകരിച്ചാണ് സിനിമ നീങ്ങുന്നത്. ജന്മനാ രോഗിയായ ജെനിയുടെ ചികിത്സയ്ക്കു പണം കണ്ടെത്താനാണ് ജോഷ്വാ കുഞ്ഞുന്നാളിൽത്തന്നെ ഗൾഫിലേക്ക് പോകുന്നത്. കുടുംബവുമായി അവന് വൈകാരികമായി അടുപ്പം പോലുമില്ല. അപൂർവമായി മാത്രം കണ്ടിട്ടുള്ള ജെനിയെ അടുത്തറിയുന്നത് മരണശേഷം അവളുടെ ആത്മാവിലൂടെയാണ്. ജോഷ്വാ ചെറുപ്പത്തിൽ ചൂഷണം ചെയ്യപ്പെട്ടവനാണെന്നു ജെനി സൂചിപ്പിക്കുന്നുണ്ട്. ചെറുപ്പത്തിലേ തന്നെ പറിച്ചെറിഞ്ഞ അച്ഛനോടും അമ്മയോടുമുള്ള പരിഭവവും അവനുണ്ട്.

ഇത്തരം സംഘർഷങ്ങളിൽ നിൽക്കുന്ന ജോഷ്വായെ അതേപടി അവതരിപ്പിക്കാൻ പൃഥ്വിരാജിന് കഴിയുന്നു. നസ്രിയയാണ് സിനിമയുടെ മുഴുവൻ ഊർജ്ജ സ്രോതസ്സും. ഞാൻ കൂടി സംസാരിച്ചില്ലെങ്കിൽ ഇതൊരു അവാർഡ് പടമായിപ്പോയേനെ എന്നു ജെനി ഒരിടത്തു പറയുന്നുണ്ട്. അത് സിനിമയ്ക്കകത്തും പുറത്തും ശരി തന്നെ എന്ന് തോന്നിയിട്ടുണ്ട്. ജോഷ്വായും ജെനിയും ബ്രൗണി എന്ന നായയും കൂടി ഒരു പഴയ വാനിൽ ഊട്ടി മുഴുവൻ കറങ്ങുന്ന കാഴ്ചയാണു സിനിമയിലുടനീളം. ഇതിനിടയിൽ വന്നുപോകുന്ന കഥാപാത്രങ്ങൾ ഓരോ ജീവിതങ്ങൾ പറയുന്നു. സംവിധായകൻ രഞ്ജിത്ത്, മാലാ പാർവതി, ദേവൻ, റോഷൻ മാത്യൂ, പോളി വൽസൺ എന്നിവരാണു മറ്റു പ്രധാനവേഷങ്ങളിൽ. എം. ജയചന്ദ്രനും കർണാടക സംഗീതസംവിധായകൻ രഘുദീക്ഷിതുമാണ് സംഗീതം. രഘു ദീക്ഷിതാണ് പശ്ചാത്തലസംഗീതം.

ബാംഗ്ലൂർ ഡെയ്സും ഉസ്താദ് ഹോട്ടലും ആഘോഷകരമായ മറ്റൊരുതരം ജീവിതകഥ പറയുമ്പോൾ കൂടെ കണ്ണീരിൽ കുതിർ മൗനനൊമ്പരങ്ങൾ സമ്മാനിച്ച് ഒരു മൂടിക്കെട്ടിയ മഴക്കാലം പോലെ കടത്തിക്കൊണ്ട് പോകുന്ന കാഴ്ചാനുഭവമാണ് നമുക്ക് നൽകുന്നത്. അഞ്ജലിയുടെ ഇതര സിനിമകളിൽ നിന്ന് വേറിട്ട ഒരു സ്വഭാവം കാഴ്ചവെക്കുന്ന സിനിമ. മറ്റ് സിനിമകൾ പറയുന്ന കുടുംബ കഥകളിൽ നിറയെ പ്രസരിപ്പും ഡയലോഗുകളും കൊണ്ട് സമ്പന്നമാണ്.

കൗതുകകരമായ പശ്ചാത്തലവും വൈകാരികതലങ്ങളെ ഇഴചേർത്തുകൊണ്ടുള്ള നിർമ്മാണ ശൈലിയും അഞ്ജലിയുടെ കഥകൾ ജനഹൃദയങ്ങളെ കീഴടക്കുന്നു. ഒരു സംവിധായിക, എഴുത്തുകാരി എന്നീ നിലകളിൽ മലയാള സിനിമയിൽ ചുരുങ്ങിയ കാലയളവിനുള്ളിൽത്തന്നെ തന്റേതായ വ്യക്തിമുദ്ര പതിപ്പിക്കാൻ ഈ പ്രതിഭയ്ക്ക് കഴിഞ്ഞിട്ടുണ്ട്.

ബാംഗ്ലൂർ ഡെയ്സും ഉസ്താദ് ഹോട്ടലും ആഘോഷകരമായ മറ്റൊരുതരം ജീവിത കഥ പറയുമ്പോൾ 'കൂടെ' കണ്ണീരിൽ കുതിർ മൗനനൊമ്പരങ്ങൾ സമ്മാനിച്ച് ഒരു മൂടിക്കെട്ടിയ മഴക്കാലം പോലെ കടത്തിക്കൊണ്ട് പോകുന്ന കാഴ്ചാനുഭവമാണ് നമുക്ക് നൽകുന്നത്. അഞ്ജലിയുടെ ഇതര സിനിമകളിൽ നിന്ന് വേറിട്ട ഒരു സ്വഭാവം കാഴ്ചവെക്കുന്ന സിനിമ. മറ്റ് സിനിമകൾ പറയുന്ന കുടുംബ കഥകളിൽ നിറയെ പ്രസരിപ്പും ഡയലോഗുകളും കൊണ്ട് സമ്പന്നമാണ്. കൗതുകകരമായ പശ്ചാത്തലവും വൈകാരികതലങ്ങളെ ഇഴചേർത്തുകൊണ്ടുള്ള നിർമ്മാണ ശൈലിയും അഞ്ജലിയുടെ കഥകൾ ജനഹൃദയങ്ങളെ കീഴടക്കുന്നു. ഒരു സംവിധായിക, എഴുത്തുകാരി എന്നീ നിലകളിൽ മലയാള സിനിമയിൽ ചുരുങ്ങിയ കാലയളവിനുള്ളിൽത്തന്നെ തന്റേതായ വ്യക്തിമുദ്ര പതിപ്പിക്കാൻ ഈ പ്രതിഭയ്ക്ക് കഴിഞ്ഞിട്ടുണ്ട്.

11

മലയാള സിനിമയിലെ തന്തക്ക് പിറന്ന ആണുങ്ങൾ

മുഹമ്മദ്റാഫി എൻ വി

എൺപതുകളുടെ അവസാനമായപ്പോഴേക്കും മലയാള സിനിമയിൽ പ്രത്യക്ഷപ്പെട്ടു തുടങ്ങിയ തന്തക്കു പിറന്ന ആണത്തനായകൻമാരെ സാമാന്യമായി അപഗ്രഥിക്കാനും അവരുടെ മേൽ കെട്ടിയേല്പിക്കപ്പെട്ട മാസ്കുലിനിറ്റിയുടെ ആവരണങ്ങളും പെണ്ണത്തം എങ്ങനെ രൂപപ്പെട്ടുവരണം എന്ന സിനിമാനുഭൂതി ഭാവനയും പരിശോധിക്കാനുമാണ് ഈ പഠനം ശ്രമിക്കുന്നത്. നവോത്ഥാനത്തിന്റെയും ആധുനികതയുടെയും പൂർവ്വദശകളിൽ മലയാള സിനിമയുടെ പൊതു സ്വഭാവം കുടുംബിനിയെ കുലസ്ത്രീയായി ഉറപ്പിച്ച് പാട്രിയാർക്കൽ ഘടനയിലേക്ക് അവളെ വിവർത്തനം ചെയ്തെടുക്കുകയായിരുന്നു. 'നീ പെണ്ണാണ്, വെറും പെണ്ണ്!' എന്നായിരുന്നു പൊതുവെ ഈ കാറ്റഗറി സിനിമയുടെ മുദ്രാവാക്യം. ജൻമനാ അബലയും ചപലയും പരസഹായമാവശ്യമുള്ളവളും എന്നതായിരുന്നു ഇത്തരം സിനിമകളിലെ അന്തർധാര. സംരക്ഷിപ്പെടേണ്ടവളും 'രക്ഷിതാവ്' ആവശ്യമുള്ളവളും എത്ര തന്റേടമുള്ളവളായാലും 'തന്റേടമുള്ള' ആണിന്റെ കരവലയത്തിനുള്ളിൽ കീഴടക്കപ്പെടാവുന്നവളുമെല്ലാമായിരുന്നു പെണ്ണ്.

മഹായാന(1989, ലോഹിതദാസ്, ജോഷി)ത്തിലെ നായകൻ മമ്മുട്ടിയുടെ ചന്ദ്രു എന്ന പരുക്കനും തന്റേടിയുമായ പുരുഷനാണ്. തന്റെ നേരെ ആവശ്യമില്ലാത്ത ഒരു നോട്ടം നോക്കുന്നവനെ മാത്രമല്ല, അനാവശ്യം പറയുന്ന നാട്ടിലെ മുതലാളി കൊച്ചുവർക്കിക്കു നേരെ പോലും വെട്ടുകത്തിയെടുക്കാൻ മടിക്കാത്ത രാജ

മ്മയെ ചന്ദ്രു എന്ന പരുക്കൻ പൗരുഷം' കീഴടക്കുന്നതാണ് മഹായാനത്തിലെ ഇതിവൃത്തം എന്നു പറയാം. അലവലാതിയും ഒരു പണിയുമെടുക്കാതെ കള്ളുകുടിച്ച് നടക്കുന്നവനായ ഗോവിന്ദൻകുട്ടി രാജമ്മയോട് പറയുന്നത് 'പെണ്ണുങ്ങളായാൽ നിലക്ക് നിക്കണം' എന്നാണ്. തന്നെ അനാവശ്യം പറഞ്ഞ ഗോവിന്ദൻകുട്ടിയെ തല്ലുകയും അവനോട് കലഹിക്കുകയും ചെയ്യുന്ന രാജമ്മയോട് ചന്ദ്രു പറയുന്നത് 'നാവടക്കെടി' എന്നാണ്. പിന്നെ അയാൾ അവിടെ നിന്ന് കൂട്ടിച്ചേർക്കുന്നു: 'നാട്ടുകാര്ടെ കുഴപ്പാ, ചുണേള്ള ആമ്പിള്ളാര് നാട്ടിലില്ലാഞ്ഞിട്ടാ, അല്ലെങ്കിൽ നാഭിക്കിട്ടൊരു ചവിട്ടു കൊടുത്താൽ പിന്നെ മിണ്ടില്ല.'

കള്ളുഷാപ്പിൽ വെച്ച് അയാളെ പരിഹസിക്കുന്നവരോട് അയാൾ പറയുന്നു: 'മൂക്കിനു താഴെ രോമം കിളിർത്തതു കൊണ്ടു മാത്രം ആണാവില്ല, അതിനു ചങ്കൂറ്റം വേണം'

അതു പറഞ്ഞ് അയാൾ നേരെ പോവുന്നത് രാജമ്മ താമസിക്കുന്നിടത്തേക്കാണ്. അവിടെ അതിക്രമിച്ചു കയറി, കൊടുവാളുമായി നിൽക്കുന്ന രാജമ്മയുടെ കൈ പിടിച്ച് ഞെരിച്ച് താഴ്ത്തി അവളുടെ ചുണ്ടു മുറിച്ച് തള്ളി മാറ്റിയ ശേഷം നായകൻ പ്രസ്താവിക്കുന്നു: 'ആണൊന്നു വാരിപ്പിടിച്ചാ തളർന്നു പോവുന്ന പെണ്ണാണു നീ, വെളച്ചിലെന്റടുത്തു വേണ്ട'

നാട്ടിലെ മുതലാളി അയാൾക്ക് 'ചുണക്കുട്ടി' എന്ന സർട്ടിഫിക്കറ്റും കൊടുക്കുന്നുണ്ട്. രാജമ്മയുടെ ശരീരം ആഗ്രഹിച്ചും അത് ലഭിക്കാതെ നിരാശപ്പെട്ടും കഴിയുന്ന നാട്ടിലെ പുരുഷൻമാർക്കൊക്കെ തൃപ്തികരവും അസൂയാവഹവുമായ ഒരു കീഴ്പ്പെടുത്തലായിരുന്നു അത്. പൗരുഷത്തിന്റെ ആക്രമകമായ ഈ കീഴ്പ്പെടുത്തൽ സ്ത്രീയുടെ സ്വയം നിർണ്ണയത്തിനും തന്റെ ശരീരത്തിന്റെ ഉടമസ്ഥാവകാശത്തിന്നും നേരെയുള്ള അധിനിവേശത്തിന്റെ രൂപത്തിലുള്ള മലയാള പൗരുഷ തിരശ്ശീലാ നാടകഭാവനയുടെ ഉത്തമ ദൃഷ്ടാന്തമാണ്.

യഥാർത്ഥ ആണായി ജീവിക്കാൻ അയാൾ എടുത്തണിയുന്ന കുറെ അമിതഭാരങ്ങൾ അയാളുടെ ചലനങ്ങളിലും മുരൾച്ചയിലും മറ്റുള്ളവരോടുള്ള ഇടപെടലുകളിലുമെല്ലാമുണ്ട്. അയാൾ തന്നിൽ തന്നെ ഉറപ്പിച്ചെടുക്കാൻ, കാത്തു സംരക്ഷിക്കാൻ പാടുപെടുന്ന ശ്രമങ്ങളും നിരീക്ഷിച്ചാൽ ഇത് എളുപ്പം ബോധ്യപ്പെടും. എന്തൊക്കെയാണത്? സങ്കടം, കരച്ചിൽ, പേടി, ചിരി, സമഭാവന, സംസാരം, സൗഹൃദം തുടങ്ങിയവയൊന്നും അയാൾക്കില്ല. മറ്റൊരർത്ഥത്തിൽ

അയാൾ അതൊന്നും പ്രകടിപ്പിക്കുന്നില്ല. കാരണം, ഇത്യാദി വികാരവിചാരങ്ങൾ ദുർബലരുടെയും ലിംഗപദവിയിൽ കീഴാളനില കയ്യാളുന്നവരുടെതുമാണ്. ആണുങ്ങൾ അരോഗദൃഢഗാത്രരും ഉറച്ച ശബ്ദമുള്ളവരും ധീരരുമാണ്. ധീരരാരും തളരില്ലെന്ന മുൻധാരണയിൽ, ജൈവികമായി ആണാണെങ്കിൽ ഇത്തരം മാനുഷികവികാരങ്ങൾ പ്രകടിപ്പിക്കാൻ ചിലപ്പോഴൊക്കെ തോന്നിയാലും അത് പുറത്ത് വെളിപ്പെടുത്താൻ പിതൃഅബോധം അയാളെ അനുവദിക്കുന്നില്ല. ഈ ജൈവപ്രക്രിയ എന്ന് അയാൾ കരുതുന്ന, അല്ലെങ്കിൽ അയാൾക്ക് പാരമ്പര്യമായി കൈവന്ന, അയാൾ കൈമാറാൻ ആഗ്രഹിക്കുന്ന സംവാഹകത്വം കുടുംബനാഥനിലൂടെ കുടുംബാംഗങ്ങളെ ഭരിക്കാൻ സഹായിക്കുകയും കുടുംബത്തിനകത്ത് ആന്തരികകോളനി നിർമിക്കുകയും ചെയ്യുന്ന 'അച്ഛന്റെ അധികാരം' (patria protestas) എന്ന റോമൻ നിയമസങ്കല്പമാണ്. പാട്രിയാർക്കൽ കുടുംബത്തിന്റെ വേരുകൾ സ്ഥിതിചെയ്യുന്നത് അവിടെയാണ്. ആ നിയമപ്രകാരം കുടുംബത്തിലെ ഏറ്റവും മുതിർന്ന പുരുഷൻ സമ്പൂർണ്ണ അധികാരിയായിരിക്കും; ഇളയ പുരുഷൻമാരും മുഴുവൻ സ്ത്രീകളും കുട്ടികളും ജോലിക്കാരും ഒക്കെ അടങ്ങുന്നവരുടെ മേൽ കുടുംബനാഥനുള്ള അധികാരം നിരുപാധികമായിരിക്കും

ദ കിങ്ങ് (1985 രഞ്ജി പണിക്കർ, ഷാജി കൈലാസ്) എന്ന സിനിമയിൽ പ്രത്യക്ഷപ്പെട്ട തേവള്ളിപ്പറമ്പിൽ ജോസഫ് അലക്സ് മഹായാനത്തിലെ ആണിന്റെ അമ്മാവൻ ആയിരുന്നു.

'മേലിൽ ഒരാണിന്റെയും മുഖത്തിനു നേർക്കുയരില്ല നിന്റെയീ കയ്യ്, അതെനിക്കറിയാഞ്ഞിട്ടല്ല. നീ ഒരു പെണ്ണായിപ്പോയി, വെറും പെണ്ണ്' എന്നാണ് ആ ആൺഭാഷണം.

ഇതിനകം പലകുറി അവർത്തിക്കപ്പെട്ട നരസിംഹത്തിലെ നായകന്റെ 'വെള്ളമടിച്ച് കോൺ തിരിഞ്ഞ് പാതിരാക്ക് വീട്ടി വന്നുകേറുമ്പോ ചെരിപ്പൂരി കാലുമടക്കി ചുമ്മാ തൊഴിക്കാനും തുലാവർഷ രാത്രികളിൽ ഒരു പുതപ്പിനടിയിൽ സ്നേഹിക്കാനും എന്റെ കുഞ്ഞുങ്ങളെ പെറ്റുപോറ്റാനും ഒടുവിലൊരുനാൾ വടിയായി തെക്കേപറമ്പിലെ പുളിയൻമാവിന്റെ വിറകിനടിയിൽ എരിഞ്ഞുതീരുമ്പോ നെഞ്ചു തല്ലിക്കരയാനും എനിക്ക് ഒരു പെണ്ണിനെ വേണം' എന്നാണ് അതിലെ ഇന്ദുചൂഡന്റെ മോഹം.

സ്വന്തമെവിടെ ബന്ധമെവിടെ എന്ന സിനിമ ഇറങ്ങുന്നത് 1984-ലാണ്. അച്ഛനും അമ്മയും രണ്ട് ആൺമക്കളും സന്തോഷത്തോടെ കഴിയുന്ന കുടുംബത്തിലേക്ക് അവരുടെ ഭാര്യമാർ വന്ന ശേഷം

ഉണ്ടാക്കുന്ന പ്രശ്നങ്ങളാണ് സിനിമ പറയുന്നത്. അവസാനം നായകൻ കെട്ടിയവളെ തല്ലുന്നതോടെ അവൾ കുഴപ്പങ്ങളൊക്കെ നിർത്തി നല്ല പെണ്ണായി പ്രശ്നങ്ങളൊക്കെ തീർന്ന് കുടുംബം സന്തോഷമായി ജീവിക്കുന്നു. ഭർത്താവിൽ നിന്നും ഇടയ്ക്കൊരു തല്ല് വാങ്ങുന്നത് പെണ്ണിന് സന്തോഷകരമാണ് എന്ന മട്ടിലായിരുന്നു ഈ ചിത്രത്തിന്റെ പരസ്യവും എന്നതാണ് രസം. സിനിമ കഴിഞ്ഞിറങ്ങുന്ന രണ്ടു സ്ത്രീകളുടെ സംഭാഷണം എന്ന രീതിയിലായിരുന്നു അത്. സംവിധായകൻ ശശികുമാർ 1965-ൽ 'തൊമ്മന്റെ മക്കൾ' എന്ന പേരിൽ ചെയ്ത സിനിമ വീണ്ടും അദ്ദേഹം തന്നെ മാറ്റി 'സ്വന്തമെവിടെ ബന്ധമെവിടെ' എന്ന ചിത്രമായി എടുക്കുകയായിരുന്നു.

1993-ൽ പുറത്തിറങ്ങിയ 'വെങ്കലം' എന്ന സിനിമയിൽ ഭാര്യയെ സംശയിച്ച് ഉപേക്ഷിച്ച ഭർത്താവ് ഒടുവിൽ കാര്യങ്ങളൊക്കെ മനസ്സിലാക്കി കുറ്റബോധത്തോടെ ഭാര്യയെ കണ്ടുമുട്ടുമ്പോൾ ആദ്യം ചെയ്യുന്നത് മുഖമടക്കി കെട്ടിയവളെ ഒന്ന് കൊടുക്കുകയാണ്. ഇപ്പോൾ ചർച്ച ചെയ്യപ്പെടുന്ന സ്ത്രീവിരുദ്ധ ഡയലോഗുകൾ ഉള്ള, പിന്നീട് വന്ന തമ്പുരാൻ സീരിസ് സിനിമകളിലും അക്കാലത്തിറങ്ങിയ മിക്ക മാർക്കറ്റ് സിനിമകളിലും പറയുന്നത് കൈക്കരുത്ത് കൊണ്ടും നാക്കിന്റെ ബലം കൊണ്ടും അടക്കി നിർത്താനും 'നേർവഴി'ക്ക് കൊണ്ടുവരാനും കഴിയുന്ന ഒരു സംഗതിയാണ് പെണ്ണ് എന്നാണ്.

ഈ സിനിമകളിൽ മിക്കതിലും കല്യാണം കഴിച്ചയക്കാനുള്ള പെൺകുട്ടികളുടെ സൂക്ഷിപ്പുകാരും അവരുടെ ഉടമ എന്ന നിലയിൽ ഭാവന ചെയ്തെടുത്തവരും രക്ഷിതാക്കളുമൊക്കെയാണ് ആൺ കഥാപാത്രങ്ങൾ. അമ്മാവൻമാരും സഹോദരൻമാരും അച്ഛൻമാരും ഭർത്താക്കൻമാരുമൊക്കെയായ ഈ പെണ്ണുടമസ്ഥർ പെൺകുട്ടികൾക്ക് അവരുടെ ശരീരത്തിൻമേലും മനസ്സിൻമേലുള്ള സ്വയംനിർണയാവകാശത്തെ മാനിക്കാൻ മാത്രം പാകപ്പെട്ടവരല്ല എന്നു മാത്രമല്ല തറവാടില്ലത്ത് അടുക്കള ഉപകരണങ്ങൾക്കും തന്റെ മറ്റ് സ്വത്തുക്കൾക്കും കൂട്ടത്തിൽ ചേർത്തു വെക്കാനും ദാനം ചെയ്യാനുമൊക്കെയുള്ള ഒരു വസ്തുവായെ പെണ്ണിനെ കാണുന്നുള്ളു.

തുടക്കകാലം മുതലുള്ള നമ്മുടെ നായികാ സങ്കല്പങ്ങൾ ഒക്കെയും 'ധീരോദാത്തനതിപ്രതാപഗുണവാൻ' ആയ നായകന്റെ ചെയ്തികൾക്ക് തിളക്കം കൂട്ടാനുള്ള ഒരു കഥാപാത്രം മാത്രമാണ്. അവന്റെ പ്രണയത്തിൽ ഉരുകിപ്പോകുന്ന, അവന്റെ സ്നേഹത്തിനായി കാത്തിരിക്കുന്ന സർവ്വ ദുർഘടങ്ങളിലും അവന്റെ പൗരുഷം

കൊണ്ട് കാക്കപ്പെടുന്ന പെണ്ണ്. ആദ്യമൊക്കെ ഇത്തിരി കുറുമ്പും തന്റേടവും കാട്ടുമെങ്കിലും നായകൻ തന്നിലേക്ക് അനുരക്തനാകുന്നതോടെ അവൾ പിന്നെ അവന്റെ വിനീതയായ പെണ്ണ് മാത്രമാകുന്നു. അവൾക്ക് പ്രിയപ്പെട്ടവരെ മാത്രമല്ല വ്യക്തിത്വം പോലും അവന് വേണ്ടി ത്യജിച്ചു കളയുമ്പോൾ ആണ് ഉത്തമയായ നായിക ആയി മാറുന്നത്.

കൻമദം പോലുള്ള സിനിമകളും പുതിയ കാലത്തെ ധാരാളം സിനിമകളിലും ഇങ്ങനെ പുല്ലിംഗത്തിന്റെ ഫണം വിടർത്തിയാടി. ആത്യന്തികമായി പെണ്ണ് കീഴടക്കപ്പെടേണ്ട ഒന്നാണെന്ന കാഴ്ചപ്പാടായിരുന്നു അവയുടെത്. ആറാം തമ്പുരാൻ, രാവണപ്രഭു തുടങ്ങിയ ഉൽസവം നടത്തി സിനിമകളിലെ പൗരുഷഭാവനയും സ്ത്രൈണതയും പരിശോധിച്ചാൽ ആക്രാമകത്തിനും പൗരുഷത്തിന്റെ പത്തികൾക്കും കീഴെ നിഴലായി നിൽക്കുന്ന കെട്ടിലമ്മയുടെ പുതിയ രൂപങ്ങളെ കാണാം.

ചില സാമ്പിളുകൾ ഇതാ:

മാഡം, പീടിക പൂട്ടാത്തതിനെന്താ, ആരും ഒന്നും എടുത്തു കൊണ്ടു പോവില്ലല്ലോ എന്നു പറയുകയായിരുന്നു മലയാളീസ്! (എഎസ്പി മാം പാന്റിന്റെ സിബ് ഇടാത്തതിനെ സംബന്ധിച്ച്!)', 'മന്ത്രിമാർക്ക് ആവാം എങ്കിൽ ആർക്കുമാവാം. നിന്റെയൊക്കെ സർവീസ് രേഖയിൽ അവന്റെയൊക്കെ മുകളിലുള്ളവന്റെ തന്തയുണ്ടാക്കിയ നിയമം. നൂറു കൂട്ടം നിയമങ്ങൾ വേറെ. സിഗരറ്റ് വലിക്കരുത്. കള്ളു കുടിക്കരുത്. സ്വന്തം ഭാര്യയുടെ ഗർഭപാത്രത്തിൽ ഗർഭമുൽപ്പാദിപ്പിക്കരുത്.' അയാൾ അവസാനം എഎസ്പി മാഡത്തെ കാറിനു മേൽ കമഴ്ത്തിപ്പിടിച്ച് ചെവിയിൽ പറയുന്നു: 'നിന്നെ ഇങ്ങനെ ചേർത്ത് വെച്ച് ഒരു പൂശ് പുശ്യാലുണ്ടല്ലോ എന്ന് പറയാനല്ല മായാ മേരി കുര്യൻ!, സിബ്ബിട്! സിബ്ബിടെടി!'

പ്രജ എന്നത് സമാനകാലത്തും അതിനു തൊട്ടു മുമ്പും ഇറങ്ങിയ കുറെ സിനിമകളുടെ ഒരു സാമ്പിൾ മാത്രമാണ്. പെണ്ണിനെ അവളുടെ ശരീരത്തിന്റെ പരിമിതികൾ ഓർമിപ്പിച്ചു കൊണ്ട് ഇല്ലാതാക്കുന്ന പരമ്പരകൾ തന്നെ മലയാളത്തിലിറങ്ങിയിട്ടുണ്ട്. സ്ത്രീ എന്ന ശരീരവസ്തു ഒരു തെറിയായും, ജൈവികമായ അതിന്റെ ആവിഷ്കാരങ്ങളിൽ പരിമിതപ്പെട്ടു പോവുന്ന തരം കീഴാളതയായും മലയാളി മസ്കലിൻ അബോധങ്ങൾ എഴുതിയ ധാരാളം സംഭാഷണ ശകലങ്ങൾ കൊണ്ടും ദൃശ്യങ്ങൾ കൊണ്ടും ശബളമായിരുന്നു ഈ കാറ്റഗറി സിനിമകൾ.

അത് പഴയ മണിപ്രവാള ജീവിതദർശനത്തിന്റെ ഒരു തുടർച്ചയായും ആധുനികതക്കു ശേഷം പൗരുഷലിംഗത്തിന്റ പത്തി വിടർത്തിയാടലായും വളർന്നു. സിനിമ തന്നെ നിർമിച്ചെടുത്ത സ്ത്രൈണ വിരുദ്ധത സിനിമയെ തന്നെ വിഴുങ്ങുന്ന തരത്തിൽ അതിന്റ ഭാവുകത്വം അറുപഴഞ്ചനും ക്ളീഷേകളുമായി അനുഭൂതി ജീവിതത്തിൽ ഭാരമായി തിടം വെച്ചു എന്നു പറയേണ്ടി വരും.

പാട്രിയാർക്കിയിൽ മറ്റുള്ളവർ അനിവാര്യമായും അധ:സ്ഥിതരാണെന്നു നരവംശ ശാസ്ത്രകാരൻമാർ അഭിപ്രായപ്പെടുന്നു. സമൂഹദൃഷ്ടിയിൽ കാണപ്പെടുന്ന ഫെമിനിറ്റിയുടെ പ്രതിരൂപങ്ങൾ പാട്രിയാർക്കിയുടെ സൗകര്യങ്ങൾക്കനുസരിച്ചും അതിനെ സംബന്ധിച്ചുള്ള വിധേയത്തവും ഭീതിയും മാത്രമേ ആഗ്രഹിക്കുന്നുള്ളു. എന്നു പറഞ്ഞാൽ പുരുഷൻ എന്നതാണ് മാനുഷികമായ സാമാന്യതത്ത്വം (Human Norm), അതിൽനിന്ന് 'അപരവും' ഭിന്നവുമായിട്ടുള്ളതുമെല്ലാം ഫെമിനിറ്റിയാണ്.

ഫൂക്കോയുടെ രീതിശാസ്ത്രം പിൻപറ്റിക്കൊണ്ട് എപ്രകാരമാണ് സമൂഹം ആൺ-പെൺ ലിംഗ പദവികളെ ഉല്പാദിപ്പിക്കുന്നത് എന്ന് ജൂഡിത് ബട്ലർ വിശദീകരിക്കുന്നുണ്ട്. ലിംഗ പദവികൾ അയഥാർത്ഥമാണെന്നും ശരീരങ്ങളുടെ മേൽ പ്രയോഗിതമാകുന്ന കൊത്തുപണികളിലൂടെ ഉൽപ്പാദിപ്പിക്കപ്പെടുന്ന രണ്ടു തരം ആത്മബോധങ്ങൾ മാത്രമാണ് ആൺ പെൺ ലിംഗപദവികൾ എന്നും ബട്ലർ കാട്ടിത്തരുന്നു. ലിംഗപദവിയുടെ ഈ കൈവരിക്കലിനെയാണ് ലിംഗ പദവി നാട്യമാണ് എന്ന നിരീക്ഷണത്തിലേക്ക് നയിച്ചത്. ശിശുശരീരങ്ങളിൽ തന്നെ സമൂഹം ഈ കൊത്തുപണികൾ നിർവഹിക്കുന്നുണ്ട്. ലിംഗസ്വത്വ നിർമിതിയുടെ ആദ്യപടവുകൾ അവിടെ തന്നെ ആരംഭിക്കുന്നു. ആടയാഭരണങ്ങൾ വസ്ത്രങ്ങൾ തുടങ്ങിയവയുടെ തിരെഞ്ഞെടുപ്പ് ഉദാഹരണം. കമ്മൽ, പൊട്ട് തുടങ്ങിയവ പെൺകുട്ടികൾക്കും ട്രൗസർ, ബനിയൻ തുടങ്ങിയവ ആൺകുട്ടികൾക്കും തെരഞ്ഞെടുക്കുന്നത് ഉദാഹരണം.

ആൺകുട്ടികൾക്ക് മസിൽ, ചങ്കൂറ്റം, കൂസലില്ലായ്മ, ആജ്ഞ, യുക്തി, കൈയ്യൂക്ക് തുടങ്ങിയ മനോഭാവങ്ങളും പെൺകുട്ടികൾക്ക് ക്ഷമ, സഹിഷ്ണുത, മൃദുലത, കാരുണ്യം, കീഴ്പ്പെടൽ തുടങ്ങിയവയും പരിശീലിപ്പിക്കപ്പെടുന്നു. കാലക്രമേണ ആ ലിംഗ പദവികൾ കീഴ്പ്പെടുത്തലിലേക്കും കീഴടങ്ങലിലേക്കും വളരുന്നു. മുടി വളർത്തിയും കമ്മലും ഫ്രോക്കും അണിയിച്ചുള്ള ബാഹ്യ ബോധങ്ങൾ പെൺശരീരങ്ങളിൽ എഴുതപ്പെടുന്നതോടൊപ്പം മേൽ സൂചി

പ്പിച്ച ഗുണങ്ങളും രേഖപ്പെടുത്തപ്പെടുന്ന പ്രതലങ്ങളായി പെൺശരീരങ്ങൾ മാറുന്നുണ്ട്.

ഇങ്ങനെ എഴുതപ്പെടുന്ന ലിംഗ പദവികൾ വഹിച്ച ആൺ പെൺ സ്വത്വഭാവനകളുടെ നടനമാടലിനെയാണ് നമ്മുടെ അനുഭൂതി ഭാവനകളും ഏറ്റെടുക്കുന്നതും വളർത്തുന്നതും. ശൈശവകാലത്തെ ആനന്ദപൂർണമായ ഉടലനുഭവങ്ങളിൽ നിന്ന് അടർത്തിമാറ്റപ്പെട്ട് മനുഷ്യർ ചിഹ്നവ്യവസ്ഥക്കുള്ളിലേക്ക് എടുത്തെറിയപ്പെടുന്നതോടുകൂടിയാണ് ലിംഗപദവികൾ സംജാതമാകുന്നത്. ലൈംഗികാവയവത്തെ ആധാരമാക്കി നിർണയിക്കപ്പെടുന്ന ലിംഗപദവികൾ പക്ഷപാതപരമായി തീരുന്നു. പുരുഷലിംഗം കരുത്തിന്റെയും യുക്തിയുടെയും അധികാരത്തിന്റെയും പ്രതീകമായി കരുതപ്പെടുന്നതിനാൽ അത് പേറുന്നവർക്ക് മേൽക്കോയ്മ ലഭിക്കുകയും അവർ സ്വത്വപദവി നേടി ആദരിക്കപ്പെടുകയും ചെയ്യുന്നു. ലിംഗഛേദം ചെയ്യപ്പെട്ടവരായി ചിത്രീകരിക്കപ്പെടുന്ന സ്ത്രീകൾ കരുത്തും യുക്തിയും നഷ്ടപ്പെടുന്ന വെറും ശരീരങ്ങളായി താഴ്ത്തിമതിക്കപ്പെടുന്നു'. (ശരീരം- എബി കോശി)

മേൽ ചർച്ചക്കെടുത്ത മഹായാനം എന്ന സിനിമയിലെ ചന്ദ്രു അടക്കമുള്ള മിക്ക കഥാപാത്രങ്ങളും ലക്ഷണമൊത്ത പൗരുഷം തിടമ്പേറ്റിയവർ മാത്രമല്ല ശരാശരി മലയാളി പുരുഷൻ എന്ന പ്രിവിലേജിനകത്ത് നിലകൊള്ളുന്നവരും പെണ്ണുമായി ലിംഗപദവിയിൽ അധിഷ്ഠിതമായ അധികാര ബന്ധങ്ങൾ സൂക്ഷിക്കുന്നവരും ഉടമ ബോധം സഹജാവബോധം പോലെ കൊണ്ടു നടക്കുന്നവരുമാണ്. പെണ്ണായാൽ ലിംഗപദവിയിൽ കീഴെനിൽക്കുന്ന ചില ഗുണങ്ങൾ അവർക്കുണ്ടാവേണ്ടതുണ്ട് എന്ന് അബോധത്തിൽ ആഗ്രഹിക്കുകയും അത് ആവശ്യപ്പെടുകയും ചെയ്യുന്ന മലയാളികുടുംബ സമൂഹം നിർമ്മിച്ചെടുത്ത ആണിന്റെ മിക്ക സവിശേഷതകളും ഇവർ വഹിക്കുന്നുണ്ട്. ഇവരുടെ ശരീരഭാഷ, ഭാഷണം, ഇടപെടൽ, സാമൂഹികബോധം തുടങ്ങിയവയിലെല്ലാം ഇത് പ്രകടമാണുതാനും. പേശീബലമുള്ള പുരുഷൻമാർ എന്ന സങ്കല്പം കൂടി ഇഴചേർത്താണ് ചന്ദ്രുവിനെ ഭാവന ചെയ്യുന്നത്. ലൈംഗികമായി മാത്രമല്ല ചന്ദ്രു എന്ന പുരുഷൻ പെണ്ണിനെ കീഴിൽ ആക്കുന്നത്. ശാരീരികമായുള്ള ഒരു മെരുക്കൽ കൂടി അവിടെ സംഭവിക്കുന്നുണ്ട്.

മീനാ ടി. പിള്ള മലയാളത്തിലെ ഫ്യൂഡൽ ആണത്തങ്ങളെപ്പറ്റി ഇങ്ങനെ നിരീക്ഷിക്കുന്നു. ഫ്യൂഡൽകാലത്തെ അനുകരിച്ച ഇല്ലങ്ങളും മനകളും അടക്കമുള്ള വാസ്തുശൈലികളും സൗന്ദര്യശാ

സ്ത്രങ്ങളും മലയാളികളുടെ ജനകീയഭാവനയെ പിടിച്ചടക്കി. ഇതിലെ പല സിനിമകളിലും അവഗണിക്കപ്പെടുകയോ അല്ലെങ്കിൽ വേണ്ടത്ര പ്രതാപങ്ങളില്ലാതെ നടത്തുകയോ ചെയ്യുന്ന ക്ഷേത്രോൽ സവങ്ങൾക്ക് വീണ്ടും ഉണർവേകാൻ പൊടുന്നനെ പുതിയ മിശി ഹാമാരെത്തുന്നു. ഇക്കാലത്ത് ആണത്തം മലയാള സിനിമയിൽ ഒരു മതമായി മാറി. നായകൻ രക്ഷകനാകുന്നു. ക്ഷേത്രങ്ങളുടെ യും പള്ളികളുടെയും വിശുദ്ധിയും തുടർച്ചയും സംരക്ഷിക്കാനും എല്ലാവരെയും കാത്തുരക്ഷിക്കാനും അയയ്ക്കപ്പെട്ട അവതാരമാ കുന്നു അയാൾ.

വാസ്തവത്തിൽ മനുഷ്യശരീരത്തിന്റെ പരിമിതികളെ മറികട ക്കാനും ദൈവമായി മാറാനും ശ്രമിച്ച നായകൻമാരായിരുന്നു ഇവ രെല്ലാം (രാവണപ്രഭു, നരസിംഹം). മിതവാക്കായ, സംയമിയായ മുൻകാല ആണത്തങ്ങൾ വന്യമായ ആൺ കാമനോർജത്താൽ പക രംവയ്ക്കപ്പെട്ടതും ഇക്കാലത്താണ്. വിവേകവും ആത്മനിയന്ത്ര ണവും കൈമുതലായ സംസ്കാരസമ്പന്നമായ ആണത്തമെന്ന നേര ത്തെയുള്ള സങ്കൽപം അധീശത്വ ആണത്തത്താൽ പകരംവയ്ക്ക പ്പെട്ടു. പൗരുഷത്വവും അക്രമാസക്തമായ വന്യവികാരങ്ങളും മാതൃ കാപുരുഷന് ഒഴിച്ചുകൂടാനാവാത്ത ഘടകങ്ങളായി. ഹിംസയുടെയും ലൈംഗികതയുടെയും ചേരുവയായി ആണത്തത്തെക്കുറിച്ചുള്ള ജനപ്രിയ മാതൃക.

മറ്റൊരു തരത്തിൽ പറഞ്ഞാൽ 1978-ലെ അടൂർ ഗോപാലകൃഷ് ണന്റെ 'കൊടിയേറ്റ'ത്തിൽ നിന്ന് തൊണ്ണൂറുകളിലെ രഞ്ജിത്ത് സിനിമകളിലെ ഉത്സവങ്ങളിലേക്കുള്ള കുടിയേറ്റം കമ്പോള സമ്പദ് വ്യവസ്ഥകളുടെ ആൺ കോയ്മകളിലേക്കുള്ള കുടിയേറ്റം കൂടി യാണ്.'

പാട്രിയാർക്കിയുടെ ഇതേവരെ വിശദീകരിക്കപ്പെട്ട ഓരോ വശവും സ്ത്രീപുരുഷ മനസ്സുകളിൽ വലിയ സ്വാധീനം ചെലുത്തു ന്നുണ്ട്. അതിന്റെ അന്തിമഫലം ലൈംഗിക രാഷ്ട്രീയം രണ്ടു ലിംഗ ങ്ങളിലും ഒരേപോലെ ആന്തരവൽക്കരിക്കപ്പെടുന്നു എന്നതാണ്. ലൈംഗികത ഒരു കുറ്റമാണെന്ന പാട്രിയാർക്കൽ വിശ്വാസം സ്ത്രീയിലാണ് കൂടുതൽ ആഘാതമുണ്ടാക്കുന്നത്; അത് സ്ത്രീ ലൈംഗികോപകരണം മാത്രമാണെന്ന ധാരണയിലേക്ക്, സ്ത്രീ യുടെ വസ്തുവൽക്കരണത്തിലേക്ക് നയിക്കുന്നു.

സമൂഹത്തിലെ വിശ്വാസങ്ങളും പ്രത്യയശാസ്ത്രവും പാരമ്പ ര്യവും എല്ലാം ചേർന്ന് അഹംബോധത്തിലുണ്ടാവുന്ന ആഘാത

ങ്ങൾ, വ്യക്തിബന്ധങ്ങളിലും മാധ്യമങ്ങളിലും പ്രത്യക്ഷപ്പെടുന്ന താഴ്ന്ന പ്രതിച്ഛായ, തൊഴിലിടങ്ങളിലും വിദ്യാഭ്യാസ സ്ഥാപനങ്ങളിലും മറ്റും ഉണ്ടാകുന്ന വിവേചനങ്ങൾ ഇവയെല്ലാം ചേർന്ന് സ്ത്രീകളിൽ ഒരു ന്യൂനപക്ഷമനോഭാവം സൃഷ്ടിക്കുന്നുവെന്നു കേറ്റ് അഭിപ്രായപ്പെടുന്നു.

'ന്യൂനപക്ഷമെന്നാൽ', കേറ്റ് ഫിലിപ്പ് ഗോൾഡ്ബർഗിനെ ഉദ്ധരിക്കുന്നു: 'ശാരീരികമോ സാംസ്കാരികമോ ആയ കാരണങ്ങൾ കൊണ്ട് സമൂഹത്തിലെ മറ്റുള്ളവരിൽനിന്ന് വ്യത്യസ്തമോ അസമമോ ആയ പരിഗണനകൾക്കുവേണ്ടി ഒറ്റപ്പെടുത്തി മാറ്റിനിർത്തപ്പെടുന്ന ജനവിഭാഗം എന്നാണർത്ഥം.' ഏതെങ്കിലും ഒരു സ്ത്രീയുടെ ഭാഗത്തുനിന്നുണ്ടാവുന്ന അപഭ്രംശത്തെ ഏറ്റവും രൂക്ഷമായും ദയാരഹിതമായും വിമർശിക്കുന്നത് സ്ത്രീകളാണ് എന്നത്, സ്ത്രീകൾ തങ്ങളെത്തന്നെയും മറ്റു സ്ത്രീകളേയും അവമതിക്കുന്നുവെന്നത് ഒക്കെ ഈ മനോഭാവത്തിന്റെ ബഹിസ്ഫുരണങ്ങളാണ്. പൗരുഷമായ ആക്രമണോത്സുകതയും സ്ത്രൈണമായ വിധേയത്വവും എന്ന സാമൂഹ്യ അവബോധം ഇല്ലാതാവുകയാണ് ഇതിനുള്ള പരിഹാരമായി നിർദ്ദേശിക്കപ്പെടുന്നത്.

പൗരുഷമെന്നു കരുതപ്പെടുന്ന കാര്യക്ഷമതയും ധൈഷണികതയും സ്ത്രൈണമായ ആർദ്രതയും പരപരിഗണനയും ലിംഗഭേദമെന്യേ എല്ലാവർക്കുമുണ്ടാവുന്ന അവസ്ഥ സംജാതമാവേണ്ടതുണ്ട്. കേറ്റിന്റെ സിദ്ധാന്തങ്ങൾക്ക് വിമർശനങ്ങൾ ഉണ്ടായെങ്കിലും അത് മൗലികമായി സാധുവാണെന്ന വസ്തുതക്ക് തെളിവാണ് ആ സിദ്ധാന്തം രൂപവൽകൃതമായി അരനൂറ്റാണ്ടോളം കഴിഞ്ഞ ഈ 2023-ലും സ്ത്രീസാക്ഷരതയിൽ മുന്നിൽ നിൽക്കുന്ന, പെൺമലയാളം എന്നു പേരുകേട്ട നമ്മുടെ പ്രകടമായും മിസോജനിസ്റ്റിക് ആയ ചലച്ചിത്രങ്ങൾ ആണുങ്ങളും പെണ്ണുങ്ങളും ഒരുമിച്ചു തീർക്കുന്ന കരഘോഷങ്ങൾക്കിടയിൽ അടുത്ത കാലം വരെ ആഴ്ചകളോളം ഓടിക്കൊണ്ടിരുന്നത്.

പിതൃസംരക്ഷണത്തിൽ ആത്മസുഖമനുഭവിക്കുന്ന പെണ്ണിനെ മുന്നോട്ട് വെക്കുന്ന ദൃശ്യം ഒന്ന്, രണ്ട് സിനിമകൾ മാത്രം ഇവിടെ എടുത്തു പറയുന്നു.

ഗ്രന്ഥസൂചി

1 ലീലയും ആൺപൂരങ്ങളും മീന. ടി. പിള്ള/ നവമലയാളി

2 ശരീരം -എബി കോശി, താക്കോൽവാക്കുകൾ, എഡിറ്റർ അജു കെ. നാരായണൻ, പ്രസാധനം- മലയാളവിഭാഗം യുസി കോളേജ് ആലുവ.

3. ലൈംഗികതയുടെ രാഷ്ട്രീയം: ആർ.എസ്. കുറുപ്പ്, സമകാലിക മലയാളം വാരിക.

Published: 04th November 2018

4 Judith butler, Gender Trouble; Feminism and the subversion of identity, Routledge, New York ,1999

○○

12

കാണുന്ന പുരുഷൻ, കാഴ്ചയാകുന്ന സ്ത്രീ:

(ഭരതന്റെ സിനിമകളെ മുൻനിർത്തിയുള്ള വിചാരം)

ഡോ. സിജു കെ.ഡി.

ബഹുജനമാധ്യമമെന്ന നിലയിലുള്ള വ്യാപ്തിയും സ്വാധീനതയും ജനപ്രിയസിനിമയെ സംസ്കാരപഠനമേഖലയുടെ ഇഷ്ടവിഷയങ്ങളിൽ ഒന്നാക്കിമാറ്റിയിട്ടുണ്ട്. വിപുലമായ ആസ്വാദക സമൂഹം പിന്തുടരുന്ന കലാരൂപമാകയാൽ, സാംസ്കാരിക-പ്രത്യയശാസ്ത്രോപാധിയെന്ന നിലയിൽ സാമൂഹ്യശ്രേണീകരണത്തിൽ സിനിമ; പ്രത്യേകിച്ചും കഥാസിനിമ വലിയ പങ്കുവഹിക്കുന്നുണ്ട്.

സിനിമ: കാഴ്ചയുടെ കല

പ്രാഥമികമായി കാഴ്ചയുടെ കലയാണ് സിനിമ. അതിനാൽ കാഴ്ചക്ക് ആവിഷ്കരണത്തിൽ വലിയ പ്രാധാന്യം നൽകപ്പെടുന്നുണ്ട്. കാഴ്ചക്ക് രണ്ടു ഘടകങ്ങളുണ്ട്. നോട്ടവും കാണപ്പെടലും (seeing and being seen). ഇവ കർതൃ-കർമ്മ (subject object) ബന്ധത്തിലാണ് നിലനിൽക്കുന്നത്. നോട്ടം ഒരാളെ കർത്താവായി സ്ഥാപിക്കുന്നു. കാണപ്പെടുന്ന വസ്തുവിനുമേൽ നിയാമക നിയന്ത്രണങ്ങളുള്ള ആളാണ് കർത്താവ്. കാണപ്പെടുന്നയാൾ കർമ്മമായി, കർത്താവിന് വേണ്ടി നിലകൊള്ളുന്നു. കാണപ്പെടുന്നവന്റെ സ്വത്വം നിർണ്ണയിക്കുന്നത് നോക്കുന്നവന്റെ കാഴ്ചയാണ്. (ഉൽറിക്ക് വോൾ മർ 2007: 22)[1]. മൂന്നുതരം നോട്ടങ്ങളിലൂടെ പൂർണ്ണമാകുന്ന കലാരൂപമാണ് സിനിമ. ക്യാമറക്കണ്ണിലൂടെയുള്ള ചലച്ചിത്രകാരന്റെ/കാരിയുടെ നോട്ടം, തിരശ്ശീലയിലെ ദൃശ്യത്തിൽ മുഴുകുന്ന പ്രേക്ഷകനോട്ടം, കഥാപാത്രങ്ങളുടെ പരസ്പരനോട്ടം എന്നിവയാണവ.

സംവിധായകന്റെയും പ്രേക്ഷകരുടെയും നോട്ടങ്ങളാണ് തിരശ്ശീലയിലെ ദൃശ്യങ്ങൾക്ക് അർത്ഥം നൽകുന്നത്. ഒരേ സമയം നോട്ടത്തിന്റെ കർതൃപദവിയിൽ നിൽക്കുകയും ദൃശ്യത്തെ സംബന്ധിച്ചിടത്തോളം തന്റെ സാന്നിധ്യത്തെ അദൃശ്യമാക്കി നിർത്തുകയും ചെയ്യാൻ ഇവർക്ക് കഴിയുന്നു. (ഉൽറിക്ക് വോൾമർ 2007: 39).

ആര് കാണുന്ന കാഴ്ചയാണ് തിരശ്ശീലയിൽ ദൃശ്യപ്പെടുന്നത് എന്നത് വളരെ പ്രധാനമാണ്. ഓരോ ദൃശ്യത്തെയും അത് ചിത്രീകരിച്ച സംവിധായികയുടെ/കന്റെ കണ്ണും അതിന്റെ ദ്രഷ്ടാവാകുന്ന പ്രേക്ഷകയുടെ/ന്റെ കണ്ണും ഒരേ വീക്ഷണ കോണിൽനിന്നാണ് കാണുന്നത്. സംവിധായിക/ൻ ഉൾക്കൊള്ളുന്ന ദർശനം ദൃശ്യത്തെ നിർണ്ണയിക്കുകയും അയാൾ അത് പ്രേക്ഷകരിലേക്ക് പകരുകയും ചെയ്യുന്നു. അങ്ങനെ സംവിധായികയുടെ/ന്റെ ദർശനം പ്രേക്ഷകരുടെകൂടി ദർശനമായി വിപുലപ്പെടുന്നു. ആഖ്യാതാവിലെ/ആഖ്യാനത്തിലെ പുരുഷനാണ് നോട്ടത്തിന്റെ കർത്താവാകുന്നതെങ്കിൽ ആ സിനിമയുടെ പ്രേക്ഷകരും പുരുഷന്റെ കണ്ണിലൂടെയാണ് സിനിമ കാണുന്നത്. സ്ത്രീവാദ സിനിമാനിരൂപകർ നോട്ടം പുരുഷനും നോക്കപ്പെടൽ സ്ത്രീക്കുമായി വിഭജിതമായ ചലച്ചിത്ര ഭാഷയെക്കുറിച്ച് വിമർശനം ഉന്നയിക്കുന്നതിന്റെ കാരണം ഇതാണ്.

സിനിമയിലെ നോട്ടത്തിന്റെ കേന്ദ്രമായി സ്ത്രീശരീരം മാറുന്നതോടെ അവൾ വസ്തുവൽക്കരിക്കപ്പെടുകയായി. From Reverence to Rape: The Treatment of Women in the Movies എന്ന ഗ്രന്ഥത്തിൽ സ്ത്രീപ്രതിനിധാനങ്ങളെ പഠനവിധേയമാക്കുമ്പോൾ സിനിമ ഒരു പുരുഷകേന്ദ്രിത കലാരൂപമാണെന്നും സിനിമയിൽ സ്ത്രീകൾ വാർപ്പുമാതൃകയിലുള്ള പരിമിതമായ വേഷങ്ങളിലേക്ക് ഒതുക്കപ്പെട്ടതായും മാതൃത്വം പോലുള്ള ആദർശാത്മകപ്രതിനിധാനങ്ങളോ സംഘർഷഹേതുവാകുന്ന പ്രതിനിധാനങ്ങളോ ആണ് സിനിമയിൽ സ്ത്രീക്ക് ലഭിക്കുന്നത് എന്നും മോളി ഹസ്കൽ ചൂണ്ടിക്കാട്ടുന്നുണ്ട്. (ഉൽറിക്ക് വോൾമർ 2007:32). പുരുഷൻ അറിയുന്ന സ്ത്രീയുടെ പ്രാതിനിധ്യമായാണ് അല്ലാതെ സ്ത്രീയെന്ന ഉണ്മയിലല്ല സിനിമയിൽ സ്ത്രീ അവതരിപ്പിക്കപ്പെടുന്നത് എന്ന ക്ലയർ ജോൺസ്റ്റൺന്റെ നിരീക്ഷണവും ശ്രദ്ധേയമാണ്. (സ്യൂ തോൺഹാം 1999, :33)[2]

ആൺബോധ്യങ്ങളാൽ നിർമ്മിതമായ കലയെന്ന നിലയിലും ആൺബോധ്യങ്ങളുടെ നിർമ്മിതി സാധിക്കുന്ന കലയെന്ന നിലയിലുമാണ് ഫെമിനിസ്റ്റ് ചലച്ചിത്രനിരൂപകർ ചലച്ചിത്രത്തെ കാണു

ന്നത്. സിനിമയിൽ സ്ത്രീകഥാപാത്രങ്ങൾക്ക് പുരുഷകഥാപാത്രങ്ങൾക്കൊപ്പം പ്രാമുഖ്യം കിട്ടുന്നില്ലെന്ന് പൊതുവേ നിരീക്ഷിക്കപ്പെടുന്നു. പുരുഷകഥാപാത്രങ്ങളുടെ സഹായിയായോ നായകനും വില്ലനുമിടയിലെ സംഘർഷകാരണമായോ ഒക്കെയാണ് ജനപ്രിയസിനിമകളിൽ സ്ത്രീ പ്രത്യക്ഷപ്പെടുന്നത്. അർത്ഥത്തിന്റെ സൃഷ്ടാവല്ല; വാഹക മാത്രമാണ് അവൾ.[3]

സിനിമയിലെ സ്ത്രീയുടെ പ്രതിനിധാനത്തെ നിർണ്ണയിക്കുന്നതിലും നിർമ്മിക്കുന്നതിലും കൃത്യമായ പ്രത്യയശാസ്ത്രമുണ്ടെന്നും ആ പ്രത്യയശാസ്ത്രം തുറന്നു കാട്ടാൻ സാമൂഹികശാസ്ത്ര വിശകലനരീതികൾ പര്യാപ്തമല്ലെന്നും സ്ത്രീവാദസിനിമാസിദ്ധാന്തം വാദിക്കുന്നു. ഫ്രോയിഡിന്റെയും ലാകാന്റെയും മനോവിശ്ലേഷണ സിദ്ധാന്തങ്ങൾ, ചിഹ്നശാസ്ത്രം, ഘടനാവാദം എന്നിവ സ്ത്രീവാദസിനിമാപഠനങ്ങൾക്ക് അടിത്തറയായി പ്രവർത്തിക്കുന്നു. ഇത്തരം പഠനങ്ങൾക്ക് തുടക്കമിട്ടത് ലോറ മൽവിയാണെന്ന് പറയാം. ഫെമിനിസ്റ്റ് സിനിമാനിരൂപകരിൽ പ്രമുഖയാണ് ലോറമൽവി. തിരജീവിതത്തിനും ആസ്വാദകർക്കും ഇടയിലെ കൊള്ളക്കൊടുക്കലുകൾ സ്ത്രീവാദ സിദ്ധാന്തപരമായി വിശകലനം ചെയ്യുന്ന ആദ്യരചനയാണ് ലോറ മൽവിയുടെ വിഷ്വൽ പ്ലഷർ ആൻഡ് നരേറ്റീവ് സിനിമ (Visual Pleasure and Narrative Cinema-1975).

ആൺ നോട്ടം: ലോറ മൽവി

ലോറമൽവിയുടെ നിരീക്ഷണത്തിൽ ഭാഷയടക്കമുള്ള എല്ലാ സാംസ്കാരിക വ്യവഹാരങ്ങളും പുരുഷകേന്ദ്രിതമാണ്. പുരുഷമേധാവിത്ത ക്രമത്തിനുള്ളിലാണ് സൃഷ്ടിക്കപ്പെടുന്നത് എന്നതുകൊണ്ട് തന്നെ ചലച്ചിത്രമെന്ന കലാരൂപവും ആൺകോയ്മയുടെ അടയാളങ്ങൾ പേറുന്നുണ്ട്. സിനിമ പ്രേക്ഷകന് പരസ്പരവിരുദ്ധമായ രണ്ടു തരം അനുഭൂതികൾ നൽകുന്നു. ഒന്നാമത്തേത് കാണുന്നതിലെ ആനന്ദമാണ്. തന്നിൽനിന്ന് വ്യത്യസ്തനായ/യായ ഒരാളെ കാഴ്ചയുടെ ലക്ഷ്യമാക്കി, അതിൽ നിന്ന് ലഭിക്കുന്ന കാഴ്ചാഭിരതി (scopophilia) യാണ് അത്. രണ്ടാമത്തേത് ആത്മരതിയുടെ ഭാഗമായി ഉണ്ടാകുന്ന ആനന്ദമാണ്. ഇവിടെ തിരശ്ശീലയിലെ കഥാപാത്രത്തിന്റെ രൂപഭാവ സാമ്യങ്ങൾ, പശ്ചാത്തലം തുടങ്ങിയ സാഹചര്യങ്ങൾ തനിക്ക് കഥാപാത്രവുമായി താദാത്മ്യമെന്ന അവസ്ഥ സൃഷ്ടിക്കുന്നു. അങ്ങനെ കഥാപാത്രത്തിന്റെ അനുഭവങ്ങൾ പ്രേക്ഷകന് സ്വന്തം അനുഭവമായി തോന്നുന്നു.[4] (സ്യൂ തോൺഹാം 1999: 60)

ആൺ/പെൺ എന്നതിനെ സിനിമ സക്രിയം/നിഷ്ക്രിയം (active/passive) എന്ന ദ്വന്ദം കൊണ്ട് രേഖപ്പെടുത്തുന്നു എന്നും നോക്കുന്നവർ ലിംഗപരമായ ഏത് സംവർഗ്ഗത്തിൽപ്പെട്ടാലും നേരത്തെ പറഞ്ഞ മൂന്നുതരം നോട്ടങ്ങളും പുരുഷപക്ഷത്ത് നിന്നുള്ളവയാണ് എന്നും മൽവി നിരീക്ഷിക്കുന്നു.[5] (സ്യൂ തോൺഹാം 1999:63). ആൺ നോട്ടം (male gaze) എന്ന സംജ്ഞയാണ് ഈ നോട്ടത്തെ വിശേഷിപ്പിക്കാൻ ഉചിതം. സൃഷ്ടിയുടെയും ആസ്വാദനത്തിന്റെയും തലങ്ങളിൽ പുരുഷനാണ് നിയാമക സ്ഥാനം. ഉൽറിക്ക് വോൾമറും നോട്ടത്തിന്റെ ഈ പുരുഷസ്വഭാവം ചൂണ്ടിക്കാട്ടിയിട്ടുണ്ട്.[6]

സിനിമയിലെ, പ്രത്യേകിച്ച് പുരുഷകഥാപാത്രങ്ങൾക്ക് പ്രാധാന്യമുള്ള സിനിമയിലെ പുരുഷന്റെയും സിനിമ കാണുന്ന പുരുഷന്റെയും (പ്രേക്ഷകൻ) കാഴ്ചാവിഭവമാണ് സിനിമയിലെ സ്ത്രീ. ആൺ നോട്ടത്തിന്റെ കേന്ദ്രമാണ് സ്ത്രീ കഥാപാത്രം. കാഴ്ചക്കാരും കാഴ്ചയാകുന്നവരും തമ്മിലുള്ളത് അധീശ-വിധേയ ബന്ധമാണ് എന്ന് സൂചിപ്പിച്ചല്ലോ. തന്റെ വിധേയസ്വത്വത്തെ നോക്കിക്കാണുകയാണ് പുരുഷൻ. ആ കാഴ്ചയാണ് പ്രേക്ഷകന് ആനന്ദം നൽകുന്നത്. പ്രേക്ഷകന് കാമനകളുടെ പ്രേരകമാവുകയെന്നതാണ് അവളുടെ ദൗത്യം. നോക്കുന്നതിനല്ല കാണപ്പെടുന്നതിനാണ് (to be looked at ness) സ്ത്രീ കഥാപാത്രങ്ങൾ രചിക്കപ്പെട്ടിരിക്കുന്നത്. കർത്താവായല്ല, കർമ്മമായോ കരണമായോ ആണ് അവൾ സിനിമയിൽ പ്രത്യക്ഷപ്പെടുന്നത്. നോട്ടത്തിന്റെ കേന്ദ്രവിഷയമാകുന്നതിനാണ് അവളെ ഒരുക്കുന്നത്. അവളുടെ അഴകളവുകൾ ദൃശ്യമാകും വിധത്തിലാണ് സിനിമയുടെ ആഖ്യാനം നീങ്ങുന്നത്. മാറിമാറി വരുന്ന സൗന്ദര്യ സങ്കൽപ്പങ്ങൾക്ക് ഇണങ്ങുന്ന സ്ത്രീരൂപങ്ങൾ കഥാപാത്രഗാത്രമായി തെരഞ്ഞെടുക്കപ്പെടുന്നതിന് പിന്നിൽ പ്രവർത്തിക്കുന്ന താല്പര്യം ഇതാണ്. നോട്ടത്തിന്റെ കർതൃത്വം പുരുഷ/നായക കഥാപാത്രത്തിനാണ്. ഈ പുരുഷകഥാപാത്രവുമായി പ്രേക്ഷകർക്ക് താദാത്മ്യം പ്രാപിക്കാൻ തോന്നുന്ന വിധത്തിലാവും അയാളുടെ പാത്രസൃഷ്ടി. മാതൃകാ പുരുഷൻ എന്ന തരത്തിലാണ് താരശരീരം മുഖ്യധാരാസിനിമയിൽ അവതരിപ്പിക്കപ്പെടുന്നത്. പ്രേക്ഷക/കൻ നായകകഥാപാത്രത്തിൽ തന്റെ ആദർശസ്വരൂപം (ego ideal) കണ്ടെത്തുന്നു. ഈ ആദർശപുരുഷനാണ് സിനിമയിലെ കഥാഗതി നിയന്ത്രിക്കുന്നത്. ഈ പുരുഷനാണ് അധികാരത്തിന്റെ/ശക്തിയുടെ പ്രാതിനിധ്യം വഹിക്കുന്നത്. പ്രേക്ഷകന്റെ ഇച്ഛകളെ തൃപ്തമാക്കാൻ പര്യാപ്തമാണ് ഈ ആദർശ സ്വരൂപം.

അതേസമയം സ്ത്രീ ലൈംഗികചോദകമായി, കാഴ്ചയുടെ കേന്ദ്രസ്ഥാനത്ത് അവതരിപ്പിക്കപ്പെടുന്നു. പ്രേക്ഷകൻ സ്ത്രീയെ കാണുന്നത് രണ്ടു തരത്തിലാണ്; പിഴവുകൾക്ക് വശംവദയായവൾ എന്ന നിലയിലോ കാഴ്ചാരതിയുടെ (fetish) കേന്ദ്രമെന്ന നിലയിലോ. സിനിമയുടെ ആഖ്യാനം സ്ത്രീയുടെ പിഴവിന്റെയും തിരുത്തലിന്റെയും ആഖ്യാനം കൂടിയാണ്. പുരുഷൻ അവളെ ശിക്ഷിച്ചോ മാപ്പ് നൽകിയോ രക്ഷിക്കുന്നു.

സിനിമയുടെ പ്രമേയതലം പുരുഷന്റെ മേൽക്കോയ്മാ മനോഭാവത്തെയും ദൃശ്യഭാഷ കാഴ്ചാഭിരതിയെയും തൃപ്തിപ്പെടുത്തുന്ന തരത്തിലാണ് ഒരുക്കപ്പെടുന്നത് എന്ന് സൂക്ഷ്മമായി നിരീക്ഷിച്ചാൽ മനസ്സിലാകും. ഈ ആശയം മുൻനിർത്തി ഭരതന്റെ സിനിമയെ പഠിക്കാനുള്ള ശ്രമമാണ് ഈ ലേഖനം. കഥാഗതിയെ നിയന്ത്രിക്കുന്നതിനു ശേഷിയുള്ള സ്ത്രീ കഥാപാത്രങ്ങളെ അവതരിപ്പിച്ച സംവിധായകൻ എന്നതാണ് ഭരതനെ പഠന വിധേയനാക്കാൻ കാരണം.

സ്ത്രീലൈംഗികതയുടെ കുപ്പി, ആണത്തത്തിന്റെ വീഞ്ഞ്

ഭരതന്റെ ആദ്യസ്വതന്ത്രസംവിധാനസംരംഭമായ പ്രയാണം (1975) സ്ത്രീലൈംഗികതയാണ് മുഖ്യപ്രമേയമായി അവതരിപ്പിച്ചത്. മധ്യവയസ്കനായ പൂജാരിയുടെ രണ്ടാംഭാര്യയാകേണ്ടിവന്ന യുവതി (സാവിത്രി), യുവാവായ അയൽവാസിയുടെ (അരവിന്ദൻ) പ്രണയത്തിന് തന്നെ സമർപ്പിക്കുന്നു. അങ്ങനെ ദാമ്പത്യ ജീവിതത്തിൽ നിഷേധിക്കപ്പെട്ട പ്രണയവും ലൈംഗികതയും സ്വന്തമാക്കാമെന്ന് മോഹിക്കുന്നു. എന്നാൽ വിവാഹബാഹ്യബന്ധം പിടിക്കപ്പെട്ടതോടെ ഭർത്താവ് അവളെ അവളുടെ വീട്ടിലേക്ക് അയക്കുന്നു. ഈ പ്രതിസന്ധിഘട്ടത്തിൽ അരവിന്ദൻ അവളെ സഹായിക്കാനെത്തുന്നില്ല. എന്നാൽ പൂജാരിയോട് മാപ്പ് പറഞ്ഞ് തിരികെയെത്തുന്ന അവളെത്തേടി രാത്രിയിൽ അയാൾ വരുന്നു. ആ സമാഗമത്തിന് ശേഷം അവൾ ആത്മഹത്യ ചെയ്തെന്ന സൂചനകൾ നൽകി സിനിമ അവസാനിക്കുന്നു. വ്യവസ്ഥാപിത മൂല്യങ്ങളോട് പോരടിക്കുമ്പോൾ ഒരു പെൺജീവിതം എത്രമാത്രം കഠിന വഴികളിലൂടെ കടന്നു പോകുന്നുവെന്ന് കാട്ടിത്തരുന്നു സാവിത്രി. പ്രണയവും സദാചാരവും തമ്മിലുള്ള സംഘർഷത്തിൽ അരവിന്ദനോ പൂജാരിയോ അനുഭവിക്കാത്ത മാനസികവ്യഥ അവൾ അനുഭവിക്കുന്നു. സിനിമ സ്ത്രീയുടെ ദുരനുഭവങ്ങളുടെ അനുഭാവപൂർണ്ണമായ

ആവിഷ്കരണമാണ് നിർവഹിക്കുന്നത്.

എന്നാൽ, അരവിന്ദന്റെ അമ്മ രാഗിണിയിലൂടെ ഇതിനു കടക വിരുദ്ധമായ ആശയം സിനിമയിൽ ഇടം നേടുകയും സിനിമയുടെ മൊത്തം കാഴ്ച്ചപ്പാടിനെത്തന്നെ പൊളിച്ചുകളയുകയും ചെയ്യുന്നു. വളരെക്കുറഞ്ഞ രംഗങ്ങളിലാണ് കടന്നുവരുന്നതെങ്കിലും അരവിന്ദന്റെ അമ്മ ഈ സിനിമയിൽ വഹിക്കുന്ന സ്ഥാനം വലുതാണ്. നഗരത്തിലേക്ക് വിവാഹം കഴിച്ചു കൊണ്ടുപോയ അവർ അനിയന്ത്രിതമായ സ്വാതന്ത്ര്യത്തിലേക്കാണ് വളരുന്നത്. ഭർത്താവുമൊത്തുള്ള ജീവിതം അവരെ തൃപ്തിപ്പെടുത്തുന്നില്ല. കുട്ടിയായ അരവിന്ദനെ പരിഗണിക്കാൻപോലും നേരമില്ലാതെ, പുരുഷ സുഹൃത്തുക്കൾക്കൊപ്പം ചീട്ടുകളിച്ചും മദ്യപിച്ചും പുകവലിച്ചും ആഘോഷിക്കുന്ന രാഗിണിയുടെ ചിത്രം സിനിമ കാണിച്ചു തരുന്നുണ്ട്. അവർ 'തീർത്തും അവരുടേതായ' ഒരു ലോകം തീർക്കുന്നു. മകൻ തന്റെ സ്വാതന്ത്ര്യത്തിനു തടസ്സമാകുമെന്ന് കൂടി കരുതി അവർ അരവിന്ദനെ ബോർഡിങ്ങിൽ ചേർക്കുന്നു. പിന്നീട് അവർക്ക് എന്ത് സംഭവിച്ചുവെന്നതിൽ സിനിമ മൗനംപാലിക്കുന്നു. ഉയർന്ന വിദ്യാഭ്യാസംനേടിയ സ്ത്രീയാണ് രാഗിണി. അരവിന്ദന്റെ ജീവിതത്തിൽ അൽപ്പകാലത്തേക്ക് വന്നു പോകുന്ന ഒരു കാമുകിയേയും സിനിമയിൽ കാണാം. അവളും വിദ്യാസമ്പന്നയാണ്. അമ്മയെ പോലെ ഈ കാമുകിയും അരവിന്ദനെ വിട്ടുപോകുന്നു. അറിവുള്ള രാഗിണിയും വിദ്യാഭ്യാസമില്ലാത്ത സാവിത്രിയും ആത്മാർഥതയുടെ കാര്യത്തിൽ വിരുദ്ധപക്ഷങ്ങളിൽ നിൽക്കുമ്പോൾ അബോധപരമായി സ്ത്രീവിദ്യാഭ്യാസം തന്നെയാണ് പ്രശ്നവൽക്കരിക്കപ്പെടുന്നത്. വിദ്യ കൊണ്ട് വഴിതെറ്റിപ്പോയവളായി രാഗിണി അടയാളപ്പെടുന്നു. അരവിന്ദനെ പരുവപ്പെടുത്തിയെടുക്കുന്നതിൽ നിഷേധാത്മകമായ പങ്കുവഹിച്ച ഒരാളായാണ് അമ്മ അവതരിപ്പിക്കപ്പെടുന്നത്.

അന്യന്റെ ഭാര്യയിലേക്കുള്ള, സാവിത്രിയിലേക്കുള്ള അരവിന്ദന്റെ ചായ്‌വിനെ ന്യായീകരിക്കാനുള്ള ഒരു സാന്നിധ്യമാണ് രാഗിണി. അമ്മയുടെ വളർത്തുദോഷത്തിന്റെ ഇരയാണ് അവൻ. രാഗിണിയുടെ സ്വാതന്ത്ര്യ ബോധത്തെ, പ്രേക്ഷകവിമർശനത്തിന് വിധേയമാക്കും വിധത്തിൽ പരിധികളില്ലാത്ത ഒന്നായി ഈ സിനിമ അവതരിപ്പിക്കുന്നു. കുടുംബജീവിതത്തിൽ സ്ത്രീസ്വാതന്ത്ര്യത്തിന് അതിരുകളുണ്ടാക്കാൻ പ്രേക്ഷകന് മാനകമാക്കാവുന്ന ഒരു കഥാപാത്രമായി അവർ നിൽക്കുന്നു. ഭർത്താവിനു വഴങ്ങാത്ത, താൻ പോരി

മയുള്ള സ്ത്രീ കുടുംബഘടനയെ എത്രമാത്രം സങ്കീർണ്ണവും സംഘർഷഭരിതവുമാക്കും എന്നാണ് രാഗിണിയുടെ പാത്രസൃഷ്ടി പറഞ്ഞുവെക്കുന്നത്. സ്ത്രീ സ്വന്തം ലൈംഗികതൃപ്തി തേടുമ്പോൾ അവളെ കാത്തിരിക്കുന്നത് ജീവിതനഷ്ടം തന്നെയാണ് എന്ന് ഈ സിനിമ കാണിച്ചു തരുന്നു. ആ അർത്ഥത്തിൽ രാഗിണിയും സാവിത്രിയും ആത്യന്തികമായി ഇരകളായി മാറുന്നു.

രതിനിർവേദം (1978) കൗമാരക്കാരനായ പപ്പുവിന്റെ ആദ്യരത്യാനുഭവം തേടിയുള്ള യാത്രകളുടെ ചിത്രണമാണ്. അയൽവാസിയായ രതി അവന്റെ കാമനകളുടെ ലക്ഷ്യമായി മാറുന്നു. അവൻ മനസ്സുകൊണ്ടും ശരീരംകൊണ്ടും അവളെ പ്രണയിക്കുന്നു; അവൾ അവനേയും. രതിയെ ലൈംഗികമായി അനുഭവിക്കാനുള്ള പപ്പുവിന്റെ തീരുമാനത്തിന് അവൾക്ക് വഴങ്ങേണ്ടി വരുന്നു. രതിയും പപ്പുവും ഇണചേർന്നു പിരിയുമ്പോൾ രതിക്ക് സർപ്പദംശനം ഏൽക്കുന്നു. ആ പാമ്പിന് രതിയെ മാത്രമേ കടിക്കാൻ കഴിയൂ. പുരുഷതൃപ്തികൾക്ക് പ്രാമുഖ്യമേറുന്ന സിനിമയ്ക്ക് അങ്ങനെയേ അവതരിപ്പിക്കാൻ കഴിയൂ. പപ്പുവിനെക്കാൾ പ്രായമുള്ള, പക്വമതിയായി പ്രവർത്തിക്കേണ്ട രതി അവന്റെ കൗമാരചാപല്യങ്ങളെ തടയാതെ അനുവദിച്ചു കൊടുത്തതിനുള്ള ശിക്ഷയാണ് അവൾക്ക് ഏൽക്കുന്ന സർപ്പദംശനം. അവൻ ഓരോ തവണ കാമമോഹത്തോടെ സമീപിക്കുമ്പോഴും അവനെ തിരുത്തുന്നതിൽ അവൾ പരാജയപ്പെടുന്നു. അവനെ വിട്ടുപോകാനും അവൾക്കു കഴിയുന്നില്ല.

രതിയുടെ ശരീരം പപ്പുവിന് മുന്നിൽ പലതവണ അനാവൃതമാകുന്നുണ്ട്. കോണിച്ചുവട്ടിൽ ഒളിച്ചുകളിക്കുമ്പോൾ, അയയിൽനിന്നും വസ്ത്രമെടുക്കുമ്പോൾ, ഉച്ചമയക്കത്തിനിടെ, കാവിൽ പൂവ് പെറുക്കുമ്പോൾ അങ്ങനെ നിരവധി സന്ദർഭങ്ങളിൽ അവളുടെ ഉടൽ അവനെ മോഹിപ്പിക്കും വിധം പ്രദർശിപ്പിക്കപ്പെടുന്നു. പപ്പു തുടക്കംമുതലേ അവളുടെ ശരീരത്തിൽ ഏകപക്ഷീയമായി കടന്നു കയറാൻ ശ്രമിക്കുന്നതിനെ പ്രേക്ഷകർ കണ്ടിരിക്കെത്തന്നെ അതിലെല്ലാം രതിയുടെ പരോക്ഷ പ്രേരണകൾ ഉണ്ടായിരുന്നുവെന്ന പ്രതീതി സൃഷ്ടിക്കാൻ ഇത്തരം ദൃശ്യങ്ങൾ കാരണമാകുന്നു. അങ്ങനെ പ്രലോഭനമെന്ന പിഴവ് രതിയുടെ മേൽ ചാർത്താൻ സിനിമയ്ക്ക് കഴിയുന്നു.

പപ്പുവിനെ ബാല്യത്തിന്റെ ലോകത്തുനിന്നും നിഷ്കാസിതനാക്കുന്ന രതി പകരം ലൈംഗികതയുടെ ആനന്ദം നിറഞ്ഞ മറ്റൊരു ലോകം അവന് നൽകുന്നു. രതിയിലേക്കുള്ള അവന്റെ സഞ്ചാരം

പോലെ ദുർഘടമാണ് ലൈംഗിക ആനന്ദം തേടിയുള്ള യാത്രയും. ഒരിയ്ക്കൽ നാടകം കഴിഞ്ഞു വരുമ്പോൾ പപ്പുവും കൂട്ടുകാരും ഒളിഞ്ഞിരുന്ന് ഒരു മൈഥുനദൃശ്യം കാണുന്നുണ്ട്. ആ സ്ത്രീ തങ്ങളെ കണ്ടെന്നറിയുമ്പോൾ അവർ ഓടി മറയുന്നു. മറ്റൊരിക്കൽ ഒരു സ്ത്രീ കുളിക്കുന്ന രംഗം അവർ ഒളിഞ്ഞു നോക്കുന്നു. നഗ്നയായ പെണ്ണിന്റെ രേഖാചിത്രം മുറിയിലെ ചുമരിൽ, കലണ്ടറിന്റെ മറവിൽ പപ്പു ഒളിച്ചുവെയ്ക്കുന്നു. അങ്ങനെ പൂർവാനുഭവങ്ങളിലെ ഭയജനകമോ അപ്രാപ്യമോ നിഗൂഢമോ ആയിരുന്ന രത്യനുഭവം ഒടുവിൽ അവൻ ആനന്ദമെന്ന നിലയിൽ സ്വന്തമാക്കുന്നു. ആനന്ദത്തെ ആസ്വാദ്യമാക്കുന്നത് അതിലേക്കുള്ള മാർഗ്ഗക്ലേശം കൂടിയാണ്. അതാണ് പിണക്കങ്ങളും വിഘ്നങ്ങളും ചേർന്ന് നിറവേറ്റുന്നത്. എല്ലാവിധ ആന്തരികപ്രക്ഷുബ്ധതകളിലൂടെയും കടന്നുപോയി ആ അനുഭവംവരെ അവനെ എത്തിക്കുക, അവനെ ആദ്യരതി അനുഭവിപ്പിക്കുക എന്നതോടെ പൂർണ്ണമാകുന്നു അവളുടെ ദൗത്യം. ഇനി രതിക്ക് അരങ്ങൊഴിയാം. അതേസമയം പുതിയ ലോകങ്ങൾ തേടിയുള്ള പപ്പുവിന്റെ ജീവിതയാത്ര ആരംഭിക്കുകയും ചെയ്യുന്നു. പപ്പുവിനെ മുൻനിർത്തിയുള്ള ആഖ്യാനമാണ് സിനിമയുടേത്. പപ്പുവിന്റെ അസാന്നിധ്യത്തിൽ കുറച്ച് രംഗങ്ങളിലേ രതി കടന്നു വരുന്നുള്ളൂ. അത്തരം സന്ദർഭങ്ങളിൽ മാത്രമാണ് അവളുടെ ആന്തരികസംഘർഷം അനാവൃതമാകുന്നത്.

ആരവം (1978) ഭരതന്റെ ഇതര സിനിമകളിൽനിന്നും വ്യത്യസ്തമാണ്. അപരിഷ്കൃത ജീവിതം നയിക്കുന്ന മരുത്, ഗ്രാമത്തിൽ ഒറ്റയ്ക്ക് താമസിക്കുന്ന ചായക്കടക്കാരിയായ കാവേരി, സർക്കസ്സിലെ പ്രധാനകളിക്കാരിയായ സുന്ദരി എന്നിവരാണ് മുഖ്യ കഥാപാത്രങ്ങൾ. കാവേരി ആരിൽ നിന്നോ ഗർഭിണിയാണ്. ദോശയും ചമ്മന്തിയും എരുമപ്പാലൊഴിച്ച ചായയും നൽകാമെന്നും അവന്റെ 'കെട്ട്യോളായി കഴിഞ്ഞോളാം' എന്നുമുള്ള കാവേരിയുടെ വാഗ്ദാനം അംഗീകരിച്ച മരുത് കാവേരിയുടെ ഗർഭം ഏറ്റെടുക്കുന്നു. സിനിമയുടെ ഈ ആദ്യഭാഗങ്ങൾ മരുതിന്റെ നായക- പൗരുഷ നാട്യങ്ങളില്ലായ്മ വെളിവാക്കുന്നുണ്ട്. ഗ്രാമത്തിൽ വന്നുചേർന്ന സർക്കസിന്റെ ഭാഗമായി മാറുന്ന മരുത് പുതിയ അഭ്യാസമുറകൾ പരിശീലിക്കുന്നതിനിടയിൽ സുന്ദരിയുമായി അടുക്കുന്നു. ആ അടുപ്പം കാവേരിയെ ചൊടിപ്പിക്കുന്നു. അവൾ സുന്ദരിയുമായി വഴക്കിടുന്നു. ഒടുവിൽ പുഴയിൽ ചാടി മരിക്കാൻ ശ്രമിക്കുന്ന കാവേരിയെ രക്ഷിക്കുന്ന മരുത് സർക്കസ്സുമായുള്ള ബന്ധവും അവസാനിപ്പി

ക്കുന്നു. പട്ടിയുടെ വാലിൽ മരുത് കെട്ടിവിടുന്ന മാലപ്പടക്കത്തിൽ നിന്നും തീ പടർന്ന് സർക്കസ് ടെന്റ് കത്തിപ്പോവുന്നു. സർക്കസ് ടീം ഗ്രാമം വിടുന്നു.

പഴയ കാവേരിയിൽ നിന്ന് മാതാവാകാൻ പോകുന്ന കാവേരി വ്യത്യസ്തയാണ്. അവൾ സാമൂഹ്യചിട്ടവട്ടങ്ങളെ ഗൗനിക്കാൻ തുടങ്ങുന്നു. അല്ലെങ്കിൽ നിർബന്ധിതയാകുന്നു. ആളുകൾക്ക് മുൻപിൽ അവളുടെ കുഞ്ഞിന് പിതാവ് വേണം. ഒറ്റയ്ക്ക് ജീവിച്ചതിന്റെ മടുപ്പും അവൾക്കുണ്ട്. ശാന്തമായി ഒഴുകേണ്ട ആ ജീവിതം സർക്കസ് കമ്പനിയുടെ വരവോടെ മരുതിനെ തനിക്കു നഷ്ടപ്പെടുമെന്ന് അവൾ ഭയക്കുന്നു. നാളുകൾക്കു മുൻപുവരെ പരപുരുഷന് തന്റെ കടയിൽ അന്തിയുറങ്ങാൻ ഇടമൊരുക്കിയവൾ, ആരിൽ നിന്നോ ഗർഭം ധരിച്ചവൾ ഇപ്പോൾ തനിക്ക് സ്വന്തമായി ഒരു പുരുഷനെ ആഗ്രഹിക്കുന്നു. താൻ സ്വന്തമാക്കിയ പുരുഷനെ കൈവിട്ടു പോകുമെന്ന ഘട്ടത്തിൽ അവനെ തിരികെപ്പിടിക്കാൻ കൈക്കരുത്തുകൊണ്ട് പൊരുതുന്നു. മറ്റൊരു തരത്തിൽ പറഞ്ഞാൽ പലരുടെയും കാമനാകേന്ദ്രമായിരുന്ന കാവേരി മരുതിന്റെ മാത്രമായി മാറുന്ന പ്രക്രിയയാണ് ഇത്. സിനിമ പ്രേക്ഷകരുടേയും പുരുഷകഥാപാത്രങ്ങളുടെയും നോട്ടത്തിന് പാത്രമായി അവതരിപ്പിക്കുന്ന നായിക ക്രമേണ നായകന്റെമാത്രം സ്വകാര്യസ്വത്തായി മാറുന്നതിനെക്കുറിച്ച് ലോറ മൽവി നിരീക്ഷിക്കുന്നുണ്ട്.[7]

തന്റേടി, സ്വേച്ഛാചാരിണി എന്നീ പ്രതീതികൾ കാവേരിയെപ്പറ്റി ആദ്യമേ രൂപീകരിക്കപ്പെടുന്നു. എന്നാൽ കാവേരിയുടെ തന്റേട പ്രകടനങ്ങൾ മരുതിനു വേണ്ടിയോ മരുതിന്റെ പിൻബലത്തിലോ ആണ് എന്ന് കാണാം. ധീരനായ മരുതിന്റെ സാന്നിധ്യത്തിലാണ് കാവേരി അന്തോണിയെ ഇറക്കിവിടുന്നതും അയാൾ കൊടുത്ത ജാക്കറ്റ് വലിച്ചെറിയുന്നതും. ഭർത്താവ് എന്ന മേൽവിലാസം മരുത് ഏറ്റെടുക്കുന്നതോടെ കാവേരി മാറുന്നു. കാവേരി എന്ന 'തനിക്കു താൻപോന്ന പെണ്ണ്' മരുത് എന്ന പുരുഷരക്ഷിതാവിന്റെ അധീശത്തം അംഗീകരിക്കാൻ തയ്യാറാകുന്ന ഇടത്തേക്ക് സിനിമ ഒടുവിൽ എത്തുന്നു. "ഒരു പെണ്ണ് ഒറ്റക്ക് എത്രനാളാണ് ജീവിക്കുക" എന്ന കാവേരിയുടെ മരുതിനോടുള്ള ഭാഷണം ഒരർഥത്തിൽ ആത്മഗതമാണ്. ഗർഭിണിയായ കാവേരിക്ക് ഒറ്റക്ക് നില്ക്കാൻ കഴിയില്ല എന്ന തോന്നൽ ഒരു സാമൂഹ്യ ഉൽപ്പന്നമാണ്. സിനിമയിലെ സാങ്കൽപ്പികഗ്രാമത്തിലെ പ്രണയവും രതിയും സദാചാരബോധവും മറ്റുള്ള ഇടങ്ങളിൽ നിന്ന് വ്യത്യസ്തമാണ്. കാവേരിയുടെ കുഞ്ഞിന് അച്ഛ

നില്ലാതാവുന്നത് അവിടെ വലിയ വിഷയമാകാൻ ഇടയില്ല. തന്റെ കുഞ്ഞിനും പിതാവ് വേണം എന്ന കാവേരിയുടെ ആഗ്രഹം അവളിൽ ആ നാട് ഉണ്ടാക്കുന്ന ബോധമല്ല. മറിച്ച് 'പ്രേക്ഷകന്റെ നാട്' ഉണ്ടാക്കുന്ന ബോധമാണ്. പ്രേക്ഷകന് വേണ്ടിയാണ് കാവേരി മരുതിന്റെ പെണ്ണാകുന്നത്. മരുതിനെ ഭർത്താവായി സ്വീകരിക്കുന്നതോടെ അയാളുടെ ഇഷ്ടങ്ങളെ ചോദ്യംചെയ്യാൻ കഴിയാത്തവളായി കാവേരി മാറുന്നത് കാണാം. മരുതും സുന്ദരിയുമായുള്ള ബന്ധം വളരുമ്പോൾ മരുതുമായി ഒരിക്കൽപ്പോലും അതിനെക്കുറിച്ച് കാവേരി സംസാരിക്കുന്നില്ല. താൻ പതിവ്രതയായിരുന്നില്ല എന്നതാവാം അവളെ വിലക്കുന്നത്. എന്നാൽ മരുതിനെ സുന്ദരി സ്വന്തമാക്കുന്നത് അവൾക്ക് അനുവദിക്കാനാകുന്നില്ല. അതുകൊണ്ട് അവൾ നേരെ സുന്ദരിയെ നേരിടാൻ ചെല്ലുന്നു.

ചെല്ലപ്പനാശാരിയുടെ അതൃപ്തലൈംഗികതയും അതിന്റെ അപഥസഞ്ചാരങ്ങളും പരിണതികളുമാണ് 'തകര'(1980)യുടെ കഥാബീജം. ആശാരി അയാളുടെ ലൈംഗികകാമനയുടെ ലക്ഷ്യമായി സുഭാഷിണിയെ കാണുന്നു. അവൾ വഴങ്ങുന്നില്ല. സുഭാഷിണിയുടെ ലൈംഗിക അപ്രാപ്യത തകർക്കാൻ അയാൾ തകരയെ കരുവാക്കുന്നു. ആദ്യം എതിർത്തുനിന്ന സുഭാഷിണിയും മെല്ലെ തകരയിൽ ആകൃഷ്ടയാകുന്നു. പക്ഷേ മൂപ്പൻ വിവരമറിഞ്ഞ് തകരയെ തല്ലിക്കൊല്ലാറാക്കുകയും അവൻ നാട് വിടുകയും ചെയ്യുന്നു. കരുത്തുനേടി തിരിച്ചു വന്ന തകര മൂപ്പനെ കൊലപ്പെടുത്തുന്നു. തകരയ്ക്ക് മുന്നിൽ സുഭാഷിണി വാതിലടയ്ക്കുമ്പോൾ അന്തമില്ലാതെ ഓടുന്ന അവൻ ട്രെയിനിടിച്ച് മരിക്കുന്നു.

ശരീരകാമനയുടെ പ്രതിരൂപമാണ് സുഭാഷിണി. അവൾ പിള്ളക്ക് മുന്നിൽ ഉടലിന്റെ വശ്യത വെളിവാക്കുമ്പോഴും ആശാരിയെ തന്നോട് ഒട്ടിനിൽക്കാൻ അനുവദിക്കുമ്പോഴും ക്ഷിപ്രലഭ്യയായ ഒരു സ്ത്രീയെന്ന ഇമേജ് പ്രേക്ഷകൻ നിർമ്മിക്കുന്നു. എന്നാൽ ആശാരിയെ ഭീഷണിപ്പെടുത്തുകയും പിള്ള നൽകിയ കുപ്പിവളകൾ അവന്റെ കൈവെള്ളയിൽ വെച്ചുതന്നെ പൊട്ടിക്കുകയും ചെയ്തതോടെ അവൾ അപ്രാപ്യയാണ് എന്ന തോന്നലിലേക്ക് പ്രേക്ഷകനും എത്തിച്ചേരും. 'കളീം ചിരീമൊക്കെ കളീം ചിരീം ആയി' അവസാനിക്കും എന്ന ധാരണയിൽ പ്രേക്ഷകൻ നിൽക്കുമ്പോഴാണ് അവൾ തകരയുമായി അടുക്കുന്നത്. മൂപ്പന്റെ മർദ്ദനമേറ്റ തകര അപ്രത്യക്ഷനാകുമ്പോൾ സുഭാഷിണി വീണ്ടും അപ്രാപ്യയായി മാറുന്നു. ഇങ്ങനെ പ്രാപ്യതയുടെ മാറിമറിയുന്ന സാധ്യതകൾ പ്രേക്ഷകനെ

സുഭാഷിണി എന്ന ആസക്തിയിലേക്ക് ചേർത്തുകെട്ടുന്നു. നിയത ദൂരത്തിൽ അവൾ സദാ പ്രലോഭനമായി നിൽക്കുന്നു. അതു സിനിമയുടെ നിർവഹണനിമിഷം വരെ തുടരുന്നു. ഒടുവിൽ തകരയുടെയും സ്വന്തം പിതാവിന്റെയും മരണഹേതുവാകുന്നു. ആശാരിയുടെയും മൂപ്പന്റെയും പരസ്ത്രീഗമനം ഇത്തരം പ്രത്യാഘാതങ്ങൾക്കൊന്നും കാരണമാകുന്നില്ല. സ്ത്രീയുടെ ലൈംഗിക സ്വാതന്ത്ര്യത്തിന്റെ പരിണതിയായി കഥാന്ത്യത്തിലെ മരണങ്ങൾ വായിക്കപ്പെടാവുന്ന തരത്തിലാണ് സിനിമയുടെ ആഖ്യാനം.

നിത്യവൃത്തിക്ക് വഴിമുട്ടിയ രാജകുടുംബത്തിലെ പാർവതിഭായിത്തമ്പുരാട്ടിയും ഉറുമീസ് എന്ന ധനാഢ്യനും തമ്മിലുള്ള വിവാഹേതരബന്ധത്തിന്റെ ആഖ്യാനമാണ് പാർവതി (1981). ശാരീരികമായും കലാപരമായും ഭാര്യ കുഞ്ഞന്നയ്ക്കില്ലാത്ത ചില മികവുകൾ പാർവതിയിൽ ദർശിക്കുന്ന അയാളിലെ പുരുഷകാമനകൾ പാർവതിയെന്ന ഉടലിലേക്ക് ആകർഷിക്കപ്പെടുന്നു. അവളുടെ ഗായികയെന്ന സ്വത്വം തന്നിലെ ആസ്വാദകനെ പൂരിപ്പിക്കുന്നുവെന്ന ധാരണയും അയാൾക്കുണ്ടാകുന്നു. അയാളുടെ സാമ്പത്തികപിന്തുണയോടെ അവളുടെ കൊട്ടാരവും ജീവിതം തന്നെയും പുതുക്കിപ്പണിയുന്നു. ഭാര്യ ആത്മഹത്യക്ക് ശ്രമിച്ചതോടെ ഉറുമീസ് വൈവാഹിക ജീവിതത്തിന്റെ സ്വസ്ഥവൃത്തത്തിലേക്ക് തിരിച്ചുപോകുന്നു. മാനസികമായി തകർന്ന പാർവതി മദ്യത്തിൽ അഭയം തേടുകയാണ്. ഒടുവിൽ ചെറിയമ്മയുടെ വഴിവിട്ട ജീവിതകഥകൾ അറിയുന്ന മഹേന്ദ്രവർമ്മയുടെ അധിക്ഷേപത്തിൽ മനംനൊന്ത് പാർവതി ആത്മഹത്യ ചെയ്യുന്നു.

പാർവതിയും ഉറുമീസും അടുക്കുന്നത് അറിഞ്ഞപ്പോൾ ഉറുമീസിനോട് കലഹിക്കാനോ വീടുവിട്ടിറങ്ങാനോ ശ്രമിക്കാതെ അവധാനതയോടെ പ്രശ്നം പരിഹരിക്കാനാണ് കുഞ്ഞന്നം ശ്രമിക്കുന്നത്. അത് പ്രയാണത്തിലെ പൂജാരിയുടെയും ആരവത്തിലെ കൊക്കരക്കൊയുടെയും വെങ്കലത്തിലെ ഗോപാലന്റെയും നിലപാടുകളിൽനിന്ന് തുലോം വ്യത്യസ്തമാണ്. നേരിട്ട് ഉറുമീസിനോട് അവർ ഈ വിഷയം സംസാരിക്കുന്നു. പാർവതിയെക്കണ്ട് ഈ ബന്ധം അവസാനിപ്പിക്കണമെന്ന് പറയുമ്പോഴും അവർ മാന്യത കൈവിടുന്നില്ല. തുടർന്നും ഉറുമീസ് പാർവതിയെ തേടിച്ചെന്നത് അറിഞ്ഞതോടെ കുഞ്ഞന്നം ആത്മഹത്യക്ക് മുതിരുന്നു. പിഴവുകൾ തിരുത്തി ഉറുമീസ് മടങ്ങിയെത്തുമ്പോൾ ക്ഷമാപൂർവ്വം അയാളെ സ്വീകരിക്കുകയും ചെയ്യുന്നു.

'മക്കളുടെ അച്ഛനെ' വിട്ടുതരണം എന്നതാണ് പാർവതിക്ക് മുന്നിൽ അവർ വെക്കുന്ന ആവശ്യം. തന്റെ ഭർത്താവ് എന്നതിനപ്പുറം മക്കളുടെ അച്ഛൻ എന്ന വേഷത്തിലേക്ക് ഉറുമീസിനെ അവർ മാറ്റി പ്രതിഷ്ഠിച്ചു കഴിഞ്ഞിരിക്കുന്നു. വളർന്നു വരുന്ന രണ്ടു പെൺകുട്ടികൾക്ക് ആണധികാരലോകത്ത് ഉറുമീസ് എന്ന 'പിതൃസാന്നിധ്യം' വലുതാണെന്ന 'പ്രായോഗികബോധ്യം' കുഞ്ഞന്നയ്ക്കുണ്ട്. ഉറുമീസിന്റെ അഭാവം കുഞ്ഞന്നയുടെ കുടുംബത്തിൽ ഉണ്ടാക്കുക സാമ്പത്തികാരക്ഷിതാവസ്ഥയല്ല, മറിച്ച് സാമൂഹികാരക്ഷിതാവസ്ഥയാണ്. 'വഴിതെറ്റിയ പിതാവിന്റെ' കുട്ടികളെന്ന പരിഹാസം മക്കളെ എങ്ങിനെ, എത്രത്തോളം ബാധിക്കുമെന്ന ചിന്തതന്നെയാവണം ഉറുമീസിനോടുള്ള പ്രണയത്തേക്കാൾ കുഞ്ഞന്നയെ പരിക്ഷീണയാക്കുന്നത്. സാമൂഹ്യമായ പദവി നിലനിർത്താൻവേണ്ട വിട്ടു വീഴ്ചകൾ തന്നെയാണ് അവർ നടത്തുന്നത്. കാറ്റത്തെ കിളിക്കൂടിലെ ശാരദയും സമാനമായ ജീവിതാവസ്ഥയിലൂടെ കടന്നു പോകുന്നത് കാണാം.

പാർവതിയുടെ വ്യക്തിത്വത്തിന്റെ രണ്ടുഭാവങ്ങൾ സിനിമ അവതരിപ്പിക്കുന്നുണ്ട്. കുടുംബത്തിന്റെ ഉന്നമനത്തിന് വേണ്ടി തൊഴിലെടുക്കുന്ന സ്ത്രീയെന്ന നിലയിലും തന്റെ ലൈംഗികത തിരിച്ചറിഞ്ഞ സ്ത്രീയെന്ന നിലയിലും. ഉറുമീസിന്റെ 'അപഥസഞ്ചാരം' കുഞ്ഞന്നം ക്ഷമിക്കുമ്പോൾ പാർവതിയുടെ 'പിഴവു'കൾ മഹേന്ദ്രൻ അക്ഷന്തവ്യമായി കരുതുന്നു. പുരുഷന്റെ ദാമ്പത്യേതര ബന്ധങ്ങൾ ക്ഷമിക്കത്തക്ക തെറ്റാണെന്നും സ്ത്രീയുടെ പിഴവുകൾ പാപമാണെന്നും പാപത്തിന്റെ ശമ്പളം മരണമാണെന്നുമുള്ള പുരുഷകേന്ദ്രിത നൈതികബോധം പാർവതിയുടെ ആത്മഹത്യക്ക് കാരണമാകുന്നു. സംവിധായകൻ തന്റേതായ അഭിപ്രായങ്ങൾ ഒന്നും പ്രകടിപ്പിക്കാതെ ഒരു സംഭവം കാണിച്ചുതന്നു മാറിനിൽക്കുകയാണ്. എന്നാൽ പാർവതിയുടെ മരണത്തിൽ പ്രേക്ഷകന് അസ്വസ്ഥത തോന്നാത്തവിധം ആഖ്യാനം നിർവഹിച്ച ശേഷമാണ് അയാൾ മാറിനിൽക്കുന്നത്. ഉറുമീസ് കൂടെയില്ലാത്ത ലോകത്ത് അവൾക്ക് മഹേന്ദ്രവർമ്മയുടെ അധിക്ഷേപങ്ങളെ മറികടക്കാൻ സാധിക്കുന്നില്ല. നേരത്തെ നാട്ടുകാരുടെ 'ഉറുമീസ് തമ്പുരാട്ടി'യെന്ന പരിഹാസം അവൾ അവഗണിച്ചിരുന്നു. തന്റെ ജീവിതത്തിന്റെ വഴികൾ സ്വയം നിർണ്ണയിച്ച ഇന്നലെകൾ ഇപ്പോൾ അവൾക്ക് കൂട്ടായില്ല. വിമർശനങ്ങളോട് പഴയപോലെ പൊരുതാനാകുന്നില്ല. ജീവിതത്തെ പുതിയ വഴികളിലേക്ക് മാറ്റി വിടാൻ അവൾക്ക് ഇപ്പോൾ ശക്തിയില്ല. പ്രേക്ഷ

കരെ സംബന്ധിച്ചിടത്തോളം കാമനയുടെ കേന്ദ്രമായും അപഥസഞ്ചാരത്തിന്റെ പ്രതീകമായും പാർവതി മാറുന്നു. നായകൻ കുടുംബത്തിലേക്ക് തിരികെപ്പോകുന്നതോടെ പാർവതി അയാളുടെ കാമനാവിഗ്രഹമല്ലാതാകുന്നു. അതോടെ അവൾ നായകനോട് താദാത്മ്യം പ്രാപിച്ച പ്രേക്ഷകരുടേയും കാമനാകേന്ദ്രമല്ലാതാകുന്നു. പഠനം കഴിഞ്ഞ് തിരികെയെത്തിയ മഹേന്ദ്രനാണ് സിനിമയുടെ തുടരാഖ്യാനം നിയന്ത്രിക്കുന്നത്. അയാളുടെ തിരിച്ചുവരവോടെ പാർവതിയുടെ കുടുംബത്തിലെ അനിവാര്യത അവസാനിക്കുന്നു. അയാൾക്ക് അവളുടെ യാത്രകൾ അപഥയാത്രകളാണ്; അയാൾ സ്വയം വിശുദ്ധനല്ലാതിരുന്നിട്ടും. ഒറ്റയ്ക്ക് കുടുംബം കെട്ടിപ്പടുക്കുന്ന സ്ത്രീയ്ക്ക് പോലും പുരുഷനിർമ്മിത വ്യവസ്ഥകളോട് കലഹിച്ച് ജീവിക്കാൻ സാധ്യമാകുന്നില്ല എന്നുകൂടി സിനിമ സാക്ഷ്യപ്പെടുത്തുന്നുണ്ട്.

കാറ്റത്തെ കിളിക്കൂടിലെ (1983) നായിക ശാരദ കുടുംബത്തിന് പുറത്ത് ഒരു ലോകമുണ്ടെന്നുപോലും കരുതാത്തവളാണ്. അവരുടെ വീട്ടിലേക്ക് അതിഥികളായി ഉണ്ണിയും ആശയും എത്തുന്നു. ഉണ്ണിക്ക് വീട്ടിൽ ശാരദ കൊടുക്കുന്ന സ്വാതന്ത്ര്യമാണ് അവരുടെ ജീവിതം ദുരിതപൂർണ്ണമാക്കുന്നത്. അണുകുടുംബത്തിന്റെ ശക്തി അംഗങ്ങൾക്കിടയിലെ ഇഴയടുപ്പമാണ്. ഇവിടെ ഉണ്ണിയും ആശയും കടന്നു വരുമ്പോൾ ആ ഇഴയടുപ്പം ശിഥിലമാകുന്നു. കൂടിന്റെ ഇഴ പൊട്ടാതെ കാക്കേണ്ട ഗൃഹനാഥ തന്നെ അവർക്ക് ഇടംനൽകുന്നു. ഉണ്ണിയുടെയും ആശയുടെയും ജീവിതത്തിലേക്ക് അവൾ നോക്കാൻ തുടങ്ങുമ്പോൾ (ഒളിച്ചുനോട്ടം), അവരുടെ പ്രണയനിമിഷങ്ങൾ പ്രൊഫസറുമായി പങ്കുവെക്കുമ്പോൾ ശാരദ തെറ്റ്ചെയ്തു തുടങ്ങുന്നു. കുടുംബം നൽകുന്ന സന്തോഷങ്ങൾക്കപ്പുറം ഉണ്ണികൃഷ്ണന്റെ സാന്നിധ്യം എപ്പോഴാണോ അവർക്ക് ആഹ്ലാദം നൽകുന്നത് (ശാരദയുടെ പാട്ട് കേട്ട് ഉണ്ണി അഭിനന്ദിക്കുന്നു, വീണ സമ്മാനിക്കുന്നു തുടങ്ങിയവ) അപ്പോൾ മുതൽ അവരുടെ കുടുംബജീവിതത്തിന്റെ സന്തോഷം കെടുന്നു. അങ്ങനെ രണ്ടു തരത്തിൽ അവൾ തന്റെ സന്തോഷം ഇല്ലാതാകാൻ കാരണക്കാരിയാകുന്നു. ഒന്ന് ഒളിച്ചുനോട്ടമാണെങ്കിൽ മറ്റേത് തന്നെ പ്രദർശിപ്പിക്കലാണ്. ഭർത്താവ് അതൊന്നും പിഴവായി പരിഗണിക്കുന്നില്ലെങ്കിലും ഭാര്യയ്ക്ക് 'കിട്ടേണ്ടത്' കിട്ടുന്നു.

ശാരദയും ഉണ്ണിയും തമ്മിലുള്ള ബന്ധം പ്രണയമെന്നു തെറ്റിദ്ധരിക്കുന്ന ആശ പകരം വീട്ടാൻ തന്റെ പ്രൊഫസർ കൂടിയായ

ശാരദയുടെ ഭർത്താവിനെ (കൃഷ്ണപിള്ള) പ്രണയിക്കുന്നതായി നടിക്കുന്നു. അതോടെ ശാരദയുടെ ദാമ്പത്യം കാറ്റിലുലയുന്നു. യഥാർഥത്തിൽ ഈ സിനിമയിൽ പിഴവ് പറ്റുന്നത് പുരുഷന്മാർക്കാണ്; തനിക്കാരാണ് ശാരദയെന്ന് ആശയെ ബോധ്യപ്പെടുത്താൻ ശ്രമിക്കാതിരുന്ന ഉണ്ണിക്കും തന്റെ വിദ്യാർഥിനിക്ക് നേർവഴി കാട്ടാതിരുന്ന കൃഷ്ണപിള്ളക്കും. പക്ഷേ സിനിമയുടെ ആഖ്യാനം സ്ത്രീകളുടെ പിഴവുകൾ എന്ന നിലയിൽ കാര്യങ്ങൾ അവതരിപ്പിക്കുന്നു. ഒടുവിൽ ഉണ്ണിയെന്ന പുരുഷൻ പിഴച്ച വഴികളിൽ നിന്ന് ആവശ്യമായ ശിക്ഷ നൽകി ആശയെ വീണ്ടെടുക്കുന്നു. പ്രശ്ന പരിഹരണം അയാളിലൂടെ സമർത്ഥമായി നിർവഹിക്കപ്പെടുന്നു. കാമുകിയെ പറഞ്ഞു മനസ്സിലാക്കാൻ കഴിയാതെ വരുമ്പോൾ അവളെ അയാൾ തല്ലിപ്പഠിപ്പിക്കുന്നു. നേരത്തെ കാമുകന്റെ ചുംബനത്തിനു കീഴടങ്ങിയ നായിക ഇപ്പോൾ അയാളുടെ മർദ്ദനത്തിനും കീഴടങ്ങുന്നു. ശാരദ സ്വയം പീഡിപ്പിച്ച് സാക്ഷിയായി നിന്ന സ്ഥാനത്ത് ഉണ്ണി കർതൃത്വം ഏറ്റെടുക്കുന്നു. കരുത്തുകൊണ്ടും ഉൾക്കരുത്തുകൊണ്ടും അയാൾ ആശയെ വീണ്ടെടുക്കുന്നു. പ്രൊഫസറുടെ കുടുംബത്തെ പൂർവ സ്ഥിതിയിലാക്കുന്നു

വീട്ടിലേക്കു തിരികെ വരുന്ന പ്രൊഫസർക്ക് മുന്നിൽ ദുർമുഖങ്ങളില്ല, ചോദ്യം ചെയ്യലുകളില്ല. എതിർപ്പേതുമില്ലാതെ പ്രൊഫസറെ ശാരദ സ്വീകരിക്കുന്നു. എന്നാൽ പരപുരുഷ ബന്ധത്തിലേർപ്പെടുന്ന അല്ലെങ്കിൽ അങ്ങനെ ശങ്കിക്കപ്പെടുന്ന സ്ത്രീയോടുള്ള നിലപാട് ഇപ്രകാരമല്ല തന്നെ. പ്രയാണം, വെങ്കലം (1993) പോലുള്ള സിനിമകൾ ഉദാഹരണമാണ്.

ജ്യേഷ്ഠാനുജന്മാർ ഒരേ സ്ത്രീയെത്തന്നെ വിവാഹം കഴിച്ച്, ഒന്നിച്ച് കഴിയുന്ന കുടുംബവ്യവസ്ഥ തുടരണമെന്നാഗ്രഹിക്കുന്ന അമ്മയും അതിനെ എതിർക്കുന്ന മക്കളുമടങ്ങുന്ന രണ്ട് തലമുറകൾക്കിടയിലെ ഭിന്നതയാണ് വെങ്കലം എന്ന സിനിമ. നായകന് ഭാര്യയെക്കുറിച്ചുള്ള സംശയമാണ് വെങ്കലത്തിലെ കഥാപരിസരം സംഘർഷഭരിതമാക്കുന്നത്. സ്ത്രീകളാണ് കുടുംബത്തെ ഒന്നിപ്പിക്കുന്ന/ഭിന്നിപ്പിക്കുന്ന ശക്തി എന്നതാണ് കുഞ്ഞിപ്പെണ്ണിനെ ഭരിക്കുന്ന ന്യായം. ഇളയവന്റെ (ഉണ്ണി) ഭാര്യയായി മറ്റൊരു സ്ത്രീ കൂടി വീട്ടിലേക്കു വന്നാൽ അവർ പോരടിക്കുമെന്ന് കുഞ്ഞിപ്പെണ്ണ് വിശ്വസിക്കുന്നു. തങ്കത്തെ ഉണ്ണിയുടെ കൂടി ഭാര്യയാക്കാനുള്ള അമ്മയുടെ തന്ത്രങ്ങൾ ഗോപാലന്റെ ദാമ്പത്യം തകരുന്നതിന് കാരണമാകുന്നു. ഗർഭസ്ഥശിശുവിന്റെ പിതൃത്വത്തിൽ പോലും

അയാൾ സന്ദേഹിയാകുന്നു. അപമാനിതയായ തങ്കമണി സ്വന്തം വീട്ടിലേക്ക് പോവുന്നു. ദേവീ വിഗ്രഹനിർമ്മാണ വേളയിലുണ്ടാകുന്ന വെളിപാടാണ് അയാൾക്ക് കുഞ്ഞിന്റെ പിതാവ് താൻ തന്നെയാണ് എന്ന് ഉറപ്പുനൽകുന്നത്.

സ്ത്രീയുടെ സാക്ഷ്യമല്ല ദൈവീകസാക്ഷ്യം മാത്രമാണ് അയാൾക്ക് സ്വീകാര്യം. ദാമ്പത്യത്തിലെ അസ്വസ്ഥതകൾക്ക് കാരണം അയാളുടെ സംശയങ്ങളായിരുന്നിട്ടും തങ്കമണിയുടെ കരണത്ത് അടിച്ചശേഷമേ അയാൾ അവളെ വീണ്ടും സ്വീകരിക്കുന്നുള്ളൂ. പ്രേക്ഷകന്റെ ആണധികാരകാഴ്ചപ്പാടുകളെ തൃപ്തമാക്കുന്നുണ്ട് ഈ അടി. തന്നോട് അനുവാദം വാങ്ങാതെ വീട് വിട്ട, ആണിനെ വിട്ടു പോകാൻ മുതിർന്ന പെണ്ണിനുള്ള പുരുഷാധീശസമൂഹാബോധത്തിന്റെ (collective unconsciousness) മുന്നറിയിപ്പാണ് അത്. യഥാർഥത്തിൽ ഭാര്യയെ മനസ്സിലാക്കാതെ ഇത്രയും പ്രശ്നങ്ങളുണ്ടാക്കിയ ഗോപാലന് തങ്കമണി നൽകേണ്ട അടിയായിരുന്നു അതെന്ന് അറിയാമായിരുന്നിട്ടും ആ ദൃശ്യം പ്രേക്ഷകർക്ക് അനുചിതമായി തോന്നുന്നില്ല. ഗോപാലനെന്ന പുരുഷന്റെ കാമനകളെയും രൂപത്തെയും സാത്മീകരിച്ചിരിക്കുന്നത് ലിംഗകേന്ദ്രിതമായ അധികാരക്രമവുമായാണ്. ആ അധികാരക്രമത്തിൽ പുരുഷൻ പിഴവ് പറ്റാത്ത ആളാണ്. അയാൾക്ക് എവിടെയെങ്കിലും പിഴച്ചാൽ അത് ദൈവം നേരിട്ടാണ് തിരുത്തേണ്ടത്. ഗോപാലന്റെ ജീവിതം അസ്വസ്ഥമാക്കുന്നതിന് തങ്കമണിയും അമ്മയും വഹിക്കുന്ന പങ്ക് സിനിമ കാട്ടിത്തരുന്നു. സംശയത്തിന്റെ വിത്ത് വീണ ഗോപാലനെ പ്രകോപിപ്പിക്കുന്ന വിധം തങ്കമണി പെരുമാറുന്നു; ആലയിൽ വെച്ചും കഞ്ഞി വിളമ്പുമ്പോഴും മറ്റും. ഇങ്ങനെ ഗോപാലനെ കുറ്റവിമുക്തനാക്കുന്ന തരത്തിൽ സംഘർഷത്തിന്റെ കാരണക്കാരിയായി തങ്കമണിയെക്കൂടി ചിത്രീകരിക്കുന്നു സിനിമ.

തങ്കമണി വീടുവിട്ടശേഷം ഗോപാലന്റെ ജീവിതം മാത്രമേ സിനിമ അവതരിപ്പിക്കുന്നുള്ളൂ. തന്റെ വീട്ടിൽ തങ്കമണി അനുഭവിക്കുന്ന ജീവിതം എപ്രകാരമാണെന്ന് പറയാതിരിക്കുകയും ഗോപാലന്റെ സംഘർഷങ്ങൾ ചിത്രീകരിക്കുകയും ചെയ്യുന്നതിലൂടെ ചിത്രത്തിന്റെ കേന്ദ്രം ഗോപാലനായി മാറുന്നു. ഗോപാലന് ഒപ്പമോ അവന്റെ കുടുംബത്തോടോപ്പമോ അല്ലാതെ തങ്കമണി സിനിമയിൽ പ്രത്യക്ഷപ്പെടുന്നില്ല. ചുരുക്കത്തിൽ പുരുഷാധിപത്യലോകക്രമത്തിൽ ധീരയും അഭിമാനിയുമായ ഒരു നായികയുടെ പരമാവധി സാധ്യതകൾ ഇത്രയേയുള്ളൂ എന്ന് അടയാളപ്പെടുത്തുന്ന സിനിമ

യാണ് വെങ്കലം.

ഇഷ്ടപ്പെട്ട പുരുഷനെ നേടാൻ ശ്രമിക്കുന്ന സ്ത്രീകഥാപാത്രങ്ങൾ ശിക്ഷ ഏറ്റുവാങ്ങുന്നതും ലൈംഗികതൃപ്തി തേടുന്ന സ്ത്രീകഥാ പാത്രങ്ങൾ പരിഹാസ്യരോ വിമർശനവിധേയരോ ആയി മാറുന്നതും ഭരതന്റെ സിനിമകളിലെ സാധാരണ കാഴ്ചയാണ്. ആരവത്തിലെ കാവേരിയും സുന്ദരിയും അലമേലുവും ചാമരത്തിലെ ഇന്ദുവും കാതോട് കാതോരത്തിലെ മേരിക്കുട്ടിയും ശാരീരികമോ മാനസി കമോ ആയ പീഡകൾ സഹിക്കേണ്ടിവരുന്നത് സാമൂഹ്യ വിലക്കു കൾക്കപ്പുറം കടന്ന് ഇഷ്ടപുരുഷനോട് ചേരാൻ ശ്രമിക്കുമ്പോഴാണ്. പറങ്കിമലയിലെ നാണിപ്പണിക്കത്തിയും ഇത്തിരിപ്പൂവേ ചുവന്നപൂ വേയിലെ വാരസ്യാരും അവരുടെ ലൈംഗിക മോഹങ്ങളുടെ പേരിൽ തമാശയുടെ വിഭവങ്ങളായി മാറുന്നു.

പുരുഷവൃക്ഷങ്ങളുടെ ശീതളഛായ

പുരുഷൻ രക്ഷാകർത്താവായി പിതാവ്/ഭർത്താവ്/കാമുകൻ/ അമ്മാവൻ/മകൻ എന്നീ നിലകളിൽ പ്രത്യക്ഷപ്പെടുന്നത് മലയാള സിനിമയിൽ സാധാരണമാണ്. ഭരതന്റെ സിനിമകളും ഈ വഴി പിന്തുടരുന്നുണ്ട്. അരവിന്ദനുമായുള്ള ബന്ധത്തിന്റെ പേരിൽ പൂജാരി സാവിത്രിയെ ഉപേക്ഷിക്കുമ്പോൾ ഒട്ടും നീരസം കാട്ടാതെ മകളെ സ്വീകരിക്കുന്ന ബ്രാഹ്മണനിൽ ഭരതൻ ആവിഷ്കരിക്കുന്ന പിതാവിന്റെ ആദ്യമുദ്രകൾ കാണാം (പ്രയാണം). മാതുമൂപ്പൻ (തകര), പിള്ളച്ചേട്ടൻ (പറങ്കിമല), വികാരിയച്ചൻ (കാതോട് കാതോരം), വാര്യർ മാഷ് (പ്രണാമം), രാവുണ്ണിമാഷ് (ഒരു മിന്നാ മിനുങ്ങിന്റെ നുറുങ്ങുവെട്ടം) എന്നിങ്ങനെ പലതരത്തിൽ പിതൃ സ്വത്വങ്ങൾ പ്രത്യക്ഷപ്പെടുന്നു. തകര, പറങ്കിമല, ഓർമ്മക്കായി, പ്രണാമം, നീലക്കുറിഞ്ഞി പൂത്തപ്പോൾ, അമരം, പാഥേയം, ദേവ രാഗം തുടങ്ങിയ സിനിമകളിലെല്ലാം അച്ഛൻ-മകൾ എന്ന ദ്വന്ദ്വം സുദൃഢമാണ്. പുരുഷന്റെ പരസ്യമോ രഹസ്യമോ ആയ പിൻബല ത്തിലാണ് മിക്ക സ്ത്രീ കഥാപാത്രങ്ങളും അവരുടെ ഉയരങ്ങളി ലേക്ക് ചുവടുവെക്കുന്നത്. പിതാവിന്റെ പാരമ്പര്യം മകളിലൂടെ ഫലവത്താകുന്നതും ഭരതൻ ആവിഷ്കരിച്ചിട്ടുണ്ട്.

ഉഷയുടെ പത്രപ്രവർത്തനമികവും (പ്രണാമം), ഹരിതയുടെ കാവ്യരചനാശേഷിയും (പാഥേയം) ലിസയുടെ അഭിനയചാതു രിയും (ചമയം) പൈതൃകത്തിന്റെ ഈടുവെപ്പുകളായി വേണം മന സ്സിലാക്കാൻ. സ്വസുഖം മാത്രം തേടുന്ന 'ചാമര'ത്തിലെ ഇന്ദുവിന്റെ

അച്ഛൻ ഇവരിൽ നിന്ന് വേറിട്ട് നിൽക്കുന്ന കഥാപാത്രമാണ്. അച്ഛനും മകനുമായുള്ള ബന്ധം ഇത്രത്തോളം സുഖകരമല്ല ഭരതന്റെ സിനിമകളിൽ. അച്ഛനും തനിക്കുമിടയിൽ പാരമ്പര്യവിച്ഛേദത്തിന്റെ സൂചനകൾ നൽകുന്ന ആൺമക്കളും (നിദ്രയിലെ വിശ്വൻ, വൈശാലിയിലെ ഗുരുപുത്രൻ, പ്രണാമത്തിലെ ഉഷയുടെ സഹോദരൻ, ദാമു തുടങ്ങിയവർ) പിതാവിന്റെ സാന്നിധ്യത്തിലല്ലാതെ വളരുന്ന/വളർന്ന നായക കഥാപാത്രങ്ങളും (തകരയിലെ തകര, പറങ്കിമലയിലെ അപ്പു, രതിനിർവേദത്തിലെ പപ്പു, കാറ്റത്തെ കിളിക്കൂടിലെ ഉണ്ണി, കാതോട് കാതോരത്തിലെ ലൂയീസ്, കുട്ടൻ എന്നിവർ) അവിടെ കാണാം.

തെരുവിൽനിന്ന് റാണിയെ കുടുംബത്തിലേക്ക് കൈപിടിച്ചുയർത്തുന്ന ദാസപ്പൻ (ലോറി), കാമുകന്റെ മരണശേഷം ചേച്ചിയോടൊപ്പം താമസിക്കാനെത്തുന്ന ഉഷയ്ക്ക് (പാളങ്ങൾ) പുതുജീവൻ നല്കാനെത്തുന്ന രാമൻകുട്ടി, ബലാൽക്കാരശ്രമത്തിൽ നിന്നും സൂസന്നയെ രക്ഷിച്ച് സ്വന്തം വധുവാക്കുന്ന നന്ദഗോപാൽ(ഓർമ്മയ്ക്കായ്), ഭർത്താവിന്റെ ക്രൂരതകളിൽ മേരിക്ക് ആശ്വാസമായെത്തുന്ന ലൂയിസ് (കാതോട് കാതോരം), ചൊവ്വാദോഷക്കാരി അംബികയെ ജീവിതത്തിലേക്ക് കൂട്ടുന്ന പരമു (ചിലമ്പ്), ഭർത്താവിന്റെ മരണശേഷം പൂർവകാമുകിയെ വൈധവ്യത്തിൽ നിന്ന് രക്ഷിക്കുന്ന വിഷ്ണു(ദേവരാഗം) അനാഥയായ മായമ്മയ്ക്ക് തുണയാകുന്ന കുഞ്ഞുണ്ണി (ചുരം) തുടങ്ങിയ കഥാപാത്രങ്ങൾ അവരിൽ ചിലരാണ്.

മൂന്ന് പുരുഷന്മാർക്ക് തന്നെപ്രതിയുള്ള കാമത്തിലൂടെ കടന്നുപോകുന്ന ഒരു കൗമാരക്കാരിയുടെ ജീവിതമാണ് ലോറി (1980) അവതരിപ്പിക്കുന്നത്. വേലൻ, ഔസേപ്പ്, ദാസപ്പൻ എന്നിവർ അവളുടെ ജീവിതത്തിലേക്ക് കടന്നുവരുന്നു. തെരുവിലെ സർക്കസ് ജീവിതത്തിന് പുറത്തെ ലോകത്തേക്ക് ദാസപ്പൻ അവളെ പ്രണയപൂർവ്വം നയിക്കുമ്പോൾ മറ്റു രണ്ട് പേർക്കും അവൾ ലൈംഗികതൃഷ്ണകൾ തീർക്കാനുള്ള ഉടലാണ്. അവരിൽ നിന്ന് റാണിയെ രക്ഷിക്കാനുള്ള ദാസപ്പന്റെ ആദ്യശ്രമങ്ങൾ കായികബലഹീനതയാൽ പരാജയപ്പെടുകയും അയാൾ ഒടുവിൽ നായികയുമായി ഒളിച്ചോടുകയും ചെയ്യുന്നു. സ്വരക്ഷാർഥം പലായനം ചെയ്തിട്ടും നായകൻ പിടിക്കപ്പെടുന്നു. എന്നാൽ ഇത്തവണ രണ്ട് പ്രതിയോഗികളെയും സമർത്ഥമായി ഇല്ലായ്മ ചെയ്തു നായകൻ തന്റെ വിജയം പ്രഖ്യാപിക്കുന്നു. വേലനും ഔസേപ്പും കാണാത്ത ഒരു

ദേശത്ത് നായികാ നായകന്മാർ ഒളിച്ചു ജീവിച്ചു എന്നായിരുന്നു കഥാന്ത്യമെങ്കിൽ ഭർത്താവ് എന്ന പൗരുഷബിംബം പൂർണ്ണ അർത്ഥത്തിൽ പ്രകാശിക്കാതെ പോയേനെ. ഒരേ സമയം വളരെ റിയലിസ്റ്റിക് ആയി ജീവിതത്തിന്റെ പരുക്കൻ മുഖം ആവിഷ്കരിക്കാനും അതേസമയം ആൺമേധാവിത്തം സ്ഥാപിച്ചെടുക്കാനും 'ലോറി' യിൽ സംവിധായകൻ ശ്രമിക്കുന്നു. ദാമ്പത്യം സമുന്നതമായ ലക്ഷ്യമാണെന്നും റാണിയെപ്പോലെ ഒരു തെരുവ് സർക്കസ്സുകാരിക്ക് അത് ക്ഷിപ്രസാധ്യമല്ല എന്നും പറഞ്ഞുവെക്കുന്നു ഈ സിനിമ.

തന്റെ ചുറ്റുപാടിൽ താനുമായി ഇടപെടുന്ന വേലൻ, തങ്കമ്മ, ലീല, കൂട്ടിക്കൊടുപ്പുകാരൻ തുടങ്ങിയ ആരെയും തന്നെ വിവാഹിതരായി റാണി കാണുന്നില്ല. എന്നാൽ അവരിൽ ചിലർ ലൈംഗികജീവിതം അനുഭവിക്കുന്നത് റാണി കാണുന്നുമുണ്ട്. ലൈംഗികത്തൊഴിലാളികളായ ലീലയും തങ്കമ്മയും അവളുടെ അയൽക്കാരികളാണ്. അവളുടെ കൺവെട്ടത്തൊന്നും ദാമ്പത്യജീവിതത്തിന്റെ ദൃശ്യങ്ങൾ ഇല്ലാതിരുന്നിട്ടും വിവാഹം തന്നെ തന്റെ രക്ഷാകേന്ദ്രമായി അവൾ മനസ്സിലാക്കുന്നു. ദാമ്പത്യമാണ് സ്ത്രീയുടെ ആത്യന്തികാഭയമെന്ന പൊതുധാരണ റാണിയിലൂടെ വിനിമയം ചെയ്യുകയാണ് സിനിമ. തെരുവു ജീവിതത്തിൽ നിന്നു റാണിയെ പരിഷ്കൃത ജീവിതത്തിലേക്ക് കൈപിടിച്ച് ഉയർത്തുന്നതിനുള്ള ഉപാധിയായി വിവാഹം മാറുന്നു. വിവാഹം/ദാമ്പത്യം എന്ന ഉത്കൃഷ്ടജീവിതാവസ്ഥയിലേക്ക് റാണിയെ പരുവപ്പെടുത്തുന്ന, പാതിവ്രത്യം ഉറപ്പിച്ചെടുക്കുന്ന പരീക്ഷണങ്ങളാണ് വേലനിൽ നിന്നും ഔസേപ്പിൽ നിന്നും അവൾ നേരിടുന്നത്. അതിൽ അവൾ വിജയിക്കുമ്പോൾ ഉത്തമഭാര്യയായി അവൾ മാറുന്നു. വിവാഹത്തിനു മുൻപേ ഗർഭിണിയായതിലൂടെ സാമൂഹ്യമൂല്യങ്ങളെ ലംഘിച്ച ഒരുവളാണ് അമ്മു. അതുകൊണ്ടാണ് അവൾക്കു പരസ്ത്രീതൽപ്പരനായ പുരുഷന്റെ, എതിർക്കാൻ കെൽപ്പില്ലാത്ത കൂട്ടുകാരിയായി ജീവിക്കേണ്ടി വരുന്നത്.

റാണിയുടെ അതിജീവനത്തിന്റെ കഥയായിരിക്കെത്തന്നെ ദാസപ്പന്റെ വിജയത്തിന്റെ ആഖ്യാനം കൂടിയായി മാറുകയാണ് ലോറി എന്ന സിനിമ. അവസാന വിശകലനത്തിൽ അത് ദാസപ്പന്റെ മാത്രം വിജയമായിത്തീരുകയും ചെയ്യുന്നു. ദാസപ്പന് വേണ്ടി തന്റെ ഉടൽ പ്രതിനായകരാൽ മലിനമാകാതെ കാത്തുസൂക്ഷിക്കുക എന്നതാണ് റാണിയുടെ നിയോഗം. ശത്രുനിഗ്രഹം ദാസപ്പന്റെ ചുമതലയാണ്. വില്ലന്മാരിൽ നിന്ന് നായികയെ സംരക്ഷിച്ച് രക്ഷക

പുരുഷനെന്ന ഇമേജ് അയാളും നിലനിർത്തുന്നു. അയാളുടെ ഭയങ്ങളും വിധേയത്തവും കായികബലഹീനതയും അതോടെ വിസ്മൃതമാകുന്നു.

ലക്ഷ്മണരേഖയുണ്ട്; സൂക്ഷിക്കുക

ജോലിക്കാരികളോ സ്വന്തം കാലിൽ നില്ക്കാൻ ശേഷിയുള്ളവരോ ആയ മിക്ക കഥാപാത്രങ്ങളും ദുരന്തം ഏറ്റുവാങ്ങുന്നത് ഭരതന്റെ സിനിമകളിൽ ആവർത്തിക്കുന്ന പ്രമേയമാണ്. സുന്ദരി (ആരവം) പാർവതി (പാർവതി), സൂസന്ന (ഓർമ്മയ്ക്കായ്), ഉഷ (പ്രണാമം), ഇന്ദു(ചാമരം), മേരിക്കുട്ടി (കാതോട് കാതോരം), ആലീസ് (ഒരു സായാഹ്നത്തിന്റെ സ്വപ്നം), വൈശാലി (വൈശാലി) തുടങ്ങിയവർ ഉദാഹരണങ്ങളാണ്. ഇവരിൽ പലരും പുരുഷന്റേതെന്ന് കണക്കാക്കിപ്പോന്ന ഇടങ്ങളിൽ സ്വന്തം സ്ഥാനം കണ്ടെത്തിയവരാണ്.

പത്രപ്രവർത്തകയായ ഉഷ കാമ്പസുകൾ കേന്ദ്രീകരിച്ചു വികസിക്കുന്ന മയക്കുമരുന്ന് വലയെക്കുറിച്ച് എഴുതിയ ഫീച്ചർ ഒരു കുട്ടിയുടെ (ജോർജ്) ആത്മഹത്യാശ്രമത്തിന് കാരണമാകുന്നു. തുടർന്ന് ആ വിദ്യാർഥിയുടെ സുഹൃത്തുക്കൾ (ദാമുവും കൂട്ടരും) ഉഷയെ തട്ടിക്കൊണ്ടുപോകുന്നു. തന്നെ തടവിലാക്കിയവരിൽ അവളുടെ മാതൃഭാവം ഉണ്ടാക്കുന്ന പരിവർത്തനത്തിന്റെ ആഖ്യാനമാണ് പ്രണാമം (1986) എന്ന സിനിമ. ഉഷയുടെ പൊതുജീവിതത്തിന് കൊണ്ടുവരാൻ കഴിയാത്ത മാറ്റം അവളിൽ ആരോപിതമാകുന്ന മാതൃത്വത്തിന് സാധിക്കുന്നു. ഉഷയുടെ പൊതുപ്രവർത്തകയെന്ന പ്രാതിനിധ്യം പരാജയപ്പെടുകയും ഗാർഹികസ്വത്വം വിജയിക്കുകയും ചെയ്യുന്നു. സ്ത്രീയുടെ പ്രവർത്തനമേഖല വീടാണ്, അവൾക്ക് അവിടെ ഉണ്ടാക്കാൻ കഴിയുന്ന മാറ്റം പുറത്ത് അസാധ്യമാണ് എന്ന ബോധ്യം സമർത്ഥമായി ഉല്പാദിപ്പിക്കുന്നുണ്ട് ഈ ആഖ്യാനം. വീടിനുപുറത്ത് ജോലി ചെയ്യുമ്പോഴും വീടിനെ ആന്തരികമായി കൂടെക്കൊണ്ടു പോകുന്ന തരത്തിലാണ് സ്ത്രീയുടെ മാനസികനില നിർമ്മിക്കപ്പെട്ടിരിക്കുന്നത്. പുരുഷൻ പൊതുസ്ഥലത്തെ പൊതുസ്ഥലമായും തൊഴിലിടത്തെ തൊഴിലിടമായും വീടിനെ വീടായും കാണുമ്പോൾ സ്ത്രീ ഇവിടെയെല്ലാം വീടിന്റെ സാഹചര്യം കാണാൻ പ്രേരിപ്പിക്കപ്പെടുന്നു. വീട്ടിലാണ് അവൾ സുഖം അനുഭവിക്കുന്നത്. അതുകൊണ്ട് ഉഷയുടെ പ്രവർത്തനമേഖല പത്രമാണെങ്കിലും ഭൂരിപക്ഷസമയവും സിനിമയിൽ അവളെ

വീട്ടിലാണ് (സ്വന്തം വീടും ദാമുവിന്റെ വീടും) കാണുന്നത്. ആ ഗാർഹികാന്തരീക്ഷത്തിലാണ് അവൾക്ക് ഫലപ്രദമായി പ്രവർത്തിക്കാൻ കഴിയുന്നത്. പത്രത്തിൽ അവളെഴുതിയപ്പോൾ ജോർജിന്റെ മരണത്തിനുവരെ അത് കാരണമായി. എന്നാൽ ദാമുവിന്റെ വീട്ടിൽ അവൾ പ്രവർത്തിക്കുമ്പോൾ അവൾക്ക് ഗുണപരമായ മാറ്റങ്ങൾ ഉണ്ടാക്കാൻ കഴിയുന്നു. ദാമുവിന്റെ വീട്ടിൽ ദാമു അവളെ അമ്മയുടെ സ്ഥാനത്തും മറ്റുള്ളവർ ചേച്ചിയുടെ സ്ഥാനത്തും സങ്കൽപ്പിക്കുന്നു.

സമാനമാണ് ഒരു സായാഹ്നത്തിന്റെ സ്വപ്നം (1989) എന്ന സിനിമയുടെ പ്രമേയവും. ആർ.കെ.നായർ പട്ടാളച്ചിട്ടയിൽ നടത്തിക്കൊണ്ടുപോകുന്ന സ്നേഹാലയമെന്ന വൃദ്ധസദനത്തിന്റെ അന്തരീക്ഷത്തെ വീടിന്റെ അന്തരീക്ഷമായി പരിവർത്തിപ്പിക്കുന്നു ചിത്രത്തിലെ നായികയായ ആലീസ്. തൊഴിലിടമെന്ന സന്ദർഭത്തെ അഴിച്ചുപണിയുകയും കുടുംബാന്തരീക്ഷം സൃഷ്ടിക്കുകയും ചെയ്യുന്നതിലൂടെയാണ് ആലീസ് സ്നേഹാലയത്തിലെ അസ്വസ്ഥതകൾക്ക് അറുതി വരുത്തുന്നത്.

ഈ രണ്ടു സിനിമകളും നായിക നേരിടുന്ന ദുരന്തത്തിലാണ് അവസാനിക്കുന്നത്. ഉഷ മരണപ്പെടുന്നു. ആലീസ് കാമുകന്റെ വിയോഗം അനുഭവിക്കുന്നു. സമൂഹത്തിൽ പൊതുകാര്യങ്ങൾക്കായി ഇടപെടുന്ന വളരെക്കുറച്ചു സ്ത്രീകഥാപാത്രങ്ങൾ മാത്രമേ ഭരതൻ സിനിമകളിൽ കടന്നുവരുന്നുള്ളൂ. അതിൽ ഒരാളാണ് ഉഷ. ഉഷയുടെ മരണത്തിന്റെ ന്യായീകരണം എന്താണ്? ജോർജ്കുട്ടിയുടെ മരണത്തിന് അവൾ പരോക്ഷമായി കാരണക്കാരിയായി എന്നതാണോ? ദാസപ്പൻ (ലോറി), പരമു (ചിലമ്പ്), ബാലൻ (താഴ്വാരം) എന്നീ നായകന്മാർ നേരിട്ട് മരണത്തിന് കാരണക്കാരായിട്ടും അവർ നിയമത്തിന്റെ ശിക്ഷപോലും ഏറ്റു വാങ്ങുന്നില്ല. അപ്പോൾ കാരണം മറ്റെന്തോ ആണ്. തിരുത്തൽശക്തികളായി ചരിത്രത്തിൽ കാണുന്ന സ്ത്രീകളുടെ സാന്നിധ്യം എത്ര വിരളമാണോ അതിലും വിരളമാണ് സിനിമ പോലെ ഒരു പുരുഷനിർമ്മിതകലാരൂപത്തിൽ അവളുടെ സാന്നിധ്യം. മുഖ്യധാരാസിനിമ തന്റെ പ്രേക്ഷകരുമായി പങ്കുവെയ്ക്കാൻ ശ്രമിക്കുന്നത് നിലവിലുള്ള പ്രത്യയശാസ്ത്രം തന്നെയാണ്. ആ പ്രത്യയശാസ്ത്രം സാമൂഹ്യ മാറ്റം പുരുഷന്റെ ചുമതലയായി കാണുന്നു. വീടിനുപുറത്ത് ഉഷ പ്രഖ്യാപിക്കാൻ ശ്രമിക്കുന്ന വ്യക്തിത്വം പൊതുവേ പുരുഷന് നീക്കിവെച്ചതെന്ന് സ്ഥാപിക്കപ്പെട്ട ഒന്നാണ്. അവിടെ സ്ഥലം മാറി കയറി

വന്ന ആളാണ് ഉഷ. പുരുഷൻ നിയന്ത്രിക്കുന്ന ഭരണകൂടത്തിന് (കോളേജിനും പോലീസിനും) തിരുത്താൻ കഴിയാത്ത ദാമുവി നേയും കൂട്ടുകാരെയും ഉഷ തിരുത്തുന്നു. അത് ക്രമവിരുദ്ധമായ നടപടിയാണ്. പുരുഷന്റെ ഇടത്തിൽ ഇരിക്കാൻ ശ്രമിക്കുന്നു എന്ന താണ് ഉഷയുടെ തെറ്റ്.

ആ തെറ്റ് തിരുത്താൻ ആദ്യം ശ്രമിച്ചത് ദാമുവും കൂട്ടരുമാണ്; അവളെ തട്ടിക്കൊണ്ടു പോയി ശിക്ഷിച്ചു 'നേരെ'യാക്കാൻ അവർ ശ്രമിക്കുന്നു. പക്ഷേ ഉഷ അവരെ തന്റെ വഴിയിലേക്ക് കൊണ്ടു വരുന്നു. മെരുക്കാൻ കഴിയാത്തവളെ ആത്യന്തികമായി ഒഴിവാക്കു കയെന്ന നയം നടപ്പാക്കുകയാണ് അജിത്തും കൂട്ടരും. ജോർജുകു ട്ടിയുടെ മരണം ഒരു നിമിത്തമായെന്നുമാത്രം. രോഗം ഭേദപ്പെടുന്ന തിന്റെ ലക്ഷണങ്ങൾ കാണിച്ചുകൊണ്ടിരുന്ന ജോർജുകുട്ടിയെ സംവിധായകൻ കൊല്ലുക തന്നെയാണ് എന്നുപറയാം. അത് ഉഷയെ ശിക്ഷിക്കാനുള്ള വഴി ഒരുക്കാനാണ്.

സ്ത്രീശക്തിയുടെ പ്രഖ്യാപനമെന്ന് വായിക്കപ്പെടുന്ന തരത്തിൽ പ്രത്യക്ഷപ്പെടുന്ന ഈ രണ്ടു സിനിമകളും അറിഞ്ഞോ അറിയാ തെയോ സ്ത്രീ വിരുദ്ധമായി മാറുന്നു. അത് പെണ്ണിടങ്ങൾക്ക് അതിരു നിശ്ചയിക്കുന്നു. പൊതു ഇടങ്ങളിൽ പോലും അവൾക്ക് ഗാർഹിക വേഷങ്ങളിലേ (അമ്മ, ചേച്ചി, ഭാര്യ തുടങ്ങിയവ) പ്രവർ ത്തിക്കാനാവൂ എന്ന് സമർഥിക്കുന്നു. അതിരു ലംഘിക്കുന്നവൾക്ക് ലഭിക്കുന്ന ശിക്ഷയെ ഓർമ്മിപ്പിക്കുന്നു.

ആൺനോട്ടത്തെ തൃപ്തമാക്കുന്ന അവതരണങ്ങൾ

ഭരതന്റെ ആദ്യകാല സിനിമകൾ പൊതുവേ സ്ത്രീ ശരീരത്തെ സൗന്ദര്യാത്മകമായി ആവിഷ്കരിക്കാൻ ശ്രമിക്കുന്നവയാണ്. സ്ത്രീയുടെ അർദ്ധനഗ്ന ശരീരം ആദ്യകാല ഭരതൻ സിനിമക ളിൽ ധാരാളമായി ദൃശ്യവൽക്കരിക്കുന്നുണ്ട്. അടിവസ്ത്രങ്ങൾ മാത്രം ധരിച്ചവരായോ (സുന്ദരി: ആരവം, തങ്കം: പറങ്കിമല) നനഞ്ഞ വേഷത്തിലോ (സുഭാഷിണി: തകര, രതി: രതിനിർവ്വേദം, റാണി: ലോറി, പാർവതി: പാർവതി) അല്പവസ്ത്രധാരികളായോ (നന്ദിനി: ഗുരുവായൂർ കേശവൻ) കഥാപാത്രങ്ങളെ അവതരിപ്പിക്കുന്നത് ഭരതന്റെ ആദ്യകാലഗാനരംഗങ്ങളിൽ സാധാരണമായിരുന്നു. പ്രയാ ണത്തിൽ ഒരു ഗാനരംഗത്തിൽ പട്ടം പറപ്പിക്കുന്ന കുട്ടികളെന്ന നിലയിൽ നായകനും നായികയും പ്രത്യക്ഷപ്പെടുന്നുണ്ട്. പാന്റ്സ് ധരിച്ച നായകനും കുഞ്ഞുടുപ്പ് ധരിച്ച നായികയും. ക്യാമറ ലോ

ആംഗിളിലാണ്. പിൽക്കാലത്ത് ഇതിന് മാറ്റം വരുന്നുണ്ടെങ്കിലും വൈശാലി, ചുരം, മഞ്ജീരധ്വനി എന്നീ സിനിമകളിലെത്തുമ്പോൾ നായികമാരെ കാഴ്ചാഭിരതിയുടെ കേന്ദ്രസ്ഥാനത്ത് പ്രതിഷ്ഠിക്കുന്ന രീതി തിരിച്ചുവരുന്നത് കാണാം.

പുരുഷനെ മോഹിപ്പിക്കും വിധമാണ് രതിയെ ഭരതൻ ചിത്രീകരിക്കുന്നത്. ശരീരവടിവുകൾ വെളിവാക്കുന്ന വസ്ത്രത്തിലാണ് പലപ്പോഴും അവളെ കാണുന്നത്. സാരിയോ ദാവണിയോ ധരിക്കുമ്പോഴും ശരീരത്തിന്റെ ആകർഷണീയത മറച്ചു വെക്കപ്പെടുന്നില്ല. പപ്പുവുമായി ഇടപഴകുമ്പോൾ അവൾ സ്വന്തം ഉടലിനെ സ്വതന്ത്രമായി വിടുന്നു. പെണ്ണുടലിനെക്കുറിച്ചുള്ള സാമാന്യധാരണകൾ അവൾ അറിഞ്ഞുകൊണ്ടല്ലെങ്കിലും ലംഘിക്കുന്നു. അങ്ങനെ രതി പപ്പുവിനും അവനിലൂടെ പ്രേക്ഷകനും രതിവിഷയമാകുന്നു. അവളുടെ ഉടലിന്റെ ധാരാളിത്തം, ചുണ്ടുകൾ, കണ്ണുകൾ, പൊക്കിൾ, മാറിടം എന്നിങ്ങനെ നിരവധി സമീപദൃശ്യങ്ങളിലൂടെ സിനിമ ഒപ്പിയെടുക്കുന്നു. പപ്പു രതിയെ കാണുന്ന നിരവധി സന്ദർഭങ്ങൾ രതിയുടെ ഉടലിന്റെ വർണ്ണനകൾ ആയി മാറുന്നു. രതി സാരിയുടുക്കുന്ന രംഗം വാതിൽ വിടവിലൂടെ കാണുന്നത്, സ്ഥാനം മാറിയ വസ്ത്രങ്ങളുമായി രതിയുടെ ഉച്ചമയക്കം, രതിയുമായി ഒന്നുചേരുന്നതായുള്ള അവന്റെ സ്വപ്നരംഗം, മറ്റൊരാളുടെ കുളി കണ്ടിട്ട് അത് രതിയാണെന്ന് പപ്പു സങ്കൽപ്പിക്കുന്ന രംഗം, അവസാനത്തെ ഇണചേരൽ തുടങ്ങിയവ ഉദാഹരണങ്ങളാണ്.

പപ്പുവിന് അവളോട് തോന്നുന്ന കാമം നായകനുമായുള്ള സാത്മീകരണത്തിലൂടെയും അന്യരതിയുടെ ഒളിച്ചുനോട്ടത്തിലൂടെയും പ്രേക്ഷകനും സഫലീകരിക്കുന്നു. ചില സമയങ്ങളിൽ അവൾ പപ്പുവിന്റെ കാഴ്ചാവിഭവമാണ്. മറ്റു ചിലപ്പോൾ പ്രേക്ഷകൻ രണ്ടു പേരെയും കാണുന്നു. ഇരുന്ന് തയ്യൽ ജോലി ചെയ്യുന്ന രതിയുടെ അടുത്തേക്ക് അവൻ വരുമ്പോൾ രതി എന്ന കാമനാകേന്ദ്രത്തിലേക്ക് പ്രേക്ഷകൻകൂടി നീതനാകുന്നു. അവളുടെ പാവാട നീങ്ങിക്കിടക്കുന്ന കാലിൽനിന്നും മെല്ലെമെല്ലെ മേലോട്ട് പപ്പുവിന്റെ കണ്ണുകൾ കാണുന്ന ദൃശ്യം അതേ വൈകാരികതയോടെ പ്രേക്ഷകനും കാണുന്നു. ഇരിക്കുന്ന രതിയുടെ ബ്ലൗസിനുള്ളിലേക്ക് കാണും വിധമാണ് അവന്റെ നിൽപ്പ്. മുലകളുടെ ക്ലോസ്അപ് രംഗം മിന്നി മറയുന്നു. അവൾ എണീറ്റ് അയയിൽ നിന്നും തുണി എടുക്കുമ്പോൾ മാറിടം അവന്റെ മുഖത്തിന് തൊട്ടടുത്ത് മറ്റൊരു ക്ലോസ്അപ് രംഗത്തിൽ. ബ്ലൗസിനും പാവാടക്കുമിടയിൽ നഗ്നമായ വയറിന്റെ

മധ്യദൂരപാർശ്വദൃശ്യം, നിതംബത്തിന്റെ സമീപദൃശ്യം, മുഖത്തിന്റെ സമീപദൃശ്യം എന്നിങ്ങനെ അവളെ രതിവിഷയമാക്കുന്ന തരത്തിലാണ് ഈ രംഗത്തെ അവതരിപ്പിക്കുന്നത്. കാവിൽ പൂപെറുക്കുന്ന രതിയെ പപ്പു കാണുമ്പോഴും അവളുടെ ഉടൽ വടിവുകൾ പ്രേക്ഷകന് ലഭ്യമാകുന്ന തരത്തിലാണ് ക്യാമറാസജ്ജീകരണങ്ങൾ. സ്തനങ്ങളുടെയും വയറിന്റെയും സമീപദൃശ്യങ്ങൾ ആവർത്തിക്കുന്നു.

സുഭാഷിണിയും ലൈംഗികമായ പുരുഷകാമനകളെ ഉണർത്തുന്നവിധം സൃഷ്ടിക്കപ്പെട്ടവളാണ്. കാഴ്ചാഭിരതിയുണർത്തുന്ന ദൃശ്യങ്ങളിലൂടെയാണ് സിനിമ സുഭാഷിണിയെ അവതരിപ്പിക്കുന്നത്. അവൾ ആദ്യമായി സിനിമയിൽ പ്രത്യക്ഷപ്പെടുന്നത് പുഴയിൽ കുളിക്കുന്ന രംഗത്താണ്. നനഞ്ഞ ഉടയാടകളിൽ പലതവണ സിനിമ അവളെ പിന്നീടും ചിത്രീകരിക്കുന്നുണ്ട്. രതിയുടെ 'വിഭാവ'മാകത്തക്കവിധത്തിൽ സിനിമ അവളുടെ ശരീരത്തെ ദൃശ്യപ്പെടുത്തുന്നു. സ്തനം, വയർ, കാൽ, ചുണ്ട്, നിതംബം എന്നീ അവയവങ്ങളുടെ സമീപസ്ഥ/മധ്യദൂര ദൃശ്യങ്ങൾ പ്രേക്ഷകർക്കുള്ള കാഴ്ചാവിരുന്നാണ്. അങ്ങനെ കാണപ്പെടുകയെന്ന 'നാരീധർമ്മം' നിർവഹിക്കാൻ സുഭാഷിണിയെ സിനിമ ഒരുക്കിയെടുക്കുന്നു. കുളികഴിഞ്ഞു വീട്ടിലെത്തിയ അവൾ പശുവിനെ ഇണ ചേർക്കുന്നത് കൗതുകത്തോടെ നോക്കി നിൽക്കുകയും ഏതോ ആലോചനകളിൽ മുഴുകുകയും ചെയ്യുന്നു. അവളിൽ നിലീനമായ കാമമോഹത്തെ പ്രേക്ഷകൻ ആദ്യമേ തിരിച്ചറിയുന്നു. അതോടെ വിശുദ്ധയായ നായികയല്ല, വികാരവതിയായ നായികയാണ് മുൻപിലെന്ന ബോധ്യം വരുന്ന പ്രേക്ഷകൻ അവളുടെ ശരീരവടിവുകളിൽ ആകൃഷ്ടനാകുന്നതിൽ, ഒളിച്ചുനോട്ടത്തിന്റെ (voyeurism) രസം അറിയുന്നു. അതേസമയം ഒളിച്ചുനോട്ടത്തിന്റെ പാപബോധം അവനെ തീണ്ടുന്നുമില്ല. ശരീരം സുഭാഷിണിക്ക് പാവനമായ ഒന്നല്ല. അത് ആവൃതമായിരിക്കണമെന്ന ധാരണയും അവൾക്കില്ല.

കുനിയുമ്പോഴെല്ലാം ബ്ലൗസിനിടയിലൂടെ അവളുടെ മുലകൾ കാണുന്ന തരത്തിലാണ് ക്യാമറ സജ്ജീകരിച്ചിട്ടുള്ളത്. അപ്പോഴെല്ലാം സിനിമ മധ്യദൂരദൃശ്യങ്ങളായി ചിത്രീകരിക്കപ്പെടുന്നു. പ്രേക്ഷകന്റെ ആസക്തികളെ തൃപ്തിപ്പെടുത്തുകയെന്ന ധർമ്മമാണ് ഇവിടെയെല്ലാം നിർവഹിക്കപ്പെടുന്നത്. തകര കഞ്ഞികുടിക്കുമ്പോൾ അവന്റെ മുൻപിൽ അവൾ ഇരിക്കുന്നത് കാലുകൾ അകത്തിവെച്ചാണ്. ആ കാലുകളുടെ പരിധിക്കുള്ളിലാണ് തകരയുടെ ഇരിപ്പെന്നപോലെ. സമാനമായ ദൃശ്യം ആരവത്തിലും കാണാം;

അരിയാട്ടുന്ന കാവേരിയുടെ മുന്നിലിരിക്കുന്ന മരുതിനെ ചിത്രീക രിക്കുമ്പോൾ. കാവേരിയുടെ ശരീരവടിവുകൾ, കൊളുത്തഴിഞ്ഞ വിയർപ്പിൽ നനഞ്ഞ ബ്ലൗസ്, അരിയാട്ടുന്ന അമ്മിയിൽ നിറഞ്ഞ മാവു നൽകുന്ന രതിസൂചനകൾ എന്നിങ്ങനെ മധ്യദൂരത്തിലോ സമീപത്തോ നിൽക്കുന്ന ക്യാമറ നൽകുന്ന വിശദമായ ദൃശ്യങ്ങളി ലൂടെയാണ് ഈ രംഗം ചിത്രീകരിച്ചിരിക്കുന്നത്.

ആശാരിയുടെ അടുത്ത് തടിച്ചീള് തേടിച്ചെല്ലുന്ന സുഭാഷിണി ആദ്യം പിള്ളയെ കണ്ണിറുക്കി കാട്ടുന്നു. തുടർന്ന് വിറകുപെറുക്കി യിടുമ്പോളെല്ലാം അവളുടെ കണ്ണുകളിൽ അവനോടുള്ള ശൃംഗാര ഭാവം ഒളിമിന്നുന്നു. ഒപ്പം മാറിടത്തിന്റെ സമൃദ്ധമായ ദൃശ്യം അവ നായി, അറിയാത്ത മട്ടിൽ തുറന്നിടുന്നു. കാഴ്ചയുടെ ആനന്ദം ആ കൗമാരക്കാരനെ വശപ്പെടുത്തുന്നു.പിള്ളയുടെ കാഴ്ചകൾ പ്രേക്ഷ കന്റെ കൂടി കാഴ്ചയായിത്തീരുന്നു.

ഗുരുവായൂർ കേശവൻ, രതിനിർവേദം, വൈശാലി, ചുരം, മഞ് ജീരധ്വനി പോലുള്ള സിനിമകൾ മലയാളിയുടെ നിലനിൽക്കുന്ന പെണ്ണുടൽ സൗന്ദര്യസങ്കൽപ്പങ്ങളെ അതേപടി പിന്തുടരുകയാണ്. എന്നാൽ ഇരുണ്ടതോ തടിച്ചതോ ആയ ഉടലുകളുടെ രത്യുദ്യോത കമായ അവതരണത്തിലൂടെ പുതിയൊരു സൗന്ദര്യസങ്കല്പം സ്ഥാ പിക്കാനുള്ള ശ്രമവും ഇടക്കാലത്ത് നടക്കുന്നുണ്ട്. ആരവം, തകര, പറങ്കിമല പോലുള്ള സിനിമകളിലൂടെ ഭരതനും ഈ ശ്രമത്തിൽ പങ്കാളിയാവുന്നു. എന്നാൽ ആത്യന്തികമായി ഈ സിനിമകളെല്ലാം പ്രേക്ഷകപുരുഷന്റെ ദൃശ്യരതിയെ ആനന്ദിപ്പിക്കുക എന്ന ലക്ഷ്യം തന്നെയാണ് നിറവേറ്റുന്നത്.

ഉപസംഹാരം

പ്രത്യക്ഷത്തിൽ സ്ത്രീയുടെ പക്ഷത്ത് നിൽക്കുന്ന സിനിമകൾ പലതും പരോക്ഷമായി ആൺകോയ്മയ്ക്ക് വഴങ്ങുന്നവയാണെ ന്ന് സൂക്ഷ്മവിശകലനത്തിൽ ബോധ്യമാകും. ഇതിവൃത്ത നിർവ ഹണഘട്ടത്തിലാണ് ഈ വഴങ്ങൽ അവതരിപ്പിക്കപ്പെടുക. മെരു ക്കപ്പെടുന്ന നായികമാരിലൂടെ ആണത്തം സ്ഥാപിച്ചെടുക്കാൻ കുടുംബം, ആചാരം തുടങ്ങിയ പ്രത്യയശാസ്ത്ര ഉപകരണങ്ങൾ ഉപയോഗിക്കപ്പെടുന്നു. നായകന്റെ മേൽക്കോയ്മ സിനിമയുടെ അവസാനഭാഗമാകുമ്പോഴേക്കും സ്ഥാപിക്കപ്പെടുകയും അതാണ് സ്വാഭാവികതയെന്ന ബോധം രൂപീകരിക്കപ്പെടുകയും ചെയ്യുന്നു.

സിനിമയിലെ പുരുഷൻ അതിലെ നടൻ മാത്രമല്ല. സിനിമ

കാണുന്ന പുരുഷനും സിനിമയുടെ ആഖ്യാനത്തെ സ്വാധീനിക്കു ന്നുണ്ട്. ഈ രണ്ടു പുരുഷവേഷങ്ങളെയും തൃപ്തമാക്കുകയാണ് സിനിമയിലെ സ്ത്രീകഥാപാത്രത്തിന്റെ ധർമ്മം. സിനിമയിലെ നായകന്, തന്റെ അധീശത്വം സ്ത്രീകളാൽ അംഗീകരിപ്പിക്കുക എന്ന ലക്ഷ്യമില്ലെങ്കിലും സിനിമക്ക് പുറത്തിരിക്കുന്ന പുരുഷന് അത് ലക്ഷ്യം തന്നെയാണ്.

തങ്ങളാൽ രൂപകൽപ്പന ചെയ്യപ്പെട്ട സാമൂഹ്യക്രമം അങ്ങനെ ത്തന്നെ നിലനിൽക്കാൻ അവർ ആഗ്രഹിക്കുന്നു. സമൂഹത്തിന് ആവശ്യമുള്ള ആദർശമാതൃകകൾ നിർമ്മിക്കാൻ അധീശപ്രത്യയ ശാസ്ത്രം ജനപ്രിയകലാരൂപങ്ങളെയും കൂട്ടുപിടിക്കുന്നുണ്ട്. ആദർശമാതൃകകൾ ഉറപ്പിച്ചെടുക്കാൻ അവയുമായുള്ള ആവർത്തി ച്ചുള്ള സമ്പർക്കത്തിന് കഴിയും. ഉത്തമസ്ത്രീയുടെ വാർപ്പുമാതൃക കളിലൂടെ സമൂഹത്തിന് വേണ്ട സ്ത്രീസങ്കല്പം ഉറപ്പിക്കുകയാണ് സിനിമ. പൊതുസരണികളിൽ ഇടപെടുന്നവരല്ല; വീട്ടിൽ ഒതുങ്ങുന്ന കുടുംബിനികളാണ് കുലീനസ്ത്രീകളെന്ന ധാരണ വിനിമയം ചെയ്യാൻ സിനിമയുടെ ജനകീയത ഉപയോഗപ്പെടുത്തുന്നു.

ഭരതന്റെ ആദ്യകാല സിനിമകളിലെ നായികമാർ സമൂഹത്തിൽ രൂഢമൂലമായ ലിംഗശ്രേണിയെ തകർക്കാൻ ശ്രമിക്കുന്നുണ്ട്. സ്ത്രീത്വത്തിന്റെയും സ്ത്രൈണ ലൈംഗികതയുടെയും സ്വാതന്ത്ര്യം ഒരു പരിധിവരെയെങ്കിലും ഇവർ പ്രഖ്യാപിക്കുന്നു. പക്ഷേ നായി കയുടെയോ നായകന്റെയോ മരണം അല്ലെങ്കിൽ മാനസികമോ ശാരീരികമോ ആയ പീഡനം പോലുള്ള ഏതെങ്കിലും ദുരന്തം അവരെ ബാധിക്കുന്നതായി സിനിമ അവതരിപ്പിക്കുന്നു.

ലൈംഗികസ്വത്വം സ്ഥാപിക്കാനുള്ള പെണ്ണിന്റെ ശ്രമങ്ങളെ എളുപ്പം അംഗീകരിക്കാനാവാത്ത പ്രേക്ഷകന്റെ പിതൃകേന്ദ്രിത അഹംബുദ്ധിയെ (ego) മാനിക്കാൻ ഒരു പുരുഷൻ കൂടിയായ ചല ച്ചിത്ര സംവിധായകൻ ബാധ്യസ്ഥനായി മാറുന്നതിന്റെ ഫലമാണ് ഇത്. സംവിധായകനെ നയിക്കുന്ന ആൺകോയ്മയുടെ അബോധം പെണ്ണിനെ സമശീർഷയാക്കാനുള്ള ബോധപൂർവമായ ശ്രമങ്ങളെ പ്പോലും തകർക്കുന്നു.

ആണധീശത്വത്തിന്റെ പ്രത്യയശാസ്ത്രം സിനിമയിൽ പ്രച്ഛന്ന മായെങ്കിലും മേൽക്കൈ നേടാൻ ശ്രമിക്കുന്നതിന്റെ ഭാഗമാണ് ഭര തന്റെ സ്ത്രീ കഥാപാത്രങ്ങൾ നേരിടുന്ന ദുരന്തം.

കുറിപ്പുകൾ

1. Seeing and being seen are theorized as a subjectobject relation. To see means to be the subject at the centre of the world (view), whereas being seen means to be an object that exists within the world of, and for the benet of, the subject. The seeing subject is considered to be in a position of dominance over the seen object, which is defined in terms of the subject s needs. (Vollmer, Ulrik. 2007,Seeing film and reading feminist theology: A dialogue. Palgrave Macmillan , New York

2. Woman is presented as what she represents for man,...woman as woman is largely absent. (Johnston, Claire. 1999 Women s Cinema as CounterCinema, in Feminist Film Theory: A Reader, ed. Sue Thornham Edinburgh: Edinburgh University Press)

3. Woman then stands in patriarchal culture as signifier for the male other, bound by a symbolic order in which man can live out his phantasies and obsessions through linguistic command by imposing them on the silent image of woman still tied to her place as bearer of meaning, not maker of meaning. (Mulvey, Lora. 1989 Visual Pleasure and Narrative Cinema, Palgrave, New York)

4. The cinema offers a number of possible pleasures. One is scopophilia. There are circumstances in which looking itself is a source of pleasure, just as, in the reverse formation, there is pleasure in being looked at.... but it also goes further, developing scopophilia in its narcissistic aspect. (Mulvey, Lora. 1999 Feminist Film Theory : A Reader, Ed. Thornham, Sue, Edinburgh University Press)

5. The man controls the film fantasy and also emerges as the representative of power in a further sense: as the bearer of the look of the spectator, transferring it behind the screen to neutralise

the extradiegetic tendencies represented by woman as spectacle (Mulvey, Lora. 1999 Feminist Film Theory : A Reader, Ed. Thornham, Sue, Edinburgh University Press)

6. ... the act of seeing entails a masculinization of the female spectator. Whether in fact male or female, the viewers are all constructed as male. (Vollmer, Ulrik 2007 Seeing film and reading feminist theology: A dialogue. Palgrave Macmillan ,New York)

7. ...the film opens with the woman as object of the combined gaze of spectator and all the male protagonists in the film. She is isolated, glamorous, on display, sexualised. But as the narrative progresses she falls in love with the main male protagonist and becomes his property, losing her outward glamorous characteristics, her generalised sexuality, her showgirl connotations; her eroticism is subjected to the male star alone. By means of identification with him, through participation in his power, the spectator can indirectly possess her too. (Mulvey, Lora. 1999 Feminist Film Theory : A Reader, Ed. Thornham, Sue, Edinburgh University Press)

സഹായകഗ്രന്ഥങ്ങൾ

മലയാളം

1. ബിജു ബെർണാഡ്, 2013, ഭരതൻ: ജീവിതം, സിനിമ, ഓർമ്മ, ഒലീവ്, കോഴിക്കോട്

2. സി.എസ്. ചന്ദ്രിക, 2016, കേരളത്തിലെ സ്ത്രീ ചരിത്രങ്ങൾ , സ്ത്രീ മുന്നേറ്റങ്ങൾ, ഡിസി ബുകസ് കോട്ടയം

3. അജു കെ. നാരായണൻ (എഡി.), 2017, താക്കോൽ വാക്കുകൾ : വിചാരമാതൃകകൾ, കേരളീയനോട്ടങ്ങൾ, ഭൂമിമലയാളം യു.സി കോളേജ്, ആലുവ

English

4. Beauvoir, Simon de 2011 Second Sex, Vintage Books, New York

5. Berger, John 1972 Ways of Seeing , BBC & Penguin Books

6. Butler, Judith 1993 Bodies that Matter , Routledge ,Newyork

7. Choudhari,Shohini 2006 Feminist Film Theorists Routledge, Park Square, Milton Park, Abingdon

8. Miller,Toby & Stam, Robert 2004 A Companion to Film Theory, Blackwell Publishing, USA

9. Pillai, Meena .T. (Edi) 2015 Women in Malayalam Cinema: Naturalizing Gender Hierarchies, Orient Black swan ,New Delhi

10. Stacey,Jackie 1994 Star Gazing , Hollywood Cinema and Female Spectator : Routledge Newyork &London

11.Thornham, Sue 1999 Women s Cinema as Counter Cinema, in Feminist Film Theory: A Reader, Edinburgh University Press, Edinburgh

12.Vollmer, Ulrik. 2007,Seeing film and reading feminist theology: A dialogue, Palgrave Macmillan, New York

○○

13

മലയാളിയുടെ സംഗീതാസ്വാദനശീലങ്ങളും തെന്നിന്ത്യൻ ചലച്ചിത്രഗായികമാരും

സി. എസ്. മീനാക്ഷി

സംഗീതം ഹൃദയത്തിൽനിന്ന് ഹൃദയത്തിലേക്ക് വലിച്ചു കെട്ടിയ ഒരു തന്ത്രിയാണ്. പാടുന്നവരും കേൾക്കുന്നവരും മാത്രമാണ് അവിടെ പ്രസക്തം. മനുഷ്യഭാഷയുടെ വിനിമയപരമായ എല്ലാ പരിമിതികളെയും അത് സമർത്ഥമായി മറികടക്കുന്നു. മലയാള ചലച്ചിത്ര ഗാനശാഖയുടെ ഒരു കാലത്തെ പെൺശബ്ദങ്ങളെല്ലാം മലയാളം മാതൃഭാഷയല്ലാത്ത ഗായികമാരുടെ ശബ്ദസൗകുമാര്യമായിരുന്നു എന്നത് അതുകൊണ്ട് തന്നെ ഒട്ടും വിസ്മയകരമല്ല. കഴിഞ്ഞ നൂറ്റാണ്ടിന്റെ ആറാം ദശകം മുതൽ പല വർഷങ്ങൾ മലയാളികളല്ലാത്ത ആ ഗായികമാരെ നാം കേട്ടുകൊണ്ടേയിരുന്നു. ആന്ധ്രയിൽ ജനിച്ച എസ്. ജാനകിയും സുശീലയും തമിഴ്നാട്ടിൽ പിറന്ന വാണി ജയറാമും പി. മധുരിയും. അവർ സംഗീതത്തിന്റെ ഭാഷയിലൂടെ മലയാളിയോട് മലയാളത്തിൽ സംസാരിച്ചു. മലയാളി അവരുടെ പാട്ടിലലിഞ്ഞു; അവർ മലയാളികളല്ല എന്ന് ഒരു വേള പോലും കരുതാനാവാത്ത വിധം. നമ്മുടെ പ്രണയവും വിരഹവും സ്നേഹവാത്സല്യങ്ങളും ശോകവും കോപതാപങ്ങളും തമാശകളും ഉത്സവമേളങ്ങളും ഒക്കെ അവരുടെ നാദം പങ്കുവച്ചു. മലയാള ചലച്ചിത്രഗാനങ്ങളെക്കുറിച്ചുള്ള ഏതൊരു ആലോചനയും പൂർണ്ണമാകുക അവരുടെ പാട്ടുകളെക്കൂടി പരിഗണിക്കുമ്പോൾ മാത്രമാണ്.

രചനാഭംഗിയും, സംവിധാനചാതുരിയും ആലാപനമാധുര്യവും സംഗമിക്കുമ്പോഴാണ് നല്ല ഗാനങ്ങൾ പിറക്കുന്നത് എന്നത് പൊതു

ത്വം. പാട്ടുകളുടെ രചനയുടെ ഗുണവിശേഷങ്ങൾ വിശകലനം ചെയ്യുവാനെളുപ്പമാണ്. സംവിധാനരീതികളേയും ഒരു പരിധിവരെ ഇഴകീറി പരിശോധിക്കാം. പക്ഷേ ആലാപനം അതെങ്ങനെ വിവരിക്കും? വളരെ ആത്മനിഷ്ഠവും വൈയക്തികവുമായ ഒരനുഭവ/അനുഭൂതി മണ്ഡലമാണ് ഒരു പാട്ടിന്റെ ശ്രവണമെന്നത്. കേൾവിയിലൂടെ മാത്രമാണ് ഓരോരുത്തരും ആലാപനത്തെ വിലയിരുത്തുന്നത്. ഒരു ഇന്ദ്രിയാനുഭവത്തെ മറ്റൊരിന്ദ്രിയം കൊണ്ടോ അക്ഷരങ്ങൾ പോലത്തെ മറ്റുപാധികൾ കൊണ്ടോ പൂർണ്ണമായനുഭവിക്കാനോ ആസ്വദിക്കാനോ കഴിയില്ല. രാവു പോയതറിയാതെ എന്ന പാട്ട് കേൾക്കുമ്പോൾ രാത്രിക്കും പുലർച്ചയ്ക്കുമിടയ്ക്കുള്ള ഏകാന്തവേളയിൽ ഏതോ കാനനവിജനതയിലെത്തിയ ഒരു പ്രതീതിയാണുണ്ടാവുക. ആ അനുഭൂതിയുളവാക്കുന്നത് പി. ഭാസ്കരന്റെ വരികളോ ദക്ഷിണാമൂർത്തിയുടെ സംഗീതമോ സുശീലയുടെ ആലാപനമോ എന്നു ചോദിച്ചാൽ അതെല്ലാമാണ് എന്നാണുത്തരം. ഇത് ഏതു ഗാനത്തിന്നും ബാധകമാണ്. എങ്കിലും പൊതുവെ ഈ ലേഖനത്തിന്റെ പ്രതിപാദ്യവിഷയം ആലാപനസവിശേഷതകൾ തന്നെയാണ്.

ഒടുങ്ങാത്ത വസന്തത്തിൻ മധുരഗന്ധം

1960-ൽ പുറത്തിറങ്ങിയ സീത എന്ന ചിത്രത്തിനു വേണ്ടി അഭയദേവ് എഴുതി വി. ദക്ഷിണാമൂർത്തി സംഗീതം നൽകിയ രണ്ടു ഗാനങ്ങൾ (പാട്ടു പാടിയുറക്കാം ഞാൻ, വീണേ പാടുക പ്രിയതരമായ്) പാടിക്കൊണ്ടാണ് സുശീല മലയാളസിനിമാരംഗത്തേക്ക് പ്രവേശിക്കുന്നത്. അതിൽ പാട്ടു പാടിയുറക്കാം ഇന്നും മലയാളിയുടെ പ്രിയതാരാട്ടുഗാനമാണ്. 1962-ൽ പുറത്തിറങ്ങിയ ഭാര്യയിലെ ഓമനക്കയ്യിലൊലിവിലക്കൊമ്പുമായ്, മുൾക്കിരീടമിതെന്തിനു തന്നു എന്നീ സോളോകളും എ.എം രാജയുടെ കൂടെ പാടിയ പെരിയാറേ എന്ന യുഗ്മഗാനവുമാണ് അവരെ മലയാളക്കരയിൽ പ്രസിദ്ധയാക്കിയത്. അതിന് ഒരു പതിറ്റാണ്ട് മുൻപു തന്നെ അവർ തമിഴ്, തെലുങ്ക് സിനിമകളിൽ ഒഴിച്ചുകൂടാനാവാത്ത സാന്നിദ്ധ്യമായി മാറിക്കഴിഞ്ഞിരുന്നു.

ആയിരത്തിലധികം മലയാളഗാനങ്ങൾ ഉൾപ്പെടെ വിവിധ ഭാഷകളിയായി ഇരുപതിനായിരത്തിൽപ്പരം ഗാനങ്ങൾ. പല ദക്ഷിണേന്ത്യൻ ഭാഷകളിലേയും സിനിമാഗാനാലാപനത്തിന് അഞ്ചു തവണ ദേശീയപുരസ്കാരം. നിരവധി തവണ സംസ്ഥാന അവാർ

ഡുകൾ. മലയാളഗാനങ്ങളിൽ ഭൂരിഭാഗവും സിനിമാഗാനങ്ങൾ തന്നെയാണ്. അതിലൂടെ കടന്നുപോകുമ്പോൾ കാണാം അവരുടെ ഗാനങ്ങളുടെ വൈവിദ്ധ്യം. അതിൽ പ്രണയഗാനങ്ങളുണ്ട്, കാമോദ്ദീപകങ്ങളായ ഗാനങ്ങളുണ്ട്. വിരഹവും വിലാപവും നിറഞ്ഞുനിൽക്കുന്ന ശോകഗീതങ്ങളുണ്ട്. താരാട്ടുപാട്ടുകളുണ്ട്. ഭക്തിഗാനങ്ങളും ദേശഭക്തിഗാനങ്ങളുമുണ്ട്.

കൗമാരകാലത്ത് പെൺകുട്ടികൾ ഇഷ്ടപ്പെട്ടിരുന്നത് എസ്. ജാനകിയുടെ നേർത്തശബ്ദത്തിലുള്ള പ്രണയഗാനങ്ങളായിരുന്നു. സുശീലയുടെ ശബ്ദം കുറച്ചുകൂടി പക്വവും ഉച്ചാരണം അന്യത തോന്നിക്കുന്നതും ആലാപനം ശാസ്ത്രീയരീതികളോടടുത്തു നിൽക്കുന്നതുമായിരുന്നു. പക്ഷേ കുറച്ചു മുതിർന്നപ്പോൾ സുശീലയുടെ ഗാനങ്ങളോടായി സ്ത്രീകളുടെ ഇഷ്ടം. ഒരു സ്ത്രീയുടെ പറയാനാവാത്ത വികാരങ്ങൾ തിങ്ങിനിറഞ്ഞ, ചിലപ്പോൾ തിളച്ചുതൂവുന്ന ആലാപനശൈലി.

വരികൾ ആരുടേതും, വയലാറിന്റേതോ പി ഭാസ്കരന്റേതോ ശ്രീകുമാരൻ തമ്പിയുടേതോ തിരുനയനാർകുറിച്ചിയുടേതോ ബിച്ചു തിരുമലയുടെതോ ആകട്ടെ, സംഗീതം പകർന്നത് ദേവരാജനോ അർജ്ജുനനോ ദക്ഷിണാമൂർത്തിയോ ബാബുരാജോ ആർ.കെ ശേഖറോ കെ.ജെ. ജോയിയോ കെ. രാഘവനോ ആകട്ടെ പാടുന്നത് സുശീലയാണെങ്കിൽ അത് നമ്മുടെ ഹൃദയത്തെ സ്പർശിക്കും.

അടക്കുവാൻ നോക്കി ഞാനെൻ ഹൃദയവിപഞ്ചികയിൽ/അടിക്കടി തുളുമ്പുമീ പ്രണയഗാനം/ഒരു മുല്ലപ്പൂമൊട്ടിൽ ഒതുക്കുവതെങ്ങിനെയീ/ഒടുങ്ങാത്ത വസന്തത്തിൻ മധുരഗന്ധം. (മാറോടണച്ചു ഞാനുറക്കിയിട്ടും, കാട്ടുകുരങ്ങ്, 1969) പി. ഭാസ്കരന്റെ വരികളുടെ ചാരുതയ്ക്കും ദേവരാജന്റെ ഇഷ്ടരാഗമായ മോഹനരാഗത്തിന്റെ മായികതയ്ക്കും അനുയോജ്യമായ സുശീലയുടെ ആലാപനം കേട്ട അന്നത്തെ ഓരോ മലയാളി സ്ത്രീയും അനുഭവിച്ചിട്ടുണ്ടാകണം അടക്കുവാൻ നോക്കിയിട്ടും തൂവിത്തുളുമ്പുന്ന വസന്തത്തിന്റെ ആ മധുരഗന്ധം.

രാത്രിനേരം, വിരിച്ച മെത്ത, കാറ്റിലാടുന്ന ജനൽ വിരികൾ, ജാലകത്തിനു പുറത്ത് പരന്ന നിലാവ് പ്രണയപരവശയായ നായികയുടെ മനസ്സിൽ നായകനെ കാണാനുള്ള അദമ്യമായ ആശ അങ്കുരിക്കുന്നു. ആ സന്ദർഭത്തിൽ നായികയ്ക്ക് സുശീലയുടെ വശ്യശബ്ദം തന്നെ വേണം. പക്വതയാർന്ന പെണ്ണിന്റെ കാമപരവശത കലർന്ന ഗാനങ്ങൾ പാടി ഫലിപ്പിക്കാൻ ഈ ഗായികയേ

ക്കാൾ മികച്ചവരാരുണ്ട്? തുറന്നിട്ട ജാലകങ്ങളടച്ചോട്ടെ (ദത്തുപുത്രൻ, 1970) എന്നു സുശീല പാടിയപ്പോൾ ഓരോ മലയാളിപ്പെണ്ണും കാമുകനെ കാത്തിരിക്കുന്ന പ്രണയിനിയായി. ഉത്കടമായ ഭക്തിയേയോ അഭിലാഷങ്ങളെയോ ധ്വനിപ്പിക്കുവാൻ അനുയോജ്യമായ ആഭേരിയിലധിഷ്ഠിതമാണ് ദേവരാജന്റെ ഈ പാട്ട്. കാർത്തികരാത്രിയിലെ എന്ന ഗാനം നോക്കൂ (കാട്ടുകുരങ്ങ്, 1969) നിശാബിംബങ്ങൾ നിറഞ്ഞ വരികൾ സുശീലയുടെ വശ്യശബ്ദത്തിൽ അനശ്വരമായി. കാർത്തികരാത്രിയിലെ മഞ്ഞുതുള്ളിയോ എന്ന തുടക്കം ചടുലവും ഉയർന്ന സ്ഥായിയിലുള്ളതുമാണ്. പിന്നീട് മന്ദഹാസതൂവാലയാൽ എന്നു തുടങ്ങുന്ന അനുപല്ലവിയും മഞ്ഞണിനിലാവു പൂത്ത എന്നു തുടങ്ങുന്ന ചരണവും മൃദുവും മധുരവുമാണ്. രണ്ടു ശൈലിയും ഈ ഗായിക തന്റെ സ്വാഭാവികമായ ആലാപനം കൊണ്ടു ഹൃദ്യമാക്കിയിരിക്കുന്നു. ആയിരം പുതപ്പിട്ടു പുതച്ചാലും എത്ര/ആയിരം കിനാവുകൾ വിളിച്ചാലും/വരുമോ ഉറക്കം വരുമോ (പാതിരാത്തണുപ്പു വീണു, ഭൂമിദേവി പുഷ്പിണിയായി, 1974) എന്ന വരികളിലെ മറ്റെന്തോ കൊതിക്കുന്ന ഒരിത് ഓരോ മലയാളിസ്ത്രീയും അനുഭവിച്ചു. പുലരാറായപ്പോൾ (മൂലധനം, 1969) എന്ന പാട്ടിൽ പാതിരാപ്പുള്ളു പോലെ പറന്നകന്ന മാരനെയോർത്തു വാർത്ത കണ്ണീരിൽ കുതിരുന്ന കസ്തൂരിക്കളിപ്പാക്കും തത്തവാലൻ വെറ്റിലയും ഓരോ പെണ്ണിന്റെയും കാത്തിരിപ്പിനെ കണ്ണീരിൽ കുതിർത്തു.

ദേവിയായാലും വീട്ടമ്മയായാലും പാടത്തു പണിയെടുക്കുന്ന പെണ്ണായാലും പുരുഷനെ പ്രാപിക്കുവാൻ ഉത്കടമായി അഭിലഷിക്കുന്ന, അതിനായി അനന്തമായി കാത്തിരിക്കുന്ന സ്ത്രീ കഥാപാത്രങ്ങളാണ് അന്ന് മലയാളസിനിമയിലധികവും. പുരുഷന്മാർ പൈസയിറക്കി, പുരുഷന്മാർ സംവിധാനം ചെയ്ത്, അവർ തന്നെ ചിത്രീകരിക്കുന്ന സിനിമകൾ അങ്ങനെയാവാതെ തരമില്ലല്ലോ. പൂവിട്ടു പൂവിട്ടു പൂവിട്ടു നിൽക്കുന്ന പൂത്തിരുവാതിര രാത്രിയിൽ ശൈലേശ്വരനെ ദർശിക്കാൻ വരുന്ന ദേവിയായാലും കളിമൺകുടിലിലിരുന്നു പ്രേമകവിതകളെഴുതുന്ന പ്രണയിനിയായാലും പട്ടുമെത്തകൾ ഇല്ലാഞ്ഞോ പളുങ്കുമണിയറ ഇല്ലാഞ്ഞോ എന്തെന്തേ ദേവനിന്നുണരാത്തൂ എന്നു പരവശപ്പെടുന്ന കാമിനിയായാലും ആ വിപ്രലംഭശൃംഗാരം അനുഭവിപ്പിച്ചത് ഈ അനുഗൃഹീത ഗായികയാണ്.

രാവുപോയതറിയാതെ രാഗലോലയായി (അഭയം, 1970) എന്ന

പാട്ടിൽ താരകളാം നവരത്നനൂപുരങ്ങളൂരി/നീരദഞൊറികളിട്ട വാതിലുകൾ ചാരി/ശാരദസുധാകിരണൻ നൃത്തശാല വിട്ടു/ദൂരചക്രവാളദിക്കിൽ പോയ്മറഞ്ഞ നേരം എന്നു പാടുമ്പോൾ രാവു പോയതറിയാതെ പാരിടത്തിൽ വന്ന പാതിരാപ്പൂ ദേവനായ് കൊണ്ടു വന്ന സൗരഭം നോവുപോലെ ഭൂമിയിലും ആ പൂവിന്റെ ഏകാന്തദു:ഖം ഗായികയുടെ ശബ്ദത്തിൽ ശ്രോതാക്കളുടെ മനസ്സിലും പരക്കുന്നു. പ്രേമകവിതകളേ (അവൾ, 1967) എന്ന ഗാനത്തിലും ഭൗമമായ ബിംബങ്ങളിലൂടെ രാത്രിയുടെ ഒരു അഭൗമാനുഭവം നമ്മുടെ മനസ്സിൽ നിറയ്ക്കാൻ സുശീലയ്ക്ക് കഴിഞ്ഞിരിക്കുന്നു. വളരെ പതിഞ്ഞ സ്ഥായിയിൽ മന്ദമന്ത്രണം പോലെ നമ്മുടെ മനസ്സിലേക്ക് ഒഴുകിയെത്തുന്ന ഗാനമാണത്.

ഏഴു സുന്ദരരാത്രികൾ (അശ്വമേധം, 1967) എന്ന മോഹനരാഗ ഗാനം കേട്ട് വിവാഹപൂർവരാത്രികളിൽ മരാളകന്യകമാരോട് മംഗളപത്രവും വസന്തദൂതികളോട് സംഗമദീപവും ചോദിക്കുന്നവരായി മാറി അന്നത്തെ മലയാളി വധുക്കൾ. നക്ഷത്രകിന്നരന്മാർ വിരുന്നു വന്നു (പുഷ്പാഞ്ജലി, 1972) എന്ന എം.കെ അർജ്ജുനൻ സംവിധാനം ചെയ്ത പാട്ടിൽ യാമിനീ എന്ന വിളിക്ക് എന്തൊരെടുപ്പാണ്!

പി. ഭാസ്കരന്റെ വരികൾക്ക് കെ. രാഘവൻ സംഗീതം നല്കി സുശീല പാടിയ പതിവായി പൗർണ്ണമിതോറും (ആദ്യകിരണങ്ങൾ, 1964) രാത്രിയെ അനുഭവിപ്പിക്കുന്ന ഒരു ലളിതസുന്ദരഗാനമാണ്. ഒരു ഇടവേളക്ക് ശേഷം ധ്വനി (1988) എന്ന ചിത്രത്തിൽ യേശുദാസിനൊപ്പം പാടിയ അനുരാഗലോലഗാത്രി/വരവായി നീലരാത്രി/നിനവിൻ മരന്ദചഷകം/നെഞ്ചിൽപതഞ്ഞ രാത്രി എന്ന ഗാനത്തിലും രാത്രിയുടെ ഫീൽ ഭംഗിയായി കൊണ്ടുവന്നിട്ടുണ്ട് അനുഗൃഹീതയായ ഈ ഗായിക.

ആകാശവാണിയിലൊഴുകിയെത്തുന്ന രാഗകല്ലോലിനിയുടെ ഉടമയായ അജ്ഞാതഗായകനോട് അരികിൽ വരാൻ ക്ഷണിക്കുന്ന ആരാധികക്ക് സുശീലയുടേതല്ലാതെ ആരുടെ ശബ്ദം നൽകാൻ? (അജ്ഞാതഗായകാ, ഹോട്ടൽ ഹൈറേഞ്ച്, 1968) ഉപഗുപ്തനെ ക്കാത്ത് കിടക്കുന്ന വാസവദത്തയുടെ മനസ്സിൽ നിറയുന്ന അക്ഷമയും നിസ്സഹായതയും വിങ്ങി നിൽക്കുന്ന പാട്ടാണ് സമയമായില്ലാ പോലും (കരുണ, 1966). ആഭേരിയിലുള്ള ആ പ്രണയാഭിലാഷം അന്ന് നിശബ്ദപ്രണയം മനസ്സിൽ നിറച്ച കേരളത്തിലെ എല്ലാ പ്രണയിനികളേയും കൊതിപ്പിച്ചു. തോഴീ എന്ന ആ വിളി ഊണിലും ഉറക്കത്തിലും നമ്മെ വേട്ടയാടി. കല്പനാജാലം കൺകളിൽ നിറച്ച്

അജ്ഞാതപുഷ്പങ്ങളാൽ അർച്ചനയും അശ്രുക്കളാൽ ഉദയാസ്തമനപൂജയും നടത്തുന്ന കാമുകിയെ എന്നാലും ഭവാൻ തിരിച്ചറിഞ്ഞില്ലല്ലോ എന്ന് സുശീലയുടെ ഭാവമധുരമായ ശബ്ദത്തിൽ കേരളത്തിലെ കാമുകിമാർ പരിഭവിച്ചു. ശ്യാമരാഗത്തിൽ ചിട്ടപ്പെടുത്തിയിരിക്കുന്ന അറിയുന്നില്ല ഭവാൻ (കാട്ടുകുരങ്ങ്, 1969) എന്ന പാട്ട് സുശീലയുടെ മികച്ച ഒരു ഗാനമാണ്. ഹമീർ കല്യാണിയിലുള്ള എന്തിനീ ചിലങ്കകൾ എന്ന വിരഹിണിയുടെ ശോകം നിറഞ്ഞ പാട്ട് കേട്ട്, താലോലിച്ചെന്നെ നാഥൻ തഴുകുകില്ലെ എന്ന് ഓരോ പെണ്ണും ഉള്ളിന്റെയുള്ളിൽ മോഹിച്ചു.

ശകുന്തള (1965) എന്ന പടത്തിലെ പ്രിയതമാ എന്ന ഗാനത്തിന്റെ തുടക്കത്തിലെ ആ വിളി കണ്വാശ്രമത്തിൽനിന്നാണെങ്കിലും രാജകൊട്ടാരത്തിലുള്ള ദുഷ്യന്തൻ പോലും കേൾക്കും വിധത്തിലാണ് ദേവരാജൻ ചിട്ടപ്പെടുത്തിയതും സുശീല ആലപിച്ചതും പ്രണയലേഖനം എങ്ങനെയെഴുതണം എന്നത് മുനികുമാരികളല്ലാത്ത കുമാരിമാരുടെയും പ്രശ്നമായിരുന്നു. അവർ സുശീലയുടെ ശബ്ദവുമായും അതു വഴി ശകുന്തളയുടെ സങ്കടങ്ങളുമായും താദാത്മ്യപ്പെട്ടു.

നീയും വിധവയൊ, എന്തെന്തു മോഹങ്ങളായിരുന്നു, കിനാവിന്റെ കുഴിമാടത്തിൽ, പനിനീർക്കാറ്റിൽ, ഏതു കടലിലോ, ദുഃഖവെള്ളിയാഴ്ചകളേ, കണ്ണീരിൻ മഴയത്തും തുടങ്ങീ സങ്കടപ്പാട്ടുകൾ പാടുമ്പോൾ ആ സ്വരത്തിൽ പ്രതീക്ഷയറ്റവളുടെ നിരാശയും വിഷാദവും നിറഞ്ഞു. ഓർമ്മകൾ തൻ താമരമലരുകൾ, സ്മരിക്കാൻ പഠിപ്പിച്ച മനസ്സേ, പൂന്തേനരുവീ, സമയമാം നദി പുറകോട്ടൊഴുകി, വർഷമേഘമേ, ഹിമവാഹിനി, കനകപ്രതീക്ഷ തൻ എന്നീ പാട്ടുകൾ ഭൂതകാലസ്മൃതിയിലാറാടുന്ന ഗൃഹാതുരത്വം പുരണ്ട കൂറ്റിലാലപിച്ചിരിക്കുന്നു

കണ്ണു തുറക്കാത്ത ദൈവങ്ങളേ (അശ്വമേധം-1967) എന്ന പാട്ടിൽ കർപ്പൂരദീപമായ് നിങ്ങൾ തൻ മുന്നിൽ കത്തിയെരിഞ്ഞവൾ ഞാൻ എന്നും നിങ്ങളൊരിക്കൽ ചൂടിയെറിഞ്ഞൊരു നിശാഗന്ധിയാണു ഞാൻ എന്നും സുശീല പാടിയപ്പോൾ ദൈവങ്ങളോടോപ്പം നമ്മുടെ മനസ്സും കുറ്റബോധം കൊണ്ട് നീറിപ്പുകഞ്ഞു. അവർ തന്നെ ഭക്തിഗീതങ്ങൾ പാടിയപ്പോൾ നമ്മളും ഭക്തരായി. എത്രെയെത്ര കൃഷ്ണഭക്തിഗാനങ്ങൾ അവരുടെ ശബ്ദത്തിലനശ്വരമായി! അവരുടെ കൃഷ്ണൻ ഗോപികമാരുടെ കൂടെ കളിയാടുന്ന ഗോപകുമാരനല്ല, ജീവിതദുഃഖങ്ങളിൽ വെന്തുരുകുന്ന പ്രായവും പാകവും വന്ന സ്ത്രീകൾക്ക് ആശ്രയമരുളുന്ന കൃഷ്ണനാണ്. രാധയുടേയല്ല,

സർവ്വം നഷ്ടപ്പെട്ട പാഞ്ചാലിയുടെ കൃഷ്ണനാണ് സുശീലയുടെ ആലാപനത്തിൽ നമുക്ക് അനുഭവവേദ്യമായത്. അഷ്ടമംഗല്യ സുപ്ര ഭാതത്തിൽ, ചെത്തി മന്ദാരം തുളസി, കണ്ണാ കാർമുകിൽ വർണ്ണാ, ഗോകുലപാലാ, കൃഷ്ണാ കമലനയനാ തുടങ്ങിയ പാട്ടുകൾ ചുണ്ടി ലേറ്റി നടന്നതധികവും പക്വതയാർന്ന യുവതികളും മധ്യവയസ്ക രായ സ്ത്രീകളുമാണ്. കൊല്ലൂരിലും കൊടുങ്ങല്ലൂരിലും, ശൃംഗാര രൂപിണി, രാമാ ജാനകീ ജാനേ, തൃച്ചേവടികൾ, തൃപ്രങ്ങോട്ടപ്പാ, പൊന്നമ്പലനട തുറന്നു, ആദിപരാശക്തി, നിറപറ ചാർത്തിയ തുടങ്ങി നിരവധിയുണ്ട് ഭക്തിഗാനങ്ങൾ സുശീലയുടേതായി.

ശങ്കരാഭരണത്തിൽ ചിട്ടപ്പെടുത്തിയ നവമി, മഹാനവമി അതിൽ എടുത്തു പറയേണ്ടുന്ന ഇമ്പമാർന്ന ഒരു ഗാനമാണ്. ഒരുപാട് ക്രിസ്ത്യൻ ഭക്തിഗാനങ്ങളും സുശീല ആലപിച്ചിട്ടുണ്ട്. മാതാവേ ദേവമാതാവേ, ഉരുകിയുരുകി, യരുശലേമിലെ, മുൾക്കീരീടമിതെ ന്തിനു തന്നു, യേശുനായകാ, ആകാശങ്ങളിലിരിക്കും, ബാവായ്ക്കും പുത്രനും, ഓമനക്കയ്യിലൊലിവിലക്കൊമ്പുമായ്, ഈശോമറിയമൌ സേപ്പേ, കുരുത്തോലപ്പെരുന്നാളിനു, നീയെന്റെ വെളിച്ചം, എന്നിവ അവയിൽ ചിലതാണ്. അതിൽ വയലാറെഴുതി ദേവരാജൻ സംവി ധാനം ചെയ്ത ആകാശങ്ങളിലിരിക്കും സവിശേഷമായ ഒരു ഗാന മാണ്. വെസ്റ്റേൺ ശൈലിയിൽ അധികം ഗമകങ്ങളില്ലാതെ straight notes ഉപയോഗിച്ചാണ് ആ ഗാനം ദേവരാജൻ ചിട്ടപ്പെടുത്തിയിരി ക്കുന്നത്. അദ്ദേഹമുദ്ദേശിച്ച കൊയർ രീതിയിൽത്തന്നെ സുശീല അത് പാടി ഫലിപ്പിക്കുകയും ചെയ്തിരിക്കുന്നു.

ഭാരതമെന്നാൽ പാരിൻ നടുവിൽ, വീരജവാന്മാർ പിറന്ന നാട്, പരശുരാമൻ മഴുവെറിഞ്ഞ് തുടങ്ങിയവയാണ് സുശീല ആലപിച്ച ദേശഭക്തിഗാനങ്ങളിൽ പ്രധാനപ്പെട്ടവ. അവ അർഹിക്കുന്ന ഗാംഭീ ര്യത്തോടെയും കേൾക്കുന്നവരിൽ ദേശാഭിമാനമുളവാക്കും വിധത്തി ലുമാണ് സുശീല പാടിയിരിക്കുന്നത്. ഭാരതമെന്നാൽ പാരിൻ നടു വിൽ എന്ന ഗാനം മുഴങ്ങിക്കേൾക്കാത്ത ഒരു സ്വാതന്ത്ര്യദിനം 1964-നു ശേഷം കേരളത്തിലുണ്ടായിട്ടില്ല.

സുശീല കുട്ടികൾക്കായുള്ള പാട്ടുകൾ പാടിയിട്ടുള്ളത് അവർ ക്കൊപ്പം ഒരു കുട്ടിയായിട്ടല്ല, മുതിർന്ന ഒരു ചേച്ചിയോ അധ്യാ പികയോ ഒക്കെ പാടുന്നതു പോലെയാണ്. മദ്ധ്യവേനലവധിയായി, ബിന്ദു നീ ആനന്ദബിന്ദുവോ, പച്ചമലയിൽ, തപ്പുകൊട്ടാമ്പുറം, പണ്ടു മുഗൾ കൊട്ടാരത്തിൽ, അണിയം മണിയം പൊയ്കയിൽ, പഞ്ചതന്ത്രം കഥയിലെ, പറക്കും തളികയിൽ തുടങ്ങി നിരവധി

പാട്ടുകൾ ചിലതൊക്കെ കഥ പറയുന്ന രീതിയിലുള്ളവ അവർ കുട്ടികൾക്കായി പാടിയിട്ടുണ്ട്.

അപമൃത്യു സംഭവിച്ച നായികമാർ യക്ഷികളാകുന്നത് പണ്ടത്തെ സിനിമയിലെ സ്ഥിരം രംഗമാണ്. അവരുടെ അമാനുഷിക പെൺ അസ്തിത്വങ്ങൾ ഉളവാക്കുന്ന അനിർവ്വചനീയമായ വികാരങ്ങൾ സന്നിവേശിപ്പിച്ചുകൊണ്ടാണ് ജ്വാല ജ്വാല ഞാനൊരു ദുഃഖജ്വാല, പത്മരാഗപ്പടവുകൾ കയറിവരൂ, യക്ഷിയമ്പലമടച്ചു എന്നീ ഗാനങ്ങൾ സുശീല പാടിയത്. കൂട്ടുകാരെ ആശംസിക്കുന്ന/അനുമോദിക്കുന്ന ഗാനങ്ങൾ മലയാളത്തിൽ വിരളമാണെങ്കിലും അതിൽ ഏറ്റവും മികച്ച രണ്ടെണ്ണം സുശീല ആലപിച്ചതാണ്. വൃന്ദാവന സാരംഗിയിലധിഷ്ഠിതമായ അഭിനന്ദനം, എന്റെ അഭിനന്ദനം എന്ന ഗാനം (കരിനിഴൽ, 1971) അതിമനോഹരമായിട്ടാണ് അവർ ആലപിച്ചിരിക്കുന്നത്. പ്രിയമന്ദിരത്തിലേക്ക് യാത്രയാവുന്ന കൂട്ടുകാരിക്ക് സമ്മാനമായി കൊടുക്കുന്നത് ചുംബനമാണ്. എന്തുദാത്തമായ ഭാവന! സഖി നിന്റെ കവിളിൽന്മേൽ ഒരു ചുംബനം, ചുടു ചുംബനം എന്ന വരിയിലെ ഒരു ചുംബനം കഴിഞ്ഞ് ഒരു മുത്തത്തിനുള്ള pause കൊടുത്താണ് ദേവരാജൻ compose ചെയ്തിരിക്കുന്നത്. അത് ഉദ്ദേശിച്ചതിലും മനോഹരമായി സുശീല ആലപിക്കുകയും ചെയ്തു. വധൂവരന്മാരേ എന്ന മോഹനരാഗഗാനത്തിൽ തന്റെ ഹൃദയത്തിൽനിന്നാണ് സുശീല വധൂവർന്മാർക്ക് വിവാഹമംഗളാശംസകളുടെ വിടർന്ന പൂക്കളർപ്പിക്കുന്നത്. വരും ദിനങ്ങളിൽ ദമ്പതിമാർ മീട്ടുന്ന അനുരാഗവീണാനാദമായും അവർ നിറയ്ക്കുന്ന ചഷകത്തിലെ ലഹരിയായുമൊക്കെ ആ ശബ്ദം മാറുമ്പോൾ അനിർവ്വാച്യമായ അനുഭൂതിയാണ് കേൾവിക്കാർക്കുണ്ടാകുന്നത്.

പെണ്ണുടലിനെ അംഗോപാംഗം വർണ്ണിക്കുന്ന ഗാനങ്ങൾ നമുക്ക് എത്ര വേണമെങ്കിലുമുണ്ട്. എന്നാൽ ആണുടലിനെ വർണ്ണിക്കുന്ന അപൂർവ്വം ഗാനങ്ങളിലൊന്നാണ് ആരോമലുണ്ണി എന്ന ചിത്രത്തിലെ പുത്തൂരം വീട്ടിൽ ജനിച്ചോരെല്ലാം എന്ന പാട്ട്. വടക്കൻ പാട്ടിലെ വീറും വമ്പുമുള്ള വീരാംഗനകൾ പാടുന്ന പാട്ടുകൾ സുശീലയല്ലാതെ ആരു പാടാൻ? കാലാകാലമായി ആരോ നിശ്ചയിച്ച ഉടലഴകും അളവും ഇല്ലാത്തതിന്റെ പേരിൽ പെണ്ണുങ്ങളനുഭവിക്കുന്ന അപകർഷതാബോധം കുറച്ചൊക്കെ ആണുങ്ങളേയും അനുഭവിപ്പിച്ച പാട്ടായിരുന്നു അത്. ആലിലവയറോ ശംഖ് കടഞ്ഞ കഴുത്തോ പൂഞ്ചുണങ്ങോ ഇല്ലാത്ത ആണുങ്ങൾ പാട്ടിൽപ്പറഞ്ഞ പാദങ്ങൾക്കൊത്ത മെതിയടിയെങ്കിലും ധരിച്ച് തൃപ്തിപ്പെട്ടുകാണും.

1970–ൽ ഇറങ്ങിയ ഒതേനന്റെ മകൻ എന്ന സിനിമയിൽ മദ്ധ്യമാവതി രാഗത്തിൽ സുശീല മനോഹരമായി പാടുന്ന ഒരു ഗാനമുണ്ട് കദളീവനങ്ങൾക്കരികിലല്ലോ ..കുന്നത്ത് ചന്ദ്രനുദിച്ച പോലെ, ചന്ദനക്കാതൽ കടഞ്ഞ പോലെയുള്ള കാമസ്വരൂപന് കൊടുക്കാനാണ് നായിക ഇവിടെ കുറിയോല അയക്കുന്നത്.

സ്പർശകാമന ചേർന്ന വശ്യഗീതങ്ങൾ പാടാൻ എല്ലാ സംഗീതസംവിധായകരും തിരഞ്ഞെടുത്തത് സുശീലയേയോ മാധുരിയേയോ ആയിരുന്നു.വിളിച്ചു ഞാൻ വിളി കേട്ടു, പ്രണയകലാവല്ലഭാ, മോഹാലസ്യം, ചന്ദ്രമദത്തിന്റെ, കാടു കുളിറണ്, ഒരു മധുരിക്കും വേദനയോ തുടങ്ങിയ ഗാനങ്ങളിൽ സ്ഫുരിക്കുന്ന കാമഭാവം സുശീലയുടെ മാദകശബ്ദത്തിൽ നമ്മെ വശീകരിച്ചു. ദ്വാരകേ, മല്ലീസായകാ, ചന്ദ്രകലാധരന് എന്നീ പ്രൗഢഗംഭീരമായ ഗാനങ്ങൾ സുശീല അനശ്വരങ്ങളാക്കി. നക്ഷത്രകിന്നരന്മാർ വിരുന്നു വന്നു, മാലാഖമാർ വന്നു പൂ വിരിക്കുന്നതും, ഓമനത്തിങ്കൾപക്ഷി, അമ്പാടിപ്പൂങ്കുയിലേ, കന്നിരാവിൻ കളഭക്കിണ്ണം, കാറ്റ് വന്നൂ കള്ളനെപ്പോലെ, പാമരം പളുങ്കു കൊണ്ട്, ശ്രാവണചന്ദ്രിക, വെള്ളോട്ടുവളയിട്ടു, മുഴുതിങ്കൾമണിവിളക്കണഞ്ഞു, കാവേരിപ്പൂന്തെന്നലേ, സൂര്യകാന്ത കൽപ്പടവിൽ, എൻ ചുണ്ടിൽ രാഗമന്ദാരം, വിദ്യാർഥിനി ഞാൻ, സുൽത്താന്റെ കൊട്ടാരത്തില് കാറ്റിൽ ഇളം കാറ്റിൽ, മുല്ല പൂത്തു മുള വിരിഞ്ഞൂ, പള്ളിയരമന വെള്ളിയരമനയിൽ, പഞ്ചബാണനെൻ കവിളിൽ, പമ്പാനദിയില് പൊന്നിനു പോകും, പതിവായി പൗർണ്ണമി തോറും, പൂന്തുറയിലരയന്റെ, രാജശില്പി, സഞ്ചാരി, സീതപ്പക്ഷി, താജ്മഹൽ നിർമ്മിച്ച, ഉദ്യാനപാലകാ, താരകപ്പൂവനമറൈഞ്ഞില്ല, അത്തപ്പൂചിത്തിരപ്പൂ, ഏഴുചിറകുള്ള തേര്, പനിനീർക്കാറ്റിൽ, ഇനിയത്തെ പഞ്ചമി നാളിൽ, ചന്ദ്രരശ്മി തൻ ചന്ദനനദിയിൽ, കല്യാണസൗഗന്ധിക (ഗായകൻ ജയചന്ദ്രന്റെ ഇഷ്ടപ്പെട്ട സുശീലാഗാനം) തുടങ്ങി ഒരു ലേഖനത്തിൽ പരാമർശിച്ചു തീർക്കാനാവാത്തത്ര ഒന്നാന്തരം മലയാള സിനിമാഗാനങ്ങളുണ്ട് ആ മഹാഗായികയുടേതായി.

കാട്ടുകുരങ്ങ് എന്ന ചിത്രത്തിലെ അറിയുന്നില്ല ഭവാനറിയുന്നില്ല, മാറോടണച്ചു ഞാൻ എന്നീ ഭാവഗാനങ്ങളും വിദ്യാർഥിനി ഞാൻ എന്ന ചടുലഗാനവും അതാതിനനുയോജ്യമായ ഭാവ സന്നിവേശത്തോടെ പാടിയിരിക്കുന്നു സുശീല. അവരുടെ സ്ഥിരം ശൈലിയിൽ നിന്നും വ്യത്യസ്തമായ ഗാനമാണ് വിദ്യാർഥിനി ഞാൻ. സിനിമയിൽ പ്രണയപാഠശാലയിൽ മധുരയൗവ്വനവേളയിൽ കാമ

ദേവൻ പണിചെയ്ത കലാശാലയിലെ വിദ്യാർത്ഥിനിയായ പരിഷ്കാരിപ്പെണ്ണ് പാടുന്ന പാട്ടാണത്.പ്രേമപാഠങ്ങൾ പഠിച്ച് വിവാഹ പരീക്ഷ ജയിക്കുന്ന ഒരു തോന്ന്യാസി പെണ്ണ്. തത്തപ്പെണ്ണേ തഞ്ചത്തിൽ വാ (പപ്പു 1980, പട്ടം സദനോടൊപ്പം), എന്താണ് ചേട്ടാ നെഞ്ചിളകും നോട്ടം (പിന്നെയും പൂക്കുന്ന കാട്-1981) തുടങ്ങി വളരെക്കുറച്ച് ഹാസ്യഗാനങ്ങൾ മാത്രമാണ് മലയാളത്തിൽ ഈ ഗായിക പാടിയത്. അഗ്നി (1978) എന്ന ചിത്രത്തിലെ സുൽത്താന്റെ കൊട്ടാരത്തില് എന്ന ഗാനമാണ് എടുത്തുപറയാവുന്ന ഒന്ന്.

എ.എം. രാജ, യേശുദാസ്, ജയചന്ദ്രൻ, എം.ജി. ശ്രീകുമാർ, വേണുഗോപാൽ തുടങ്ങി ഒരുപാട് ഗായകരോടൊപ്പം നിരവധി യുഗ്മഗാനങ്ങൾ പാടിയിട്ടുണ്ട് സുശീല. മിക്കവയും ഒന്നിനൊന്നു മികച്ചതാണ്. അന്നു നിന്നെ കണ്ടതിൽപ്പിന്നെ (ഉണ്ണിയാർച്ച, രാജ), പെരിയാറേ (ഭാര്യ, രാജ), ചന്ദനപ്പല്ലക്കിൽ (പാലാട്ടുകോമൻ, രാജ), കൽപ്പനയാകും (ഡോക്ടർ, യേശുദാസ്), അറബിക്കടലൊരു (ഭാർഗ്ഗവീനിലയം, യേശുദാസ്), കുരുത്തോലപ്പെരുന്നാളിനു (ഇണപ്രാവുകൾ, യേശുദാസ്), കൺമണി നീയെൻ (കുപ്പിവള,എ എം രാജ), മാലിനിനദിയിൽ (ശകുന്തള, യേശുദാസ്), ഇന്ദുലേഖേ (തിരിച്ചടി, യേശുദാസ്), താരകപ്പൂവനമറിഞ്ഞില്ല (ജ്വാല, യേശുദാസ്) സീതാദേവി സ്വയംവരം ചെയ്തോരു (വാഴ്വേമായം, ജയചന്ദ്രൻ), പല്ലനയാറ്റിൻ തീരത്ത് (നിങ്ങളെന്നെ കമ്മ്യൂണിസ്റ്റാക്കി, എം. ജി രാധാകൃഷ്ണൻ), വസന്തത്തിൻ മകളല്ലോ (വിവാഹിത, യേശുദാസ്), വൃശ്ചികരാത്രി തൻ (ആഭിജാത്യം, യേശുദാസ്), പ്രത്യൂഷപുഷ്പമേ (സതി, യേശുദാസ്), കിലുക്കാതെ കിലുങ്ങുന്ന (മന്ത്രകോടി, ജയചന്ദ്രൻ), മുല്ല പൂത്തു, മുള വിരിഞ്ഞു (ആരോമലുണ്ണി, യേശുദാസ്), കണ്ണാ, ആരോമലുണ്ണിക്കണ്ണാ (ആരോമലുണ്ണി, യേശുദാസ്), മണിവർണ്ണനില്ലാത്ത (മിസ് മേരി, ജയചന്ദ്രൻ), ഓർമ്മകൾ തൻ താമര മലരുകൾ (കാലചക്രം, യേശുദാസ്), മുത്തുച്ചിപ്പി തുറന്നു (ലേഡീസ് ഹോസ്റ്റൽ, ജയചന്ദ്രൻ), ഏഴിലം പാല പൂത്തു (കാട്, യേശുദാസ്), യറുശലേമിലേ (ചുക്ക്, ജയചന്ദ്രൻ), വിലാസലോലുപയായി, (ശ്രീമദ് ഭഗവത്ഗീത, ജയചന്ദ്രൻ), രാഗാർദ്രഹംസങ്ങളോ (കാമം ക്രോധം മോഹം) മഴ പെയ്തു പെയ്തു മണ്ണു കുളിർത്തു ലജ്ജാവതി-ജയചന്ദ്രൻ) തുടങ്ങി ഓർമ്മയിൽ നിറഞ്ഞു നില്ക്കുന്ന എത്രയോ ഗാനങ്ങൾ.

ദക്ഷിണാമൂർത്തിയുടെ സംഗീതസംവിധാനത്തിലാണ് സുശീല മലയാള സിനിമാഗാനരംഗത്തേക്ക് കടന്നു വന്നതെങ്കിലും ദേവരാ

ജനാണ് അവരുടെ റേഞ്ച് മുഴുവനായും ഉപയോഗപ്പെടുത്തിയത്. 300-ൽപ്പരം ഗാനങ്ങളാണ് ഇവരുടെ സഖ്യത്തിൽ പിറന്നത്. സുശീലയ്ക്ക് രണ്ടു പ്രാവശ്യവും സംസ്ഥാന അവാർഡ് ലഭിക്കുന്നതും ദേവരാജൻ സംഗീതസംവിധാനം ചെയ്ത പാട്ടുകൾക്കാണ്. 1971-ൽ ഇറങ്ങിയ ഒരു പെണ്ണിന്റെ കഥ എന്ന ചിത്രത്തിലെ പൂന്തേനരുവീ എന്ന ഗാനത്തിനും 1975-ൽ ഇറങ്ങിയ ചുവന്ന സന്ധ്യകൾ എന്ന ചിത്രത്തിലെ പൂവുകൾക്കു പുണ്യകാലം എന്ന ഗാനത്തിനും. രണ്ടിന്റെയും രചന വയലാറാണ്. സുശീലയുടെ ശബ്ദത്തിലെ സ്വതസിദ്ധമായ പ്രൗഢമാധുര്യവും ഭാവസന്നിവേശവും ദേവരാജന് അത്യന്തം ഇഷ്ടമായിരുന്നു. ഏതു ശ്രുതിയിലും ഏതു സ്ഥായിയിലും ഏതു കാലത്തിലും ആ ശബ്ദത്തിന്റെ മാറ്റ് ഒരുപോലെയായിരുന്നു. മറ്റ് പല പെൺശബ്ദങ്ങളും പോലെ ഉച്ചസ്ഥായിയിൽ ആ ശബ്ദം നേർത്ത് കൂവുന്ന തരത്തിലാവുകയോ താഴന്ന സ്ഥായിയിൽ അനാവശ്യമായ ഘനമാർജ്ജിക്കുകയൊ ചെയ്തില്ല. ദേവരാജൻ സംവിധാനം ചെയ്ത അനന്യസുന്ദരങ്ങളായ പെൺപാട്ടുകൾ ഭൂരിഭാഗവും സുശീല ആലപിച്ചു.

ബാബുരാജിന്റെ സംവിധാനത്തിൽ സുശീല പാടിയ പാട്ടുകൾ എണ്ണത്തിൽ കുറവാണെങ്കിലും ഹൃദ്യമായവയാണ്. എന്റെ വളയിട്ട കൈ പിടിച്ച് (സുബൈദ), യേശുനായകാ ദേവാ (തങ്കക്കുടം), ഗംഗയാറൊഴുകുന്ന നാട്ടിൽ (കാട്ടുതുളസി), കണ്ണു തുറക്കാത്ത ദൈവങ്ങളേ (അഗ്നിപുത്രി), മുരളീ, മുരളീ (പൂച്ചക്കണ്ണി), ഏഴു ചിറകുള്ള തേര് (അനാർക്കലി), കനകപ്രതീക്ഷ തൻ (മിടുമിടുക്കി), കണ്ണീരിൻ മഴയത്തും (ദ്വീപ്) എന്നിവ ചിലതു മാത്രം.

ദക്ഷിണാമൂർത്തി, ദേവരാജൻ, ബാബുരാജ്, കെ. രാഘവൻ, എം.കെ. അർജുനൻ, കെ.ജെ. ജോയ്, ശ്യാം, എ.ടി. ഉമ്മർ, ആർ. കെ. ശേഖർ, ബ്രദർ ലക്ഷ്മൺ, എം.ബി. ശ്രീനിവാസന്‍, രവീന്ദ്രൻ, ജോൺസൺ, എം.എസ്. വിശ്വനാഥൻ, ഇളയരാജ, എസ്.പി. വെങ്കിടേഷ്, വിദ്യാധരൻ, ബോംബേ രവി തുടങ്ങീ മിക്കവാറും എല്ലാ സംഗീതസംവിധായകരുടെ ഗാനങ്ങളും മലയാളത്തിൽ പാടിയിട്ടുണ്ട് സുശീല.

ശ്രുതിയിൽ നിന്നുണരും(നിന്നുയരും) നാദശലഭങ്ങളേ

1938-ൽ ഇന്നത്തെ ആന്ധ്രയിലെ ഗുണ്ടൂരിൽ ജനിച്ച എസ്. ജാനകി പതിനേഴു ഭാഷകളിലായി 48000 പാട്ടുകൾ പാടിയിട്ടുണ്ട്. നാല് ദേശീയ അവാർഡുകളും, 33 സ്റ്റേറ്റ് അവാർഡുകളും ലഭിച്ചി

ട്ടുണ്ട്. മലയാളത്തിൽ 1970 മുതൽ 1984 വരെയുള്ള കാലഘട്ടത്തിൽ 11 സംസ്ഥാന അവാർഡുകൾ ജാനകിക്ക് കിട്ടിയിട്ടുണ്ട്. ഇത്തരം ഭൗതികമായ നേട്ടങ്ങൾക്കും പുരസ്കാരങ്ങൾക്കുമപ്പുറം സംഗീത പ്രേമികളുടെ മനസ്സിൽ അവർക്ക് ലഭിച്ചിട്ടുള്ള സ്വർണ്ണസിംഹാസ നങ്ങൾ പ്രകാശമാനവും പ്രൗഢിയാർന്നതുമാണ്. ആ ഒരു ആത്മ വിശ്വാസം കൊണ്ടു തന്നെയാണ് അർഹതയുണ്ടായിട്ടും വൈകി യെത്തിയ പത്മഭൂഷൺ അവർ നിരസിച്ചത്.

അനുഭവതലത്തിൽ ജാനകിയുടെ പാട്ടുകൾ പൊട്ടാത്ത പൊ ന്നിൻ നൂലു പോലെ നേർത്തു തിളങ്ങുന്നവയാണ്. ചിലപ്പോൾ പ്രണയസാഫല്യത്തിന്റെ, കാമുകസമാഗമത്തിന്റെ സന്തോഷം കൊണ്ട്, ചിലപ്പോൾ വിരഹത്തിന്റെ, നിരാശയുടെ, കാത്തിരിപ്പിന്റെ കണ്ണീരു കൊണ്ട്, ചിലപ്പോൾ കുട്ടിക്കൂറ്റിന്റെ നിഷ്കളങ്കത കൊണ്ട്, ചിലപ്പോൾ ഉള്ളുരുക്കുന്ന ഭക്തി കൊണ്ട്. തന്റെ പാട്ടുകളിൽ എന്തെന്തു പരീക്ഷണങ്ങൾ, വൈവിദ്ധ്യങ്ങൾ ആ ഗായിക കൊണ്ടു വന്നില്ല? ശാസ്ത്രീയ സംഗീതം അഭ്യസിച്ചിട്ടില്ലാത്ത ഒരാളായിരു ന്നിട്ടും ശങ്കരാഭരണം, സാഗരസംഗമം, സപ്തപദി, സ്വാതി തിരു നാൾ തുടങ്ങീ ശാസ്ത്രീയ സംഗീതപ്രാധാന്യമുള്ള ചിത്രങ്ങളിൽ പാടാൻ ജാനകി തെരെഞ്ഞെടുക്കപ്പെട്ടു. ശാസ്ത്രീയവും അർദ്ധ ശാസ്ത്രീയവുമായ ഗാനങ്ങൾ അതിമനോഹരമായി അവർ പാടി ഫലിപ്പിക്കുകയും ചെയ്തു. അതേ സമയം കുട്ടികളുടെ ശബ്ദത്തിൽ പാടുകയും, (കൊക്കാമണ്ടി, ചിരിയോ ചിരി (1982), കുട്ടിക്കഥാപാ ട്ടുകൾ മുറിവാലൻ കുരങ്ങച്ചൻ, (അന്വേഷിച്ചു കണ്ടെത്തിയില്ല, 1967) പാടുകയും ചെയ്തു. മകൾ, സഹോദരി, കാമുകി, ഭാര്യ, മുത്തശ്ശി, കൂട്ടുകാരി, യക്ഷി തുടങ്ങീ സമസ്ത സ്ത്രീഭാവങ്ങളേയും അവർ സ്വശബ്ദത്തിൽ സ്ഫുരിപ്പിച്ചു. ഇപ്പോൾ 40 മുതൽ 65 വരെ പ്രായ മുള്ള ആളുകളുടെ കൗമാരയൗവ്വനങ്ങൾ ജാനകിയുടെ നേർത്ത ശബ്ദത്തിലുള്ള പ്രണയഗാനങ്ങൾ കൊണ്ട് നിറഞ്ഞിരുന്നു.

മനസ്സിനുള്ളിൽ മണിപ്പിറാവുകൾ മയക്കം കൊള്ളുന്ന കുമാരി മാർ, പൂമണിമാരന്റെ കോവിലിൽ പൂജടുത്തില്ലല്ലൊ എന്നു കേഴുന്ന യുവതികൾ, പൊട്ടാത്ത പൊന്നിൻ കിനാവു കൊണ്ടും പൊട്ടിത്ത കർന്ന കിനാവു കൊണ്ടും പട്ടുനൂലൂഞ്ഞാല കെട്ടുന്നവർ, കണ്ണിൽ കണ്ണിൽ നോക്കി നിന്നാൽ കരളിൻ ദാഹം തീരുമോ എന്നു ശങ്കി ക്കുന്നവർ, വരുമല്ലോ രാവിൽ പ്രിയതമൻ എന്നു പുളകം കൊള്ളു ന്നവർ, കരയുമ്പോൾ കൂടെ കരയാൻ നിൻ നിഴൽ മാത്രം വരും എന്ന സത്യം മനസ്സിലാക്കിയവർ, എല്ലാം നീയേ ശൗരേ എന്ന്

അഭയമടയുന്നവർ എല്ലാമുണ്ടായിരുന്നു അക്കൂട്ടത്തിൽ.

ഒറ്റയ്ക്കും യുഗ്മമായും കൂട്ടമായും 1500 ഓളം പാട്ടുകളുണ്ട് ജാനകിയുടേതായി മലയാളസിനിമയിൽ. 1957 മുതൽ അവർ മലയാളസിനിമയ്ക്ക് വേണ്ടി പാടിത്തുടങ്ങിയിട്ടുണ്ടെങ്കിലും 1962-ൽ പുറത്തിറങ്ങിയ ഭാര്യ എന്ന പടത്തിലെ കാണാൻ നല്ല കിനാവുകൾ കൊണ്ടൊരു (വയലാർ, ദേവരാജൻ) എന്ന ഗാനത്തോടെയാണ് അവർ ഏറെ ശ്രദ്ധിക്കപ്പെട്ടത്. മൂടുപടത്തിലെ (1963) തളിരിട്ട കിനാക്കൾ തൻ താമരമാലയുമായ് എന്ന പാട്ട് പി. ഭാസ്കരൻ ബാബുരാജ് ജാനകി എന്ന ഹൃദ്യമായ ഒരു കൂട്ടുകെട്ടിന് തുടക്കം കുറിച്ചു. പിന്നെ ആ സംഗമത്തിൽ പിറന്ന എത്രയെത്ര സുവർണ്ണഗാനങ്ങൾ! ബാബുരാജിന്റെ എന്നത്തേയും പ്രിയ ഗായികയായിരുന്നു ജാനകി. അഞ്ജനക്കണ്ണെഴുതി (തച്ചോളി ഒതേനൻ, 1964), വാസന്ത പഞ്ചമി നാളിൽ, പൊട്ടിത്തകർന്ന, പൊട്ടാത്ത പൊന്നിൻ, അനുരാഗ മധുചഷകം (ഭാർഗ്ഗവിനിലയം, 1964), കവിളത്തെ കണ്ണീർ കണ്ടു (അന്വേഷിച്ചു കണ്ടെത്തിയില്ല, 1967), അവിടുന്നെൻ ഗാനം കേൾക്കാൻ, എൻ പ്രാണനായകനെ (പരീക്ഷ, 1967), സ്വർണ്ണവളകളിട്ട കൈകളാൽ (ലക്ഷപ്രഭു, 1968), ആരാധികയുടെ പൂജാകുസുമം (മനസ്വിനി, 1968), ഇടയ്ക്കൊന്നു ചിരിച്ചും (ഓളവും തീരവും, 1970), താനേതിരിഞ്ഞും മറിഞ്ഞും (അമ്പലപ്രാവ്, 1970) അങ്ങനെ എത്രയെത്ര!

പ്രമുഖരായ എല്ലാ ഗാനരചയിതാക്കളുടെയും സംഗീത സംവിധായകരുടേയും പാട്ടുകൾ അവർ ആലപിച്ചിട്ടുണ്ട്. പുകഴേന്തി, ചിദംബരനാഥ്, ഉഷാഖന്ന, എം ബി ശ്രീനിവാസൻ എന്നിവർ മലയാളത്തിൽ സൃഷ്ടിച്ച പാട്ടുകൾ അധികവും പാടിയത് ജാനകി തന്നെയായിരുന്നു. ഇതിൽ പുകഴേന്തിയുടെ ലോകം മുഴുവൻ സുഖം പകരാനായ് (സ്നേഹദീപമേ മിഴി തുറക്കൂ, 1972), ചിദംബരനാഥിന്റെ കേശാദിപാദം തൊഴുന്നേൻ (പകൽക്കിനാവ്, 1966), ഉഷാഖന്നയുടെ മാനസമണി വേണുവിൽ, മുകിലേ (മൂടൽ മഞ്ഞ്, 1970) എം.ബി.എസിന്റെ നിറങ്ങൾ തൻ നൃത്തം (പരസ്പരം, 1983) എന്നിവ സവിശേഷശ്രദ്ധയർഹിക്കുന്നു. ജാനകി പാടിയ കൃഷ്ണ ഭക്തിഗാനങ്ങളുടെ ചാരുത ഒന്നു വേറെ തന്നെ. മഴമുകിലൊളി വർണ്ണൻ (ആഭിജാത്യം, 1971), ഗോവർദ്ധനഗിരി (മറുനാട്ടിലൊരു മലയാളി, 1971), ഒരു വരം തേടി വന്നു (ശ്രീഗുരുവായൂരപ്പൻ, 1972), ചാലേ ചാലിച്ച, എന്റെ മകൻ കൃഷ്ണനുണ്ണീ (ഉദയം, 1973), എല്ലാം നീയേ ശൗരേ (ശ്രീമദ്ഭഗവത്ഗീത, 1976), മനസ്സിന്റെ താളുകൾക്കിടയിൽ ഞാൻ (ധീരസമീരേ, യമുനാ തീരേ, 1977) അങ്ങനെ പോകുന്നു

ആ പട്ടിക. അതിൽ മുരളീധരാ, മുകുന്ദാ (അപരാധി, 1977, പി. ഭാസ്കരൻ, സലിൽ ചൊധരി), എന്നത് ഗമകമുള്ള കൃഷ്ണസ്തുതിയും, ഋജുവായ ക്രിസ്തുവാഴ്ത്തും മാറി മാറി വരുന്ന അവയെ മനോഹരമായി സമന്വയിപ്പിച്ച ഒരു സവിശേഷ ഗാനമാണ്. അത് എന്തു സുന്ദരമായാണ് ജാനകി ആലപിച്ചിരിക്കുന്നത്!

കമുകറ പുരുഷോത്തമൻ, സി.ഓ. ആന്റോ, എ.എം. രാജ, പി.ബി. ശ്രീനിവാസൻ, ഉദയഭാനു, എസ്.പി. ബാലസുബ്രമണ്യൻ, യേശുദാസ്, ജയചന്ദ്രൻ തുടങ്ങീ എല്ലാ പ്രമുഖഗായകരോടൊത്തും അവർ യുഗ്മഗാനങ്ങളാലപിച്ചിട്ടുണ്ട്. അവയിൽ ഒന്നേയുള്ളൂവെങ്കിലും സവിശേഷ ശ്രദ്ധ ആകർഷിച്ച പാട്ടുകളാണ് എം.കെ. സുകുമാരന്റെ കൂടെ ആലപിച്ച മണിമുകിലേ (കടത്തുകാരൻ, 1965) എന്ന ഗാനവും സതീഷ്ബാബുവിന്റെ കൂടെ ആലപിച്ച മെല്ലെ നീ മെല്ലെ വരൂ (ധീര) എന്ന ഗാനവും. സുശീല, രേണുക, വസന്ത, ജിക്കി, ശാന്താ പി. നായർ, അമ്പിളി തുടങ്ങീ സമകാലീന ഗായികമാരോടൊത്തും നിരവധി ഗാനങ്ങൾ പാടിയിട്ടുണ്ട് ജാനകി.

കൂടെ പാടുന്നവരുടെ ഗാനതരംഗങ്ങളിലലിഞ്ഞും അതേ സമയം സ്വന്തം ശൈലീ തനിമ നിലനിറുത്തിയും അവർ യുഗ്മഗാനങ്ങളെ മികവുറ്റതാക്കി. വള കിലുക്കും വാനമ്പാടീ (മായാവി, 1965, ഉദയഭാനു), നന്ദന വനിയിൽ (കളിത്തോഴൻ, 1966, എ.എം. രാജ), പുന്നെല്ലു കൊയ്തല്ലൊ (കുസൃതിക്കുട്ടൻ, 1966, പി.ബി. ശ്രീനിവാസൻ), നീലനീലവാനമിതാ (കളിപ്പാവ, 1972, ബാലമുരളീ കൃഷ്ണ), കനവു നെയ്തൊരു (മാന്യശ്രീ വിശ്വാമിത്രൻ, 1974, ബ്രഹ്മാനന്ദൻ) എന്നിവ അവയിൽ ചിലത് മാത്രം. യേശുദാസിന്റെ കൂടെ ജാനകി ആലപിച്ച ഓരോ പാട്ടും ഓരോ രത്നങ്ങളാണ്. കുങ്കുമപ്പൂവുകൾ പൂത്തു(കായംകുളം കൊച്ചുണ്ണി, 1966), എഴുതിയതാരാണ് സുജാത (ഉദ്യോഗസ്ഥ, 1967), ബാല്യകാല സഖി ചിത്രാപൗർണ്ണമി (കുടുംബം, 1967), മധുരപ്രതീക്ഷ തൻ (ഭാഗ്യമുദ്ര, 1967), കൽപ്പകപ്പൂഞ്ചോല (തിരിച്ചടി, 1967), പ്രഭാതഗോപുര (തുലാഭാരം, 1968) അകലെയകലെ (മിടുമിടുക്കി, 1968), വൈക്കത്തഷ്ടമി നാളിൽ (ഭാര്യമാർ സൂക്ഷിക്കുക, 1968), പാതിരാവായില്ല (മനസ്വിനി, 1968), ഹരിനാമകീർത്തനം (നഴ്സ്, 1969), അസ്തമനക്കടലിന്നകലെ (സന്ധ്യ, 1969) അങ്ങനെ നീളുന്നു ആ പട്ടിക. ജയചന്ദ്രനുമായി ചേർന്നാലപിച്ച ഗാനങ്ങളിൽ ചിലതാണ്. യദുകുല രതിദേവനെവിടെ (റസ്റ്റ് ഹൗസ്, 1969), മലരമ്പനറിഞ്ഞില്ല (രക്തപുഷ്പം, 1970), അച്ഛൻ കോവിലാറ്റിലെ (അനാഥശിൽപ്പങ്ങൾ, 1971), പിന്നെയുമിണക്കുയിൽ (ആൽമരം, 1969)

ഓരോ നിമിഷവും (അർച്ചനടീച്ചർ, 1981), മൗനം പോലും മധുരം (സാഗരസംഗമം, 1984) എന്നിവ. പെൺ യുഗ്മഗാനങ്ങളിൽ ചിലത് ഇവയാണ്: ഇന്നല്ലോ കാമദേവൻ (അവൾ, 1967, പി സുശീല), അനന്തശയന (ഖദീജ, 1967, ബി. വസന്ത), പാവനനാം ആട്ടിടയാ (അന്വേഷിച്ചു കണ്ടെത്തിയില്ല, 1967, വസന്ത), കടക്കണ്ണിൻ മുന കൊണ്ട് (തുറക്കാത്ത വാതിൽ, 1970, രേണുക), കലയുടെ ദേവി കരുണാമയി (ഉദയം, 1973, അമ്പിളി), മഞ്ഞിൻ തേരേറി (റൗഡി രാമു, 1978, വാണിജയറാം)

അവിടുന്നെൻ ഗാനം കേൾക്കാൻ ചെവിയോർത്തിട്ടരികിലിരിക്കെ എന്ത് പാടും എന്ന് ശങ്കിക്കുന്ന, എൻ പ്രാണനായകനെ എന്തു വിളിക്കും എന്ന് നാണിക്കുന്ന, പട്ടുപോലുള്ളൊരാ പാദങ്ങൾ രണ്ടു കെട്ടിപ്പിടിച്ച് പൊട്ടിക്കരയാൻ വിതുമ്പുന്ന, വീഥിയിൽ മിഴിപ്പൂക്കൾ വിരിച്ച്, നാഥൻ വരും കാലൊച്ചയ്ക്കായ് കാതോർത്ത് കാത്തിരിക്കുന്ന കാമുകിമാരുടെ കാലം അസ്തമിച്ചിട്ടുണ്ടാവാം. പക്ഷേ, ജാനകി ആലപിച്ച ഗാനങ്ങൾ അത് ഉൾക്കൊള്ളുന്ന സിനിമയേയും കഥാമണ്ഡലത്തേയും സാമൂഹ്യസന്ദർഭങ്ങളേയും അതിജീവിച്ച് സംഗീതപ്രേമികളുടെ ഹൃദയാകാശങ്ങളിൽ പറന്നുകൊണ്ടേയിരിക്കുന്നു.

സ്ഥലകാലങ്ങളുടെ അപാരത പാട്ടിൽ ആവാഹിച്ച ഗായിക

സ്ഥലകാലങ്ങളുടെ അപാരതയേയും മന്ത്രണത്തെയും ആഘോഷങ്ങളുടെ കലകലപ്പിനേയും ആവാഹിച്ചുകൊണ്ട് നമ്മുടെ ചലച്ചിത്രഗാനരംഗത്തേക്ക് കടന്നുവന്ന ഗായികയാണ് മാധുരി. 1969 ലിറങ്ങിയ കടൽപ്പാലം എന്ന സിനിമയിലെ കസ്തൂരിത്തൈലമിട്ട് എന്ന ഒപ്പനപ്പാട്ടാണ് മാധുരിയുടെ ആദ്യഗാനം. അക്കൊല്ലം തന്നെ ഇറങ്ങിയ കുമാരസംഭവത്തിൽ അവർ രണ്ട് ഗാനങ്ങളാലപിച്ചിട്ടുണ്ട്. പ്രിയസഖി ഗംഗേ, പറയൂ, ഇന്ദുകലാമൗലി തൃക്കണ്ണിലോമനിക്കും എന്നിവയാണവ. അങ്ങകലെ നോക്കെത്താദൂരത്ത് മഞ്ഞുമൂടി കിടക്കുന്ന ഹിമവൽനിരകളിലെവിടെയെങ്കിലും മാനസസരസ്സിന്നക്കരയോ, മായായവനികയ്ക്കപ്പുറമോ തന്റെ പ്രിയതമൻ ഉണ്ടോ എന്നന്വേഷിക്കുന്ന ശൈലപുത്രി. താരകൾ തൊഴുതു വലംവെയ്ക്കുന്നൊരീ താണ്ഡവനർത്തന വേദിയിലോ എന്നു പാടുമ്പോൾ ക്ഷീരപഥത്തിലലയടിക്കുന്ന ആ ശബ്ദത്തിന് എന്തൊരു വ്യാപ്തിയാണ്! ഈ പാട്ടിനോടൊപ്പം പ്രശസ്തമായില്ലെങ്കിലും മനോഹരമായൊരു പ്രണയമന്ത്രണമാണ് ഇന്ദുകലാമൗലി തൃക്ക

യ്യിലോമനിക്കും. പറന്നു പറന്നു വരും അരയന്നപ്പീലികൾ നമുക്കുറങ്ങാൻ തൂവൽക്കിടക്കയായി എന്നു പാടുന്നത് എന്ത് മൃദുവായാണ്!

അങ്ങനെ അപാരതയേയും സുഷുപ്തിയുടെ ശാന്തതയേയും ആഹ്ലാദത്തിമർപ്പിനേയും ഒരേ സമയം പുൽകിക്കൊണ്ടാണ് മാധുരി മലയാളഗാനരംഗത്തേക്ക് വരുന്നത്. മൂന്നു വ്യത്യസ്ത തരം പാട്ടുകൾ ഭാവതീവ്രമായി പാടിക്കൊണ്ട് ആ ഗായിക മലയാളികളുടെ മനസ്സിൽ ഇടം പിടിച്ചു. പിന്നീട് ഏതാണ്ട് അഞ്ച് പതിറ്റാണ്ടുകളിലായി എത്രയെത്ര പാട്ടുകൾ!. വസന്തത്തിൻ മകളല്ലോ മുല്ലവള്ളി (വിവാഹിത, 1970), കാറ്റും പോയി (വാഴ്‌വേ മായം, 1970), കല്യാണി കളവാണി (അനുഭവങ്ങൾ പാളിച്ചകൾ, 1971), നീലാംബരമേ (ശരശയ്യ, 1971), മറിമാൻമിഴി (ആരോമലുണ്ണി, 1972), അനസൂയേ പ്രിയംവദേ, മണിനാഗ തിരുനാഗ തംബുരാട്ടി (മഴക്കാറ്, 1973), താളത്തിൽ താളത്തിൽ, പഞ്ചമിത്തിരുനാൾ (ചെണ്ട)1973), ആതിരേ, തിരുവാതിരേ, സുപ്രഭാതമായി (പ്രേതങ്ങളുടെ താഴ്‌വര, 1973), മകരസംക്രമസന്ധ്യയിൽ (കാലചക്രം, 1973), ദന്തഗോപുരം തപസ്സിനുതിരയും (ഭൂമിദേവി പുഷ്പിണിയായി, 1974), തൃക്കാക്കര പൂ പോരാഞ്ഞ് (ലൈൻ ബസ്, 1971) കണ്ണാ ആലിലക്കണ്ണാ, ശുചീന്ദ്രനാഥാ, ജഗദീശ്വരി ജയ ജഗദീശ്വരി (ദേവി കന്യാകുമാരി, 1974), താളത്തിൽ താളത്തിൽ, പഞ്ചമിത്തിരുനാൾ (ചെണ്ട, 1973), തൃത്താപ്പൂവുകളിലക്കുറി ചാർത്തും (ഗായത്രി, 1973), മകരസംക്രമസന്ധ്യയിൽ (കാലചക്രം, 1973), യുവാക്കളെ യുവതികളേ (ചട്ടക്കാരി, 1974), പാലാഴി കടഞ്ഞെടുത്തൊരഴകാണു ഞാൻ (സ്വാമി അയ്യപ്പൻ, 1975) തുടങ്ങി 2002-ൽ മീശമാധവനു വേണ്ടി പാടിയ ഈ എലവത്തൂർ കായലിന്റെ... വരെ 555 ഗാനങ്ങളാലപിച്ചിട്ടുണ്ട് മാധുരി.

തമിഴ്നാട്ടിലെ തിരുച്ചിറപ്പിള്ളിയിലെ ഒരു തമിഴ് കുടുംബത്തിൽ 1943-ന് മാധുരി ജനിച്ചു. ശിവജ്ഞാനം എന്നായിരുന്നു ശരിയായ് പേര്. ഒരു അമച്വർ നാടകട്രൂപ്പിൽ പാടുന്നതു കേട്ട് ദേവരാജൻ അവർക്ക് മലയാളസിനിമാരംഗത്ത് അവസരങ്ങൾ കൊടുക്കുകയായിരുന്നു. എന്നാൽ ആദ്യം പാടാൻ വന്നപ്പോൾ മലയാളം ശരിയായി ഉച്ചരിക്കാൻ പഠിച്ചിട്ട് വരൂ, എന്നിട്ടാവാം പാട്ട് എന്നദ്ദേഹം പറഞ്ഞതായി പല ഇന്റർവ്യൂകളിലും മാധുരി പറഞ്ഞു കേട്ടിട്ടുണ്ട്. അങ്ങനെ സ്വദേശത്തു പോയി ഒരു വർഷത്തോളം മലയാളഭാഷ പ്രത്യേകിച്ച് ഉച്ചാരണം ഭംഗിയായി പഠിച്ച ശേഷം തിരിച്ചുവന്ന മാധുരിക്ക് മികച്ച ഗാനങ്ങൾ നൽകിക്കൊണ്ട് ദേവരാജൻ വാക്ക് പാലിച്ചു. അങ്ങനെ ശിവജ്ഞാനം, മാധുരി എന്ന മനോഹരമായ

ഗാനശലഭമായി മലയാളസിനിമാഗാനാകാശത്ത് പാറിപ്പറന്നുതുടങ്ങി. പിന്നീട് രണ്ട് പതിറ്റാണ്ട് സജീവമായി രംഗത്തുണ്ടായിരുന്ന മാധുരി പല സന്ദർഭങ്ങളെ, മൂഡുകളെ, വികാരങ്ങളെ മനോഹരമായി ആവിഷ്കരിച്ചുകൊണ്ട് പാട്ടുകൾ പാടി. തമിഴ്, കന്നഡ, തെലുങ്ക് ഭാഷകളിലും ഒട്ടനവധി ഗാനങ്ങൾ മാധുരിയുടേതായിട്ടുണ്ട്.

1969-ൽ കടൽപ്പാലത്തിനു വേണ്ടി ആദ്യഗാനം പാടിക്കൊണ്ടാണ് മാധുരി മലയാള ഗാനരംഗത്തെത്തുന്നത് എന്ന് പറഞ്ഞുവല്ലോ. അതിന് മുൻപേ ഒരു പതിറ്റാണ്ടായി ഇവിടെ ജാനകി (1957-ൽ ആദ്യഗാനം), സുശീല (1960-ൽ ആദ്യഗാനം) തുടങ്ങിയ പ്രഗത്ഭ ഗായികമാർ നിലയുറപ്പിച്ചിരുന്നു. 1948-ൽ പിന്നണിഗാനരംഗത്തേക്ക് ആദ്യമലയാളസിനിമയായ നിർമ്മലയിലൂടെ കടന്നുവന്ന പി. ലീലയും അരങ്ങു വാണിരുന്ന സമയമായിരുന്നു അത്. അന്യഭാഷാഗായകരായ ജാനകിയേക്കാളും സുശീലയേക്കാളും ഉച്ചാരണ ശുദ്ധിയിൽ മാധുരി മികച്ചുനിന്നു. തന്റെ മാതൃഭാഷയായ തമിഴിന്റെ ചുവ തീരെയില്ലാതെ അവർ പാടി. ദേവരാജന്റെ കർശനമായ ശിക്ഷണവും അതിന് കാരണമായി. അവർ പാടിയ ഗാനങ്ങളിൽ 90 ശതമാനവും ദേവരാജൻ സംഗീതം നൽകിയവയായിരുന്നു.

ആർ.കെ.ശേഖർ, എം.കെ.അർജുനൻ, എ.ടി. ഉമ്മർ, ശ്യാം, ഗംഗൈ അമരൻ, രഘുകുമാർ, ഇളയരാജ, ശങ്കർ ജയ്കിഷൻ എന്നിവരുടെയും 2002-ൽ വിദ്യാസാഗറിന്റെയും (മീശമാധവൻ) പാട്ടുകൾ അവർ പാടിയിട്ടുണ്ട്. പ്രാണനാഥനെനിക്കു നൽകിയ (ഏണിപ്പടികൾ, 1973) രാക്കിളികൾ പാടി (തരൂ ഒരു ജന്മം കൂടി, 1978) എന്നീ പാട്ടുകൾക്കാണ് മാധുരിക്ക് സംസ്ഥാന അവാർഡ് ലഭിക്കുന്നത്, രണ്ടും ദേവരാജന്റെ സംഗീതത്തിൽ. അവർ അതിമനോഹരമായി പാടിയ പല ഗാനങ്ങൾക്കും അവാർഡ് കിട്ടാതെ പോയിട്ടുണ്ട്. ഗുരുവായൂർ കേശവനിലെ ഇന്നെനിക്ക് പൊട്ടു കുത്താൻ ഒരുദാഹരണം. മിയാ കി മൽഹാർ എന്ന ഹിന്ദുസ്ഥാനി രാഗത്തിൽ ദേവരാജൻ സംവിധാനം ചെയ്ത ഈ ഗാനം എക്കാലത്തേയും ഹിറ്റാണ്. പിന്നീട് എത്രയെത്ര വേദികളിൽ, എത്രയെത്ര റിയാലിറ്റി ഷോകളിൽ എത്രയെത്ര ഗായികമാർ ആ പാട്ട് പാടി!

ചക്കരപ്പാകിന് കമ്പിപ്പാകം എന്നൊരു പാകമുണ്ട്. ഒരേ കനമുള്ള പൊട്ടാത്ത ഒരു പാകമാണത്. അതായിരുന്നു മാധുരിയുടെ ശബ്ദത്തിന്റെ പാകം. എത്ര വലിച്ചാലും പൊട്ടില്ല. മധുരിമ കുറയുകയുമില്ല. അതുകൊണ്ടു തന്നെയാണ് അവർക്ക് കാമം മുതൽ തീവ്ര ശോകം വരെയുള്ള വികാരങ്ങളെ, ശൃംഗാരം മുതൽഹാസ്യം വരെ

യുള്ള രസങ്ങളെ അതിവിദഗ്ദ്ധമായി പാടിഫലിപ്പിക്കാൻ കഴിഞ്ഞത്.

ഇടയ്ക്കൊക്കെ കുറച്ച് അനുനാസികമാകുന്ന ആ സ്വരം തമാശപ്പാട്ടുകൾ പാടാൻ അവരെ സഹായിച്ചു. മലയാളത്തിലെ പെൺ ഹാസ്യഗാനങ്ങളിൽ അധികവും പാടിയത് മാധുരിയാണ്. കുറുക്കൻ രാജാവായി (ആ ചിത്രശലഭം പറന്നോട്ടെ, 1970), വില്ലു കെട്ടിയ കടുക്കനിട്ടൊരു (ലൈൻ ബസ്, 1971), മണ്ടച്ചാരേ (സിന്ദൂരച്ചെപ്പ്, 1971), മൂളിയലങ്കാരി(മറവിൽ തിരിവ് സൂക്ഷിക്കുക, 1972), ഓടും കുതിര, ചാടും കുതിര (ഇനിയും പുഴയൊഴുകും, 1978), ചക്കിക്കൊത്തൊരു ചങ്കരൻ (അച്ചാരം അമ്മിണി, ഓശാരം ഓമന, 1977), മുത്തിയമ്മ പോലെ വന്ന (കോളേജ് ഗേൾ, 1974), കേട്ടില്ലേ കോട്ടയത്തൊരു (മാന്യശ്രീ വിശ്വാമിത്രൻ, 1974), നാലു കാലുള്ളൊരു നങ്ങേലിപ്പെണ്ണിനെ കോലുനാരായണൻ കട്ടോണ്ടു പോയ് (ചട്ടമ്പികല്യാണി, 1975) എന്നിവ അവർ പാടിയ ചില ഹാസ്യഗാനങ്ങളാണ്. തമാശപ്പാട്ടുകൾ നമ്മുടെ മനസ്സിൽ മാധുരിയുടെ ശബ്ദത്തിലാണ് കുറിച്ചുവെച്ചിരിക്കുന്നത്. 1977-ൽ ഇറങ്ങിയ ആനന്ദം പരമാനന്ദം എന്ന പടത്തിനു വേണ്ടി യേശുദാസിന്റെ കൂടെ പാടിയ കൂടിയാട്ടം കാണാൻ കൂത്തമ്പലത്തിൽ കൂടിക്കൂടിയിരിയ്ക്കാം എന്നത് വളരെ രസകരമായ ഒരു പാട്ടാണ്. എന്തൂട്ടണ് എന്തൂട്ടണ്, ദൂതണ്, കൃഷ്ണദൂതണ് എന്നൊക്കെയുള്ള തൃശൂർഭാഷാപ്രയോഗങ്ങൾ കേൾവിക്കാരിൽ ചിരിയുണർത്തും വിധം പാടിയിട്ടുണ്ട് രണ്ടുപേരും.

നർമ്മരസം തുളുമ്പുന്ന ആ ശബ്ദം, വേണ്ടിവന്നപ്പോൾ അതീവ ശോകവും തത്വചിന്തയും പ്രതിഫലിപ്പിച്ചു. ദന്തഗോപുരം തപസ്സിനു തിരയും (ഭൂമിദേവി പുഷ്പിണിയായി, 1974), വേദന താങ്ങുവാൻ (പൂന്തേനരുവി, 1974), നീലാംബരമേ (ശരശയ്യ, 1971), വെളിച്ചമസ്തമിച്ചു (പുനർജന്മം, 1972), വെളുപ്പോ കടും ചുവപ്പോ, ദർശനം,1973), മനസ്സിൽ തീനാളമെരിയുമ്പോഴും (ഹൃദയം ഒരു ക്ഷേത്രം,1975), ആരായുകിൽ (ശ്രീനാരായണഗുരു, 1986), ഹിമശൈലസൈകത (ശാലിനി എന്റെ കൂട്ടുകാരി, 1980) ഭൂമിയെ സ്നേഹിച്ച ദേവാംഗനയൊരു (നീയെത്ര ധന്യ, 1987) അതിൽ വെളിച്ചമസ്തമിച്ചു എന്ന പാട്ട് സവിശേഷമായ ഒന്നാണ്. ഞരമ്പിൽ കൊളുത്തിവലിയ്ക്കുന്ന ദുഃഖമാണ് അതിന്റെ ഭാവം.

അവയവശൂന്യമാം നിഴലായ് നിശാന്ധകാരത്തിലലിയുന്ന ആത്മത്തിന്റെ നിശബ്ദരോദനം മാധുരി പാടുമ്പോൾ നമ്മുടെ ഉള്ളിനെയുമുലയ്ക്കുന്നു. അപാരതയെ ധ്വനിപ്പിക്കുന്ന തുറന്ന ഒച്ചയി

ലാണ് നീലാംബരമേ, താരാപഥമേ എന്ന പാട്ട് പാടിയിരിക്കുന്നത്. ഭൂമിയിൽ ഞങ്ങൾക്ക് ദു:ഖങ്ങൾ നൽകിയ ദൈവമിപ്പൊഴും അവിടെയുണ്ടോ എന്ന ചോദ്യം താരാപഥങ്ങളിൽ മാറ്റൊലി കൊള്ളുന്നു. കുമാരസംഭവത്തിൽ ഹിമാലയത്തിന്റെ വിശാലതയെ തൊടുന്ന ആ മാന്ത്രികശബ്ദം ഈ പാട്ടിൽ അംബരത്തിന്റെ അപാരതയെ സ്പർശിക്കുന്നതാണ് നാം കാണുന്നത്. യേശുദാസ് ആലപിച്ച മാരി വില്ലു പന്തലിട്ട, കൈതപ്പുഴ കായലിലെ എന്നീ ഗാനങ്ങളിലെ അപാരതയുടെ സ്പർശമാണ് മാധുരിയുടെ ഈ ഗാനങ്ങളിലും നമുക്കനുഭവിക്കാനാവുക. ദർബാരി കാനഡയുടെ മനോഹാരിത മുറ്റിനിൽക്കുന്ന ആലാപനം കേൾക്കാം ഭൂമിയെ സ്നേഹിച്ച ദേവാംഗനയൊരു എന്ന പാട്ടിൽ. കാലം നിമിഷശലഭങ്ങളായ് നൃത്തലോലയായ് ഭൂമിയെ വലം വെയ്ക്കുന്ന അസാദ്ധ്യമായ കവിഭാവനയെ ഇതിലും നന്നായി പ്രകാശിപ്പിക്കുന്നതെങ്ങനെ? മദിര പകർന്നു വെച്ച മൺചഷകം പോലെ നിൽക്കുന്ന കാമുകന് ചുറ്റും നിമിഷത്തുമ്പികൾ പറന്ന ഒരു കവിത പണ്ട് വയലാർ പറഞ്ഞുവെച്ചിരുന്നത് പാടിയത് ഗാനഗന്ധർവ്വനാണ്. ആ തുമ്പികൾ മദിരമധു നുകർന്ന നൃത്തമാണ് വെച്ചതെങ്കിൽ ഒ.എൻ.വി യുടെ നിമിഷശലഭങ്ങൾ വശ്യമാർന്ന ലോലമായ ചലനങ്ങൾ കൊണ്ട് ഭൂമിയെ വലം വെക്കുകയാണ്. ആ വരികൾ വശ്യമായിത്തന്നെ പാടിയിട്ടുമുണ്ട് മാധുരി.

ഹിമശൈലസൈകത എന്ന പാട്ട് പ്രണയിക്കുന്നവരുടെ മനസ്സിന്റെ നിഗൂഢതടങ്ങളെ തൊട്ടു തലോടി, ബോധാബോധങ്ങൾക്കിടയിലുള്ള പരപ്പിലൂടെ മന്ദമായൊഴുകുന്ന ഒരു പ്രണയപ്രവാഹമാണ്. കാലം ഘനീഭൂതമായ് നിൽക്കുമക്കരകാണാക്കയങ്ങളിലൂടെ/എങ്ങോട്ടുപോയി ഞാനെന്റെ സ്മൃതികളേ നിങ്ങൾ വരില്ലയോ കൂടെ? എന്ന് മാധുരി പാടുമ്പോൾ നമ്മുടെ മന:സ്സും ഏതേതോ ഓർമ്മച്ചുഴികളിൽ തിരിയാൻ തുടങ്ങും. അങ്ങേയറ്റം അപാരതയെ തൊടുന്ന അതേ സ്വരം തന്നെയാണ് ഇങ്ങ് അതിമന്ദ്രസ്ഥായിയിൽ തന്നിലേക്കൊതുങ്ങി ശാന്തമായൊഴുകുന്നതും. മാധുരി എന്ന ഗായിക വൈകാരികഭാവത്തിൽ കൊണ്ടുവരുന്ന ഈ റേഞ്ച് അനന്യമാണ്. ഇനി രസത്തിലോ?പുരുഷന്റെ മടിയിൽ വീണയായിക്കിടന്ന് തഴുകലേറ്റു വാങ്ങുന്ന ശൃംഗാരരസവും ചക്കിക്കൊത്തൊരു ചങ്കരൻ എന്ന പാട്ടിലെ ഹാസ്യരസവും ആ ശബ്ദത്തിന് വഴങ്ങി.

മാദകത്വമുള്ള, കാമാലസ്യം തുളുമ്പുന്ന നായികാ കഥാപാത്രങ്ങളെ അവതരിപ്പിയ്ക്കാൻ ഏറ്റവും അനുയോജ്യയായ ജയഭാരതി

ക്കുവേണ്ടി മാധുരി ഒരുപാട് ഗാനങ്ങളാലപിച്ചിട്ടുണ്ട്. കടൽപ്പാലം, പുനർജന്മം, ഗുരുവായൂർ കേശവൻ, ഭൂമിദേവി പുഷ്പിണിയായി, ഇതാ ഇവിടെ വരെ തുടങ്ങിയ ചിത്രങ്ങളിലെ ഗാനങ്ങൾ ഉദാഹരണം. ജയഭാരതിയുടെ ശരീരഭാഷയ്ക്കൊത്ത് പോകുന്ന ശാരീരമായിരുന്നു മാധുരിയുടേത്.

യേശുദാസിന്റെ കൂടെ, ജയചന്ദ്രന്റെ കൂടെ, ശ്രീകാന്തിന്റെ കൂടെ, സതീഷ്ബാബുവിന്റെ കൂടെ, ബ്രഹ്മാനന്ദന്റെ കൂടെ മറ്റ് ഗായികമാരുടെ കൂടെ എല്ലാം മാധുരി യുഗ്മഗാനങ്ങൾ പാടിയിട്ടുണ്ട്. എല്ലാം ഇമ്പമാർന്നവ തന്നെ. കാല്പനികപ്രേമത്തിനപ്പുറം ലൈംഗികേച്ഛകൾ കൂടി ഒളിഞ്ഞും തെളിഞ്ഞും പ്രകടിപ്പിക്കുന്ന പാട്ടുകളാണ് ഈ യുഗ്മഗാനങ്ങളിലധികവും. കൈതപ്പൂവിശറിയുമായ് (പേൾവ്യൂ, 1970, യേശുദാസ്), മദിരാക്ഷി നിൻ (സ്വപ്നങ്ങൾ, 1970, യേശുദാസ്), അളകാപുരി അളകാപുരി എന്നൊരു നാട് (അഗ്നിമൃഗം, 1971, യേശുദാസ്), പുനർജ്ജന്മം ഇതു പുനർജ്ജന്മം (ദേവി, 1972, യേശുദാസ്,) ആയിരം വില്ലൊടിഞ്ഞു (അക്കരപ്പച്ച, 1972, യേശുദാസ്), സിന്ദൂരകിരണമായ് (പത്മവ്യൂഹം, 1973, യേശുദാസ്), കൃഷ്ണപക്ഷ കിളി ചിലച്ചു (നഖങ്ങൾ, 1973, യേശുദാസ്), രൂപവതി നിൻ രുധിരാധരമൊരു (കാലചക്രം, 1973, യേശുദാസ്), മല്ലികാബാണൻ തന്റെ (അച്ചാണി, 1973, യേശുദാസ്) നീലപൊന്മാനേ (നെല്ല്, 1973, യേശുദാസ്) ജൂലി ഐ ലവ് യൂ (ചട്ടക്കാരി, 1974, യേശുദാസ്), മല്ലാക്ഷി മദിരാക്ഷി (തുമ്പോലാർച്ച, യേശുദാസ്), സ്വപ്നലേഖേ നിന്റെ (അങ്കത്തട്ട്, 1974, യേശുദാസ്),ഞാനൊരു പൊന്മണിവീണയായ് (ആരണ്യകാണ്ഡം, 1975, യേശുദാസ്), അഭിലാഷമോഹിനി (ഭാര്യ ഇല്ലാത്ത രാത്രി, 1975, ശ്രീകാന്ത്), പച്ചനെല്ലിൻ കതിര് (തിരുവോണം, 1975, ജയചന്ദ്രൻ), പുത്തരി കൊയ്തപ്പോൾ (അയോദ്ധ്യ, 1975, ജയചന്ദ്രൻ), കളഭത്തിൽ മുങ്ങി വരും (അയോദ്ധ്യ, 1975, യേശുദാസ്), കണ്മണിയേ ഉറങ്ങൂ (അഭിമാനം, 1975, ജയചന്ദ്രൻ), പാലാഴിമങ്കയെ പരിണയിക്കാൻ (സഖാക്കളെ മുന്നോട്ട്, 1977, യേശുദാസ്), കൂടിയാട്ടം കാണാൻ കൂത്തമ്പലത്തിൽ (ആനന്ദം പരമാനന്ദം, 1977, യേശുദാസ്), ചൂടുള്ള കുളിരിന് (വീട്, 1982, യേശുദാസ്), കാർമേഘവർണ്ണന്റെ മാറിൽ (സാഗരസംഗമം, 1983, ജയചന്ദ്രൻ), ഖൽബിൽ നിറയുന്ന (മനസ്സറിയാതെ, 1984, സതീഷ്ബാബു) എന്നിവ അവയിൽ ചിലത് മാത്രം.

കാമഭാവവും ശൃംഗാരരസവും സ്ഫുരിപ്പിക്കുന്നതിൽ മാധുരിയുടെ ആലാപനത്തിനുള്ള ഒരു കഴിവ് വേറെത്തന്നെയാണ്. ആ

യിരം വില്ലൊടിഞ്ഞു എന്ന പാട്ടിൽ എടുക്കുമ്പോൾ ഒന്ന്, തൊടുക്കുമ്പോൾ പത്ത്, ഒളികണ്ണിലെ ഓരിതൾതേന്മലരമ്പുകൾ വന്നു തറയ്ക്കാത്തൊരിടമില്ല. എന്നൊക്കെ ആലപിക്കുന്നത് എന്തു കാമാസക്തമായാണ്! കൃഷ്ണപ്പക്ഷക്കിളി ചിലച്ചു എന്ന പാട്ടിലെ ഒരു ചിരിയുണ്ട്, മൂളലും ഹമ്മിംഗും ഉണ്ട് മാധുരിക്ക് മാത്രം വഴങ്ങുന്ന വയാണവ. പത്തൊമ്പതാം നൂറ്റാണ്ടിൽ തിരുവിതാംകൂർ ഭരിച്ച സ്വാതിതിരുനാൾ മഹാരാജാവിന്റെ (1813–1846) കൊട്ടാരത്തിലെ ആസ്ഥാനഗായകനായ ഇരയിമ്മൻ തമ്പി (1782–1856) രചിച്ച കൃതിയാണ് പ്രാണനാഥനെനിക്കു നൽകിയ (ഏണിപ്പടികൾ, 1973) എന്ന ഗാനം. മാധുരി ആലപിച്ചതിൽ ഏറ്റവും പ്രശസ്തമാണീ ഗാനം.

രതിലീലകൾ ചാരുതയോടെ വർണ്ണിക്കുന്ന ഈ ഗാനത്തിന്റെ ആകാശവാണിയിലൂടെയുള്ള പ്രക്ഷേപണം അടിയന്തരാവസ്ഥക്കാലത്ത് നിരോധിക്കുകയുണ്ടായി. കാമച്ചുവയുള്ള വരികളാണ് നിരോധനത്തിന് കാരണമായത്. കടാക്ഷം എന്ന സിനിമയ്ക്കുവേണ്ടി 2010–ൽ ഈ പാട്ട് മറ്റൊരു ഈണത്തിൽ എം. ജയചന്ദ്രൻ സംവിധാനം ചെയ്ത് കെ.എസ്. ചിത്ര പാടിയിട്ടുണ്ട്. ചിത്രയുടെ സ്വതസിദ്ധമായ ആലാപനഗുണമുണ്ടെങ്കിലും ആ ഗാനമുദ്ദേശിക്കുന്ന ഒരു ഭാവതീവ്രത, കാമാതുരത മാധുരിയുടെ സ്വരത്തിലേതു പോലെ ചിത്രയുടെ സ്വരത്തിൽ ഒലികൊണ്ടില്ല എന്നു പറയേണ്ടി വരും. ഈ മൂഡിലുള്ള മറ്റൊരു ഗാനമാണ് വല്ലഭൻ പ്രാണവല്ലഭൻ (കരിനിഴൽ, 1971).

എന്തോ ഏതോ എങ്ങിനെയോ/എന്റെ മനസ്സിനൊരാലസ്യം/ വല്ലാത്ത മധുരാലസ്യം (ഇതാ ഇവിടെ വരെ, 1977) എന്ന ഗാനത്തിലെ പ്രണയാലസ്യം മാധുരി അനായാസം പാടി ഫലിപ്പിക്കുന്നു അതുപോലെ ലൈംഗികാഭിനിവേശം തുടിക്കുന്ന രണ്ട് സവിശേഷഗാനങ്ങളാണ് ഇംഗ്ലീഷ് വാക്കുകളിൽ ആരംഭിക്കുന്ന Night is young our life is young/ my boy friend my boy friend /you come to me you come to me (റോമിയോ, 1976)എന്നതും Julie. I love you. എന്നതും (ചട്ടക്കാരി, 1974).

മാധുരി പെണ്ണുങ്ങളുമായി ചേർന്നാലപിച്ച ഒന്നാന്തരം പാട്ടുകളാണ് അംബികേ ജഗദംബികേ (തീർത്ഥയാത്ര, 1972, കവിയൂർ പൊന്നമ്മ, വസന്ത), പല്ലവി നീ പാടുമോ (മുദ്രമോതിരം,1 978, പി. സുശീല) എന്നിവ. ശിൽപ്പികൾ നമ്മൾ (പിക്നിക്, 1975), നദികൾ നദികൾ നദികൾ (ഭൂമിദേവി പുഷ്പിണിയായി) എന്നീ സംഘഗാനങ്ങളും എടുത്തുപറയത്തക്കതാണ്.

രേവഗുപ്തി രാഗത്തിലുള്ള സുപ്രഭാതമായി സുമകന്യകേ എന്ന ഗാനം കേട്ടാൽ നമുക്ക് പ്രസന്നമായ ഒരു പ്രഭാതത്തിന്റെ ഫീലുണ്ടാകും. അനുഭവങ്ങൾ പാളിച്ചകൾ എന്ന ചിത്രത്തിൽ കെപി എസി ലളിതയ്ക്കു വേണ്ടി ആലപിച്ച കല്യാണി കളവാണി എന്ന ഗാനത്തിൽ നാട്ടിൻപുറത്തുകാരിയായ ഒരു യുവതിയുടെ ആദ്യാ നുരാഗത്തിന്റെ ആനന്ദവും കാത്തിരിപ്പും സ്ഫുരിക്കുന്നുണ്ട്. നീലാംബരി രാഗത്തിന്റെ പ്രസാദാത്മകത്വവും ഒഴുക്കും ഈ പാട്ടിനെ പ്രിയങ്കരമാക്കുന്നു. 1977-ലിറങ്ങിയ വിടരുന്ന മൊട്ടുകൾ എന്ന ചിത്രത്തിന് വേണ്ടി വന്ദേ മാതരം, സബർമതി തൻ സംഗീതം എന്നീ ദേശഭക്തിഗാനങ്ങളും പാടിയിട്ടുണ്ട് മാധുരി. ചുവപ്പുകല്ല് മൂക്കുത്തി, മാരിമലർ ചൊരിയുന്ന, നീലപൊന്മാനേ, ഓടി വിളയാടി വാ തുടങ്ങി നാടൻ അല്ലെങ്കിൽ കാട്ടുപെണ്ണുങ്ങൾ പാടുന്ന തരം പാട്ടിന് മാധുരിയുടെ ശബ്ദം അനുയോജ്യമായിരുന്നു.

മാധുരി ആലപിച്ച ഭക്തിഗാനങ്ങൾ ഒന്നിനൊന്ന് മികച്ചവയാണ്. ദൈവമേ കൈ തൊഴാം (അച്ഛനും ബാപ്പയും, 1972), അംബികേ ജഗദംബികേ (സംഘഗാനം, തീർഥയാത്ര, 1972), ഏഴരപ്പൊന്നാന പുറത്തെഴുന്നള്ളും (അക്കരപ്പച്ച,1972), അമ്പാടി തന്നിലൊരുണ്ണി (ചെമ്പരത്തി, 1972), ഗോകുലാഷ്ടമി നാൾ (ഛായം, 1973), യാഹി മാധവാ (ഏണിപ്പടികൾ, 1973), ശുചീന്ദ്രനാഥാ, കണ്ണാ ആലിലക്ക ണ്ണാ, ജഗദീശ്വരി ജയജഗദീശ്വരി (ദേവീ കന്യാകുമാരി, 1974), കുരി ശുപള്ളിക്കുന്നിലെ (ചലനം,1975), അമ്പലപ്പുഴകൃഷ്ണാ, കായാമ്പൂ വർണ്ണന്റെ (കേണലും കളക്ടറും, 1976), ധീരസമീരേ യമുനാതീരെ (പാപത്തിനു മരണമില്ല, 1979), ദൈവമേ, ആരായുകിൽ ശ്രീനാരാ യണഗുരു, 1986) എന്നിവയൊക്കെ ശ്രദ്ധേയങ്ങളാണ്. ചക്രവർത്തിനി (ചെമ്പരത്തി), ചന്ദ്രകളഭം ചാർത്തിയുറങ്ങും (കൊട്ടാരം വിൽക്കാ നുണ്ട്) എന്നീ യേശുദാസ് പാടിയ മികച്ച രണ്ട് ഗാനങ്ങൾ പെൺ ശബ്ദത്തിൽ പാടിയിട്ടുള്ളത് മാധുരിയാണ്.

അതുപോലെ ബന്ധനം എന്ന ചിത്രത്തിൽ ശ്രീ, വസന്ത, ഹംസദ്ധ്വനി, മലയമാരുതം എന്നീ രാഗങ്ങളടങ്ങുന്ന രാഗം ശ്രീ രാഗം എന്ന ഗാനം ഓരോ രാഗത്തിന്റെയും സ്വരങ്ങൾ അതിമനോ ഹരമായി ആലപിച്ചു കൊണ്ടാണ് മാധുരി പാടുന്നത്. ജയചന്ദ്രനാ ലപിച്ച അതേ പാട്ടിൽ സ്വരങ്ങൾ പാടുന്നില്ല. ഇങ്ങനെ മലയാളച ലച്ചിത്രഗാനരംഗത്തിന് ഒട്ടനവധി നല്ല പാട്ടുകൾ സമ്മാനിച്ച മാധുരി ഇപ്പോഴും വേദികളിൽ പാടിക്കൊണ്ടിരിക്കുന്നുണ്ട്. മലയാളികൾ എവിടെ പോയാലും മനസ്സിൽ അവർ പാടിയ ആ മനോഹരഗാ

നങ്ങൾ കൂടെയുണ്ടാകും.

മലർ ചോദിച്ചാൽ ഒരു വസന്തം

1945-ൽ തമിഴ്നാട്ടിലെ വേലൂരിൽ ജനിച്ച വാണി തന്റെ സംഗീതവാസന പിൻ പറ്റിയത് അമ്മയായ പത്മാവതിയിൽ നിന്നായിരുന്നു. രംഗരാജ അയ്യങ്കാരിൽനിന്നും ശാസ്ത്രീയസംഗീതം അഭ്യസിച്ച അമ്മ തന്റെ മക്കളെയും സംഗീതപാതയിലേക്കാനയിച്ചു. കടലൂർ ശ്രീനിവാസ അയ്യങ്കാർ, ടി.ആർ. ബാലസുബ്രമണ്യം, തിരുവനന്തപുരം ആർഎസ് മണി എന്നിവരുടെയടുത്തുനിന്നു വാണി സംഗീതം അഭ്യസിച്ചു. പഠിക്കുന്ന കാലത്തേ, സംഗീതത്തിനു പുറമേ ഡിബേറ്റിംഗ്, അഭിനയം എന്നീ രംഗങ്ങളിലും ശോഭിച്ചിരുന്നു. കലൈവാണി എന്ന പേര് അന്വർത്ഥമാക്കും വിധം ബഹുമുഖ പ്രതിഭയാണ് അവർ.

കല്യാണം കഴിഞ്ഞ് ബോംബേയിലെത്തിയതാണ് വഴിത്തിരിവായത്. പണ്ഡിറ്റ് രവിശങ്കറിന്റെ കിന്നരസ്കൂളിൽ സിത്താർ അഭ്യസിച്ചിരുന്ന ഭർത്താവ് ജയറാം, വാണിയെ പട്യാല ഘരാനയിലെ ഉസ്താദ് അബ്ദുൾ റഹ്മാൻ ഖാന്റെ അടുക്കൽ ഹിന്ദുസ്ഥാനി സംഗീതം പഠിയ്ക്കാനയച്ചു. അവിടെ ഠുമ്രി, ഭജൻ, ഗസൽ എന്നിവയിലൊക്കെ ആറുമാസത്തെ തീവ്രമായ ശിക്ഷണമാണ് വാണിക്ക് ലഭിച്ചത്. അവർ ഹിന്ദുസ്ഥാനി അർദ്ധശാസ്ത്രീയ കച്ചേരികൾ നടത്താനാരംഭിച്ചു. അവരുടെ പാട്ടുകേൾക്കാനിടയായ സംഗീത സംവിധായകൻ വസന്ത് ദേശായ്, ഹൃഷികേശ് മുഖർജി സംവിധാനം ചെയ്യുന്ന ഗുഡ്ഡി എന്ന സിനിമയിലെ പാട്ടുകൾ പാടാൻ വാണിയെ ക്ഷണിച്ചു. 1971-ലായിരുന്നു അത്.

പുതുമുഖമായ ജയാഭാദുരിക്ക് വേണ്ടി പാടാൻ ഒരു പുതിയ ശബ്ദം തന്നെ വേണമായിരുന്നു അവർക്ക്. പിന്നീട് വാണിക്ക് തിരിഞ്ഞു നോക്കേണ്ടി വന്നിട്ടില്ല. പല ഭാഷകളിൽ പ്രത്യേകിച്ച് ദക്ഷിണേന്ത്യൻ ഭാഷകളിൽ അവർ പാടിക്കൊണ്ടേയിരിക്കുന്നു. എഴുപതുകളും എൺപതുകളുടെ പകുതി വരെയും ദക്ഷിണേന്ത്യയിലെ നമ്പർ വൺ ഗായികയായിരുന്നു അവർ. മൂന്നു പ്രാവശ്യം ദേശീയ അവാർഡ്, അനേകം സംസ്ഥാന അവാർഡുകൾ, സമഗ്രസംഭാവനയ്ക്കടക്കം എത്രയോ തവണ ഫിലിം ഫെയർ പുരസ്കാരം എന്നിവ നേടി.

ഗുഡ്ഡിയിൽ ആദ്യം റെക്കോഡ് ചെയ്ത മീരാഭജന് ഓടക്കുഴൽ വായിച്ചത് മഹാനായ ഹരിപ്രസാദ് ചൗരാസ്യ ആയിരുന്നു. മേഘമൽഹാർ രാഗത്തിലുള്ള ഗുൽസാർ വസന്ത്ദേശായ് ടീമിന്റെ ബോ

ലേ രേ ബപ്പിഹരാ പുറത്തിറങ്ങേണ്ട താമസം ഹിറ്റായി. രാജ്യം മുഴുവനും അറിയപ്പെടുന്ന ഗായികയായി മാറി വാണി ജയറാം. താൻ ചെറുപ്പത്തിലാഗ്രഹിച്ചതുപോലെ ബിനാകാ ഗീത് മാലയിൽ പതിനാറാഴ്ച ജനപ്രിയഗാനങ്ങളിൽ ഒന്നാം സ്ഥാനത്ത് തുടർന്നു ആ പാട്ട്. ആ സിനിമയിൽത്തന്നെയുള്ള ഹംകോ മൻ കി ശക്തി ദേനാ ഒരുപാട് സ്കൂളുകളിൽ പ്രാർത്ഥനാഗീതമായി മാറി.

വാണി ജയറാമിന്റെ മലയാളത്തിലെ ആദ്യഗാനം 1973-ൽ പുറത്തിറങ്ങിയ സ്വപ്നം എന്ന ചിത്രത്തിലേതാണ്. ഒഎൻവിയും സലിൽ ചൗധുരിയുമായിരുന്നു സൗരയൂഥത്തിൽ വിടർന്നോരു കല്യാണസൗഗന്ധികമാണീ ഭൂമി എന്ന പാട്ടിന്റെ ശില്പികൾ. ആ പാട്ടിൽ പറയുന്നതു പോലെ നിന്നെ ഞാനെന്തു വിളിക്കും, എന്നാത്മസംഗീതമെന്നോ എന്ന് വിസ്മയിച്ചു ആസ്വാദകർ. ഏറെത്താമസിയാതെ ഏതാണ്ടെല്ലാ സംഗീതസംവിധായകരുടെയും പ്രിയഗായികയായി മാറി വാണി. മലയാളത്തിൽ സലിൽദായ്ക്കു പുറമെ ദേവരാജൻ, ദക്ഷിണാമൂർത്തി, കെ. രാഘവൻ, എം. എസ് വി, എംബിഎസ്, എം.കെ. അർജ്ജുനൻ, ആർ.കെ. ശേഖർ, ശങ്കർ ഗണേഷ്, എ.ടി. ഉമ്മർ, ശ്യാം, കെ.ജെ. ജോയ് എന്നിവരുടെയെല്ലാം ഗാനങ്ങൾ ആലപിച്ചിട്ടുണ്ട് വാണി ജയറാം.

മലയാളത്തിൽ പാടിത്തുടങ്ങുന്നതിനോടൊപ്പം തന്നെയാണ് തമിഴിലും വാണി പാടിത്തുടങ്ങുന്നത്. എം.എസ്. വിശ്വനാഥനു വേണ്ടി പാടിയ മല്ലികൈ എൻ മന്നൻ മയങ്കും പൊന്നാന മലരല്ലവാ എന്ന പാട്ടിന്റെ സുഗന്ധത്തിൽ തമിഴരെല്ലാം മയങ്ങിപ്പോയി. പിന്നെ അവിടെയും തുരുതുരെ ഹിറ്റ് ഗാനങ്ങളിറങ്ങി. 1975-ൽ എംഎസ്‌വിയുടെ തന്നെ ഏഴു സ്വരങ്കളുക്കുൾ എത്തനൈ രാഗം (അപൂർവ്വരാഗങ്കൾ) എന്ന സൂപ്പർഹിറ്റ് ഗാനത്തിന് ആ വർഷത്തെ ദേശീയപുരസ്കാരം വാണി ജയറാമിന് ലഭിച്ചു. രണ്ടാമത്തെ ദേശീയ അവാർഡ് തന്നോട് തന്നെ മത്സരിച്ച് വാങ്ങിയ അപൂർവ്വതയും വാണിക്ക് സ്വന്തമാണ്. 1979-80 ലായി പുറത്തിറങ്ങിയ മീര (ഹിന്ദി), ശങ്കരാഭരണം (തെലുങ്ക്) എന്നീ ചിത്രങ്ങളിലെ ഗാനങ്ങളായിരുന്നു മത്സരത്തിനുണ്ടായിരുന്നത്. അവസാനം വിധികർത്താക്കൾ ശങ്കരാഭരണം തിരഞ്ഞെടുക്കുകയായിരുന്നു. മഹാനായ സംഗീതജ്ഞൻ പണ്ഡിറ്റ് രവിശങ്കർ സംഗീതസംവിധാനം നിർവ്വഹിച്ച് വാണി ആലപിച്ച പതിനാല് പാട്ടുകളുണ്ടായിരുന്നു മീരയിൽ. കെ.വി. മഹാദേവനായിരുന്നു ശങ്കരാഭരണത്തിന്റെ സംഗീതസംവിധായകൻ.

മലയാളത്തിൽ എല്ലാത്തരം പാട്ടുകളും പാടിയിട്ടുണ്ട് വാണിജ യറാം. ശബ്ദഗാംഭീര്യം, സ്വരവ്യാപ്തി, ഏതു ശ്രുതിയിലും സ്ഥാ യിയിലും കാലത്തിലും ശ്രുതിശുദ്ധമായി, ലയഭംഗിയോടെ പാടാ നുള്ള സിദ്ധി എന്നിവ അവരുടെ സവിശേഷതകളായിരുന്നു. കർ ണ്ണാടകസംഗീതത്തിലും ഹിന്ദുസ്ഥാനിയിലും ചെറുപ്പത്തിലേ കിട്ടിയ അടിത്തറ അവരെ ഏത് വിഷമം പിടിച്ച സ്വരസഞ്ചാരവും അനായാസമാലപിയ്ക്കാൻ പ്രാപ്തയാക്കി. സ്വാഭാവികസിദ്ധിയും കഠിനാധ്വാനവും കൊണ്ട് ഏതു ഭാഷയിലും അതാത് ഭാഷക്കാർ പാടുന്നതുപോലെ പാടാനുള്ള കഴിവ് നേടി. പതിനെട്ട് ഭാഷകളി ലാണ് അവർ ആലപിച്ചിരുന്നത്. അവരുടെ മൂന്നാമത്തെ ദേശീയ പുരസ്കാരം തെലുങ്കിലുള്ള സ്വാതികിരണം എന്ന പടത്തിലെ പാട്ടിനാണ്. ഗുജറാത്തി, തമിഴ്, ഒറിയ തെലുങ്ക് ഭാഷകളിൽ അവർക്ക് സംസ്ഥാനപുരസ്കാരം ലഭിച്ചിട്ടുണ്ട്. എന്നാലെന്തുകൊണ്ടോ ഒരു പാട് മനോഹരഗാനങ്ങൾ ആലപിച്ചിട്ടും മലയാളത്തിൽ അവർക്ക് ഒരു സ്റ്റേറ്റ് അവാർഡ് ഇതുവരെ ലഭിച്ചിട്ടില്ല.

മലയാളത്തിൽ അവരാലപിച്ച പ്രണയഗാനങ്ങളിൽ ചിലത് ഇതൊക്കെയാണ്. കാറ്റു ചെന്നു കളേബരം തഴുകി, എന്റെ കയ്യിൽ പൂത്തിരി (സമ്മാനം, 1975, വയലാർ ദക്ഷിണാമൂർത്തി) നാടൻപാ ട്ടിലെ മൈന (രാഗം,1975, വയലാർ-സലിൽ ചൗധുരി), തിരുവോ ണപ്പുലരി തൻ (തിരുവോണം, 1975, ശ്രീകുമാരൻ തമ്പി എം.കെയ അർജ്ജുനൻ), പത്മതീർത്ഥക്കരയിൽ (ബാബുമോൻ, 1975, മങ്കൊ മ്പ് ഗോപാലകൃഷ്ണൻ, എം.എസ്.വി.), തേടിത്തേടി ഞാനലഞ്ഞു (സിന്ധു, 1975, ശ്രീകുമാരൻ തമ്പി-എം.കെ. അർജ്ജുനൻ), കുങ്കുമ പ്പൊട്ടിലൂറും കവിതേ (പാൽക്കടൽ,1976, ശ്രീകുമാരൻ തമ്പി എ.ടി. ഉമ്മർ), ആഷാഢമാസം (യുദ്ധഭൂമി, 1976, മങ്കൊമ്പ് ഗോപാലകൃഷ് ണൻ-ആർ.കെ. ശേഖർ), നായകാ പാലകാ (ലക്ഷ്മിവിജയം,1976, ഭരണിക്കാവ് ശിവകുമാർ- എം,കെ. അർജ്ജുനൻ), പൊന്നുംകുട ത്തിനൊരു (യുദ്ധകാണ്ഡം,1977, ഒ.എൻ.വി., കെ. രാഘവൻ), നാദാപുരം പള്ളിയിലെ (തച്ചോളി അമ്പു, 1978, യൂസഫ് അലി, കെ. രാഘവൻ), ഏതോ ജന്മകൽപ്പനയിൽ (പാളങ്ങൾ, 1982, പൂവ ച്ചൽ ഖാദർ, ജോൺസൺ)

യേശുദാസ്, ജയചന്ദ്രൻ തുടങ്ങീ എല്ലാ പ്രഗത്ഭരുടെയും കൂടെ സുന്ദരങ്ങളായ യുഗ്മഗാനങ്ങൾ പാടിയിട്ടുണ്ട് വാണി. മാവിന്റെ കൊ മ്പിലിരുന്നൊരു (പ്രവാഹം, യേശുദാസ്), വാൽക്കണ്ണെഴുതി (പിക് നിക്, യേശുദാസ്), കുറുമൊഴിമുല്ലപ്പൂവേ (ഈ ഗാനം മറക്കുമോ,

യേശുദാസ്), ഏഴാം മാളിക മേലെ (സർപ്പം,യേശുദാസ്), ദേവി ശ്രീദേവി (പ്രേമാഭിഷേകം, യേശുദാസ്), നാണമാവുന്നോ (ആട്ട ക്കലാശം, യേശുദാസ്), പകൽ സ്വപ്നത്തിൻ (അമ്പലവിളക്ക്, യേശുദാസ്), മഞ്ചാടിക്കുന്നിൻ (മഞ്ഞിൽ വിരിഞ്ഞ പൂവ്, യേശു ദാസ്), സുരലോകജലധാര (ഏഴാം കടലിനക്കരെ, ജോളി ഏബ്ര ഹാം), ഉണരൂ ഉണരൂ ഉഷാദേവതേ (എയർഹോസ്റ്റസ്, യേശു ദാസ്), നിറങ്ങളിൽ നീരാടുന്ന (സ്വന്തമെന്ന പദം, ജയചന്ദ്രൻ), പുഷ് പമംഗല്യരാത്രിയിൽ (ആദ്യപാഠം, ബ്രഹ്മാനന്ദൻ), കൊഞ്ചും ചിലങ്കേ (ധന്യ, യേശുദാസ്) ജനപ്രിയമായ ഒട്ടേറെ സംഘഗാനങ്ങളെ വാണിയുടെ സ്വരസാന്നിധ്യം അനുഗ്രഹിച്ചു. ആയില്യം പാടത്തെ പെണ്ണേ (രാസലീല), സ്വർണ്ണമീനിന്റെ(സർപ്പം), താത്തെയ്യത്തോം (പടയോട്ടം), പൊന്നലയിൽ അമ്മാനമാടി (ദേവദാസി), വളകിലുക്കം കേക്കണില്ലേ (സ്ഫോടനം), പൂപൂ ഊതാപ്പൂ (പപ്പു), ആഴിത്തിര മാലകൾ (മുക്കുവനെ സ്നേഹിച്ച ഭൂതം) എന്നിവ അവയിൽ ഏറെ ശ്രദ്ധേയമാണ്.

അർദ്ധ ശാസ്ത്രീയഗാനങ്ങളായിരുന്നു വാണിജയറാമിന്റെ പാട്ടുകളിൽ ഏറ്റവും സവിശേഷമാർന്നവ. ഒന്നിനൊന്ന് മെച്ചമാണ് എല്ലാം. ഹിന്ദോളരാഗത്തിൻ (തുറുപ്പുഗുലാൻ), സപ്തസ്വരങ്ങളാ ടും (ശംഖുപുഷ്പം), തൃപ്പയാറപ്പാ, ശ്രീരാമാ (ഓർമ്മകൾ മരിക്കു മോ),നിലവിളക്കിൻ തിരിനാളമായ് (ശാന്ത ഒരു ദേവത), ഏതു പന്തൽ കണ്ടാലുമത് (വേനലിൽ ഒരു മഴ), നൂപുരമേതോ (ധന്യ), ധും ധുംതന (തോമാശ്ലീഹ) എന്നിവ അവയിൽ ചിലതാണ്. രാഗ മാലികയായ രാഗം ശ്രീരാഗം (ബന്ധനം, ഒഎൻവി, എം.ബി.എസ്) എടുത്തുപറയേണ്ട ഒരു ഗാനമാണ്. അതിൽ ശ്രീ, ഹംസധ്വനി, വസന്ത, മലയമാരുതം എന്നീ രാഗങ്ങൾ ആരോഹണാവരോഹണ ങ്ങൾ മനോഹരമായി ആലപിച്ചു കൊണ്ടാണ് അവർ പാടുന്നത്.

താരതമ്യേന വിഷമമുള്ള മലയാളഭാഷയിൽ, അതിവേഗത്തിൽ വാക്സഞ്ചാരം നടത്തുന്ന കണ്ണിൽ പൂവ് ചുണ്ടിൽ തേന് (വിഷു ക്കണി), ധും ധുംതന (തോമാശ്ലീഹ), മഞ്ഞിൻ തേരേറി (റൗഡി രാമു) എന്നീ പാട്ടുകൾ എത്ര അനായാസമായും മധുരമായുമാണ് വാണി പാടിയിരിക്കുന്നത്!

ഇങ്ങനെ ക്ഷണനേരം കൊണ്ട് ഒരു കാലത്തെ തന്നെ മനസ്സിൽ എത്തിക്കുന്ന, പറഞ്ഞാൽ തീരാത്തത്ര പാട്ടുകളുണ്ട് മലയാളത്തിൽ വാണി ജയറാമിന്റേതായി. അഞ്ചു പതിറ്റാണ്ട് നീളുന്ന ആ സംഗീ തസപര്യയിൽ അറുന്നൂറിലധികം ചലച്ചിത്രഗാനങ്ങളും നൂറിലധികം

ആൽബം സോങ്ങ്സും അവർ പാടി. അടുത്ത കാലത്ത് പാടിയ ഓലഞ്ഞാലിക്കുരുവി (1983 എന്ന ചിത്രത്തിൽ ജയചന്ദ്രന്റെ കൂടെ, 2014 ഗോപിസുന്ദറിന്റെ സംഗീതസംവിധാനം), പൂക്കൾ പനിനീർപൂക്കൾ (ആക്ഷൻ ഹീറോ ബിജു എന്ന ചിത്രത്തിനു വേണ്ടി യേശുദാസിന്റെ കൂടെ, 2016, ജെറി അമൽദേവിന്റെ സംഗീതം), പെയ്തൊഴിഞ്ഞ നിമിഷം (പി. ജയചന്ദ്രന്റെ കൂടെ ക്യാപ്റ്റൻ എന്ന പടത്തിനുവേണ്ടി ഗോപീസുന്ദറിന്റെ സംഗീതത്തിൽ, 2018) എന്നീ യുഗ്മഗാനങ്ങളും മാനത്തെ മാരിക്കുറുമ്പേ (പുലിമുരുഗൻ, 2016, ഗോപീസുന്ദർ) എന്ന സോളോ ഗാനവും വളരെയധികം ജനപ്രീതി നേടുകയുണ്ടായി. അവരുടെ തന്നെ പാട്ടിലെ വരികൾ പറയുന്നതു പോലെ ഒരു മലർ ചോദിച്ചാൽ ഒരു വസന്തം നൽകുന്ന, ഒരു തുള്ളി യാചിച്ചാൽ ഒരു വർഷം തൂവുന്ന ഒരു പാട്ടുലോകമാണ് വാണി ജയറാം.

ഐക്യകേരള രൂപീകരണം തൊട്ട് ഏതാണ്ട് ആഗോളവത്കരണം വരെയുള്ള നാലഞ്ചു പതിറ്റാണ്ടുകൾ നവമലയാളിസ്വത്വം രൂപപ്പെട്ടു വരുന്ന കാലഘട്ടമായിരുന്നു. ആ രൂപീകരണത്തിൽ മലയാളസിനിമയും അതിലെ ഗാനങ്ങളും വഹിച്ച പങ്ക് ചെറുതല്ല. സിനിമകൾ വിസ്മൃതിയിലാണ്ടാലും അതിലെ ഗാനങ്ങൾ തലമുറകളിലൂടെ അവയുടെ സഞ്ചാരം തുടരുന്നുണ്ട്. പെൺപാട്ടുകളുടെ കാര്യമെടുത്താൽ അവന്റെ (അപൂർവ്വം ഗാനങ്ങളൊഴികെ രചിച്ചതും ചിട്ടപ്പെടുത്തിയതും ആ ഗാനങ്ങൾ ചിത്രീകരിക്കപ്പെട്ട സിനിമകൾ സൃഷ്ടിച്ചതും ആണുങ്ങൾ ആയിരുന്നു. ആലാപനം മാത്രം അവളുടെത്) പ്രണയഭാവനകളും അനുരാഗ ഈണങ്ങളും ഊടും പാവുമായി നെയ്തു മെനഞ്ഞ മനോഹരങ്ങളായ ഗാനശീല(ലു)കൾ തങ്ങളുടെ ഹൃദ്യമായ ശബ്ദത്തിൽ പറത്തിവിട്ടത് പ്രധാനമായും അയൽ സംസ്ഥാനങ്ങളിൽ നിന്നുമുള്ള അനുഗൃഹീതഗായികമാരായിരുന്നു. ഈ രംഗത്തെ മലയാളി പെണ്ണുങ്ങളുടെ പങ്കാളിത്തം കുറഞ്ഞുപോയതെന്തുകൊണ്ട് എന്ന ചോദ്യം നമ്മുടെയൊക്കെ മനസ്സിലുയരുമ്പോഴും ഈ ഗാനങ്ങളുടെ മധുരിമയും കാലാതിവർത്തിത്വവും നമ്മെ അതിശയിപ്പിക്കുന്നുണ്ട്. അതു തന്നെയാണ് ആ ഗായികമാരെ അടയാളപ്പെടുത്തേണ്ടതിന്റെ പ്രസക്തിയും

○○

14

വീണ പാടുമീണമായ്

(കെ.എസ്. ചിത്രയുടെ പാട്ടുലോകം)

ഡോ. എം.ഡി. മനോജ്

കെ.എസ്. ചിത്രയുടെ ഗാനങ്ങൾ നമ്മുടെ ഹൃദയമണ്ഡലത്തിൽ ഇടം നേടിയിട്ട് 50 വർഷങ്ങൾ പിന്നിടുകയാണ്. പത്മഭൂഷൺ ബഹുമതി നൽകി രാഷ്ട്രം അവരെ ആദരിച്ചിരിക്കുന്നു. പാട്ടിൽ ഹൃദയത്തിന്റെ അഗാധമുദ്രകൾ ചേർത്തു വെച്ചായിരുന്നു ഇക്കാലമത്രയും ചിത്രയുടെ സംഗീതജീവിതം പുലർന്നു പോന്നത്. എത്രയെത്ര പാട്ടുകാലങ്ങളെയാണ് ചിത്രയുടെ ഗാനങ്ങൾ ഓർമിപ്പിക്കുന്നത്. അതൊരു സാംസ്കാരികാനുഭവം പോലുമായിത്തീരുന്നു. അതിനൊരു ശിൽപത്തിന്റെ ചാരുത കൈവരുന്നു.

ശാസ്ത്രീയസംഗീത പാരമ്പര്യത്തിന്റെ അഭിജാതവും അതിവിശാലവുമായ രാജവീഥിയിലായിരുന്നു ചിത്രയുടെ സംഗീതയാത്രകൾ. ഒരു സാധാരണ പാട്ടിനെപ്പോലും ചിത്ര തന്റെ ആലാപനസിദ്ധിയാൽ ഉയർത്തിയിട്ടുണ്ട്. പാട്ടിൽ അവർ അവലംബിക്കുന്ന രാഗസമഗ്രതകൾ അത്രത്തോളമാണ്. ചിത്രയുടെ ഗാനങ്ങൾ സാമൂഹ്യാനുഭവത്തേക്കാൾ ഏകാന്താനുഭവത്തെയാണ് പകർന്നു തരുന്നത്. ചിത്രയുടെ പാട്ടിലെ നാനാർത്ഥങ്ങളിലൊന്ന് ഏകാന്തമായ ഈ അനുഭവമാണ്. ഒരു പാട്ടിലുണ്ടാകുന്ന എല്ലാ തരത്തിലുള്ള അർത്ഥങ്ങളെയും ശബ്ദത്തിൽ സ്വാംശീകരിക്കുകയായിരുന്നു ചിത്ര. കൂടുതൽ സാർത്ഥകമായി പാട്ടിന്റെ സ്വരൂപത്തെ ക്രമീകരിക്കുകയും അതിലെ രാഗലയവിതാനങ്ങളെ സൗമ്യവും മധുരവും സൗന്ദര്യാത്മകവുമാക്കുകയായിരുന്നു അവർ. അത്രമാത്രം സുഭഗമാണ് ആ പാട്ടിന്റെ അകം.

ചിത്രയുടെ പാട്ട് പ്രസാദഭദ്രമായ ഒരു അനുഭവമായി മാറുന്നു. പാട്ടിലൊരു സ്നേഹത്തിന്റെ വഴിയുണ്ടെന്നും അത് പ്രണയത്തിന്റേ താണെന്നും കൂടി ചിത്രയുടെ ഗാനങ്ങൾ നമുക്ക് പറഞ്ഞുതരുന്നു. ചിത്രക്ക് പാട്ടെന്നത് ലാവണ്യശോഭയാർന്ന ഒരു ധ്യാനമാണ്. കര ടില്ലാത്ത തെളിനീർപോലെ സുതാര്യവും സ്ഫടികശോഭവുമായ ശബ്ദം. പാട്ടിൽ വളരെ ഇന്റിമേറ്റായ ഒരു അനുഭവം ഉണ്ടാക്കാൻ കഴിയുന്നുണ്ട് ചിത്രക്ക്. പാട്ടിലുണ്ടാകുന്ന ആനന്ദമുണർത്തുന്ന ആന്തരികജീവിതവുമായി പാട്ടുകാരി ആദ്യമേ ഇഷ്ടത്തിലാകുന്നു. പിന്നീട് കേൾവിക്കാർ ചിത്രയോടൊപ്പം മൂളുന്ന ഒരു പാട്ടുലോകം സജീവമാകുന്നു. ആ നൈരന്തികതയിൽ അനനുകരണീയമായ ഒരു ശബ്ദസൗഖ്യത്തിന്റെ വൈകാരിക മേഖലകൾ സദാ നിർമിക്ക പ്പെടുന്നു.

ചിത്രയുടെ ശബ്ദത്തിന് ക്ലാസിസത്തിന്റെ ഒരന്തരീക്ഷത്തെ നെയ്തെടുക്കാൻ കഴിയുന്നുണ്ട്. ഇത് ചലച്ചിത്ര സംഗീതത്തിൽ എസ്. ജാനകി, പി. സുശീല, വാണിജയറാം എന്നിവർ പാടിവെച്ച ഒരു സർഗാത്മകലോകത്തിന്റെ തുടർച്ചയാകുന്നു. 1980-കളിൽ ചിത്ര ചലച്ചിത്രസംഗീത ലോകത്തേക്ക് വരുന്ന കാലം അതിനു മുമ്പുള്ള ഗായികമാരുടെ പ്രതാപൈശ്വര്യങ്ങളുടെ അസ്തമയകാലം കൂടിയായിരുന്നു. ദേവരാജൻ, ദക്ഷിണാമൂർത്തി, കെ.രാഘവൻ എന്നി വർ സൃഷ്ടിച്ച സംഗീതവസന്തം ഒരു പരിധിവരെ അപ്രത്യക്ഷമാ കുന്ന ഒരു കാലത്താണ് ചിത്രയുടെ രംഗപ്രവേശം. അടുത്ത തല മുറയിലെ സംഗീതജ്ഞരിൽ പ്രധാനികളായവർക്ക് വേണ്ടിയാണ് ചിത്രയുടെ ശബ്ദം ഊർജം പകർന്നത്.

ജെറി അമൽദേവ്, എം.ജി രാധാകൃഷ്ണൻ, ശ്യാം, രവീന്ദ്രൻ, കെ.ജെ ജോയ്, ജോൺസൺ, രഘുകുമാർ, ഔസേപ്പച്ചൻ, രാജാ മണി, വിദ്യാധരൻ.... ഇങ്ങനെയുള്ളവർക്കെല്ലാം വേണ്ടി ചിത്ര നിര വധി ഗാനങ്ങൾ ആലപിച്ചു. ഇവരുടെ ഗാനങ്ങൾ പാടിയപ്പോഴെല്ലാം ചിത്ര തന്റെ ആലാപനത്തെ വിസ്തൃതമാക്കിയത് സിനിമയിലെ നായികമാരുടെ ആത്മഭാവത്തെ ആവുംവിധം ഉൾക്കൊണ്ടുതന്നെ യായിരുന്നു. അതിൽ എസ്.പി വെങ്കിടേഷിന്റെയും ഇളയരാജയു ടെയും ഗാനങ്ങൾ ചിത്രക്ക് കൂടുതൽ അവസരം നൽകി. ഇളയരാ ജക്ക് വേണ്ടി തമിഴിലായിരുന്നുവെന്ന് മാത്രം. വിദ്യാസാഗറും എ.ആർ റഹ്മാനും ചിത്രക്ക് മികച്ച പാട്ടുകൾ നൽകിയിരുന്നു. ദേശീയ തലത്തിലും അന്തർദേശീയ തലത്തിലും അവരുടെ ഗാന ങ്ങൾ ആദരിക്കപ്പെടുന്നത് അതിൽ നിലീനമായ ഉച്ചാരണശുദ്ധി

യിലും സ്വരസഞ്ചാരത്തിന്റെ ഭാവസംക്രമങ്ങളിലുമാണ്

ശബ്ദത്തിലും ആലാപനത്തിലും ചിത്ര പുലർത്തുന്ന മിതത്വവും ഒതുക്കവും അനായാസതയുമറിയാൻ നമ്മുടെ മുമ്പിൽ എത്രയോ ഗാനങ്ങളുണ്ട്. ശാലീനമായഒരു ശബ്ദത്തിന്റെ ഭാവസംഗീതമാണ് ചിത്ര. സമൂഹത്തിലെ ഏറ്റവും ചെറിയ യൂണിറ്റായ കുടുംബത്തിന്റെ സംഗീതഭൂമികയിൽ ചിത്ര അടയാളപ്പെടുന്നത് ഈ ശാലീനതയുടെയും നിഷ്കളങ്കതയുടെയും സ്വത്വതലങ്ങളിലൂടെയാണ്.

എൺപതുകളിൽ നമ്മുടെ കുടുംബഘടനയിൽവന്ന മാറ്റവും ദൃശ്യസംഗീതധാരകളിൽ ഉണ്ടായ വ്യതിയാനവും എല്ലാം ചിത്രയുടെ ആലാപനപരിസരങ്ങളെ ജനപ്രിയമാക്കി. നഷ്ടസ്മൃതികളുടെ ഇഷ്ടസാമ്രാജ്യത്തെയാണ് ചിത്രയുടെ ഗാനങ്ങൾ ഒരർത്ഥത്തിൽ പ്രതിനിധീകരിക്കുന്നത്. എൺപതുകളിലും തൊണ്ണൂറുകളിലും പുറത്തിറങ്ങിയ മലയാളസിനിമകളുടെ ഇതിവൃത്തപരമായ സവിശേഷതകളെ അങ്ങേയറ്റം സ്വാധീനിക്കുവാൻ ചിത്രയുടെ ശബ്ദത്തിന് കഴിയുകയുണ്ടായി. രക്ഷകപുരുഷബിംബങ്ങളുടെ നിഴലായി ത്തീരാൻ വിധിക്കപ്പെട്ട നായികമാർ എന്ന വാർപ്പുസങ്കൽപത്തിന് കൂട്ടുചേർന്നുനിൽക്കാൻ അനുയോജ്യമായ ഒരു ഗായികാശബ്ദമായി ചിത്ര മാറുകയായിരുന്നു. പ്രണയത്തെ സാധൂകരിക്കുന്ന ശബ്ദസൗഭഗമായിരുന്നു അക്കാലത്തെ ഗാനങ്ങൾക്ക് വേണ്ടിയിരുന്നത്. അത് സാക്ഷാത്കരിക്കുന്ന ഗായികയായി മാറാൻ ചിത്രക്ക് കഴിഞ്ഞത്, തന്റെ ശബ്ദത്തെ അത്രമാത്രം സ്നിഗ്ധവും സിനിമാത്മകവുമായി ഉപയോഗിക്കാനായതിനാലാണ്.

ഈണങ്ങൾക്കനുസരിച്ച് വരികൾ തുന്നിച്ചേർക്കുന്ന ഗാനസൃഷ്ടികളിലാണ് ചിത്രക്ക് തന്റേതായ ഇടം സ്ഥാപിച്ചെടുക്കാൻ കഴിഞ്ഞത്. 80-കളിൽ ചലച്ചിത്രഗാനശാഖയിൽ നിർമിക്കപ്പെട്ട ആധുനികതയുടെയും സാങ്കേതികതയുടെയും അഭിരുചികൾ സ്വാധീനിക്കപ്പെട്ടതാവാം ഇതിന് കാരണം. വളരെ ചുരുക്കം പാട്ടുകൾക്ക് മാത്രമേ വരികളെഴുതി ഈണമിടേണ്ടതായി വന്നിട്ടുള്ളൂ. ജോഷി, സാജൻ, തമ്പികണ്ണന്താനം, ഐ.വി ശശി, ഫാസിൽ, പ്രിയദർശൻ, ഹരിഹരൻ, കമൽ എന്നിവരുടെയെല്ലാം സിനിമകളിലാണ് ചിത്രക്ക് കൂടുതൽ അവസരങ്ങൾ ലഭിച്ചത്. പ്രകൃതിയുമായി ചുരുങ്ങിയ രീതിയിലുള്ള ഒരു അടക്കംപറച്ചിൽ ആയിരുന്നു എൺപതുകൾ മുതലിങ്ങോട്ടുള്ള പാട്ടുകളിൽ നാം കേട്ടത്. അതിന് മുമ്പുള്ള പാട്ടുകളിൽ പ്രകൃതിയുടെ നിറഞ്ഞുനിൽക്കുന്ന ഒരു ഭൂമികയെ നാമുൾക്കൊണ്ടു. അതിനുകാരണം ഒരുപക്ഷേ, സാഹിത്യകൃതികളുടെ സിനിമയിലേക്ക്

നേരിട്ടുള്ള അനുവർത്തനമാകാം. ചിത്ര വരുന്ന കാലത്ത് പൂവച്ചൽ, ഷിബു ചക്രവർത്തി, കൈതപ്രം, ബിച്ചു തിരുമല, ചിറ്റൂർ ഗോപി, ഗിരീഷ് പുത്തഞ്ചേരി എന്നിവരുടെയെല്ലാം ഗാനങ്ങൾക്കായിരുന്നു പ്രാധാന്യം. യൂസഫലി കേച്ചേരി, ഒ.എൻ.വി, ഭാസ്കരൻ മാഷ്, ശ്രീകുമാരൻ തമ്പി, രമേശൻ നായർ എന്നിവർക്കൊപ്പമുള്ള അപൂർവം ഗാനങ്ങളിൽ പ്രകൃതിയുമായുള്ള അടുപ്പത്തിന്റെ അനുരണനങ്ങൾ നേരിട്ടനുഭവിക്കാൻ കഴിയും. കൈതപ്രം, ഗിരീഷ് എന്നിവർ അവരുടെ പാട്ടുകളിൽ അതുവരെയുള്ള പ്രദർശനങ്ങളിൽ നിന്ന് വിഭിന്നമായി കുറച്ചുകൂടി സിനിമാത്മകത കൊണ്ടുവരികയായിരുന്നു. കൂടുതലായും ഈണത്തിനനുസരിച്ച് എഴുതുന്ന പാട്ടുകളായിരുന്നു ഇരുവരുടേതും. ആലാപനത്തിൽ ചിത്ര ദീക്ഷിക്കുന്ന സന്തുലനത്തിന്റെ സംഗീതമാണ് ഇത്തരം പാട്ടുകളിലെ സാഹിത്യഭംഗിയെ കുറച്ചെങ്കിലും നമ്മിലേക്കടുപ്പിച്ചത്. ഗാനസമഗ്രതയുടെ ഒരു പാറ്റേൺ ചിത്രയുടെ പാട്ടുകളിൽ എപ്പോഴും നിറഞ്ഞുനിന്നു.

നവംബറിന്റെ നഷ്ടം എന്ന സിനിമയിൽ അരുന്ധതിക്കൊപ്പം പാടിയാണ് ചിത്ര ചലച്ചിത്രഗാനരംഗത്ത് എത്തുന്നത്. 'ഞാൻ ഏകനാണ്' എന്ന സിനിമയിലെ 'രജനീ പറയൂ' എന്ന ഗാനവും യേശുദാസിനൊപ്പം പാടിയ 'പ്രണയവസന്തം' എന്ന ഗാനവും ശ്രദ്ധിക്കപ്പെട്ടതോടെ ചിത്ര പാട്ടുകാരുടെ മുൻനിരയിലേക്ക് കടന്നുവന്നു. ആദ്യ അഞ്ചു സിനിമകളിലും സംഗീത സംവിധാനം എം. ജി. രാധാകൃഷ്ണൻ ആയിരുന്നു. പിന്നീട് 'മാമാട്ടിക്കുട്ടിയമ്മ'യിലെ (ജെറി അമൽദേവ്) തൈമണിക്കുഞ്ഞു തെന്നൽ, ആളൊരുങ്ങി അരങ്ങൊരുങ്ങി എന്നീ പാട്ടുകൾ വന്നതോടെ ചിത്രയിലെ ഗായികയെ ആളുകൾ തിരിച്ചറിഞ്ഞു. രവീന്ദ്രൻ സംഗീതം നിർവഹിച്ച 'കണ്ണോട്കണ്ണായ സ്വപ്നങ്ങൾ' ഹിറ്റായതോടെ ചിത്രക്ക് തിരിഞ്ഞുനോക്കേണ്ടി വന്നിട്ടില്ലായെന്നത് ചരിത്രം.

പ്രകൃതി, കുടുംബം എന്നിവയുടെ സ്മൃതിസുഗന്ധമാണ് ചിത്രയുടെ ഗാനങ്ങളിൽ അധികമായും നമ്മെ ആകർഷിക്കുന്നത്. പലപ്പോഴും ഇത് പൊയ്പോയ സൗഭാഗ്യങ്ങളുടെ ഓർമപ്പെടുത്തലുകൾ കൂടിയാകുന്നു. പാരമ്പര്യത്തിന്റെ തീരത്താണ് പാട്ടുകൾ നിലനിൽക്കുന്നതെന്ന സൗമ്യവും പ്രസാദാത്മകവുമായ ഓർമെപ്പടുത്തലുകൾ. നാട്ടിൻപുറ വിശുദ്ധിയുടെ നിറനിലാവിറ്റിറ്റുവീഴുന്ന എത്രയോ ഗാനങ്ങൾ ചിത്രയുടേതായുണ്ട്. അതിൽ ചിത്രയുടെ ശബ്ദം കൊണ്ടുവരുന്ന ലയചാരുതകൾ ഒന്നു വേറെത്തന്നെയാണ്. 'ചീറപ്പൂവുകൾ', 'വിഷുക്കിളി', 'ഓലച്ചങ്ങാലി', കുന്നത്തെ കൊന്നക്കും', പുൽക്കൊടി

തൻ തുമ്പത്ത്', 'തുമ്പിപ്പെണ്ണേ വാവാ', 'കളഭം തരാം', 'പൊന്നാര്യൻ പാടം'.... ഇങ്ങനെ പോകുന്നു അതിന്റെ നീണ്ട നിര.

ഭക്തിയുടെയും പ്രണയത്തിന്റെയും വൈകാരികതകൾ മുഴുവൻ ആന്ദോളനം ചെയ്യുന്ന എത്രയോ ഗാനങ്ങളും ഇക്കൂട്ടത്തിലുണ്ട്. കേവലഭക്തിയുടെ തലത്തിൽനിന്ന് പ്രണയത്തിന്റെ ആത്മീയതയിലേക്ക് ചിറക് വിടർത്തുകയാണ് ഈ ഗാനവിഹംഗങ്ങൾ. നായികക്ക് നായകനോടുള്ള ഭക്തിയും പ്രണയവും വിഭിന്നമല്ലാതെ നിൽക്കുന്നു. അവിടെയാണ് ചിത്രയുടെ ശബ്ദത്തിന്റെ സാധ്യതകൾ കൂടുതൽ അഭിരാമമാകുന്നത്. 'ബ്രൂഹികൃഷ്ണാ,' കാർമുകിൽ വർണ്ണന്റെ', 'അമ്പലപ്പുഴെ', 'മൗലിയിൽ മയിൽപ്പീലി'...അങ്ങനെ എത്രയോ ഗീതികൾ. 'ശൃംഗാരകൃഷ്ണാ വരൂ' എന്ന പാട്ടിലെ പ്രണയത്തിന്റെ നില മറ്റൊന്നാണല്ലോ. പാട്ടുകളിലെ കൃഷ്ണസങ്കൽപം ചിത്രയുടെ ശബ്ദത്തിൽ പലതായി പൂത്തുലയുന്നു. അവിടെ അമ്പാടിക്കണ്ണനും ഗോപികാരമണനും യാദവകൃഷ്ണനുമെല്ലാം ചിത്രയുടെ ആലാപനത്തിൽ തെളിയുന്നു. അവിടെ വിരഹവും വിധുരതയും വിപ്രലംഭശൃംഗാരവുമെല്ലാം ഒരുപോലെ തരളിതമാകുന്നു.

പാട്ടിലെ സാഹിത്യഭംഗികളെ ആലാപനത്തിന്റെ ഭാവനാവിസ്തൃതിയിൽ പടർത്തിയിടുന്ന കാഴ്ചകൾ ചിത്ര തന്റെ പാട്ടുകളിൽ ഒരുക്കുന്നുണ്ട്. എത്രയോ ഗാനങ്ങളിൽ അത്തരം കാഴ്ചകളെ നമുക്കനുഭവിക്കാനാകും. 'ഇന്ദുപുഷ്പം ചൂടിനിൽക്കും', 'ഇന്ദ്രനീലിമയോലും', 'എന്നുമൊരു പൗർണമിയെ', 'ഒരുനറുപുഷ്പമായ്'.... അങ്ങനെ നിരവധി ഗാനങ്ങൾ. പാട്ടിലെ ദൃശ്യശ്രാവ്യവിതാനങ്ങളെ വാക്കുകളിൽ സൂക്ഷ്മതരമാക്കി നിർത്തി ആലപിക്കാനുള്ള സിദ്ധിയാണിവിടെ പ്രധാനം. ഏത് പാട്ട് പാടിയാലും അതിന്റെ സ്വരൂപത്തെ ഏറെ സമഗ്രവും പൂർണവുമാക്കുന്ന രീതിയാണ് ചിത്ര അവലംബിക്കുന്നത്.

ചിത്രയുടെ വിഷാദഗാനങ്ങൾക്കുമുണ്ട് അഴകേറെ. മന്ദ്രമധുരമായ ഒരാലാപനത്തിൽ വിഷാദത്തിന്റെ കാൽപനിക ഭാവത്തെയാണ് ചിത്ര സാക്ഷാത്കരിക്കുന്നത്. 'സിന്ദൂര സന്ധ്യേ പറയൂ', 'വാർതിങ്കളുദിയ്ക്കാത്ത', 'മറക്കുമോ നീയെന്റെ മൗനഗാനം' എന്നീ മൂന്ന് ഗാനങ്ങൾ വിഷാദത്തിന്റെ വികാരതരംഗിണികളാകുന്നു. വ്യത്യസ്തമായ വിഷാദസംക്രമമാണ് ഈ മൂന്ന് ഗാനങ്ങളിലുമുള്ളത്. ഒരിക്കലും ഒരു പെർഫോർമർ എന്ന വിളിപ്പേരിൽ വിശ്വസിക്കാത്ത ആളായതിനാൽ വേദിയെ പ്രകമ്പനം കൊള്ളിക്കുന്നതിനെക്കാൾ

ചിത്ര ഇഷ്ടപ്പെടുന്നത് ക്ലാസ് ഓഡിയൻസിനെ തൃപ്തിപ്പെടുത്തുന്ന സംഗീതപദ്ധതികളെയാണ്. ശരീരത്തേക്കാൾ ശാരീരത്തിനാണ് പ്രാധാന്യമെന്ന് ആവർത്തിച്ചു പറയുകയായിരുന്നു ഗായിക. എങ്കിലും സിനിമയിലെ താളപ്രധാനമായ ഗാനങ്ങൾ, സംഘഗാനങ്ങൾ, ദ്രുതഗതിയിലുള്ള പാട്ടുകൾ എന്നിവയിലും ചിത്ര തന്റേതായ ആലാപന വൈവിധ്യം പുലർത്തിയിരുന്നു. ഇവിടെയെല്ലാം ചിത്ര പ്രയുക്തമാക്കുന്ന ഡൈനാമിക്സ്, മോഡുലേഷൻസ്, ഉച്ചാരണം എന്നിവക്ക് പ്രാധാന്യമേറുന്നു. പാട്ടുകളിൽ ചിത്രസന്നിവേശിപ്പിക്കുന്ന വൈയക്തികവും വൈകാരികവുമായ ഉത്കർഷയും കലാത്മകമായ ഉൾക്കനവും അവയ്ക്ക് പ്രൗഢമായ ആത്മചൈതന്യം നൽകുകയാണ്.

പാട്ടുകളുടെ അവതരണത്തിൽ സൃഷ്ടിക്കപ്പെടുന്ന സത്താപരവും ദർശനപരവുമായ മാറ്റങ്ങളെ ചിത്ര സമർത്ഥമായി മറികടക്കുന്നത് നമ്മൾ കണ്ടിട്ടുണ്ട്. സാഹിത്യം, നൃത്തകല, രംഗകല, ഫോക് എന്നിങ്ങനെ ഏത് കലയും സംഗീതത്തിൽ നടത്തുന്ന ഇടപെടലുകൾ ചിത്രയുടെ ശബ്ദസാന്നിധ്യത്തിൽ നാം തിരിച്ചറിയുന്നു; പല പാട്ടുകളിലായി. സംഗീതത്തിന്റെ അന്തരംഗങ്ങളിൽ ചേതസ്സാഴ്ത്തിയ ഒരു ഗായികയുടെ നിരന്തരമായ ആത്മഭാവങ്ങളെ ഓരോ കാലഘട്ടത്തിലെ പാട്ടുകളിലും ചിത്ര ഉൾക്കൊള്ളിച്ചിട്ടുണ്ട്. കേരളീയതയുടെയും ക്ലാസിക്കൽ സംഗീതത്തിന്റെയും പ്രോജ്ജ്വലവും അനുസ്യൂതവുമായ സംഗമധാരകളെ മനോജ്ഞമായി സമഞ്ജസിക്കുകയായിരുന്നു ചിത്രയുടെ പാട്ടുകളിൽ.

താരാട്ടുപാട്ടുകളിൽ ചിത്ര അവലംബിക്കുന്ന വാത്സല്യഭരിതമായ ശബ്ദസംഗീതം മറ്റു പാറ്റേണുകളിലെ പാട്ടുകളിൽ നിന്ന് വ്യത്യസ്തവുമാണ്. (ഉണ്ണീ വാവാവോ, താമരക്കണ്ണനുറങ്ങേണം, താലോലം പൈതൽ). താളക്കൊഴുപ്പുള്ള പാട്ടുകളിലും ചിത്ര തന്റെ ശബ്ദത്താൽ ഇന്ദ്രജാലം തീർത്തിട്ടുണ്ട്. അങ്ങനെ പാടുമ്പോഴും അവയിൽ പ്രതിഷ്ഠിക്കേണ്ടുന്ന ലയാത്മകതയുടെ അളവിനെക്കുറിച്ചുള്ള ബോധ്യമാണ് ഈപാട്ടുകളെ ഒട്ടാകെ സൗന്ദര്യാത്മകമാക്കുന്നത്. 'തളയോട് തള്', 'ചൂളമടിച്ചു കറങ്ങിനടക്കും', 'രാമായണക്കാറ്റേ', 'അമ്മൂമ്മക്കിളി', 'മിന്നും മിന്നാമിന്നി', 'മിന്നിത്തെന്നും നക്ഷത്രങ്ങൾ'.. അങ്ങനെ എത്രയോ ചലനവേഗമാർന്ന ഗാനങ്ങൾ.... ശബ്ദവ്യതിയാനത്തിന്റെ അഴകുകൾകൊണ്ട് ക്രമപ്പെടുത്തിയ പാട്ടിന്റെ എടുപ്പുകൾ ചിത്രയുടെ ഗാനപ്രപഞ്ചത്തിൽ കാണാം. 'മാലേയം മാറോടണഞ്ഞു', 'പുഴയോരത്തിൽ', 'ശിവമല്ലിപ്പൂ', 'രാക്കോലം'.... എന്നിങ്ങനെയുള്ള

പാട്ടുകളിൽ ഇത്തരം ശബ്ദകുതൂഹലത്തിന്റെ സാന്ദ്രതകൾ ആവിഷ്കരിക്കപ്പെടുന്നുണ്ട്. ധ്വനിഭംഗിയുള്ള ഗാനങ്ങളിൽ ചിത്രയുടെ ആലാപന സവിശേഷതകൾ അതിന്റെ ഉയരങ്ങളിൽ പ്രതിഷ്ഠിക്കപ്പെടുന്നുണ്ട്. നാല് ദശകങ്ങളിലായി ചിത്രയ്ക്ക് ലഭിച്ച പുരസ്കാരങ്ങൾ തന്നെ ആ ശബ്ദത്തിന്റെ സമൃദ്ധിയെയും നിറവിനെയും സംസ്കൃതിയേയും അടയാളപ്പെടുത്തുന്നുണ്. ഒരേ സ്വരം, പൂമാനമേ (1985), മഞ്ഞൾ പ്രസാദം (1986), ഈണം മറന്നകാറ്റേ, താലോലം പൈതൽ (1987), ഇന്ദുപുഷ്പം (1988), കളരിവിളക്ക്, തങ്കത്തോണി (1989), പാലപ്പൂവേ, കണ്ണിൽ നിൻ മെയ്യിൽ (1990), താരം വാൽക്കണ്ണാടി, സ്വരകന്യകമാർ (1991), മൗന സരോവരം(1992), പൊൻമേഘമേ, രാജഹംസമേ, സംഗീതമേ (1993), പാർവണേന്ദു (1994), ശശികലചാർത്തിയ (1995), പുലർവെയിലും(1999), മൂളിമൂളി (2001), കാർമുകിൽ വർണന്റെ (2002), മയങ്ങിപ്പോയി (2005), നടവാതിൽ തുറന്നില്ല (2016)...

യുഗ്മഗാനങ്ങളിൽ ചിത്രയുടെ സംഭാവനകൾ എപ്പോഴും ശ്രദ്ധേയമായിരുന്നു. ഓരോരുത്തരുടെ കൂടെ പാടുമ്പോഴും ചിത്രയുടെ നാദത്തിന് അതിന്റേതായ സവിശേഷ സൗന്ദര്യമുണ്ടാകുന്നു. യേശുദാസ്, പി.ജയചന്ദ്രൻ, എം.ജി ശ്രീകുമാർ, വേണുഗോപാൽ, എസ്.പി.ബി എന്നിവർക്കൊപ്പമാണ് ചിത്ര കൂടുതൽ പാട്ടുകളും പാടിയിട്ടുള്ളത്. ഇതുപോലെ ഓരോ സംഗീത സംവിധായകന്റെയും ഹൃദയസ്വരങ്ങളെ ചിത്ര തന്റെ ഗാനങ്ങളിൽ അർപ്പണഭാവത്തോടെ പകർത്തുന്നു. ഒരു പ്രാവശ്യം കേട്ടാൽ മാത്രം പാട്ട് ഹൃദിസ്ഥമാക്കുന്ന ചിത്രയെ ബ്ലോട്ടിംഗ് പേപ്പർ എന്നാണ് ശ്രീകുമാരൻ തമ്പി വിശേഷിപ്പിക്കുന്നത്.

സ്വാഭാവികമായ മന്ദ്രാലാപന ശൈലിയിൽ കൊരുത്തിട്ട പാട്ടുകളാണ് ചിത്രയുടെ ഗാനപ്രപഞ്ചത്തെ സാർത്ഥകമാക്കുന്നത്. സെമി ക്ലാസിക്കൽ ഗാനങ്ങളിൽ ചിത്ര പുലർത്തുന്ന സൂക്ഷ്മതയും ശ്രദ്ധയും മനസ്സിലാക്കണമെങ്കിൽ അത്തരം ഗാനങ്ങളിലൂടെ ഒരു യാത്ര നടത്തിയാൽ മതി. 'അറിവിൻ നിലാവേ' എന്ന ഗാനത്തിലെ 'നിന്റെ നൃത്തമണ്ഡപങ്ങൾ നീലാകാശം' എന്ന ഭാഗം, 'പാടീതൊടിയിലേതോ' എന്ന പാട്ടിലെ 'പാടീ' എന്ന വാക്കിന്റെ ആവർത്തനങ്ങളിലെ ഗമസാധ്യതകൾ, 'തിരുനാവാമണലോരത്തെ തിരുവാതിര' എന്ന ഭാഗത്തുള്ള ശ്രുതിശുദ്ധത, 'ബ്രൂഹികൃഷ്ണ' എന്ന പാട്ടിലെ സ്വരസഞ്ചാരക്രമങ്ങൾ, 'കാർമുകിൽ വർണന്റെ' എന്ന പാട്ടിലുള്ള ശബ്ദവിസ്തൃതികൾ, 'വിഷുക്കിളി കണി പൂ കൊണ്ടു വാ' എന്ന

പാട്ടിലെ ഹമ്മിംഗ്, 'നടവാതിൽ തുറന്നില്ല' എന്ന പാട്ടിലെ 'ഗാനാ ലാപമോ' എന്നഭാഗം..... അങ്ങനെ എത്രയോ ശബ്ദലയസഞ്ചാര ങ്ങളുടെ സൗന്ദര്യത്തെ നമുക്ക് അടുത്തറിയാനാകും.

മെലഡികളുടെ നീണ്ട നിര തന്നെയുണ്ട് ചിത്രയുടെ പാട്ടുക ളുടെ കൂട്ടത്തിൽ. അതിലെ നാദാത്മക ലോകത്തിന് കൂട്ടായി രാഗ പ്രയുക്തതകളുടെ അനുപമ ലാവണ്യമുണ്ടെന്ന് ശ്രദ്ധിച്ചാലറിയാം. ഏത് പാട്ടു പാടിയാലും അതിലെ രാഗസ്വരൂപത്തിനെ അറിഞ്ഞും ആദരിച്ചുമാണ് ചിത്രയുടെ ഗാനലോകം മുന്നേറുന്നത്. ജോഗ് രാഗത്തിൽ ചിട്ടപ്പെടുത്തിയ 'വാർമുകിലേ', 'പൊൻമേഘമേ', 'ഒരു കിളിപാട്ടുമൂളവേ' എന്നീ പാട്ടുകളിലെ ചിത്രയുടെ ആലാപനവൈ വിധ്യങ്ങൾ നിരീക്ഷിച്ചാൽ മേൽപ്പറഞ്ഞത് ബോധ്യമാകും. 'പുലർ കാല സുന്ദര' (മലയമാരുതം), 'വാർമഴവില്ലേ' (കാംബോജി), 'കള ഭംതരാം' (പുഷ്പലതിക), 'കുന്നത്തെ കൊന്നയ്ക്കും' (ആഭേരി), 'ചീരപ്പൂവുകൾ' (യമുനാ കല്യാണി), 'താരംവാൽക്കണ്ണാടി നോക്കി' (ഹിന്ദോളം), 'പൂത്താലം വലംകയ്യിലേന്തി' (കല്യാണി), 'അരളിയും കദളിയും' (കല്യാണി).... ഇങ്ങനെ പാട്ടിൽ കർണാടക സംഗീതത്തെ പുനർനിർവചിച്ചും പുനർവിഭാവനം ചെയ്യുവാനുമുള്ള ശ്രമങ്ങളാ യിരുന്നു അവയെല്ലാം. ചിത്രയുടെ ആലാപനത്തിന് ക്ലാസിക് സം സ്കൃതിയുണ്ട്. ഒരു ഗായികാ ശബ്ദസ്വരൂപത്തിലെ 'സൊപ്രാനോ' (soprano), 'മെസ്സോ സൊപ്രാനോ' (mezzo sopr-ano), 'ആൾട്ടോ' (alto) എന്നീ റേഞ്ചുകളിൽ ഭദ്രമായിരുന്നു ചിത്രയുടെ ആലാപന ഭംഗികൾ.

ആറു തവണ ദേശീയ പുരസ്കാരം നേടിയ ഗായികയാണ് ചിത്ര. ഡോ. ഓമനക്കുട്ടിയമ്മയുടെ ശിഷ്യരിൽ മുൻസ്ഥാനത്തു നിൽക്കുന്ന ചിത്ര ശാസ്ത്രീയസംഗീത രംഗത്തും തന്റേതായ സംഭാവനകൾ അടയാളപ്പെടുത്തിയിട്ടുണ്ട്. പ്രണയത്തിന്റെ വ്യത്യസ്ത ഭാവങ്ങളുള്ള പാട്ടുകൾക്ക് ചിത്രയുടെ ശബ്ദത്തിലുണ്ടാകുന്ന മികവുകൾ വലു തായിരുന്നു. ആനന്ദപൂർണമായ പ്രണയത്തിന്റെ എല്ലാ തലങ്ങ ളെയും തൊടുന്ന സ്വരശുദ്ധി ആ പാട്ടുകൾക്കുണ്ടായിരുന്നു. പ്രണ യത്തെ ഉദാത്തവത്കരിക്കുന്ന കാൽപനികഭംഗികൾ പാട്ടിൽ സൂക്ഷി ക്കുകയായിരുന്നു ചിത്ര. ആർദ്രം, വിരഹാതുരം, ശാന്തവും തരളി തവുമായ ഭാവം എന്നിങ്ങനെ പ്രണയത്തിന്റെ വൈവിധ്യങ്ങൾ ചിത്ര യുടെ പാട്ടുകളിൽ നിറയെ അനുഭവിക്കാനാകും. ആലാപനത്തെ തന്റെ സംഗീതാഭിമുഖ്യത്തിന്റെയും സിദ്ധിയുടെയും വ്യാഖ്യാനഭേ ദങ്ങൾ എന്ന നിലയിലാണ് ചിത്ര കാണുന്നത്. 'നീലക്കുറിഞ്ഞികൾ',

'പൂവേണോ പൂവേണോ', 'പൂമാനമേ', 'ചെമ്പരത്തിപ്പൂവേ', 'വൈശാഖ സന്ധ്യേ', 'ഒളിച്ചിരിയ്ക്കാം', 'കാനനച്ഛായകൾ നീളെ', 'രാജഹംസമേ', 'കണ്ണാടിക്കയ്യിൽ', 'കാട്ടിലെ മൈനയെ', 'നീ വിൺ പൂ പോൽ'... അങ്ങനെ പ്രണയവിസ്തൃതിയുടെ ഗാനലോകമുണരുകയാണ്. നമ്മുടെ കേൾവിശീലങ്ങളുടെ സൗന്ദര്യധാരണകളെ സാർത്ഥകമായി പൊലിപ്പിച്ചെടുക്കുന്ന സംഗീതാവിഷ്കാരമായി മാറുന്നുണ്ട് ചിത്രയുടെ പാട്ടുകൾ.

സംഗീതത്തിന്റെയും അവതരണത്തിന്റെയും ഘടനയെക്കുറിച്ചുള്ള അവബോധം അതിന്റെ പാരമ്പരാഗതവും ചരിത്രപരവുമായ ആലോചനകളായി ചിത്രയിൽ എക്കാലവും തുടരുന്നുണ്ട്. അതുകൊണ്ടുതന്നെ ആധുനിക സംഗീതസംസ്കൃതിയുടെ പ്രയാണപഥങ്ങളിൽ ചിത്രയുടെ ഗാനങ്ങൾ സുരക്ഷിതമായിരിക്കും.

○○

15
വിസ്മൃതിയിലാണ്ട പിന്നണിഗായികമാർ: ഒരു സാംസ്കാരികാന്വേഷണം

മെൽബി ജേക്കബ്

സമാനമായ പ്രതിഭയോടുകൂടി ഷേക്സ്പിയറിന് ഒരു സഹോദരി ഉണ്ടായിരുന്നെങ്കിൽ എന്ത് സംഭവിക്കുമായിരുന്നു എന്ന ചോദ്യം ലോകത്തിന് മുന്നിൽ വച്ചത് വെർജീനിയ വുൾഫ് ആണ്. ജൂഡിത്ത് എന്ന പേര് നൽകി വുൾഫ് സൃഷ്ടിച്ച കഥാപാത്രം അമ്മ പകർന്ന് നൽകിയ അക്ഷരാഭ്യാസം മാത്രം സിദ്ധിച്ചവളായിരുന്നു. അതിൽ മാത്രം തൃപ്തയാകാതെ സഹോദരന്റെ പുസ്തകങ്ങൾ വായിക്കാൻ ശ്രമിച്ച അവളെ തുന്നൽ, ചിത്രകല, പാചകം തുടങ്ങിയ പരമ്പരാഗത വഴികളിലേയ്ക്ക് ബന്ധുക്കൾ തിരിച്ചുവിട്ടു. ഉള്ളിൽ ആർത്തുവരുന്ന വാക്കുകളെ സാഹിത്യസൃഷ്ടികളാക്കി ആരും കാണാതെ താളുകളിൽ പകർത്തി അവൾ തൃപ്തയായി.

കൗമാരത്തിന്റെ ആരംഭത്തിൽത്തന്നെ വിവാഹിതയായി എങ്കിലും എന്റെ പ്രതിഭയുടെ തിരയിളക്കത്തെ തടയാനാവാതെ ഏതാനും വസ്ത്രങ്ങൾ മാത്രമെടുത്ത് അവൾ വീട് വിട്ടിറങ്ങുന്നു. തന്റെ സർഗാത്മകതയ്ക്ക് അവസരം നൽകാനാവശ്യപ്പെട്ട് നാടകശാലകൾക്ക് മുന്നിലെത്തിയ ജൂഡിത്തിനെ പുരുഷാധിപത്യം കൂവിയാർത്ത് മടക്കി അയച്ചു. ഉള്ളിൽ അലയടിക്കുന്ന പ്രതിഭയുമായി തെരുവിലലഞ്ഞ് ഒടുവിൽ സ്മരണകളൊന്നും അവശേഷിപ്പിക്കാതെ അവൾ മരണത്തെ പുൽകുന്നതായി വുൾഫ് പറയുന്നു. പ്രതിഭയുള്ള, സർഗാത്മകസൃഷ്ടി നടത്താനാഗ്രഹിക്കുന്ന സ്ത്രീകൾ എക്കാലത്തും നേരിടുന്ന പ്രതിസന്ധികൾ വ്യക്തമാക്കുകയാണ് ജൂഡിത്തിന്റെ സൃഷ്ടിയിലൂടെ വുൾഫ്.

'കുടുംബത്തിന്റെ വിളക്ക്' എന്ന ആലങ്കാരിക പ്രയോഗത്തിലൂടെ പുരുഷാധിപത്യസമൂഹം സ്ത്രീയെ അവതരിപ്പിക്കുമ്പോൾ അവളുടെ അടിസ്ഥാന അവകാശങ്ങൾ പോലും മറയ്ക്കപ്പെടുകയും മറക്കപ്പെടുകയുമാണ് എന്ന സത്യം കാണാതെ പോവരുത്. ദിവസത്തിന്റെ മുഴുവൻ സമയവും പുരുഷന് സ്വന്തമാകുമ്പോൾ സ്ത്രീ തന്റെ പകലും രാത്രിയും കുടുംബത്തിനും പുരുഷനുമായി നീക്കി വയ്ക്കുന്നു. ഭൂരിഭാഗം മലയാളി സ്ത്രീകളുടെയും സമയക്രമം നിശ്ചയിക്കുന്നത് അടുക്കളയും അവിടെ വെന്ത് പാകമാകുന്ന വിഭവങ്ങളുമാണ്. രാവിലെ ഭക്ഷണമൊരുക്കി വീട് ക്രമപ്പെടുത്തി തൊഴിലിടങ്ങളിൽ എത്തി അധ്വാനിച്ച് തിരിച്ചെത്തുമ്പോൾ അവളെ കാത്തിരിക്കുന്നത് കുടുംബത്തിലെ ബാക്കി ജോലികളാണ്. 'ഗൃഹനായിക' പദവി കൂടി സമൂഹം കല്പിച്ച് നൽകിയിരിക്കുന്നതിനാൽ വീട്ടിലെ എല്ലാക്കാര്യങ്ങളുടെയും മേൽനോട്ടവും ചുമതലയും അവൾക്ക് ഏറ്റെടുക്കേണ്ടിവരുന്നു.

ഇത്തരം ആണധികാര വ്യവസ്ഥ നിയന്ത്രിക്കുന്ന സാമൂഹിക വ്യവസ്ഥിതിക്കുള്ളിൽ പ്രതിഭാശാലികളായ സ്ത്രീകൾ ഞെരുക്കപ്പെടുന്നതും സർഗാത്മക പ്രക്രിയയിൽ നിന്ന് പിന്മാറുന്നതും അതിശയിപ്പിക്കുന്ന കാര്യമല്ല. പല എഴുത്തുകാരികളും കുഞ്ഞ് ഉറങ്ങിക്കഴിഞ്ഞ്, വീട്ടിലെ പണിതീർത്തശേഷം മാത്രം കിട്ടുന്ന പരിമിതമായ സമയത്ത് സാഹിത്യസൃഷ്ടി നടത്തിയതിനെക്കുറിച്ച് പറഞ്ഞിട്ടുണ്ട്. തങ്ങളുടെ സൃഷ്ടികൾക്ക് നേരെ നടക്കുന്ന നിശിതമായ വിമർശനവും കുടുംബത്തിനകത്തു നിന്നും പുറത്തു നിന്നും ഏൽക്കേണ്ടിവരുന്ന കുറ്റപ്പെടുത്തലുമെല്ലാം സ്ത്രീകളെ സർഗ്ഗാത്മകപ്രവർത്തനങ്ങളിൽ നിന്ന് ചിലപ്പോഴൊക്കെ പിന്നോട്ട് വലിച്ചിട്ടുണ്ട്. സാഹിത്യചരിത്രം പരിശോധിച്ചാൽ നിരവധി ഉദാഹരണങ്ങൾ കണ്ടെത്താം. ഒരു ശ്ലോകം എഴുതി അഭിപ്രായം ആരാഞ്ഞ സ്ത്രീയെ അമ്പാടി കുഞ്ഞിക്കൃഷ്ണ പൊതുവാൾ എന്ന കവി ആക്ഷേപിച്ച കഥ പ്രസിദ്ധമാണ്.

'തരുണീമണി മേലിലിത്തരം കൊ
ള്ളരുതാതുള്ളവ തീർത്തുകൊണ്ടിരുന്നാൽ
മുറിമുണ്ടുകളല്ല നല്ല വേലി
ത്തറികൊണ്ടൊന്നു തരും തരം വരുമ്പോൾ'

എന്നാണ് കവി ആ സ്ത്രീയെ പരിഹസിച്ചത്. കെ. സരസ്വതിയമ്മയ്ക്ക് നീണ്ട ഇരുപത് വർഷക്കാലം നിശബ്ദയായിരിക്കേണ്ടി വന്നത് ഓർക്കേണ്ടതാണ്.

സർഗാത്മകപ്രവർത്തനങ്ങളിലേർപ്പെടുന്ന സ്ത്രീകളുടെ സംഘർഷങ്ങൾ എഴുത്തുകാർ അതിന്റെ തീവ്രതയോടെ അവതരിപ്പിച്ചിട്ടുണ്ട്. സാറാജോസഫിന്റെ 'ഓരോ എഴുത്തുകാരിയുടെ ഉള്ളിലും' കെ.കെ. ഷാഹിനയുടെ 'ചിത്രകാരി' എന്നീ കഥകൾ ചില ഉദാഹരണങ്ങൾ മാത്രമാണ്. സാഹിത്യരംഗത്തെ മാറ്റിനിർത്തി മറ്റ് കലാരൂപങ്ങൾ പരിശോധിച്ചാലും അവസ്ഥയ്ക്ക് മാറ്റമുണ്ടാവുന്നില്ല. ചിത്രകല, സംഗീതം തുടങ്ങിയ രംഗങ്ങളായാലും അത് കുടുംബത്തിന് വേണ്ടിയുള്ളതാവണം എന്ന നിലപാടാണ് ആണധികാരം നിയന്ത്രിക്കുന്ന സമൂഹത്തിൻറേത്.

സമാനമായ സാഹചര്യം തന്നെയാണ് ചലച്ചിത്രരംഗത്തും നിലനിൽക്കുന്നത്. ചലച്ചിത്രത്തിന്റെ പല മേഖലകളിലും സ്ത്രീസാന്നിദ്ധ്യം ഇല്ല എന്നു തന്നെ പറയാം. അഭിനയമേഖലയിലും പിന്നണിഗാനരംഗത്തുമാണ് സ്ത്രീകൾ സജീവമായി പ്രവർത്തിക്കുന്നത്. മലയാളത്തിന് മധുരതരമായ, കാലം മറക്കാത്ത ചില ഗാനങ്ങളെക്കുറിച്ച് അന്വേഷിച്ചപ്പോഴാണ് ഏതാനും ഗാനം പാടി പിന്നണിഗാനരംഗത്ത് നിന്ന് പൊടുന്നനെ അപ്രത്യക്ഷരായ ഗായികമാരെ തിരിച്ചറിഞ്ഞത്.

മലയാളസിനിമയുടെ ശൈശവകാലത്ത് മലയാളിയുടെ കാതുകളിലേയ്ക്ക് ഒഴുകിയെത്തിയ മധുരഗാനങ്ങൾക്ക്, മലയാളിയുടെ കാല്പനിക സങ്കല്പങ്ങൾക്ക് നിറം പകർന്ന ആ മനോഹരശബ്ദങ്ങൾ പിന്നീട് എവിടെപ്പോയി എന്ന അന്വേഷണത്തിനിടയ്ക്ക് നിരവധി ഗായികമാരെക്കുറിച്ച് അറിയാൻ സാധിച്ചു. അതിൽ മലയാളി ഒരിക്കലും മറക്കാത്ത ഗാനങ്ങൾ പാടിയ ചില ഗായികമാരെയാണ് ഇവിടെ പരിചയപ്പെടുത്തുന്നത്. അപൂർവ്വ സുന്ദരമായ ശബ്ദത്തിലൂടെ അനിർവചനീയമായ ഭാവപ്രപഞ്ചം സൃഷ്ടിച്ച ഗായികമാരെ തിരിച്ചറിയാതെ പാട്ടുകൾ ആസ്വദിക്കുന്നവരാണ് നമ്മൾ. ഒരു കാലഘട്ടത്തിലെ സൂപ്പർഹിറ്റ് ഗാനങ്ങളുടെ പിന്നിലെ ശബ്ദത്തെ തിരിച്ചറിയുക എന്നത് കാലത്തോട് നാം ചെയ്യുന്ന നീതിയാണ്.

ഏതാനും ഗാനങ്ങൾ പാടിയ ശേഷം പിൻവാങ്ങിയവരും സജീവമായി നിന്നശേഷം വിശ്രമജീവിതം നയിക്കുന്നവരുമായ ഗായികമാരെക്കുറിച്ച് അന്വേഷിച്ചപ്പോൾ മൂന്ന് വിഭാഗത്തിൽപ്പെട്ടവരെ കണ്ടെത്താനായി.

1. കുടുംബത്തിന് വേണ്ടി ചലച്ചിത്രഗാനരംഗത്ത് നിന്ന് പിൻവാങ്ങിയവർ.
2. പിന്നണി ഗാനം മാത്രം ഉപേക്ഷിച്ച് കുടുംബത്തിന്റെ സമയ

ക്രമം അനുസരിച്ച് ശുദ്ധസംഗീതത്തെ കൂടെ കൂട്ടിയവർ

3. സംഗീതത്തിന് വേണ്ടി കുടുംബം സ്ഥാപിക്കാത്തവർ

ആദ്യവിഭാഗത്തിൽപ്പെട്ട ഗായികമാർക്ക് ഉദാഹരണമാണ് രേണുകാദേവി, ശാന്താ പി.നായർ, ആലപ്പുഴ പുഷ്പം, കോഴിക്കോട് പുഷ്പ, ജാനമ്മ ഡേവിഡ്, ഗായത്രി ശ്രീകൃഷ്ണൻ തുടങ്ങിയവർ.

രണ്ടാം വിഭാഗത്തിൽപ്പെട്ടവരാണ് ലളിതാതമ്പി, വിമല ബി. വർമ്മ, സരോജിനി മേനോൻ മുതലായവർ. മൂന്നാം വിഭാഗത്തിലാണ് എ.പി. കോമള ഉൾപ്പെടുന്നത്.

രേണുകദേവി

'കണികാണും നേരം കമലനേത്രന്റെ നിറമേറും മഞ്ഞ തുകിൽ ചാർത്തി' എന്ന ഭക്തിഗാനം മൂളാത്ത മലായാളികളില്ല. എന്നാൽ ഈ ഗാനത്തിന് പിന്നിലെ പ്രതിഭകളിൽ ഒരാളെ ആരും തിരിച്ചറിയുകയോ ആഘോഷിക്കുകയോ ചെയ്തില്ല. പാടിയ പാട്ടുകളെല്ലാം ഹിറ്റാക്കിയ ആ ഗായിക രേണുകദേവിയാണ്. 'ദി ഹിന്ദു'വിൽ ഇലക്ട്രോണിക് എഞ്ചിനീയറായ ഭർത്താവിന്റെ സ്ഥലം മാറ്റം മൂലം കുടുംബത്തിന്റെ ഉത്തരവാദിത്തം മുഴുവൻ രേണുകയിൽ എത്തി. മകൾ ജനിച്ചതോടെ പിന്നണിഗാനരംഗത്ത് നിന്ന് പതിയെ അവർ പിൻവാങ്ങി. നൂറോളം നാടകങ്ങളിൽ പാടിയിട്ടുള്ള, മൂവായിരം സ്റ്റേജ് ഷോകൾ ചെയ്തിട്ടുള്ള അവർ കുടുംബത്തിനും കുട്ടികൾക്കുമായി കരിയറിൽ തിളങ്ങി നിന്ന കാലത്ത് തന്നെ രംഗം വിട്ടു. താൻ കൈവിട്ട പിന്നണി ഗാനരംഗത്തേയ്ക്ക് മകളെ കൈപിടിച്ച് കയറ്റി അവർ സംതൃപ്തി നേടി. തെന്നിന്ത്യയിലെ പ്രശസ്ത പിന്നണി ഗായികയായ അനുരാധ ശ്രീരാമിന്റെ അമ്മയാണ് രേണുക ദേവി.

1958-ൽ 'ലില്ലി' എന്ന ചിത്രത്തിലൂടെയാണ് രേണുക ചലച്ചിത്ര ഗാനരംഗത്ത് എത്തിയത്. പിന്നീട്, തെലുങ്കിലും തമിഴിലും കന്നഡയിലും പാടിത്തുടങ്ങി. ദേവരാജൻ, ബാബുരാജ്, ദക്ഷിണാമൂർത്തി, കെ. രാഘവൻ, ചിദംബരനാഥ്, എം.എസ്. വിശ്വനാഥൻ തുടങ്ങി അക്കാലത്തെ പ്രധാന സംഗീത സംവിധായകരുടെ കൂടെ പാടി. 1958 മുതൽ 1970 വരെ കാലയളവിലാണ് രേണുക സജീവമായി പിന്നണി ഗാനരംഗത്ത് നിന്നത്.

ആലപിച്ച പ്രധാനഗാനങ്ങൾ: കൽക്കണ്ടമാവിൻ ചുവട്ടിൽ (ലില്ലി, 1958) പഞ്ചാരപ്പാലുമിഠായി (ഭാര്യ 1962), ആരേ കാണാൻ അലയുന്നു കണ്ണുകൾ (കണ്ണും കരളും, 1962), ഇളംകാവിൽ ഭഗവതി

എഴുന്നള്ളുന്നു, കമനീയ കേരളമേ (വിയർപ്പിന്റെ വില, 1962) കഴുത്തിൽ ചിപ്പിയും (കാട്ടുമൈന, 1963) നീരാടാം സഖി, നീലമലർപ്പൊയ്കയിൽ (സ്നാപകയോഹന്നാൻ, 1963), കാട്ടിലെ കുയിലിൽ കൂട്ടിൽ (മണവാട്ടി, 1964), കണികാണും നേരം (ഓമനക്കുട്ടൻ, 1964), അമ്മേ അമ്മേ നമ്മുടെ അമ്പിളിയമ്മാവൻ എപ്പോവരും(ഓടയിൽ നിന്ന്, 1965) കിഴക്ക് കിഴക്ക് കിഴക്കൻ കാട്ടില് (ദാഹം, 1965), ഇത് ബാപ്പ, ഞാനുമ്മ (കുപ്പിവള, 1965), അമ്മയ്ക്ക് ഞാനൊരു കിലുക്കാംപ്പെട്ടി (അർച്ചന, 1966)

ആലപ്പുഴ പുഷ്പം

സെബാസ്റ്റ്യൻ കുഞ്ഞ്കുഞ്ഞ് ഭാഗവതരുടെ മകളായ പുഷ്പം 'ജീവിതനൗക' എന്ന ചിത്രത്തിലൂടെയാണ് പിന്നണിഗാനരംഗത്ത് എത്തുന്നത്. ഗായികയെ അന്വേഷിച്ചിരുന്ന സംഗീത സംവിധായകൻ ദക്ഷിണാമൂർത്തി പുഷ്പയെക്കൊണ്ട് 'ആനത്തലയോളം വെണ്ണ തരാമെടാ' എന്ന ഗാനം ആലപിപ്പിച്ചു. ജീവിതനൗക വിജയമായതിനെത്തുടർന്ന് വിവിധഭാഷകളിലേയ്ക്ക് റീമേക്ക് ചെയ്യപ്പെട്ടു. തമിഴ് റീമേക്കിലും പുഷ്പ തന്നെയാണ് പാടിയത്. തുടർന്ന് 'നവലോകം' എന്ന സിനിമയിലും പുഷ്പ പാടി. സ്ത്രീകൾ പിന്നണിഗാനരംഗത്ത് കുറവായിരുന്നതിനാലും വിവാഹശേഷം കുടുംബത്തിന്റെ ഉത്തരവാദിത്തങ്ങൾ ഏറ്റെടുത്തതിനാലും അവർ സംഗീതലോകത്തു നിന്ന് വിട്ടുനിന്നു. ആലപിച്ച പ്രധാനഗാനങ്ങൾ ആനത്തലയോളം വെണ്ണതരാമെടാ, കരുതിടാതെ (ജീവതനൗക 1957), കറുത്തപെണ്ണേ (നവലോകം1951).

ഗായത്രി ശ്രീകൃഷ്ണൻ

1956-ൽ പുറത്തിറങ്ങിയ 'രാരിച്ചൽ എന്ന പൗരൻ' എന്ന സിനിമയിലൂടെയാണ് ഗായത്രി ചലച്ചിത്രഗാനരംഗത്ത് എത്തുന്നത്. പി. ഭാസ്കരൻ രചിച്ച് കെ. രാഘവൻ ഈണമിട്ട രണ്ട് ഗാനങ്ങളാണ് അവർ പാടിയത്. 'നാഴിയൂരിപാലുകൊണ്ട് നാടാകെ കല്യാണം' എന്ന ഗാനമാണ് ജനശ്രദ്ധ പിടിച്ചു പറ്റിയത്. ശാന്താ പി. നായരുമായി ചേർന്നാണ് ഈ ഗാനം പാടിയത്. ഈ സിനിമയിലെത്തന്നെ 'തെക്കുന്നു നമ്മളൊരു' എന്നതാണ് ശ്രദ്ധേയമായ മറ്റൊരു ഗാനം. തുടർന്ന്, ആകാശവാണിയിൽ ജോലിയിൽ പ്രവേശിച്ചു. ജോലി, കുടുംബം എന്നിവയുടെ തിരക്കിൽ പിന്നണിഗാന രംഗത്ത് നിന്ന് പിൻവാങ്ങി.

ജാനമ്മ ഡേവിഡ്

1950-ൽ പുറത്തിറങ്ങിയ 'നല്ല തങ്ക' എന്ന സിനിമയിലെ 'ആനന്ദമാണാകെ' എന്ന ഗാനം പാടിക്കൊണ്ടാണ് ജാനമ്മ പിന്നണിഗാനരംഗത്ത് എത്തുന്നത്. 1954-ൽ പുറത്തിറങ്ങിയ 'നീലക്കുയിൽ' എന്ന സിനിമയിലെ 'എല്ലാവരും ചൊല്ലണു....', 'കുയിലിനെത്തേടി' എന്നീ ഗാനങ്ങളാണ് ജാനമ്മയെ പ്രശസ്തയാക്കിയത്. അതോടെ മലയാളികളുടെ നീലക്കുയിലായി മാറി അവർ. ഭാസ്കരൻ മാഷും രാഘവൻ മാഷും ജാനമ്മയുടെ സഹപ്രവർത്തകരായിരുന്നു. അവരുടെ താല്പര്യമാണ് ജാനമ്മയെ പിന്നണിഗാനരംഗത്ത് എത്തിച്ചത്. ആകാശവാണിയിലെ ജോലിയും കുടുംബജീവിതത്തിന്റെ ഉത്തരവാദിത്തങ്ങളും അവരെ പിന്നണി ഗാനരംഗത്ത് നിന്ന് പിന്നോട്ടു വലിച്ചു. 1994-ൽ മലയാള ചലച്ചിത്രസംഗീതത്തിന്റെ അമ്പതാം വാർഷികം ആഘോഷിച്ചപ്പോഴാണ് മലയാളികളുടെ മനസ്സിലേയ്ക്ക് വീണ്ടും നീലക്കുയിലിന്റെ മനോഹരശബ്ദം മുഴങ്ങിയത്.

ആലപിച്ച പ്രധാനഗാനങ്ങൾ: ആനന്ദമാണാകെ (നല്ലതങ്ക, 1950), താരമാറും ആറും (അൽഫോൻസ, 1952), അരുതേ പൈങ്കിളിയേ (അമ്മ, 1952), കൊച്ചമ്മയാകിലും (ആത്മശാന്തി, 1952), എല്ലാവരും ചൊല്ലണ്, കുയിലിനെത്തേടി (നീലക്കുയിൽ, 1954), പിച്ചതെണ്ടിപ്പോണവരാണേ (ജയിൽപ്പുള്ളി, 1957), നാണമെന്ത് കണ്മണി (മിന്നുന്നതെല്ലാം പൊന്നല്ല, 1957)

ശാന്ത പി. നായർ

1953-ൽ ആണ് ശാന്താ പി. നായർക്ക് പിന്നണി ഗാനരംഗത്തേയ്ക്ക് ക്ഷണം ലഭിക്കുന്നത്. 'നവലോകം' എന്ന സിനിമയിലെ ആ അവസരം അവർ വേണ്ട എന്ന് വച്ചു. മകൾ ജനിച്ചിട്ട് അധികം നാളായില്ല എന്നതായിരുന്നു കാരണം. അധികം വൈകാതെ 'തിരമാല' എന്ന ചിത്രത്തിലെ 'ഹേ കളിയോടമേ' എന്ന ഗാനം പാടി. തുടർന്ന് പാടിയ 'ഉണരുണരൂ ഉണ്ണിക്കണ്ണാ' എന്ന ഗാനമാണ് ശാന്തയെ പ്രശസ്തിയിലെത്തിച്ചത്. 1953 മുതൽ തുടങ്ങിയ സംഗീതയാത്ര 1967-ൽ 'രമണൻ' എന്ന ചിത്രത്തിലെ 'ഏകാന്തകാമുകാ നിന്റെ മനോരഥം' എന്ന വരികൾ പാടിക്കൊണ്ട് അവസാനിപ്പിച്ചു. തന്റെ കുടുംബത്തിനും മക്കൾക്കുമായി അവർ പിന്നണിഗാനരംഗത്ത് നിന്ന് പിന്മാറി. ആകാശവാണിയിലെ ജോലിയിൽ തുടർന്നു.

ആലപിച്ച പ്രധാനഗാനങ്ങൾ: ഹേ കളിയോടമേ (തിരമാല, 1953),

പാരാകവേ രാഗപ്പീലിയാകവേ (ബാല്യസഖി, 1954), ഉണരുണരൂ ഉണ്ണിക്കണ്ണാ (നീലക്കുയിൽ, 1954), ഓമനത്തിങ്കൾ കിടാവേ (ന്യൂസ് പേപ്പർ ബോയ്, 1955), എന്തിന് പൊൻകനി (കൂടെപ്പിറപ്പ്, 1956), നാഴിയുരിപാലുകൊണ്ട് (രാരിച്ചൻ എന്ന പൗരൻ, 1956), സംഗീതമീ ജീവിതം (ജയിൽപ്പുള്ളി, 1957), വെള്ളാമ്പൽ പൂത്തു (പാടാത്ത പൈങ്കിളി, 1957), കന്യാമറിയമേ തായേ (ലില്ലി, 1958), താമരക്കണ്ണനല്ലോ ഗോപാലൻ (കൃഷ്ണകുചേല, 1961), പുത്തൻവലക്കാരേ (ചെമ്മീൻ, 1966), ഏകാന്തകാമുകാ (രമണൻ, 1967)

വിമല ബി. വർമ്മ

മലയാള സിനിമയുടെ ആദ്യപിന്നണിഗായികയാണ് വിമല ബി. വർമ്മ. പി.വി. കൃഷ്ണകുമാർ സംവിധാനം ചെയ്ത് 1948-ൽ പുറത്തിറങ്ങിയ നിർമ്മല എന്ന ചിത്രത്തിലാണ് വിമല എന്ന ആറാം ക്ലാസ്കാരി പാടുന്നത്. ആ ചിത്രത്തിൽ അഭിനയിക്കാനുള്ള അവസരവും അവർക്ക് ലഭിച്ചു. സംഗീതാധ്യാപിക ആയിരുന്ന സരോജിനി വി മേനോനാണ് വിമലയെ പിന്നണി ഗാനരംഗത്ത് എത്തിക്കുന്നത്. സരോജിനി മേനോൻ ചിട്ടപ്പെടുത്തിയ 'കരുണാകരപീതാംബര' എന്ന ഗാനമാണ് അവൻ ആലപിച്ചത്. അതേ ചിത്രത്തിലെ 'എട്ടൻ വരുന്ന ദിനമേ' എന്ന ഗാനം പാടി അഭിനയിച്ചതും വിമല തന്നെ ആയിരുന്നു.

'നിർമ്മല' റിലീസ് ആയതോടെ വിമലയും പ്രശസ്തയായി. ഉദയായുടെ 'വെള്ളിനക്ഷത്രം' എന്ന ചിത്രത്തിൽ അവസരം ലഭിച്ചു. എങ്കിലും കരാർ വ്യവസ്ഥകൾ പിതാവിന് ഇഷ്ടപ്പെടാത്തതിനാൽ അവസരം വേണ്ടെന്ന് വച്ചു. മലബാർ പ്രൊഡക്ഷൻസിന്റെ ചിത്രത്തിലും അവസരം ലഭിച്ചു എങ്കിലും പിതാവ് അതും നിരസിച്ചു. അങ്ങനെ അവർ തന്റെ സിനിമാജീവിതത്തിന് വിരാമമിട്ടു. ഗുരു സരോജിനിമേനോനിൽനിന്ന് കർണ്ണാടകസംഗീതം അഭ്യസിച്ചു.

1956-ൽ കോഴിക്കോട് ആകാശവാണിയിൽ പാടിത്തുടങ്ങി. അവർ 1962-ൽ അവിടെ സ്ഥിരമായി നിയമിതയായി. സഹോദരി ഗിരിജയോടൊത്ത് നിരവധി വേദികളിൽ കച്ചേരികൾ അവതരിപ്പിച്ചു. ആലപിച്ച പ്രധാനഗാനങ്ങൾ കരുണാകര പീതാംബര, ഏട്ടൻ വരുന്ന ദിനമേ, വാഴുക സുരുചിരം (നിർമ്മല, 1948).

ലളിതാതമ്പി

സംഗീതജ്ഞാനിയായ അച്ഛൻ തലക്കുളത്ത് പരമേശ്വരൻ തമ്പി

യാണ് ലളിതയുടെ ആദ്യഗുരു. അച്ഛന്റെ പ്രോത്സാഹനത്തിലാണ് ലളിത സംഗീതരംഗത്ത് എത്തുന്നത്. 1946-ൽ മ്യൂസിക് അക്കാഡമിയിൽ നിന്ന് ഗാനഭൂഷണം പാസായി. ആകാശവാണിയിലെ സ്ഥിരം പാട്ടുകാരിയായിരുന്ന അവർക്ക് ചലച്ചിത്ര പിന്നണിഗാനരംഗത്തേയ്ക്ക് ക്ഷണം ലഭിക്കുന്നത് 1952-ൽ 'ആത്മസഖി' എന്ന ചിത്രത്തിലേയ്ക്ക്. എങ്കിലും പല കാരണങ്ങൾ കൊണ്ട് അവർക്ക് പാടാൻ സാധിച്ചില്ല. 1954-ൽ അവകാശി എന്ന സിനിമയിൽ പാടാൻ അവസരം ലഭിച്ചു. പിന്നീട് 'ഹരിശ്ച്രന്ദ്ര' എന്ന ചിത്രത്തിലും അവർ പാടി. തുടർന്ന്, നിരവധി അവസരങ്ങൾ അവരെ തേടി എത്തി.

പ്രശസ്ത സംഗീതജ്ഞനും ആകാശവാണി ഉദ്യോഗസ്ഥനുമായ ശ്രീ ചേർത്തല ഗോപാലൻ നായരുമായുള്ള വിവാഹശേഷം ലളിതതമ്പി പിന്നണിഗാനരംഗത്ത് നിന്ന് പൂർണമായും പിൻവാങ്ങി. ഭാര്യ പിന്നണിഗാനരംഗത്ത് തുടരുന്നതിൽ താല്പര്യമില്ലാതിരുന്നതിനാൽ അദ്ദേഹം ലളിതയെ ശാസ്ത്രീയ സംഗീതവേദികളിൽ സജീവമാക്കി. ആലപിച്ച പ്രധാനഗാനങ്ങൾ എൻ ജീവിതസുഖം (അവകാശി, 1954), ദേവാധിരാജാ വെൽക (ഹരിശ്ചന്ദ്ര 1955), അമ്പിളി മുത്തച്ഛൻ (കാലം മാറുന്നു 1955), പാലൊളി പൂനിലാ (അവരുണരുന്നു, 1956)

സരോജിനി മേനോൻ

മലയാളത്തിൽ ആദ്യമായി പിന്നണിഗാനം പിറന്ന 'നിർമ്മല' എന്ന ചിത്രത്തിലൂടെ 1948-ൽ ആണ് സരോജിനി സിനിമാഗാനരംഗത്ത് എത്തുന്നത്. സംഗീതാധ്യാപികയായിരുന്ന അവർ തന്നെയാണ് ആ ചിത്രത്തിൽ പാടിയ വിമല ബി. വർമ്മയെയും മലയാളികൾക്ക് പരിചയപ്പെടുത്തിയത്. ജി. ശങ്കരക്കുറുപ്പ് രചിച്ച് ഇ.ഐ. വാര്യർ സംഗീതം നിർവ്വഹിച്ച 'നിർമ്മല'യിൽ 'കരുണാകര' എന്ന് തുടങ്ങുന്ന ഗാനമാണ് അവർ ആലപിച്ചത്. ഈ ഒരു സിനിമയോടെ അവർ പിന്നണിഗാനരംഗത്ത് നിന്ന് പിന്മാറി ശാസ്ത്രീയ സംഗീതരംഗത്തും അധ്യാപനത്തിലും ശ്രദ്ധപതിപ്പിച്ചു.

എ. പി. കോമള

മലയാള പിന്നണിഗാനചരിത്രം പരിശോധിച്ചാൽ 1952 മുതൽ രേഖപ്പെടുത്തപ്പെട്ട പേരാണ് ആർക്കാട് പാർത്ഥസാരഥി കോമള എന്ന എ.പി. കോമളയുടേത്. 1973 വരെ നീണ്ടുനിന്ന സംഗീതജീവിതത്തിൽ അറുപതിൽപ്പരം പിന്നണിഗാനങ്ങളാണ് മലയാളത്തിന്

സമ്മാനിച്ചത്. 'ശർക്കര പന്തലിൽ തേൻമഴ പൊഴിയും ചക്രവർത്തികുമാര' എന്ന ഗാനത്തിനൊപ്പമാണ് മലയാളികൾ എ.പി. കോമളയെ ഓർക്കുന്നത്. 'നീലി സാലി' എന്ന സിനിമയ്ക്ക് വേണ്ടി മെഹബൂബിനൊപ്പം പാടിയ 'ഓട്ടക്കണ്ണിട്ട് നോക്കും' എന്ന ഗാനം കോമളയെ പ്രശസ്തിയുടെ കൊടുമുടിയിലെത്തിച്ചു. 'കിഴക്കുദിക്കിലെ ചെന്തെങ്ങിൽ' (ആദ്യകിരണങ്ങൾ) 'നീയല്ലാതാരുണ്ടെന്നുടെ' (നീലിസാലി) 'വെളുക്കുമ്പോൾ കുളിക്കുവാൻ' (കുട്ടിക്കുപ്പായം) തുടങ്ങിയവ കോമളയുടെ സൂപ്പർ ഹിറ്റ് ഗാനങ്ങളിൽ ചിലതാണ്.

തമിഴ്, തെലുങ്ക്, കന്നട, സിംഹളം തുടങ്ങി നിരവധി ഭാഷകളിൽ ധാരാളം പാട്ടുകൾ കോമള പാടിയിട്ടുണ്ട്. ശാസ്ത്രീയ സംഗീതവിദുഷിയായ കോമള നിരവധി കച്ചേരികളും നടത്തിയിട്ടുണ്ട്. ആകാശവാണിയിൽ നിലയവിദുഷിയായും ജോലി ചെയ്തിട്ടുണ്ട്. സംഗീതം തന്നെ ജീവിതം എന്ന് കരുതിയതിനാൽ സ്വന്തമായി ഒരു കുടുംബം എന്നതിനെക്കുറിച്ച് അവർ ചിന്തിച്ചില്ല. ആന്ധ്രാപ്രദേശിലെ രാജമുന്ദ്രിയിൽ ജനിച്ച് കേരളത്തിന്റെ ഹൃദയം കീഴടക്കിയ അനശ്വരകലാകാരിയാണ് എ.പി. കോമള.

ആലപിച്ച പ്രധാനഗാനങ്ങൾ: മധുമയമായി പാടി (ആത്മശാന്തി, 1952), ഓട്ടക്കണ്ണിട്ടുനോക്കും (നീലിസാലി, 1960), കണ്ണാതാമരക്കണ്ണാ (ഭക്തകുചേല, 1961), അപ്പോഴേ ഞാൻ പറഞ്ഞില്ലേ (ക്രിസ്മസ് രാത്രി, 1961), കൂട്ടിലിളം കിളി കുഞ്ഞാറ്റക്കിളി (ലൈലാമജ്നു, 1962), വിരലൊന്നില്ലെങ്കിലും (വേലുത്തമ്പിദളവാ, 1962).

സമൂഹത്തിന് നിലനിൽക്കാൻ കുടുംബവും രാഷ്ട്രീയവും കൃഷിയും മാത്രം പോരാ. സിനിമയും സാഹിത്യവും സംഗീതവുമെല്ലാം വേണം. ഇവയുടെയെല്ലാം ക്രമമായമേളനത്തിലൂടെ സമൂഹം നിരന്തരം പുനർനിർമ്മിച്ചുകൊണ്ടിരിക്കണം. സ്ത്രീയെന്നോ പുരുഷനെന്നോ വ്യത്യാസമില്ലാത്തെ സർഗാത്മകതയുള്ളവർ അംഗീകരിക്കപ്പെടണം. വ്യവസ്ഥിതി രൂപപ്പെടുത്തിയെടുത്ത നയങ്ങളുടെ സൂക്ഷ്മ രാഷ്ട്രീയത്തെ നിയന്ത്രിക്കുന്നത് സമൂഹത്തിൽ നിലനിൽക്കുന്ന പുരുഷകേന്ദ്രിത വ്യവസ്ഥകളാവുമ്പോൾ കുടുംബം, കുട്ടികൾ തുടങ്ങിയ ഉത്തരവാദിത്തങ്ങൾ സ്ത്രീകളുടേത് മാത്രമാവുന്നു. തന്മൂലം അവർ കുടുംബത്തിനുള്ളിലേയ്ക്ക് ഒതുങ്ങുന്നു.

സിനിമയുടെ കാര്യം ഉദാഹരണമായെടുത്താൽ ഗായകനോ, നടനോ വിവാഹം കഴിഞ്ഞു എന്ന കാരണം കൊണ്ട് സർഗാത്മക പ്രവർത്തനത്തിൽനിന്ന് പിന്മാറേണ്ടിവരുന്നില്ല. സമൂഹത്തിന്റെ

എല്ലാ തലങ്ങളിലും കുടുംബം, കുട്ടികൾ എന്നീ ഉത്തരവാദിത്ത ങ്ങൾ കൊണ്ട് പിന്നോട്ട് നിൽക്കേണ്ടിവരുന്നത് സ്ത്രീകൾക്കുമാ ത്രമാണ്. മലയാളത്തിന്റെ പ്രിയ ഗായികമാർ സജീവമായി രംഗത്ത് തുടർന്നിരുന്നുവെങ്കിൽ എത്രയോ ഗാനങ്ങൾ അവരുടെ മധുരതര മായ ശബ്ദത്തിലൂടെ പിറവി എടുക്കുമായിരുന്നു.

സഹായഗ്രന്ഥങ്ങൾ

1. മലയാള ചലച്ചിത്രഗാനം സാഹിത്യം ചരിത്രം, ഹരികുമാർ, പി.കെ., (എഡി) എൻ.ബി.എസ്., കോട്ടയം

2. മലയാള സിനിമപാഠങ്ങൾ, വെങ്കിടേശ്വരൻ, സി.എസ്., ഡി.സി. ബുക്സ് കോട്ടയം.

3. ഗോപാലകൃഷ്ണൻ ചേലങ്ങോട്ട്, മലയാളസിനിമ ചരിത്രം, ചിന്താ പബ്ലിഷേഴ്സ്, തിരുവനന്തപുരം

4. https://ml.vikaspedia.in/

16
സംഗീതലോകത്തെ സ്ത്രീസംഭാവനകൾ

ഡോ. ദീപ്ന അരവിന്ദ്

ചരിത്രത്തിന്റെ ഇരുളടഞ്ഞ ഇടനാഴികളിൽ അവഗണന കൊണ്ടും അടിച്ചമർത്തലുകൾ കൊണ്ടും പുറംലോകം അറിയാതെ പോയ രത്നസമാനമായ കർമ്മമുഖങ്ങൾ ഉണ്ട്. അസാമാന്യ പ്രതിഭാശേഷിയുണ്ടായിട്ടും കേവലം സ്ത്രീയായി പിറന്നത് കൊണ്ട് മാത്രം അവഗണിക്കപ്പെട്ടവർ. നിസ്വാർത്ഥമായ കർമ്മമേഖലയിൽ നിശബ്ദമായി അവർ തങ്ങളുടെ മുദ്രകൾ പതിപ്പിച്ചുവെച്ചു

സമസ്തമേഖലയിലും കാണാവുന്ന ഈ തിരസ്കരണം സംഗീതലോകത്തെയും ആഴത്തിൽ ബാധിച്ചിരുന്നു. സംഗീതഗാനശാഖയിലെ അദ്വിതീയരായ നിരവധി സ്ത്രീകൾ വിസ്മൃതരായിപ്പോയിട്ടുണ്ട്. കലാരംഗത്ത് സ്ത്രീസാന്നിധ്യം നിഷിദ്ധമായ ഒരു കാലഘട്ടത്തിൽ കർണാടക സംഗീതരംഗത്ത് തങ്ങളുടേതായ ഒരു സാമ്രാജ്യം സൃഷ്ടിച്ചെടുത്ത വീണാധനമ്മാൾ, സംഗീതത്രയം എന്നറിയപ്പെട്ടിരുന്ന ഡി.കെ. പട്ടമ്മാൾ, എം.എൽ. വസന്തകുമാരി, എം.എസ്. സുബ്ബലക്ഷ്മി എന്നിവരുടെ സംഭാവന എക്കാലത്തും മാതൃകാപരമാണ്.

പുരുഷൻമാരുടെ മാത്രം മേധാവിത്വമായി കരുതിയിരുന്ന കർണാടക സംഗീതത്തിലെ ഏറ്റവും പ്രസക്തമായ രാഗം താനം പല്ലവി, ഒരു സംഗീതജ്ഞ എന്ന നിലയ്ക്ക് ആദ്യമായി വേദിയിൽ അവതരിപ്പിക്കുന്നത് പട്ടമ്മാൾ ആണ്. ഈ സംഗീതത്രയം കർണാടകസംഗീതത്തിന് പുതിയ മാനങ്ങൾ നല്കിക്കൊണ്ടിരുന്ന കാലഘട്ടത്തിലാണ് സിനിമാഗാനമേഖലയും തങ്ങൾക്കു വഴങ്ങുമെന്ന് തെളിയിക്കുന്നത്. ആ ചുവടുവെയ്പ്പാണ് ശാസ്ത്രീയസംഗീത ആസ്വാദ

കർക്കു സിനിമാഗാനവും ആസ്വാദ്യകരമാക്കിത്തീർക്കുന്നത്. കർണാടകസംഗീതത്തെ ശുദ്ധസംഗീതമായി കാണുകയും അതിന്റെ ചട്ടക്കൂടിൽ നിന്നു കൊണ്ട് സിനിമാഗാനത്തെ അനുവാചകരിൽ എത്തിക്കാൻ ശ്രമിക്കുകയും ചെയ്ത എം. എസ്. സുബ്ബുലക്ഷ്മിയെ രാജ്യം ഭാരതരത്നം എന്ന പരമോന്നത ബഹുമതി നൽകി ആദരിച്ചു. അന്നത്തെ കാലത്ത് കർണാടകസംഗീതത്തിലും സിനിമാഗാനരംഗത്തും വളരെ സജീവമായി പ്രവർത്തിച്ച മഹാപ്രതിഭകളാണ് ഡോ സി. കെ. രേവമ്മയും പി. ലീലയും.

കർണാടകസംഗീത രംഗത്ത് വളരെ ആധികാരികമായ സ്ത്രീരചനകൾ ഉണ്ടെങ്കിലും 'കമ്പോസർ' എന്ന വാക്ക് കേൾക്കുമ്പോൾ ആദ്യമായി മനസ്സിൽ തെളിയുന്നത് പുരുഷ പ്രതീകമാണ്. കോടീശ്വരയ്യർ, മഹാവൈദ്യനാഥയ്യർ തുടങ്ങിയ മഹാപ്രതിഭകൾ 72 മേളകർത്താരാഗങ്ങളിലും കൃതികൾ രചിച്ചത് പോലെ കഴിവുറ്റ സ്ത്രീകളും തങ്ങളുടെ പ്രാഗല്ഭ്യം തെളിയിച്ചിട്ടുണ്ട്. നിർഭാഗ്യവശാൽ ചരിത്രത്തിന്റെ മങ്ങിയ താളുകളിൽ അവർ ഇന്നും നിലകൊള്ളുന്നു. കേരളത്തിലെ ഏറ്റവും പ്രധാനപ്പെട്ട രണ്ടു വാഗ്ഗേയ വനിതാരത്നങ്ങളെ ഇവിടെ പരിചയപ്പെടുത്തട്ടെ.

റാണി രുഗ്മിണിഭായ് തമ്പുരാട്ടി (1809–1837)

തന്റെ ആറാം വയസ്സിൽ അത്ഭുതപ്രതിഭയായി ശ്രദ്ധ നേടി സംഗീതലോകത്തേക്ക് കടന്നുവന്ന രുഗ്മിണിഭായ് തമ്പുരാട്ടി വനിതാ വാഗേയകാരികളിൽ പ്രഥമഗണനീയയാണ് സംഗീതകുലപതി സ്വാതിതിരുനാളിന്റെ മൂത്ത സഹോദരി. ഭാഷയിലുള്ള ജ്ഞാനവും രാഗങ്ങളിലും താളങ്ങളിലുമുള്ള ആഴമേറിയ അറിവും രുഗ്മിണിഭായ് തമ്പുരാട്ടിയുടെ കൃതികളെ രത്നങ്ങളായി നിലകൊള്ളിച്ചു. തികഞ്ഞ പത്മനാഭ ദാസിയായ രുഗ്മിണിഭായിയുടെ പത്മനാഭ പ്രകീർത്തനങ്ങൾ അതിനുള്ള ഉദാഹരണങ്ങളാണ് പുറംനിറരാഗത്തിൽ ചിട്ടപ്പെടുത്തിയിരിക്കുന്ന സപ്ത സ്വരസങ്കീർത്തനം എന്നറിയപ്പെടുന്ന 'സരസിജ നയന പരിമളഗാത്രി' എന്ന കൃതി, അതിന്റെ സാഹിത്യം ഓരോ വരിയും ആരംഭിച്ചിരിക്കുന്നത് സപ്തസ്വരങ്ങളിൽ ആണെന്നത് അവരുടെ ഭാഷാസംഗീതജ്ഞാനത്തിന്റെ ഉദാഹരണമായി നിലകൊള്ളുന്നു. അതുപോലെ 'ബിലഹരി' രാഗത്തിൽ രചിച്ചിരിക്കുന്ന ശ്രീ വാസുദേവമുകുന്ദ എന്ന കൃഷ്ണ ഭഗവാനെക്കുറിച്ചുള്ള കൃതിയും അവരുടെ സംഗീത സാഹിത്യജ്ഞാനത്തിന്റെ നല്ല ഉദാഹരണമാണ്. ചരണത്തിന്റെ ഓരോ വരികളും

തുടങ്ങുന്നത് മലയാള അക്ഷരമാലാക്രമത്തിലാണ്.

വളരെ ദുഃഖകരം എന്നുപറയട്ടെ, രുഗ്മിണിഭായ് തമ്പുരാട്ടിയാൽ രചിക്കപ്പെട്ട എന്നു പറയപ്പെടുന്ന ചില സൃഷ്ടികൾ ഇന്നും അറിയപ്പെടുന്നത് ഇരയിമ്മൻ തമ്പിയുടെ പേരിലാണ്. പല കൃതികളും ഇന്ന് ലഭ്യമല്ലെങ്കിലും നൂറോളം കൃതികളുടെ രചന അവർ നിർവഹിച്ചിട്ടുണ്ട്.

കുട്ടിക്കുഞ്ഞുതങ്കച്ചി (1820–1904)

കുട്ടികുഞ്ഞുതങ്കച്ചി കർണാടക സംഗീതത്തിന് മികച്ച സംഭാവന നൽകിയ വാഗ്ഗേയകാരിയാണ്. 1820–ൽ ജനിച്ചു. കുട്ടികുഞ്ഞുതങ്കച്ചി ഇരയിമ്മൻതമ്പിയുടെ മകളാണ്. സംസ്കൃതത്തിലും മലയാളത്തിലും അവർക്കുണ്ടായിരുന്ന അസാമാന്യ പാണ്ഡിത്യം സമകാലികരെ അത്ഭുതപരതന്ത്രരാക്കിയിരുന്നു. ശിവരാത്രി മാഹാത്മ്യം, സീതാസ്വയംവരം, നാരദമോഹനം എന്നീ തിരുവാതിരപ്പാട്ടുകൾ, കിരാതം, നളചരിതം എന്നീ കുറത്തിപ്പാട്ടുകൾ, തിരുവനന്തപുരം സ്ഥലപുരാണം, വൈക്കം സ്ഥലപുരാണം എന്നീ കിളിപ്പാട്ടുകൾ, പാർവതീസ്വയംവരം, ശ്രീമതീസ്വയംവരം, മിത്രസഹമോക്ഷം എന്നീ ആട്ടക്കഥകൾ, ഗംഗാസ്നാനം തുള്ളൽ, അജ്ഞാതവാസം നാടകം ഇവയെല്ലാം അവരുടെ അസാമാന്യ പാണ്ഡിത്യത്തിന്റെയും അനർഘമായ സംഗീതനൈപുണ്യത്തിന്റെയും പ്രത്യക്ഷോദാഹരണങ്ങളാണ്. ശുദ്ധസംസ്കൃതത്തിലും മണിപ്രവാളത്തിലുമായി ശൃംഗാരവും ഭക്തിരസവും അടങ്ങിയ കൃതികൾ അവർ രചിച്ചിട്ടുണ്ട്. 'കാർത്യായനീ മാം പാലയ' (കാംബോജി രാഗം), സാമജഹര ഹരേ (കല്യാണി രാഗം), പാഹി മോഹനാകൃതെ (കമാസ് രാഗം), 'ആനന്ദ രൂപ ഹരേ' (പന്തുവരാളി രാഗം) തുടങ്ങിയവ അവരുടെ പ്രസിദ്ധകൃതികൾ ആണ്.

ഇവരെ കൂടാതെ കല്യാണി കുട്ടി അമ്മച്ചി, റാണി ലക്ഷ്മി ഭായ്, വെങ്കട ലക്ഷ്മി മഹാദേവൻ, ഡോ. ബേബി ശ്രീറാം തുടങ്ങിയവരും കർണ്ണാടക സംഗീതലോകത്തിന് സംഭാവനകൾ നല്കിയ പ്രതിഭകളാണ്. എന്നാൽ പിതൃമേധാവിത്ത സമൂഹത്തിന്റെ സ്ത്രീവിരുദ്ധയുക്തികൾ പ്രതിഭയ്ക്ക് പകരം ലിംഗത്തെ പരിഗണനാവിഷയമായെടുത്തതിന്റെ ബാക്കി പത്രമെന്നോണം അവർക്ക് തങ്ങളുടെ കഴിവിനൊത്ത അരങ്ങുകൾ നിഷേധിക്കപ്പെടുകയുണ്ടായി. സ്വയം മുദ്രണം ചെയ്യാനുള്ള ഇടം നിഷേധിച്ചവർ പിൽക്കാലത്ത് പതിപ്പിക്കപ്പെട്ട ഇത്തിരി അടയാളങ്ങൾ പോലും തമസ്കരിക്കുന്ന

കാഴ്ചയും ഇവരുടെ കാര്യത്തിൽ നമുക്ക് കാണാനാവും.

സംഗീതമേഖലയിൽ സ്ത്രീകളുടെ സംഭാവനകളെക്കുറിച്ചുള്ള പഠനം താരതമ്യേന നൂതനവും സ്വാഗതാർഹവുമാണ്. ഈ തലമുറയിലെ ഗവേഷകർ അവരുടെ ചരിത്രപരമായ ഉത്തരവാദിത്തം എന്ന നിലയിൽ അത്തരം പഠനങ്ങൾ ഏറ്റെടുക്കേണ്ടതുണ്ട്.

ഗ്രന്ഥസൂചി

1. Dr. B Pushpa, The princes Rukminibai Womam composer of the royal house of Travancor., The Journal of Mdras Music Academy ,Vol.LXIV79

2. Dr. V. R. Prabodhachandran Nair, "Kuttikunju Thankachi", The journal of Music, Dept. of Music, Thiruvananthapuram, p.15

3. Dr. K. L Saraladevi "Kshethra Krithis of Kuttikunju Thankachi", The journal of Music, Dept of Music, Thiruvanantha puram, Dec 2011, p. 51

17
ഭാഷാപഠനത്തിലെ പെൺവഴികൾ

ഡോ. ബിന്ദു ഡി.

എഴുത്തുകാരിയാകാനൊരുങ്ങുന്ന ഒരു സ്ത്രീയെ സ്വീകരിക്കുകയും പ്രോത്സാഹിപ്പിക്കുകയും ചെയ്യുന്ന സാമൂഹികാന്തരീക്ഷമായിരുന്നില്ല പണ്ട് നമുക്ക് ഉണ്ടായിരുന്നത്. ഒരു പെണ്ണ് എന്തെങ്കിലും പറഞ്ഞ് കൊള്ളട്ടെ, ആര് ഗൗനിക്കാൻ എന്നതായിരുന്നു അന്ന് പലരുടെയും മനോഭാവം. കുടുംബം എന്ന വ്യവസ്ഥ രൂപപ്പെട്ട കാലം മുതൽക്ക് തന്നെ സ്ത്രീയുടെ പ്രയത്നങ്ങൾ പരിഗണിക്കപ്പെട്ടത് വൈചാരികതയെക്കാൾ വൈകാരികതയ്ക്ക് പ്രാധാന്യമുള്ള മണ്ഡലങ്ങളിൽ മാത്രമായിരുന്നു. നൂറ്റാണ്ടുകൾ കൊണ്ട് വളർന്ന് വന്ന പ്രവണതയാണിത്.

19-ാം നൂറ്റാണ്ടിന്റെ അവസാന കാലങ്ങളിൽ സാഹിത്യം, കല തുടങ്ങിയ ബൗദ്ധികമേഖലകളിൽ സ്ത്രീകളെ രണ്ടാംകിടയാക്കുന്ന സമ്പ്രദായമാണുണ്ടായിരുന്നത്. കലാസാഹിത്യ പ്രവർത്തനങ്ങൾക്ക് ആവശ്യമായ ഏകാഗ്രത, കുടുംബത്തിന്റെ ഭാരിച്ച ഉത്തരവാദിത്വങ്ങൾക്കിടയിൽ സ്ത്രീകൾക്ക് കിട്ടുകയില്ല എന്നതായിരുന്നു അന്നത്തെ ചിലരുടെ മനോഭാവം. കുടുംബത്തിലുള്ളവരെ ആനന്ദിപ്പിക്കാൻ വേണ്ടുന്നത്ര കലാപ്രവർത്തനമേ സ്ത്രീക്ക് ആവശ്യമുള്ളൂ എന്നവർ നിശ്ചയിച്ചു.

സ്ത്രീകൾ എഴുത്തിന്റെ മേഖലയിലേക്ക് കടന്നുവരുന്നതിനെ പ്രോത്സാഹിപ്പിക്കാനോ കടന്നുവരാത്തതിനെക്കുറിച്ച് ആശങ്കപ്പെടാനോ, അതിൽ അസ്വാഭാവികത കാണാനോ അന്ന് ആരും ഉണ്ടായില്ല. അതുകൊണ്ടുതന്നെ മലയാളത്തിലെ ആദ്യകാലസാഹിത്യം പൂർണമായും പുരുഷന്റേതായിരുന്നു. 1930-കളിൽ കോച്ചാട്ടിൽ

കല്യാണിയമ്മ, തന്റെ യൂറോപ്യൻ യാത്രയെക്കുറിച്ചെഴുതിയ, 'ഞാൻ കണ്ട യൂറോപ്പ്' എന്ന പുസ്തകത്തെ പരിഹാസത്തോടെ സമീപിച്ച സഞ്ജയൻ പറഞ്ഞത്, 'കൃതി വലിയ കുഴപ്പമില്ല, പേരിൽ ചെറിയൊരു മാറ്റം വേണമെന്ന് മാത്രം. യൂറോപ്പ് കണ്ട കല്യാണിക്കുട്ടിയമ്മ എന്നാക്കിയാൽ ഭംഗിയാകും' എന്നാണ്. ഞാൻ എന്ന പദം ഉണ്ടാക്കിയ അസ്വസ്ഥതയാണ് അതിന് പിന്നിൽ. സ്വന്തം വ്യക്തിത്വം സ്ഥാപിക്കാൻ ഒരു പെണ്ണ് നടത്തുന്ന ശ്രമങ്ങൾ ഇത്തരത്തിൽ പ്രതിരോധിക്കപ്പെടുന്നത് ഒരു സാമൂഹിക പ്രവണതയായി മാറിയതുകൊണ്ടായിരിക്കാം, അപഗ്രഥനവും വിശകലനവും സ്വന്തം നിരീക്ഷണങ്ങൾ സ്ഥാപിക്കലും ഒക്കെ വേണ്ടുന്ന വ്യാകരണഭാഷാശാസ്ത്രരചനകളിലേക്ക് സ്ത്രീകൾ അത്ര കൂടുതലായി കടന്ന് വരാതിരുന്നത്.

ഇരുപതാം നൂറ്റാണ്ടിന്റെ പകുതിയോടെ ചില ഒറ്റപ്പെട്ട ശ്രമങ്ങൾ

പ്രയുക്തഭാഷാശാസ്ത്രത്തിന്റെ ഒരു പ്രധാനശാഖയാണ് സാമൂഹികത എങ്കിലും അതൊന്നും സ്വാഭാവിക പ്രവണതയായി വളർന്നില്ല. ഇരുപത്തൊന്നാം നൂറ്റാണ്ടിന്റെ തുടക്കകാലത്താണ് ഈ രംഗത്ത് കാര്യമായ സംഭാവനകൾ സ്ത്രീകളുടേതായി ഉണ്ടാകുന്നത്. സ്ത്രീകളുടെ ഭാഷാപഠനരചനകളിൽ ശ്രദ്ധേയായ ചിലതിനെയാണ് ഈ ലേഖനത്തിൽ പരിചയപ്പെടുത്തുന്നത്.

ആദ്യകാല പത്രമാസികകളിൽ അപൂർവമായേ സ്ത്രീകളുടെ ഭാഷാപഠന രചനകൾ കാണുന്നുള്ളൂ. മംഗളോദയം, വിജ്ഞാനകൈരളി, കൈരളി, രസികരഞ്ജിനി തുടങ്ങിയവയിൽ അജ്ഞാതകർതൃകം, ഭാഷാബന്ധു, ശുക്രൻ തുടങ്ങിയ പേരുകളിൽ കാണുന്ന ലേഖനങ്ങൾ ചിലപ്പോൾ സ്വന്തം പേര് വെളിപ്പെടുത്താൻ മടിച്ച ഏതെങ്കിലും സ്ത്രീ എഴുതിയതായിരിക്കാൻ സാദ്ധ്യതയുണ്ട്.

19-ാം നൂറ്റാണ്ടിലും 20-ാം നൂറ്റാണ്ടിലും വ്യാകരണത്തിലും ഭാഷാശാസ്ത്രത്തിലും രചന നടത്തിയ പുരുഷൻമാരെ അപേക്ഷിച്ച് സ്ത്രീകൾ എണ്ണത്തിൽ വളരെ കുറവായിരുന്നു. ആധുനിക കാലത്ത് അതിന് വലിയതോതിൽ മാറ്റം വന്നിട്ടുണ്ട്. വ്യാകരണരചനകളെക്കാൾ ഭാഷാശാസ്ത്ര രചനകളിലാണ് സ്ത്രീസാന്നിദ്ധ്യം കൂടുതലായി കാണുന്നത്; പ്രത്യേകിച്ചും സാമൂഹിക ഭാഷാശാസ്ത്രത്തിൽ.

1972-ൽ പ്രസിദ്ധീകൃതമായ ആധുനിക ഭാഷാശാസ്ത്രം എന്ന

ഗ്രന്ഥം ശാന്താ ആഗസ്റ്റിനും കെ.എം. പ്രഭാകരവാര്യരും ചേർന്നെഴുതിയതാണ്. കേരളഭാഷാ ഇൻസ്റ്റിറ്റ്യൂട്ട് പ്രസിദ്ധീകരിച്ച ഈ ഗ്രന്ഥം ഭാഷാശാസ്ത്രത്തെ സംബന്ധിച്ച സാമാന്യ വായനയ്ക്ക് സഹായിക്കുന്ന ഒന്നാണ്. ഫൊണെറ്റിക്സ്, ഫൊണിമിക്സ്, മോർഫോഫൊണിമിക്സ് എന്നീ ശാഖകളിലെ പുതിയ ഉപദർശനങ്ങളെ സുഗ്രഹമായി അവതരിപ്പിച്ചിരിക്കുന്നു. അടിസ്ഥാന ഭാഷാശാസ്ത്രഗ്രന്ഥങ്ങളുടെ ലളിതവും ശാസ്ത്രീയവുമായ ക്രോഡീകരണമാണിതിൽ.

ഡോ. കെ. ശ്രീകുമാരിയുടെ, 'മലയാളത്തിലെ നാമവർഗങ്ങൾ' എന്ന പുസ്തകം മലയാളത്തിലെ നാമവർഗങ്ങളെക്കുറിച്ചുള്ള ആദ്യത്തെ വിശദപഠനമാണ്. നാമങ്ങളെക്കുറിച്ചുള്ള ചർച്ചയ്ക്കൊപ്പം ലിംഗം, വചനം, വിഭക്തി, ഗതി മറ്റ് പ്രത്യയങ്ങൾ എന്നിവയെല്ലാം ഈ ഗ്രന്ഥത്തിൽ പരിഗണിക്കപ്പെടുന്നു. വിവരണാത്മകവും ആഗമികവുമായ രീതികൾ ഇവിടെ ഉപയോഗിച്ചിട്ടുണ്ട്. ഗ്രീസിൽ തുടങ്ങി റോമിലേക്ക് പ്രവേശിച്ച് പിന്നീട് യൂറോപ്പിലാസകലം വ്യാപിച്ച പാശ്ചാത്യ വ്യാകരണചിന്തയിൽ പദവർഗീകരണ സമ്പ്രദായങ്ങൾ എങ്ങനെയായിരുന്നു എന്നും നാമനിർവചനത്തിൽ പാശ്ചാത്യഭാഷാചിന്തകർ സ്വീകരിച്ച നിലപാടുകൾ എന്തെല്ലാമായിരുന്നു എന്നും അവലോകനം ചെയ്യുന്നു എന്നത് ഈ ഗ്രന്ഥത്തിന്റെ സവിശേഷതയാണ്.

പ്രയുക്തഭാഷാശാസ്ത്രത്തിന്റെ ഒരു പ്രധാനശാഖയാണ് സാമൂഹിക ഭാഷാശാസ്ത്രം. സാമൂഹികഭാഷാശാസ്ത്രത്തിൽ മലയാളത്തിലുണ്ടായ ആദ്യത്തെ ഗ്രന്ഥമാണ് ഉഷാനമ്പൂതിരിപ്പാടിന്റെ, 'സാമൂഹിക ഭാഷാവിജ്ഞാനം'. 1994-ൽ കേരളഭാഷാ ഇൻസ്റ്റിറ്റ്യൂട്ട് പുറത്തിറക്കിയ ഈ ഗ്രന്ഥം സാമൂഹികഭാഷാശാസ്ത്രശാഖയിലെ ഒരു പ്രവേശകഗ്രന്ഥമെന്ന നിലയിൽ പ്രത്യേക പ്രാധാന്യമർഹിക്കുന്നു. മനുഷ്യനും ഭാഷയും, ഭാഷയും സമൂഹവും, ഭാഷയും സംസ്കാരവും, ഭാഷയും ജാതിയും ഭാഷയും സാമൂഹികവർഗവും തുടങ്ങി ഈ ശാസ്ത്രമേഖലയിലെ പ്രധാനവിഷയങ്ങളെല്ലാം ഈ പുസ്തകത്തിൽ ചർച്ച ചെയ്യുന്നു.

ഡോ.കെ.രത്നമ്മ എഴുതിയ, 'മലയാള ഭാഷാചരിത്രം എഴുത്തച്ഛൻ വരെ' എന്ന പുസ്തകം 1994-ൽ പ്രസിദ്ധീകൃതമായി. പഴയ കാലം മുതൽ എഴുത്തച്ഛൻ വരെയുള്ള ഏതാനും നൂറ്റാണ്ടുകളിലെ മലയാളഭാഷയുടെ ചരിത്രമാണ് ഗ്രന്ഥകാരി പറയുന്നത്. വികസ്വരമായ ജീവൽഭാഷയുടെ പൂർവഘട്ടത്തെ അന്വേഷിക്കൽ അത്ര

എളുപ്പമല്ല. ഓരോ നൂറ്റാണ്ടിലെയും ഭാഷയുടെ ലക്ഷണങ്ങൾ വിശദമായി പറയുന്നുണ്ട്. അപഗ്രഥനാത്മക രീതിശാസ്ത്രമാണ് ഈ ഗ്രന്ഥത്തിൽ ഉപയോഗിച്ചിട്ടുള്ളത്. ഭാഷയുടെ മാറ്റം ക്രമാനുഗതമായി സംഭവിക്കുന്നതാണ്. പഴയ ഭാഷയിലെ രൂപങ്ങൾ പടിപടിയായി മാത്രമാണ് മാറുന്നതെന്നർത്ഥം.

പുരുഷഭേദനിരാസത്തെക്കുറിച്ച് ഡോ.കെ.എം.ജോർജ്ജ് പറഞ്ഞത്, പുരുഷഭേദനിരാസമല്ല അഭാവമാണ് മലയാളത്തിൽ ഉള്ളതെന്നാണ്. എന്നാൽ പ്രാചീനമലയാളത്തിൽ പുരുഷപ്രത്യയയോഗം ഉണ്ടായിരുന്നു എന്നതിന് ധാരാളം തെളിവുകൾ ഉണ്ട്. പുരുഷഭേദനിരാസം മാറ്റമൊന്നുമില്ലാതെ നില്ക്കുമെന്നത് പ്രാചീനകാലത്തെ മലയാളത്തെ മുൻനിർത്തി ഡോ.കെ.രത്നമ്മ ഈ പുസ്തകത്തിൽ സ്ഥാപിക്കുന്നുണ്ട്. ശാസ്ത്രങ്ങളെയും പ്രാചീന കൃതികളെയും ഒക്കെ ശാസ്ത്രീയമായി അപഗ്രഥിച്ച് തയ്യാറാക്കിയിരിക്കുന്ന ഈ ഗ്രന്ഥം ആധികാരിക ഗ്രന്ഥമായി ഉപയോഗിക്കാവുന്നതാണ്.

വി.ആർ. സോളിയും ഡോ. കെ. ജോയ്പോളും ചേർന്ന് എഴുതി 1999-ൽ പ്രസിദ്ധീകരിച്ച പുസ്തകമാണ് 'ഭാഷാശാസ്ത്രം സിദ്ധാന്തവും പ്രയോഗവും'. ഭാഷാശാസ്ത്രത്തിന്റെ അടിസ്ഥാനഗ്രന്ഥമായി ഇതിനെ പരിഗണിക്കാം. തികച്ചും മൗലികഗ്രന്ഥമാണിതെന്ന് പറഞ്ഞ് കൂടാ. പ്രമുഖ ഭാഷാശാസ്ത്രജ്ഞരുടെ ചിന്തകൾ പങ്ക് വയ്ക്കുന്ന ഈ കൃതി ചിലയിടങ്ങളിൽ മൗലികചിന്തകളുടെ പ്രകാശം പ്രസരിപ്പിക്കുന്നുമുണ്ട്. ഭാഷ, ഭാഷാശാസ്ത്രം, സ്വനവിജ്ഞാനം, സ്വനിമവിജ്ഞാനം, രൂപിമവിജ്ഞാനം, വാക്യവിചാരം, ബഹുകാലികഭാഷാശാസ്ത്രം, ഭാഷാഭേദവിജ്ഞാനം, സാമൂഹികഭാഷാശാസ്ത്രം എന്നീ അദ്ധ്യായങ്ങൾക്ക് പുറമേ ഘടനാവാദം, ശൈലീവിജ്ഞാനം, ചിഹ്നശാസ്ത്രം, അപനിർമ്മാണം, മനശ്ശാസ്ത്രം എന്നീ വൈജ്ഞാനികമേഖലകളിൽ ഭാഷാശാസ്ത്രം ചെലുത്തിയ സ്വാധീനവും പ്രത്യേക അദ്ധ്യായമായി ചേർത്തിട്ടുണ്ട്. മനുഷ്യസംസ്കാരത്തിൽ ഭാഷാശാസ്ത്രം ചെലുത്തിയ സ്വാധീനത്തെക്കുറിച്ച് ഈ ഗ്രന്ഥം ചർച്ചചെയ്യുന്നു.

മലയാളവ്യാകരണം പഠിക്കാൻ താത്പര്യമുള്ളവർക്ക് ഒരു ഉത്തമഗ്രന്ഥമാണ് ഡോ.എൻ.കെ.മേരി എഴുതിയ, 'മലയാളവ്യാകരണസിദ്ധാന്തങ്ങൾ കേരളപാണിനീയത്തിന് ശേഷം' എന്നത്. 2008-ൽ പുറത്തിറങ്ങിയ ഈ പുസ്തകം, കേരളപാണിനീയത്തിന് ശേഷമുള്ള മലയാളവ്യാകരണത്തിന്റെ മാറ്റത്തെക്കുറിച്ച് ഉറപ്പിച്ച് പറയുന്നു. കേരളപാണിനീയത്തെക്കുറിച്ച് പലപ്പോഴായി നടന്ന ചർച്ചകൾ ക്രോ

ഢീകരിച്ചാണ് ഡോ. എൻ.കെ.മേരി മേൽപ്പറഞ്ഞ വ്യാകരണ പരിണാമത്തെക്കുറിച്ച് പറയുന്നത്. ഭാഷയുടെ ഏതാണ്ടെല്ലാ മേഖലകളിലും കേരളപാണിനീയത്തിന് ശേഷം മാറ്റങ്ങൾ വന്നിട്ടുണ്ട്. പക്ഷേ ആ മാറ്റങ്ങൾ ഉൾക്കൊണ്ട്, കേരളപാണിനീയത്തിന് സമാന്തരമായി മറ്റൊരു ഗ്രന്ഥം ഉണ്ടായിട്ടില്ല. പക്ഷേ ചർച്ചകൾ ധാരാളമായി ഉണ്ടാകുന്നു. ശ്രദ്ധാപൂർവമായ വായനയിലൂടെ കിട്ടിയ വിവരങ്ങൾ ശാസ്ത്രീയമായി തരംതിരിച്ച് ശ്രദ്ധയോടെയും നിശ്ചയദാർഢ്യത്തോടെയുമാണ് ഈ പുസ്തകത്തിന്റെ രചന നിർവഹിക്കപ്പെട്ടിരിക്കുന്നത്. ഒരു ഉത്തമ റഫറൻസ് ഗ്രന്ഥമായി ഇതുപയോഗിക്കാം.

തലയോലപ്പറമ്പ് ദേവസ്വം ബോർഡ് കോളജിന്റെ പ്രസിദ്ധീകരണത്തിൽ (ജേർണൽ ഓഫ് ഡിബിസിറ്റി) 2016-ൽ പ്രസിദ്ധീകരിച്ച ലേഖനമാണ് ഡോ.എൻ. ശ്രീലക്ഷ്മി എഴുതിയ, 'സമാസം ഒരു ഭാഷാശാസ്ത്രവിചിന്തനം' എന്നത്. സമാസം എന്ന സംസ്കൃത സങ്കല്പത്തെ അതേപടി പിന്തുടരുന്നതിന് പകരം വാക്യഘടനയുടെ ഭാഗമായി സമാസത്തെ പരിഗണിക്കുകയാണ് ഭാഷാശാസ്ത്രം എന്നും വിഭക്തിപ്രത്യയനിരാസത്തിൽ ഉണ്ടാകുന്ന പദയോഗവും ആ പദയോഗങ്ങളുടെ അർത്ഥസംക്രമണസവിശേഷതകളുമാണ് പരിഗണിക്കപ്പെടുന്നത് എന്നുമുള്ള നിരീക്ഷണങ്ങൾ ലേഖനത്തിൽ ഉണ്ട്. ശാന്തിനി തോമസ്, സരിത.ടി.എസ് എന്നിവർ ചേർന്ന് എഡിറ്റ് ചെയ്ത, 'മലയാളവ്യാകരണം സമകാലീന സമീപനങ്ങൾ' എന്ന, 2016-ൽ പുറത്തിറങ്ങിയ പഠനഗ്രന്ഥത്തിൽ സമസ്ത പദസങ്കല്പത്തെപ്പറ്റി ശ്രീലക്ഷ്മി എഴുതിയ ലേഖനത്തിലും, പരിമിതമായ പദങ്ങൾ കൊണ്ട് അർത്ഥത്തിന്റെ അനന്തസാദ്ധ്യതകൾ തുറക്കാൻ സഹായിക്കുന്ന ഭാഷാസവിശേഷത എന്ന നിലയിലാണ് ഭാഷാശാസ്ത്രം സമസ്തപദത്തെ കാണുന്നത് എന്ന നിരീക്ഷണം അവതരിപ്പിക്കുന്നു.

സാഹിത്യലോകത്തിന്റെ, 2017 ഡിസംബർ ലക്കത്തിൽ ഡോ. സീനാജോൺ എഴുതിയ, 'ലീലാതിലകത്തിലെ ഭാഷാവിശകലനോപാധികൾ' എന്ന ലേഖനം സാങ്കേതികപദപഠനം ഭാഷാപഠനത്തെക്കുറിച്ച് നല്കുന്ന അറിവെന്താണ് എന്നന്വേഷിക്കുകയാണ്. മലയാളഭാഷാപഠനത്തിന്റെ ആദ്യമാതൃകയായ ലീലാതിലകത്തിലെ ഭാഷാവിശകലനോപാധികൾ ഏതെല്ലാം, എന്തിന്, എന്തുകൊണ്ട് എന്നെല്ലാമുള്ള അന്വേഷണം ഈ ലേഖനത്തിലുണ്ട്. ഭാഷയെ വിവരിക്കുന്നതിനും ഭാഷയുടെ അസ്തിത്വത്തെ നിർണയിക്കുന്ന

തിനും ലീലാതിലകം സ്വീകരിക്കുന്ന പ്രയോഗങ്ങളെയും സംജ്ഞ കളെയുമാണ് ഇവിടെ ഭാഷാവിശകലനോപാധികൾ എന്നത് കൊണ്ട് അർത്ഥമാക്കുന്നത്.

'ഭാഷാശാസ്ത്രം ചോംക്സിക്കുമപ്പുറം' എന്ന കൃതി ഡോ. പി. എം. ഗിരീഷ് സമ്പാദനവും പഠനവും നിർവഹിച്ച് കേരളഭാഷാ ഇൻസ്റ്റിറ്റ്യൂട്ട് 2018-ൽ പുറത്തിറക്കിയതാണ്. ആകെയുള്ള മുപ്പത് ലേഖ നങ്ങളിൽ എട്ടെണ്ണം ഭാഷയെപ്പറ്റിയുള്ള പെൺപഠനങ്ങളാണ്. ഭാഷാശാസ്ത്രഗവേഷണത്തിൽ താത്പര്യപൂർവം ഏർപ്പെടുന്നവ രാണ് ഇവരിൽ പലരും. ഇക്കൂട്ടത്തിൽ പിഎച്ച്.ഡി പ്രബന്ധത്തി ന്റെയും എം.ഫിൽ പ്രബന്ധത്തിന്റെയും രൂപരേഖകൾ ഉൾപ്പെടു ന്നുണ്ട്. മറ്റുള്ളവയും ഗവേഷണസ്വഭാവം പ്രകടിപ്പിക്കുന്ന രചനക ളാണ്. ഭാഷാശാസ്ത്രപഠനങ്ങളുടെ ഭാവി നിർണയിക്കാനുതകുന്ന സൈദ്ധാന്തികാന്വേഷണമാണ് ഈ ലേഖനങ്ങളിൽ കാണുന്നത്. ദേശഭാഷ, പരസ്യഭാഷ, വ്യത്യസ്തമതങ്ങളുടെയും ജാതികളുടെയും ഭാഷ, ഗോത്രഭാഷ, ചന്തഭാഷ തുടങ്ങി വ്യത്യസ്ത മേഖലകളിലെ ഭാഷകൾ പഠനവിധേയമാകുന്ന ഈ ലേഖനങ്ങൾ, 'കുട്ടനാട് ഭാഷ യും ഭൗതിക സാഹചര്യങ്ങളും (റീഷ എസ്.ആർ), 'യാദവഭാഷയി ലെ ആദേശവും സംരക്ഷണവും' (ശ്രീഷ്മ മുകുന്ദൻ), 'പറയഭാഷ സാംസ്കാരികാദേശവും സംരക്ഷണവും' (സുസ്മിത.ടി), 'മന്നാൻ മാരുടെ ഭാഷാസവിശേഷതകൾ' (ടീന അഗസ്റ്റിൻ), 'മുക്കുവഭാഷ യുടെ സാമൂഹികസ്വത്വം' (ജുബീഷ കെ.പി.), 'കഥകളിലെ ദ്വിഭാ ഷിത്വസാഹചര്യം' (ഡോ. ലിജാ അരവിന്ദ്) 'നിഘണ്ടുക്കളിലെ സാമൂ ഹികഭാഷാ സ്വഭാവം (ഡോ. ദീപ മേരി ജോസഫ്)'ഹരിത രാമായ ണത്തിലെ സങ്കല്പനലക്ഷകങ്ങൾ' (ഡോ. എ. സി സുഹാസിനി), 'വിഭക്തിയും ധൈഷണികതയും' (ഡോ. റെപ്സി മറിയം മാത്യു) എന്നിങ്ങനെയാണ്.

'റവ: ജോർജ് മാത്തനും മലയാള വ്യാകരണവും' എന്ന കൃതി യുടെ സമ്പാദക ഡോ. സുധാ മേരി തോമസാണ്. മലയാളഭാഷ യ്ക്ക് വ്യാകരണമെഴുതിയ ആദ്യസ്വദേശി വൈയാകരണനാണ് റവ: ജോർജ് മാത്തൻ. അദ്ദേഹത്തിന്റെ ജീവിതവും കൃതികളും സമഗ്ര മായി പ്രതിപാദിക്കുന്ന ഈ ഗ്രന്ഥം ജോർജ് മാത്തൻ അവതരി പ്പിച്ച ശാസ്ത്രീയ നിരീക്ഷണങ്ങൾ നമ്മുടെ മുൻപിൽ വയ്ക്കുന്നു. ഒപ്പം കേരളത്തിന്റെ ആധുനികതയുടെ മനസ്സ് രൂപപ്പെടുത്തുന്നതിൽ ജോർജ് മാത്തന്റെ സംഭാവന എന്തായിരുന്നു എന്ന് അന്വേഷിക്കു കയും ചെയ്യുന്നു. ഡോ. സ്കറിയ സക്കറിയ, യാക്കോബ് തോമസ്,

എം.എൻ. രാജൻ തുടങ്ങിയവരുടെ പഠനങ്ങൾ കൃതിയുടെ ആദ്യ ഭാഗത്ത് ചേർത്തിട്ടുള്ളത്, ജോർജ്ജ് മാത്തന്റെ രചനകളിലേക്കുള്ള വെളിച്ചമാണ്. ഗദ്യഭാഷയുടെ വികാസപരിണാമവഴികളും നവീന ഗദ്യ ശൈലിയെക്കുറിച്ചുള്ള സൂക്ഷ്മ വിചിന്തനങ്ങളും ഈ കൃതിയെ ഉത്തമഗ്രന്ഥമാക്കുന്നു.

2021 ജനുവരിയിൽ കേരളഭാഷാ ഇൻസ്റ്റിറ്റ്യൂട്ട് പുറത്തിറക്കിയ 'വംശീയഭാഷാവ്യവഹാരം സമൂഹം സംസ്കാരം സാഹിത്യം' എന്ന പുസ്തകത്തിൽ മൂന്ന് ഭാഗങ്ങളിലായി 32 ലേഖനങ്ങൾ ഉള്ളതിൽ പതിനേഴ് എണ്ണവും സ്ത്രീകളുടെ ഭാഷാ പഠനങ്ങളാണ്. അവയിൽ ഏറിയപങ്കും സാമൂഹികഭാഷാശാസ്ത്രവിഭാഗത്തിൽപ്പെട്ട പഠനങ്ങളാണ്. കേരള സംസ്കാരത്തിന്റെ നിർമ്മിതിയിൽ മാറ്റി നിർത്താൻ കഴിയാത്ത സമുദായമെന്ന നിലയിൽ പറയസമുദായത്തെയും അവരുടെ ഭാഷയായ പാളോഭാഷയെയും വിശകലനം ചെയ്യുന്ന, 'പാളോഭാഷ ഒരു സംസ്കാരനിർമ്മിതി' (വർഷ എസ്), മലയാള ഭാഷയുടെ വ്യത്യസ്ത ഭാഷാ ഭേദങ്ങളും അവയുടെ, കാരണങ്ങളും സവിശേഷതകളും വിശദീകരിക്കുന്ന, 'മലയാളത്തിലെ പ്രാദേശിക ഭാഷാഭേദങ്ങൾ' (ശ്രീദേവി മുരളീധരൻ), പത്രമാദ്ധ്യമങ്ങൾ പ്രതിഫലിപ്പിക്കുന്ന പുതുവ്യവഹാരത്തെപ്പറ്റി ചർച്ചചെയ്യുന്ന, 'പത്രഭാഷാ വ്യവഹാരനിർമ്മിതിയിലെ വിഭിന്നതകൾ" (ഡോ.ബിച്ചു എക്സ് മലയിൽ), ഭാഷകളുടെ വ്യത്യസ്തമായ അർത്ഥസമ്പ്രദായങ്ങളെ വിവരിക്കുന്ന, 'ഭാഷാവ്യവഹാരത്തിലെ നാനാർത്ഥങ്ങൾ' (പ്രൊഫ. സിനി.വി), പരസ്യങ്ങളിൽ കാണുന്ന ഭാഷയുടെ നാടകീയതയെ വിശകലനം ചെയ്യുന്ന 'ഭാഷാവൈവിദ്ധ്യം പരസ്യങ്ങളിൽ' (ദർശന വിജയകുമാർ), ഭാഷാഭേദങ്ങളിലെ മതസ്വാധീനത്തെക്കുറിച്ച് ചിന്തിക്കുന്ന, 'ഭാഷാവൈവിദ്ധ്യം മതങ്ങളിലൂടെ' (ആതിര.പി.എസ്), അധികാരം, വ്യവഹാരവിശകലനം എന്നീ സങ്കല്പങ്ങളെ കേന്ദ്രമാക്കി, അടൂർ ഗോപാലകൃഷ്ണന്റെ വിധേയൻ എന്ന സിനിമയിലെ മതവും ഭാഷാവ്യവഹാരവും സൃഷ്ടിക്കുന്ന തലങ്ങളെപ്പറ്റി പഠിക്കുന്ന, 'വിധേയനിലെ മതാധികാരവും ഭാഷാവ്യവഹാരസങ്കല്പങ്ങളും' (ഡോ. ദിവ്യ എസ്. കേശവൻ), അംബികാസുതൻ മാങ്ങാടിന്റെ മരക്കാപ്പിലെ തെയ്യങ്ങൾ എന്ന നോവലിൽ ഉത്തരാധുനിക സാഹിത്യ ഭാഷ എങ്ങനെ ആവിഷ്കരിക്കപ്പെടുന്നു എന്ന് ചിന്തിക്കുന്ന, 'പ്രാദേശികഭാഷ മരക്കാപ്പിലെ തെയ്യങ്ങളിൽ' (ഡെയ്സി എബ്രഹാം), ടി.കെ.സി.വടുതലയുടെ കഥകളിൽ കീഴാളഭാഷയുടെ സംഗീതം കേൾക്കാൻ ശ്രമിക്കുന്ന, 'ഭാഷയും സ്വത്വാവിഷ്കാരവും ടി.കെ.സി

വടുതലയുടെ കഥകളിൽ' (സരിത ടി.എസ്), എസ്. ഹരീഷിന്റെ കഥയിൽ ദൃശ്യമാകുന്ന അധീശത്വവ്യവഹാര രൂപീകരണ പ്രക്രിയയെ അന്വേഷിക്കുന്ന, 'ഭാഷാധിനിവേശം എസ്.ഹരീഷിന്റെ കഥകളിൽ' (ആതിര കുഞ്ഞുമോൻ), വംശീയഭാഷാ ശാസ്ത്രത്തിന്റെ വെളിച്ചത്തിൽ കൃഷ്ഗാഥയെ പഠിക്കുന്ന, 'കൃഷ്ണഗാഥയിലെ ബ്രാഹ്മണ വ്യവഹാരങ്ങൾ' (സുനിത.പി), തീരദേശത്തിന്റെ ഭാഷാഭേദങ്ങളിലൂടെ ഫ്രാൻസിസ് നൊറോണയുടെ അശരണരുടെ സുവിശേഷം എന്ന നോവലിനെ വിശകലനം ചെയ്യുന്ന ലേഖനം 'തീരദേശഭാഷാഭേദം ഫ്രാൻസിസ് നെറോണയുടെ അശരണരുടെ സുവിശേഷത്തിൽ' (ഈവ്‌ലിൻ സി.എം), ഭാഷയുടെ വിവിധ വ്യവഹാര തലങ്ങൾ നോവലിൽ എങ്ങനെ പ്രധാനമാകുന്നു എന്ന് ഇന്ദുലേഖയെ മുൻനിർത്തി ചിന്തിക്കുന്ന, 'ജാതിഭാഷാവ്യവഹാരം ഇന്ദുലേഖയിൽ' (ഡോ. മീര. ടി), വാമൊഴി ശൈലികളുടെ അതിമനോഹരാവിഷ്കാരമായി മുട്ടത്ത് വർക്കിയുടെ കഥകളെ വിലയിരുത്താൻ ശ്രമിക്കുന്ന,'കീഴാളവർഗ ഭാഷാപ്രയോഗങ്ങളും സാമാന്യജനജീവിതാവിഷ്കാരങ്ങളും' (ശാന്തിനി തോമസ്), ദേശാടനം എന്ന സിനിമയിലെ നമ്പൂതിരി സംസ്കാരമുദ്രകൾ അന്വേഷിക്കുന്ന, 'നമ്പൂതിരിഭാഷ ദേശാടനം സിനിമയിൽ' (കവിത.എച്ച്) എന്നിവയാണവ.

സാമൂഹിക ഭാഷാശാസ്ത്രശാഖയിൽപ്പെട്ട ഗ്രന്ഥമാണ്, 'നിഘണ്ടുക്കളിലെ സാമൂഹികതയും അധികാരവും'. ഡോ. ദീപമേരി ജോസഫ് എഴുതിയ ഈ ഗ്രന്ഥം, ഭാഷയുടെയും സാമൂഹിക വിഷയങ്ങളുടെയും പഠനത്തിനായി, പുതിയൊരു രീതിശാസ്ത്രത്തിന്റെ സഹായത്തോടെ, ഭാഷകസമൂഹത്തിന്റെ സാമൂഹികസ്വത്വം മനസ്സിലാക്കാൻ ശ്രമിക്കുന്ന ഒന്നാണ്. നിഘണ്ടുക്കളെ ആധാരമാക്കിയുള്ള സാമൂഹിക പരിണാമപഠനം അത്രയേറെയില്ല എന്നതാണ് 2021-ൽ പുറത്തിറങ്ങിയ ഈ ഗ്രന്ഥത്തിന്റെ പ്രസക്തി.

സാധാരണക്കാർക്ക് ആശയവിനിമയം അസാദ്ധ്യമാകും വിധം ഭാഷ വ്യവഹരിക്കപ്പെടുന്നത് മനുഷ്യാവകാശലംഘനമാണ് എന്ന് പറഞ്ഞ സാറാജോസഫിന്റെ ഭാഷാപഠനലേഖനങ്ങൾ മാതൃഭൂമി ആഴ്ചപ്പതിപ്പിലും മാനുഷിയിലും പ്രസിദ്ധപ്പെടുത്തിയിട്ടുണ്ട്. കേരളപാണിനീയം, സംസ്കൃതവ്യാകരണത്തിലെ ഏകശേഷദ്വന്ദ്വം, സമാസം ഇവയെ ആധാരമാക്കി എഴുതിയ ലേഖനവും സാറാജോസഫിന്റേതായുണ്ട്.

ഡോ. എ. സി. സുഹാസിനിയുടെ 'ആശാന്റെ ലീല ലക്കോഫിന്റെ വായന' എന്ന പുസ്തകം, പരമ്പരാഗത നിരൂപണസമ്പ്രദാ

യങ്ങളിൽ നിന്ന് വ്യത്യസ്തമായി, ആശാൻ കവിതയെ മുൻപാരും പഠിച്ചില്ലാത്ത വിധം, ധൈഷണികഭാഷാശാസ്ത്രവുമായി ബന്ധപ്പെടുത്തിയുള്ള പഠനമാണ്. അമേരിക്കൻ ധൈഷണിക ഭാഷാശാസ്ത്രജ്ഞനും നോം ചോംസ്കിയുടെ ശിഷ്യരിൽ പ്രമുഖനും ഫിലോസഫറുമായ ജോർജ് ലക്കോഫിന്റെ മെറ്റഫർ സങ്കല്പത്തിന്റെ അടിസ്ഥാനത്തിലാണ് ഡോ. സുഹാസിനിയുടെ നിരീക്ഷണങ്ങൾ. ഭാഷോത്പത്തിയെപ്പറ്റിയും മലയാളത്തിന്റെ മൂലസ്രോതസിനെയും അന്വേഷിക്കുന്ന, ജീ.കമലയമ്മയുടെ, 'മലയാളത്തിന്റെ അടിവേരുകൾ' എന്ന പുസ്തകം പരാമർശം അർഹിക്കുന്ന ഒന്നാണ്.

ഡോ. കെ. സംപ്രീതയുടെ, 'പച്ചവ്ട് ധൈഷണികഭാഷാശാസ്ത്ര വിശകലനം' എന്ന ലേഖനം, അശോകൻ മറയൂരിന്റെ പച്ചവ്ട് എന്ന കവിതാ സമാഹാരത്തിന്റെ ധൈഷണികഭാഷാശാസ്ത്രവായനയാണ്. ഗോത്രഭാഷയായ മുതുവാനിലും മലയാളത്തിലും കവിതകൾ എഴുതുന്നയാളാണ് അശോകൻ മറയൂർ. മുതുവാൻ ഗോത്രസമൂഹത്തിന്റെ ജീവിതപരിസരവും പാരിസ്ഥിതിക സവിശേഷതകളും ഇതിലെ കവിതകൾ എങ്ങനെ പ്രകടമാക്കുന്നു എന്ന വസ്തുതയെ ധൈഷണികഭാഷാശാസ്ത്രസിദ്ധാന്തങ്ങൾ ഉപയോഗിച്ച് വിശകലനം ചെയ്യുകയാണ് ലേഖിക. ഭാഷാനാഡീവ്യൂഹസിദ്ധാന്തത്തെ മലയാളനോവൽ സാഹിത്യവുമായി ബന്ധപ്പെടുത്തി വിശകലനം ചെയ്യുന്ന ആദ്യപഠനമാണ് ഡോ.കെ.സംപ്രീതയുടെ 'സമുദ്രശില സാഹിത്യാനുഭവവും ഉടൽചോദനയും, ന്യൂറോ ധൈഷണികഭാഷാശാസ്ത്രസമീപനം' എന്ന ലേഖനം.

സുഭാഷ് ചന്ദ്രൻ 2019-ൽ എഴുതിയ സമുദ്രശില എന്ന നോവലിനെ, ന്യൂറോഭാഷാശാസ്ത്രത്തിലെ ഉടൽ ചോദനാസിദ്ധാന്തത്തെയും ധൈഷണികഭാഷാശാസ്ത്രസിദ്ധാന്തങ്ങളെയും അടിസ്ഥാനമാക്കി വിശകലനം ചെയ്യുന്നു. ഡോ.കെ.സംപ്രീതയുടെ മറ്റൊരു ലേഖനം, 'കെ.ഷെരീഫിന്റെ വരകളിലെ സങ്കല്പനതലങ്ങൾ ധൈഷണികഭാഷാശാസ്ത്ര അപഗ്രഥനം' എന്നതാണ്. ചിത്രഭാഷയെ ധൈഷണിക ഭാഷാശാസ്ത്രത്തിന്റെ സങ്കേതങ്ങൾ ഉപയോഗിച്ച് വിശകലനം ചെയ്യുകയാണ് ഈ ലേഖനത്തിൽ. പരസ്യചിത്രങ്ങളിലെ ചിത്രത്തെയും ഭാഷയെയും ലക്ഷക: ഉപാദാനലക്ഷണാബന്ധത്തെ മുൻനിർത്തിയാണ് ഈ പഠനം. പ്രകൃതി കേന്ദ്രിതത്വം എന്ന ഉത്തമധൈഷണികമാതൃകയെ കുറിക്കുന്ന ഉപാദാന ലക്ഷണമായി ഷെരീഫിന്റെ ചിത്രങ്ങളെ ലേഖിക അടയാളപ്പെടുത്തുന്നു.

സീനാ ജോണിന്റെ മറ്റ് ചില ലേഖനങ്ങൾ കൂടി പരാമർശിക്കേ

ണ്ടതുണ്ട്. 'വ്യാകരണമിത്രത്തിലെ ഭാഷാസങ്കല്പനം' (താപസം), 'കറുപ്പിന്റെ ഭാഷാശാസ്ത്രം' (പോസ്റ്റ് കൊളോണിയൽ വിമർശനം മലയാളവഴികൾ) 'അക്ഷരസങ്കല്പനം തൊല്ക്കാപ്പിയത്തിൽ' (തൊൽക്കാപ്പിയവും മലയാളവ്യാകരണവും). (അനുപ്രയോഗം സമകാലിക പത്രമലയാളത്തിൽ (താപസം), സംക്ഷേപവേദാർത്ഥത്തിന്റെ വ്യാവഹാരികതലങ്ങൾ: (ഭൂമിമലയാളം തൊൽക്കാപ്പിയവും മലയാളവ്യാകരണവും എന്ന ഗ്രന്ഥം ഡോ.എ.എം.ശ്രീധരൻ എഡിറ്റ് ചെയ്ത് 2014 :ൽ പുറത്തിറക്കിയതാണ്. പ്രൗഢ ലേഖനങ്ങൾകൊണ്ട് സമ്പന്നമായ ഈ ഗ്രന്ഥത്തിൽ 'ദ്യോതകങ്ങളും ഇടൈച്ചൊല്ലുകളും' (ഡോ.എസ്.ഷിഫ), 'തൊല്കാപ്പിയ സ്വാധീനം ലീലാതിലകത്തിൽ' (സവിത ഇ.) 'തൊല്കാപ്പിയത്തിന്റെ സ്വാധീനത മലയാള വ്യാകരണത്തിലെ സാങ്കേതിക പദാവലിയിൽ' (ഡോ.സീമാ ജെറോം), 'തൊല്കാപ്പിയത്തിന്റെ സ്വാധീനം ലീലാതിലകത്തിൽ' (ദീപ ചിറ്റാക്കൂൽ) 'പദസങ്കല്പനം തൊല്കാപ്പിയത്തിലും മലയാളവ്യാകരണകൃതികളിലും' (ഹേന ചന്ദ്രൻ) 'തൊൽകാപ്പിയത്തിന്റെ സ്വാധീനം തമിഴ് മലയാള വ്യവഹാരങ്ങളിൽ' (സൽമ ടി.), 'സ്വനവിജ്ഞാനം തൊല്കാപ്പിയത്തിലും കേരളപാണിനീയത്തിലും' (ഡോ.സിനുമോൾ തോമസ്) 'അക്ഷരസങ്കല്പനം തൊല്കാപ്പിയത്തിൽ' (ഡോ. സീനാജോൺ), 'തൊല്കാപ്പിയ സ്വാധീനം മലയാള വ്യാകരണത്തിൽ' (സന്ധിനിയമങ്ങളെ ആസ്പദമാക്കിയുള്ള വിശകലനം) (സീമ പി.ഡി.), 'തൊല്ക്കാപ്പിയം, വ്യാകരണ ഗ്രന്ഥങ്ങളിലെ സ്വാധീനം' (ഷിനി വി.), 'എഴുത്തധികാരവും, കേരളപാണിനീയവും' (അനഘ ബി.കെ), 'തമിഴ് വ്യാകരണപരാമർശം കേരളപാണിനീയത്തിൽ' (ഡോ. മരിയപോൾ), 'തൊൽകാപ്പിയത്തിലെ ഉരിച്ചൊൽ'(ഡോ. റീജവി.) എന്നീ ലേഖനങ്ങൾ ഉണ്ട്.

'ഭാഷയുടെ വർത്തമാനം' എന്ന ഗ്രന്ഥം ഡോ. ജോസഫ് സ്കറിയ സമാഹരണം നിർവഹിച്ചതാണ്. 2016-ൽ പുറത്തിരങ്ങിയ ഈ പുസ്തകത്തിൽ 'വ്യവഹാരാപഗ്രഥനത്തിന്റെ നാൾവഴികൾ' എന്ന പേരിൽ ഡോ. മരിയപോളിന്റെ ലേഖനമുണ്ട്. മലയാളത്തിന്റെ ശ്രേഷ്ഠഭാഷാപദവിയെ ഭാഷാചരിത്രവുമായി ബന്ധപ്പെടുത്തിയെഴുതിയ, 'ശ്രേഷ്ഠഭാഷാപദവിയും മലയാളഭാഷാചരിത്രവും' എന്ന ലേഖനം സൗമ്യബേബി എഴുതിയത് ഈ ഗ്രന്ഥത്തിലുണ്ട്. 'വാക്യഘടനയും ആകാംക്ഷയും' (സൂര്യ പി), 'പദസങ്കല്പനം പ്രസക്തിയും വെല്ലുവിളിയും' (ഹേന ചന്ദ്രൻ), 'മലയാളവ്യാകരണത്തിലെ സാങ്കേതികപദങ്ങളുടെ പരിണാമപഠനം രീതിശാസ്ത്ര ചർച്ച

(ഡോ. സീനാജോൺ), 'മലയാളത്തിലെ ഭാഷാസൂത്രണപ്രക്രിയകൾ' (നജ്ന മച്ചിങ്ങൽ), ഭാഷാസൂത്രണത്തിന്റെ മലയാളവഴികളിലെ ഗുണ്ടർട്ട്', (ദിവ്യ വി.), 'മലയാളഭാഷയും കീഴാളസ്വത്വരൂപീകരണവും (കെ.ആർ.സജിത), 'അട്ടപ്പാടി കുറുമ്പഭാഷ: ഹരിത ഭാഷാശാസ്ത്രവീക്ഷണം (ഡോ. കെ. സംപ്രീത), 'കീഴാളവ്യാവഹാരത്തിലെ വാക്യാപഗ്രഥനം' (സുനിത ടി.വി), 'മലയാളഭാഷയുടെ പരിണാമവും നവഭാഷാമാദ്ധ്യമങ്ങളും' (സൗമ്യപോൾ) എന്നീ ലേഖനങ്ങളും ഈ ഗ്രന്ഥത്തിന്റെ ഭാഗമായുണ്ട്.

2018-ൽ പുറത്തിറങ്ങയ മലയാളം ജേർണലിൽ, 'ലിംഗവിചാരം തൊല്കാപ്പിയത്തിലും ലീലാതിലകത്തിലും' (എസ്. പ്രേമ) സാങ്കേതികപദനിർമ്മിതിയുടെ പ്രശ്നമണ്ഡലം: മലയാളപരിസരം മുൻനിർത്തിയുള്ള പഠനം' (ഡോ. സീനാ ജോൺ), 'വ്യാകരണത്തിലെ സർഗാത്മകത' (സീമ ജെറോം), 'മലയാളപക്ഷവാദിയായ ഏ. ആർ. രാജരാജവർമ്മ' (ലക്ഷ്മി വി. എസ്.) എന്നിവരുടെ ലേഖനങ്ങളാണുള്ളത്.

പത്രമാസികകൾ

ഭാഷാപോഷിണി

ഓമന പി.വി.	: നിഘണ്ടുവിലും തെറ്റോ
കുഞ്ഞമ്മ എസ്.	: മലയാളം മരിക്കാതിരിക്കാൻ
ഗിരിജ പി.പാതേക്കര	: നാട്ടുഭാഷാനിഘണ്ടു
മാധവിക്കുട്ടി, ഗ്രേസി, ലീലാവതി, വിജയലക്ഷ്മി	: വല്ലാത്ത ബാലപാഠങ്ങൾ: ചർച്ച
ജൽസാമേനോൻ	: ഭാഷയ്ക്ക് പിറവിയുണ്ടോ
മിനിനായർ	: ഭാഷാപഠനം
	: ഭാഷാഭേദങ്ങൾ
	: ആറ് നാട്ടിൽ നൂറ് ഭാഷ
	: ഹൈസ്ക്കൂൾ
മേരി റോയ്	: പഠിക്കേണ്ടത് മാതൃഭാഷ
രത്നമ്മ കെ.	: ശാസനഭാഷ
രമ എം.	: മലയാളസ്ഥലനാമങ്ങളിൽ തുളുവിന്റെ സ്വാധീനം
ഡോ.എം.ലീലാവതി	: അക്ഷരം:ഒരുപഠനം
	: സമകാലികസിദ്ധാന്തങ്ങൾ

റോളാങ്ബാർത്ത്	:	സൗകര്യബോധമാണ് പ്രധാനം

മാതൃഭൂമി ആഴ്ചപ്പതിപ്പ്

ഉഷാനമ്പൂതിരിപ്പാട്	:	ഭാഷയിലെ ശുദ്ധാശുദ്ധങ്ങൾ
	:	മലയാളത്തിലെ മലയാളങ്ങൾ
ഗിരിജ വി.എം.	:	ജാഗരൂക
ഗീത	:	സിനിമാപ്പാട്ടുകളുടെ കീഴുലകങ്ങളിൽ
ജെ.ദേവിക	:	ശരീരത്തിന്റെയും ഭാഷയുടെയും ജെൻഡർ
മാലിനി പടിയത്ത്	:	മലയാളിയായ ഗുജറാത്തി
ഡോ.എം.ലീലാവതി	:	പ്രൊ.സി.എൽ.ആന്റണി
ശീതൾശ്യാം	:	വാക്കുകൾ തികയാത്ത മലയാളം

ഗ്രന്ഥാലോകം

കുഞ്ഞമ്മ എസ്.	:	കമ്പ്യൂട്ടർ പരിഭാഷകനാകുന്നത്
ഗീത പുതുശ്ശേരി ആർ.	:	കേരളപാണിനീയത്തെക്കുറിച്ച്
കെ.മിനാക്ഷിയമ്മ		
കോന്നീയൂർ	:	ചില പ്രാചീന മലയാളപദങ്ങൾ
ഷീബ	:	അക്ഷരങ്ങൾ അകലുന്നുവോ
സുഷമ എൽ.	:	ഭാഷപരിണാമവും മരണവും)

വിജ്ഞാനകൈരളി

ഡോ.ഡി.ബിന്ദു	:	കേരളപാണിനീയവും ശബ്ദശോധിനിയും ഒരു താരതമ്യപഠനം
ഉഷാനമ്പൂതിരിപ്പാട്	:	സ്ത്രീകളുടെ ഭാഷ, നമ്പൂതിരിപ്പേരുകൾ
	:	സാഹിത്യഭാഷയിലെ സംസാരഭാഷ
	:	വിവർത്തനത്തിന്റെ പ്രശ്നങ്ങൾ
ഒലീന എ.ജി.	:	ഭാഷാപഠനം സാദ്ധ്യതയും സാധുതയും

ഓമന സതീഷ് പി.വി.	: മലയാളലിപി പരിഷ്കരണം
കനിത	: പ്രമാണസംഗ്രഹം മലയാളത്തിൽ
കല കെ.കെ.	: മലയാളഭാഷയ്ക്കും സംസ്കാരത്തിനും ഗുണ്ടർട്ടിന്റെ സംഭാവന
കുഞ്ഞമ്മ എസ്.	: കുറ്റം ശിക്ഷ രക്ഷ ഒരു ഭാഷാശാസ്ത്രഭാഷ്യം
ജീന എസ്. നായർ	: ശിശുഭാഷ
സീമാജെറോം	: മാനകീകരണം ഗുണ്ടർട്ടിലും ഏ.ആറിലും
നിർമ്മല. ബി.	: സജാതീയ ഭാഷാപഠനം
പാർവതി എസ്.നായർ	: വിഭക്തി മലയാളത്തിൽ
പ്രഭ എം.	: നിയമം മലയാളത്തിൽ
	: ഇംഗ്ലീഷ് ഭാഷയിലെ മലയാളപദങ്ങൾ
പ്രേമ എസ്.	: ലിംഗവിവേചനം മലയാളഭാഷയിൽ അന്വേഷണത്തിന്റെ അനിവാര്യത
പ്രിയ പി.എ.	: അക്ഷരത്തിന്റെ ദീപ്തി
മഹിളമ്മ വി.	: ഭാഷാപഠനം: ഒരു വീക്ഷണം
മിലീന	: അധികാരവും ഭാഷയും
രത്നമ്മ കെ.	: മലയാളം വന്നവഴി
രമ സി.	: വിജ്ഞാനവ്യാപനത്തിൽ മാതൃഭാഷയ്ക്കുള്ള പങ്ക്
രമാദേവി എസ്.	: മാതൃഭാഷാപഠനം വിദ്യാലയങ്ങളിൽ
രമാബായ് എൻ.	: കമ്പ്യൂട്ടറിൽ പ്രൈമറി വിദ്യാർത്ഥികളുടെ ഭാഷാപഠനം
രോഹിണി എ.എം.	: കേരളപാണിനീയത്തിലെ ഉദാഹരണങ്ങൾ: ഒരു സ്ത്രീപക്ഷ വീക്ഷണം
ലളിത ആർ. പ്രഭു	: ലിംഗപ്രകരണം കൊങ്കിണിയിൽ
ലിസീനിയ	: അർണോസ്പാതിരിയുടെ സംഭാവനകൾ

ഡോ.എം.ലീലവതി	: ശാസ്ത്രഭാഷയിലെ വാക്യഘടന
	: ഭാഷാശുദ്ധിയെപ്പറ്റി
	: ദ്വിത്വഖരാദേശനയങ്ങളെപ്പറ്റി
	: മലയാളത്തിലെ പിൻവിനയെച്ചം
ലീലാമ്മ കെ.എസ്.	: അച്ചടിയിലെ നൂതനവികാസങ്ങൾ
ലേഖാകുമാരി. ടി.കെ.	: ശിലാലിഖിതങ്ങൾ പറയുന്നത്
വിജയലക്ഷ്മി അമ്മ പി.	: ഹെർമൻ ഗുണ്ടർട്ടും മലയാളഭാഷയും
ശ്രീകല ആർ.ബി.	: ഭാഷയുടെ വർത്തമാനം
ഡോ.എസ്. ഷിഫ	: സമാസങ്ങളിലെ സമസ്യകൾ
ഷേർളി ദിവാകരൻ	: മലയാള നിഘണ്ടു ചരിത്രം
സജില എസ്.	: പാർട്ട്സ് ഓഫ്.സ്പീച്ച്:ടാഗിങ്ങും വെല്ലുവിളികളും
സന്ധ്യവി.എസ്.	: നിഘണ്ടുപഠനം
സരസ്വതിയമ്മ ആർ.	: കമ്പ്യൂട്ടറും ഭാഷാശാസ്ത്രവും
	: ഭാഷാകമ്പ്യൂട്ടിങ്ങിന്റെ അടിത്തറ സ്വതന്ത്ര സോഫ്റ്റ്വെയറിലൂടെ
സൗമ്യബേബി	: മലയാളത്തിലെ ഭാഷാശാസ്ത്രപഠനധാര
സെലീന കെ.വി.	: അച്ചടിയിലെ ആധുനികത കേരളീയാനുഭവങ്ങളിലൂടെ
സുഗതകുമാരി	: മരിക്കില്ല മലയാളം
സുജാത ആർ.	: വിജ്ഞാനവ്യാപനത്തിൽ മാതൃഭാഷയ്ക്കുള്ള സ്ഥാനം
സുധാബായ് ബി.	: വിഭക്തി വ്യാകരണം ഒരു സാമാന്യാവലോകനം
സുനിത ടി.വി.	: കമ്പ്യൂട്ടർ വിവർത്തനം ചെയ്യുമ്പോൾ
സുഷമ എൽ.	: കുറ്റാന്വേഷണഭാഷാശാസ്ത്രം
ഹസീന എസ്.	: തൊഴിൽപരപദങ്ങൾ
ഹൈറുന്നീസബീഗം	: മലവേടരുടെ ബന്ധസൂചക പദങ്ങൾ)

ഭാഷാസാഹിതി

ഉഷാനമ്പൂതിരിപ്പാട്	: നമ്പൂതിരിഭാഷയിലെ

	ബന്ധസൂചകപദങ്ങൾ
മാലതി കെ.	: നിഗീർണകർതൃകം
മേരിക്കുട്ടി എ.എം.	: ഭാഷാവൈകല്യവും ഭാഷാശാസ്ത്രവും
രത്നമ്മ കെ.	: ഭാഷാപരിണാമം വാർത്താതലത്തിൽ
ലീലാവതി എം.	: മലയാളത്തിലെ വർത്തമാനകാല പ്രത്യയത്തിന്റെ നിഷ്പത്തി
ഡോ.ഷിഫ എസ്.	: കഥകളിമുദ്രാഭാഷയും മലയാളവ്യാകരണവും
കെ.ആർ.സജിത	: വാമൊഴി രൂപങ്ങളിലെ ലിംഗപദവി
സുജ എസ്.	: കഥാവിവർത്തനം

മലയാളവിമർശം

ജയശ്രീ സി.	: പ്രകാരങ്ങൾ രാജരാജവർമ്മയുടെ വീക്ഷണത്തിൽ
സുധാബായ് ബി.	: കേരളപാണിനീയത്തിലെ വിഭക്തി ചർച്ച
സരസ്വതിയമ്മ ആർ.	: പദസംഹിത
വിനീതാമേനോൻ	: ഘടനാസിദ്ധാന്തം നരവംശശാസ്ത്രത്തിൽ

സാഹിത്യലോകം

അഞ്ജന വി.ആർ.	: വീണപൂവും ഇംഗ്ലീഷ് പരിഭാഷയും
ആര്യാദേവി ടി.	: വാക്യാർത്ഥബോധം ജയന്തഭട്ടന്റെ വീക്ഷണത്തിൽ
ഗായത്രി	: ഭാഷയിലെ ജീവസ്വരങ്ങൾ
ഗീതാകുമാരി	: ശീർഷകശൈലിയും പത്രപ്രചാരവും
ജയാസുകുമാരൻ	: വിവർത്തനപഠനം
ജൽസ എം.	: മലയാളഭാഷയിലെ ശാസ്ത്ര കൃതികൾ
പ്രസന്ന	: പാണിനിയും സംസ്കൃതവ്യാകരണവും
രജനി എൻ.	: കവിതാവിവർത്തനം

ഡോ.എം.ലീലാവതി : മലയാളം ഗ്രാമർ ആന്റ് റീഡർ
ശ്രീരേഖ : നമ്മുടെ ഭാഷ അന്നുമിന്നും
ഷീബ എ.സി. : മലയാളത്തിലെ ശൈലീ പ്രയോഗങ്ങളും സദൃശവാങ്മയങ്ങളും
ഷീബ എം. കുര്യൻ : ചില ഭാഷാചരിത്ര സന്ദേഹങ്ങൾ
സുഷമ എൽ. : ഭാഷ ഉത്ഭവം, വളർച്ച നാശം
സൗമ്യബേബി : മലയാളരൂപവിജ്ഞാവും എൽ.വി രാമസ്വാമി അയ്യരും
റോസി ടി.ടി. : ബൈബിൾ വിവർത്തനം മലയാളത്തിൽ

മലയാളം റിസർച്ച് ജേർണൽ

അനുപമ വി.കെ. : ദ്യോതകം തമിഴിലും മലയാളത്തിലും
അശ്വതി ആർ. : വാക്യഘടനയെ അടിസ്ഥാനമാക്കി മലയാളത്തിലെ പദസംവർഗങ്ങളുടെ വിവരണം
ജൽസാമേനോൻ : മലയാളഗദ്യം ആധുനികതയ്ക്ക് മുൻപ്
മഞ്ജുള കെ.വി. : ഭാഷയും പ്രതിരോധവും : ഉത്തര കേരളത്തിന്റെ തോറ്റംപാട്ടുകളെ ആസ്പദമാക്കി ഒരു പഠനം
സിനുമോൾ തോമസ്: ഗോത്രസംഖ്യാനാമങ്ങളുടെ ദ്രാവിഡപശ്ചാത്തലം
ശ്രീലേഖ കെ.ജി. : നാമവിശേഷണങ്ങൾ തമിഴിലും മലയാളത്തിലും
സുജാറാണി മാത്യു : എസ്.എം.എസ് പാഠവും പാഠഭേദങ്ങളും

പി.എച്ച്.ഡി ഗവേഷണപ്രബന്ധങ്ങൾ

ഡോ.ഡി. ബിന്ദു : സമാസനിയമങ്ങൾ മലയാളവ്യാകരണരചനകളിൽ (കേരളസർവകലാശാല:2021)
അനുപമ എം. : കണ്ണൂർ ഭാഷാഭേദപഠനം

(കണ്ണൂർ സർവകലാശാല :2009)

ജയ സുകുമാരൻ : നോവൽ വിവർത്തനം മലയാളത്തിൽ: ബംഗാളി നോവലുകളുടെ തെരഞ്ഞെടുത്ത വിവർത്തനങ്ങളെ അടിസ്ഥാനമാക്കി ഒരു താത്വികപഠനം (മഹാത്മാഗാന്ധി സർവകലാശാല: 2001)

തനുജ എസ്. : കേരളത്തിലെ വീട്ടുപേരുകൾ (കോഴിക്കോട് സർവകലാശാല: 1996)

ധനലക്ഷ്മി കെ. : ചിറ്റൂരിലെ തെലുങ്കരുടെ ഭാഷ സാമൂഹികഭാഷാശാസ്ത്ര ദൃഷ്ടിയിലൂടെ (മഹാത്മാഗാന്ധി സർവകലാശാല: 2006)

പദ്മിനി പി.ജി. : പണിയഭാഷയിലെ പ്രാദേശിക വൈജാത്യങ്ങൾ (കോഴിക്കോട് സർവകലാശാല: 1993)

ബേബിഷീബ സി.പി. : വൈലോപ്പിള്ളിക്കവിത : ശൈലീവിജ്ഞാനപരമായ അപഗ്രഥനം (കോഴിക്കോട് സർവകലാശാല: 1997)

മേരി എൻ.കെ. : മലയാളവ്യാകരണപഠനങ്ങൾ കേരളപാണിനീയത്തിന് ശേഷം (മഹാത്മാഗാന്ധി സർവകലാശാല: 2005)

മോളി ജോസഫ് മാമ്പള്ളി : കേരളത്തിലെ കാർഷികപഴഞ്ചൊല്ലുകളുടെ നാട്ടറിവുകൾ (കോഴിക്കോട് സർവകലാശാല: 2007)

ശ്യാമ സി.ജി. : കൊറഗഭാഷയിലെ വിവരണാത്മക വ്യാകരണം (കോഴിക്കോട് സർവകലാശാല)

ശ്രീപ്രിയ കെ. : കേരളത്തിലെ ആന്ധ്രകുംഭാരൻമാരുടെ

ഭാഷാപരിരക്ഷണവും
മാറ്റവും (കോഴിക്കോട്
സർവകലാശാല: 2009)

സൗമ്യബേബി : മലയാളഭാഷാവിജ്ഞാനത്തിന് എൽ.വി.രാമസ്വാമി അയ്യരുടെ സംഭാവന :വിമർശനാത്മക പഠനം (കാലടി ശ്രീ.ശങ്കരാചാര്യ സംസ്കൃത സർവകലാശാല :2007)

റോസി ടി.ടി. : മലയാള ഗദ്യത്തിന്റെ വികാസപരിണാമങ്ങളിൽ ബൈബിൾ വിവർത്തനങ്ങളുടെ സ്വാധീനം (കോഴിക്കോട് സർവകലാശാല :1993)

എം.ഫിൽ ഗവേഷണപ്രബന്ധങ്ങൾ

അനിഷ പി. : പദമൃതി:മലയാളത്തിൽ (മലയാള സർവകലാശാല: 2016)

ദിവ്യ ഒ.ഡി. : സബ് ടൈറ്റിലിങ് സിനിമയിൽ പരിഭാഷയിലെ പ്രശ്നങ്ങളും സാദ്ധ്യതകളും നിഴൽക്കുത്തിനെ ആധാരമാക്കിയുള്ള പഠനം (കോഴിക്കോട് സർവകലാശാല 2014)

ധനലക്ഷ്മി കെ. : പാലക്കാട് ജില്ലയിലെ തെലുങ്ക്ഭാഷാഭേദത്തിന്റെ വർണവിഷയകമായ പഠനം (കോഴിക്കോട് സർവകലാശാല :1993)

ഫാത്തിമ സിയാന പി. : ലക്ഷദ്വീപിലെ മാലപ്പാട്ടുകളുടെ സാംസ്കാരിക പ്രാധാന്യം 'ഉബൈദുള്ളാമാല'യെ ആസ്പദമാക്കിയുള്ള പഠനം (കോഴിക്കോട് സർവകലാശാല :2013)

ബിൻസി വി. : ചോലനായിക്കഭാഷ (മലയാള

സർവകലാശാല:2016)

മിനി കെ.സി. : മലയാളത്തിലെ സംബോധനാരൂപങ്ങൾ: ഒരു സാമൂഹികഭാഷാശാസ്ത്ര പഠനം (കോഴിക്കോട് സർവകലാശാല :1995)

രാജലക്ഷ്മി പി. : പാണിനീയശിക്ഷ വിവർത്തനവും വിശദീകരണവും (കോഴിക്കോട് സർവകലാശാല :1991)

ലീല എം.സി. : മലയാളരചനാശുദ്ധീകരണം (കോഴിക്കോട് സർവകലാശാല :1993)

വിജിപോൾ : ഗതി: രൂപവും അർത്ഥവും (കോഴിക്കോട് സർവകലാശാല:2015)

ശ്രീലേഖമോഹൻ : വാർത്താശീർഷകങ്ങളിലെ സ്വഭാവവും ഘടനയും (മലയാള സർവകലാശാല : 2016)

സുജാത പി. : മലയാളലിപിയുടെ ചരിത്രവും പരിഷ്കരണവും (കോഴിക്കോട് സർവകലാശാല :1993)

സുപ്രിയ പി. : വർണവിചാരം മലയാഴ്മയുടെ വ്യാകരണത്തിലും കേരളകൗമുദിയിലും: താരതമ്യപഠനം (കോഴിക്കോട് സർവകലാശാല :1995)

സിജി എൻ. : രൂപിമവിജ്ഞാനത്തിൽ എൽ.വി ആറിന്റെ സംഭാവനകൾ: ദ എവല്യൂഷൻ ഓഫ് മോർഫോളജി വിവർത്തനവും പഠനവും (കോഴിക്കോട് സർവകലാശാല: 2013)

സംഗീത എം.കെ. : സ്ത്രൈണകർതൃത്വം ഖുർആൻ വിവർത്തനങ്ങളിൽ (മലയാള സർവകലാശാല : 2016)

ഭാഷാപഠനത്തിലെ പെൺവഴികൾ ഒരു ലേഖനത്തിന്റെ പരിധിക്ക് പുറത്തേക്ക് വളരുന്നതാണ്. ഒരു പുസ്തകത്തിന്റെ സാദ്ധ്യത ഈ വിഷയത്തിൽ നിലനില്ക്കുന്നു എന്നതാണ് സത്യം.

○○

18

ഉണ്ടാകുമോ, നമുക്കൊരു മാഡം ക്യൂറി

ഡോ. സംഗീത ചേനംപുല്ലി

വൈജ്ഞാനിക സമൂഹവും സമ്പദ് വ്യവസ്ഥയുമായി കേരളം വളരേണ്ടതിന്റെ ആവശ്യകതയെപ്പറ്റിയുള്ള ചർച്ചകൾ സജീവമായി നടന്നു കൊണ്ടിരിക്കുന്ന സമയമാണല്ലോ ഇത്. ജ്ഞാന സമൂഹത്തിന്റെ നിർമ്മിതിയിലും നിലനിൽപ്പിലും സ്ത്രീയുടെ പങ്കിനെക്കുറിച്ചുള്ള ചർച്ചകളും നടക്കുന്നു. ജ്ഞാനോത്പാദന പ്രക്രിയയുടെ പ്രധാനപ്പെട്ട കൈവഴികളിൽ ഒന്നാണ് ശാസ്ത്രം. ഈ മേഖലയിൽ കേരളീയ സ്ത്രീകൾ നല്കിയ സംഭാവനകൾ എന്തൊക്കെയാണ്, മലയാളി സ്ത്രീയുടെ ശാസ്ത്ര പര്യവേഷണങ്ങളെ പരിമിതപ്പെടുത്തുന്ന സാമൂഹ്യ ഘടകങ്ങൾ ഏതെല്ലാമാണ് എന്നീ അന്വേഷണങ്ങൾ ഈ സമയത്ത് കൂടുതൽ പ്രസക്തവുമാണ്.

പലവിധത്തിലുള്ള മുൻവിധികളിൽ ഊന്നിക്കൊണ്ട് പുരുഷന്റെ മേഖലയായി സമൂഹം തീറെഴുതിയിട്ടുള്ളതാണ് ശാസ്ത്രവും സാങ്കേതിക വിദ്യയും. അഡലവ്ലേസും മാഡം ക്യൂറിയും റേച്ചൽ കാർസണും ബാർബറാ മക്ലിന്റോക്കുമൊക്കെ മറുപുറത്ത് പുരുഷനെ അതിശയിപ്പിച്ച് ഉദാഹരണങ്ങളായി ഉയർന്നു നിൽക്കുന്നുണ്ടെങ്കിലും ചില മുൻവിധികളിൽ നിന്ന് നമ്മളിനിയും മുക്തരല്ല. 2001-ൽ വൈദ്യശാസ്ത നോബൽ നേടിയ ടിം ഹണ്ട് എന്ന ബ്രിട്ടീഷ് ശാസ്ത്രജ്ഞൻ ശാസ്ത്രരംഗത്തെ സ്ത്രീകളെക്കുറിച്ച് നടത്തിയ വിവാദ പരാമർശത്തിലൂടെ വാർത്തയിൽ നിറഞ്ഞത് ഇക്കഴിഞ്ഞ കാലത്ത് തന്നെയാണ്. സിയൂളിൽ വെച്ച് നടന്ന ശാസ്ത്രജേർണലിസ്റ്റുക

ളുടെ ആഗോള കോൺഫറൻസിനിടെയാണ് അദ്ദേഹം വനിതാ ശാസ്ത്രജ്ഞർ പ്രണയം കൊണ്ട് പുരുഷന്മാരുടെ ശ്രദ്ധപതറാൻ കാരണമാകുന്നവരും വിമർശനങ്ങളെ കണ്ണീരുകൊണ്ട് നേരിടുന്നവരും ആണെന്ന് അഭിപ്രായപ്പെട്ടത്. തുടർന്നുണ്ടായ വിവാദം ലണ്ടൻ യൂണിവേഴ്സിറ്റി കോളേജിലെ ഹോണററി പ്രൊഫസർ പദവിയും റോയൽ സൊസൈറ്റിയിലെ ജീവശാസ്ത്ര അവാർഡ് സമിതിയിലെ അംഗത്വവും രാജിവെക്കാൻ അദ്ദേഹത്തെ നിർബന്ധിതനാക്കി. എന്നാൽ സ്ത്രീകൾ ഉൾപ്പടെ ശാസ്ത്ര സമൂഹത്തിലെ ചെറുതല്ലാത്ത ഒരു ശതമാനം ടിം ഹണ്ടിനെ പിന്തുണയ്ക്കാനെത്തി എന്ന വസ്തുത കാണാതിരുന്നുകൂടാ. വികസിതം എന്നവകാശപ്പെടുന്ന, നോബൽ നേടിയ വനിതാ ശാസ്ത്രജ്ഞരുടെ പെരുമകൾ നിലനിൽക്കുന്ന സമൂഹങ്ങളിൽത്തന്നെ ഇതാണവസ്ഥയെങ്കിൽ ഇന്ത്യയെപ്പോലെ മതബദ്ധമായ വലത് രാഷ്ട്രീയത്തിന് വേരോട്ടമുള്ള സാമൂഹ്യ ചുറ്റുപാടിലെ അവസ്ഥ ഊഹിക്കാവുന്നതേയുള്ളൂ. എങ്കിലും ഇന്ത്യൻ ശാസ്ത്ര രംഗത്തിന് വഴികാട്ടിയ ഒന്നിലേറെ വനിതകളെ കേരളം സംഭാവന ചെയ്തിട്ടുണ്ട്.

ഇന്ത്യൻ നാഷണൽ സയൻസ് അക്കാദമിയുടെ 2004-ലെ കണക്ക് അനുസരിച്ച് (1) കേരളത്തിൽ സയൻസിലും ടെക്നോളജിയിലും അനുബന്ധ മേഖലകളായ വൈദ്യശാസ്ത്രം, കാർഷിക ശാസ്ത്രം, വെറ്റിനറി സയൻസ് എന്നിവയിൽ ബിരുദം നേടുന്ന പെൺകുട്ടികളുടെ എണ്ണം ഇന്ത്യയിൽ ഏറ്റവും ഉയർന്നതാണ്. അത് ഇക്കഴിഞ്ഞ വർഷങ്ങൾക്കിടെ വർദ്ധിക്കാനെ സാധ്യതയുള്ളൂ. അതേസമയം ഗവേഷണരംഗത്ത് എത്തുന്ന, അനുബന്ധ തൊഴിൽ മേഖലകളിലോ ശാസ്ത്ര സാങ്കേതിക സ്ഥാപനങ്ങളിലോ തൊഴിൽ നേടുന്ന സ്ത്രീകളുടെ എണ്ണം ഇന്ത്യയിൽ ഒട്ടാകെയും കേരളത്തിലും കുറവാണ് എന്നും കാണാനാകും. സ്ത്രീകളുടെ ശാസ്ത്ര വിദ്യാഭ്യാസം, പിഎച്ച്.ഡി ബിരുദം എന്നിവയൊക്കെ സമയ ക്ലിപ്തതയുള്ള തൊഴിൽ മേഖലയായ അദ്ധ്യാപനത്തിൽ അവസാനിക്കുന്ന പ്രവണതയാണ് കേരളത്തിൽ പൊതുവേ കാണാനാകുക. ജ്ഞാനസമ്പാദനം (അത് തന്നെ വിമാർശനാത്മക ജ്ഞാന സ്വാംശീകരണത്തിന് പകരം വിവര ശേഖരണമാണ് മിക്കവാറും), ജ്ഞാനവിനിമയം എന്നീ തലങ്ങൾക്കപ്പുറത്ത് ജ്ഞാന നിർമ്മിതി എന്ന തലത്തിലേക്ക് ഉയരാൻ കേരളത്തിലെ ശാസ്ത്ര പഠനത്തിനും പൊതുവേ തന്നെ കഴിയാതെ പോകുന്നുണ്ട്.

വിവാഹത്തിനും, കുടുംബ ജീവിതത്തിനുമുള്ള അടിത്തറയായി

മാത്രം സ്ത്രീകളുടെ വിദ്യാഭ്യാസത്തെ സമീപിക്കുന്നതിനാൽ ജ്ഞാനനിർമ്മിതിയിൽ സ്ത്രീയുടെ ഇടം പിന്നേയും ചുരുങ്ങുന്നു. പുരുഷനെ അപേക്ഷിച്ച് ധിഷണാപരമായി പുറകിലായത് കൊണ്ടല്ല മറിച്ച് നിലനിൽക്കുന്ന വ്യവസ്ഥിയുടെ പരിമിതികളും കുടുംബത്തിനായുള്ള ത്യാഗങ്ങളും ശാസ്ത്ര ലോകം ആവശ്യപ്പെടുന്ന സമർപ്പണത്തിലേക്ക് ഉയരുന്നതിൽ നിന്ന് വനിതാ ശാസ്ത്രജ്ഞരെ തടയുന്നുണ്ട്. ഈ വസ്തുതകളെ മുന്നിൽ വെച്ച് കൊണ്ട് മാത്രമേ നമുക്ക് ശാസ്ത്ര രംഗത്ത് കേരളീയ സ്ത്രീയുടെ സംഭാവനകളെ നോക്കിക്കാണാൻ കഴിയൂ. ഇത്തരം പരിമിതികളെ അതിലംഘിച്ചു കൊണ്ട് ശാസ്ത്ര/സാങ്കേതിക രംഗങ്ങളിൽ നിർണായക സംഭാവനകൾ നല്കിയ ഏതാനും വനിതകളെ പരിചയപ്പെടുത്തുകയാണ് ഇവിടെ.

ഇവിടെ പരാമർശിക്കപ്പെടുന്ന വനിതകളിൽ ഏറെപ്പേരും കേരളത്തിന് പുറത്ത് ഗവേഷണം നടത്തിയവരാണ് എന്ന വസ്തുതയും ശ്രദ്ധിക്കേണ്ടതാണ്. വിവിധ കാലഘട്ടങ്ങളിൽ ശാസ്ത്രരംഗത്ത് കേരളത്തെ പ്രതിനിധീകരിച്ച നാല് വനിതാ ശാസ്ത്രജ്ഞരെ മാത്രം പരിചയപ്പെടുത്തുകയാണ്. അന്നപൂർണ്ണി സുബ്രമണ്യൻ, വിജയലക്ഷ്മി മേല്നിക്, ടെസി തോമസ്, ആർ രാജലക്ഷ്മി തുടങ്ങി ഇനിയും ധാരാളം പേർ പരാമർശിക്കപ്പെടേണ്ടതായുണ്ട്.

ഇന്ത്യയിലെ ആദ്യ സസ്യശാസ്ത്രജ്ഞ

ബ്രിട്ടനിലെ റോയൽ ഹോർട്ടികൾച്ചറൽ സൊസൈറ്റിയിലെ പൂന്തോട്ടത്തിൽ വിരിഞ്ഞു നിൽക്കുന്ന വെളുത്ത മഗ്നോളിയ പൂക്കൾക്ക് ഒരു മലയാളിയുടെ പേരാണ്. അവ വികസിപ്പിച്ചെടുത്ത സസ്യശാസ്ത്രജ്ഞയുടെ പേരിലാണ് Magnolia Kobus Janaki Ammal എന്ന സവിശേഷമായ ദളങ്ങളുള്ള ആ പൂക്കൾ അറിയപ്പെടുന്നത്. നാം കഴിക്കുന്ന പഞ്ചസാര മധുരത്തിലും അവരുടെ സംഭവനയുണ്ട്. ഇന്ത്യയിലെ കരിമ്പ് വർഗ്ഗങ്ങളിൽ പഠനം നടത്തി കൂടുതൽ മെച്ചപ്പെട്ട ഇനങ്ങൾ വികസിപ്പിച്ചതിൽ ജനിതകശാസ്ത്രത്തിലെ അവരുടെ അറിവിനും അനുഭവ പരിചയത്തിനും പങ്കുണ്ട്.

കേരളം കൊണ്ടാടാതെ പോയ അപൂർവ്വ പ്രതിഭകളുടെ മുൻനിരയിലാണ് ഇ.കെ. ജാനകിയമ്മാളുടെ സ്ഥാനം. കേരളത്തിലെ വലിയൊരു വിഭാഗം സ്ത്രീകൾക്ക് സ്കൂൾ വിദ്യാഭ്യാസം തന്നെ അപ്രാപ്യമായ കാലത്താണ് തലശ്ശേരിക്കാരിയായ ജാനകി അമേരിക്കയിൽ നിന്ന് പിഎച്ച്.ഡി നേടുന്നത്. സസ്യശാസ്ത്രത്തിൽ

പിഎച്ച്.ഡി നേടുന്ന ആദ്യത്തെ ഇന്ത്യൻ വനിതയാണ് അവർ. തലശ്ശേരിയിൽ ദിവാൻ ബഹദൂർ ഇ.കെ. കൃഷ്ണന്റെ മകളായി ജനിച്ച അവർ മദ്രാസിലെ പ്രെസിഡൻസി കോളേജിൽ നിന്ന് ബിരുദം നേടിയ ശേഷം ബിരുദാനന്തര ബിരുദത്തിനായി അമേരിക്കയിലെ മിഷിഗൺ യൂണിവേഴ്സിറ്റിയിലേക്ക് പോയി. തിരിച്ചെത്തി മദ്രാസ് ക്രിസ്റ്റ്യൻ കോളേജിൽ അദ്ധ്യാപികയായി കുറച്ച് കാലം ജോലി ചെയ്ത ശേഷം വീണ്ടും മിഷിഗൺ സർവ്വകലാശാലയിലെത്തി ഓറിയന്റൽ ബാർബർ ഫെലോഷിപ്പോടെ (Oriental Barbour Scholarship) 1931-ൽ പിഎച്ച്.ഡി. നേടി. ബന്ധുവുമായി നിശ്ചയിച്ച വിവാഹം വേണ്ടെന്ന് വെച്ചാണത്രെ അവർ ഗവേഷണം തിരഞ്ഞെടുത്തത്. പിന്നീട് രണ്ട് വർഷം തിരുവനന്തപുരത്തെ മഹാരാജാസ് കോളേജിൽ, ഇപ്പോഴത്തെ യൂണിവേഴ്സിറ്റി കോളേജിൽ ബോട്ടണി പ്രൊഫസറായി ജോലി ചെയ്തു. തുടർന്ന് ലണ്ടനിലെ ജോൺ ഇൻസ് (John Innes Institute) ഇൻസ്റ്റിറ്റ്യൂട്ടിലും കോയമ്പത്തൂരിലെ കരിമ്പ് ഗവേഷണ സ്ഥാപനമായ Sugarcane Breeding Institute-ലും ഗവേഷണത്തിൽ ഏർപ്പെട്ടു. ജാനകിയമ്മാൾ അവിവാഹിതയാണ് എന്നതും ഉയർന്ന ജാതിയിൽ പെട്ടയാളല്ലാത്തതും അവിടെ വ്യാപക വിവേചനത്തിന് കാരണമാകുകയും അവരെ ഇന്ത്യ വിടാൻ പ്രേരിപ്പിക്കുകയും ചെയ്തു.

1939-ൽ ലണ്ടനിലേക്ക് പോയ ജാനകിയമ്മാൾക്ക് രണ്ടാം ലോക മഹായുദ്ധം മൂലം തിരിച്ച് വരാനായില്ല. അവിടെ തുടർന്ന ആറ് വർഷം സിഡി ഡാർലിംഗ്ടണോടൊപ്പം ഗവേഷണം തുടരുകയും വളർത്ത് ചെടികളുടെ ജനിതക ഭൂപടം ഉൾക്കൊള്ളുന്ന Chromosome Atlas of Cultivated Plants എന്ന ബൃഹദ് ഗ്രന്ഥം പ്രസിദ്ധീകരിക്കുകയും ചെയ്തു. തുടർന്ന് റോയൽ ഹോർട്ടികൾച്ചറൽ സൊസൈറ്റിയിൽ ജനിതക ശാസ്ത്രജ്ഞയായി ക്ഷണിക്കപ്പെട്ടു. അവിടെ വെച്ചാണ് മഗ്നോളിയ ചെടികളിൽ ഗവേഷണം നടത്തിയത്. ബൊട്ടാണിക്കൽ സർവേ ഓഫ് ഇന്ത്യ പുനസംഘടിപ്പിക്കുന്നതിനായി 1951-ൽ പ്രധാനമന്ത്രിയായ ജവഹർലാൽ നെഹ്രു തന്നെ അവരെ ഇന്ത്യയിലേക്ക് തിരിച്ച് വിളിച്ചു. തുടർന്ന് അലഹബാദിലെ സെൻട്രൽ ബൊട്ടാണിക്കൽ ലബോറട്ടറിയുടെ ആദ്യ ഡയറക്ടറായി ജാനകി അമ്മാൾ നിയമിക്കപ്പെട്ടു. ഇന്ത്യയിൽ അങ്ങിങ്ങോളം സഞ്ചരിച്ച് സസ്യങ്ങളുടെ ജനിതക ഘടനയും വൈവിദ്ധ്യങ്ങളും കൃഷിരീതിയും സംബന്ധിച്ച പഠനങ്ങൾ നടത്തി. ഇതിനിടെ മിഷിഗൺ യൂണിവേഴ്സിറ്റിയുടെ ഹോണററി ഡോക്ടർ ബിരുദം അടക്കം പല ബഹുമ

തികളും അവരെ തേടിയെത്തി. മനുഷ്യന്റെ പരിസ്ഥിതിക്ക് മേലെയുള്ള കടന്നുകയറ്റത്തെ ആശങ്കയോടെ വീക്ഷിച്ച ശാസ്ത്രജ്ഞയായിരുന്നു ജാനകി അമ്മാൾ. സലൈന്റ് വാലി പ്രക്ഷോഭങ്ങളിൽ അവർ പങ്കെടുത്തിരുന്നു. Man's Role in Changing the Face of the Earth എന്ന പ്രിൻസ്ടൺ സർവ്വകലാശാല നടത്തിയ വിഖ്യാത സിമ്പോസിയത്തിലെ ഏക വനിതാ ക്ഷണിതാവായിരുന്നു അവർ.

മരണം വരെ അവിവാഹിതയായി തുടർന്ന ജാനകി അമ്മാൾ ജീവിതാന്ത്യം വരെ ഗവേഷണവും പഠനങ്ങളും തുടർന്നു. പത്മശ്രീ ഉൾപ്പടെ നിരവധി ദേശീയ അന്തർദേശീയ ബഹുമതികൾ അവർ നേടി. ഇന്ത്യൻ അക്കാദമി ഓഫ് സയൻസിന്റെയും, ഇന്ത്യൻ നാഷണൽ സയൻസ് അക്കാദമിയുടെയും ഫെലോ ആയിരുന്നു. സസ്യവർഗ്ഗീകരണത്തിനും ജന്തു വർഗ്ഗീകരണത്തിനും ഉള്ള രണ്ട് ദേശീയ അവാർഡുകൾ ജാനകി അമ്മാളിന്റെ പേരിലാണ്. ജോൺ ഇൻസ് സെന്റർ അവരുടെ പേരിൽ ഒരു ഫെലോഷിപ്പും ഏർപ്പെടുത്തിയിട്ടുണ്ട്. മഗ്നോളിയക്ക് പുറമേ റോസ്, അരയാൽ തുടങ്ങിയവയ്ക്കും ഒരു പല്ലി ഇനത്തിനും അവരുടെ പേര് നല്കപ്പെട്ടിട്ടുണ്ട്.

ഇന്ത്യയുടെ കാലാവസ്ഥാ വനിത

ഓസോൺ പാളിയുടെ ശോഷണത്തെപ്പറ്റിയൊക്കെ ലോകം ചർച്ച ചെയ്ത് തുടങ്ങും മുമ്പ് തന്നെ അന്തരീക്ഷത്തിലെ ഓസോൺ അളക്കാനുള്ള ഓസോൺ സോണ്ട് നിർമ്മിച്ച ഒരു മലയാളി ശാസ്ത്രജ്ഞയുണ്ടായിരുന്നു. മലയാളികളായ വനിതാശാസ്ത്രജ്ഞർക്ക് മാത്രമല്ല, ഇന്ത്യയിലെ തന്നെ ശാസ്ത്രരംഗത്ത് പ്രവർത്തിക്കുന്ന സ്ത്രീകൾക്ക് വഴികാട്ടിയായിരുന്നു അന്ന മാണി. അവർ ശാസ്ത്രരംഗത്തേക്ക് കടന്നുവരുന്ന കാലത്ത് സ്ത്രീകളുടെ സാക്ഷരത ഒരു ശതമാനത്തിൽ താഴെ മാത്രവും കോളേജ് വിദ്യാഭ്യാസം നേടിയ സ്ത്രീകളുടെ എണ്ണം ആയിരത്തിൽ താഴെയുമായിരുന്നു. ശാസ്ത്രാന്വേഷണത്തോടുള്ള പ്രതിബദ്ധതക്കൊപ്പം രാഷ്ട്രീയ ബോധവും ഉയർത്തിപ്പിടിച്ച അപൂർവ്വവ്യക്തിത്വങ്ങളിൽ ഒരാളായിരുന്നു അവർ.

ഇന്ത്യയുടെ കാലാവസ്ഥാ നിരീക്ഷണ/ഗവേഷണ സൗകര്യങ്ങളിൽ ഏറെയും അവരുടെ പ്രയത്നം കൊണ്ട് രൂപകൽപ്പന ചെയ്യപ്പെട്ടതാണ്. 1918 ഓഗസ്റ്റ് 23-ന് പീരുമേട്ടിൽ ജനിച്ച അന്ന മാണി കുട്ടിക്കാലത്ത് തന്നെ ആ നാട്ടിലെ ലൈബ്രറിയിലെ പുസ്തകങ്ങൾ മുഴുവൻ വായിച്ചുതീർത്ത നല്ല വായനക്കാരി കൂടിയായിരുന്നു. അധ്യാപികയായ അമ്മയും എഞ്ചിനീയറായ അച്ഛനും അവരുടെ

വിജ്ഞാനദാഹത്തെ പ്രോത്സാഹിപ്പിച്ചു. പിറന്നാൾ സമ്മാനമായ വജ്രക്കമ്മലിന് പകരം എൻസൈക്ലോപീഡിയ ബ്രിട്ടാനിക്ക സമ്മാനമായി ആവശ്യപ്പെട്ടത്രേ അവർ. സമ്പന്നമെങ്കിലും യാഥാസ്ഥിതികമായ കുടുംബത്തിന്റെ പതിവുകളിൽ നിന്ന് മാറി നടന്നുകൊണ്ട് ഭൗതികശാസ്ത്രം ബിരുദ വിഷയമായി തെരഞ്ഞെടുത്തു. ഭൗതികശാസ്ത്രത്തിലും രസതന്ത്രത്തിലുമായി നേടിയ ഓണേഴ്സ് ബിരുദത്തിന് ശേഷം ഗവേഷണത്തിനായി ഇന്ത്യൻ ഇൻസ്റ്റിറ്റ്യൂട്ട് ഓഫ് സയൻസസിൽ ചേർന്നു. സ്ത്രീകളായ ഗവേഷകരെ പൊതുവേ പത്ഥ്യമല്ലാത്ത സി.വി രാമനൊപ്പം ഗവേഷണം നടത്താൻ കഴിഞ്ഞു എന്നതു തന്നെ അന്ന മാണിയുടെ അറിവിനേയും കഴിവിനേയും കാണിക്കുന്നു. വജ്രത്തിന്റെയും മാണിക്യത്തിന്റെയും പ്രാകാശിക സവിശേഷതകളെക്കുറിച്ച് അഞ്ച് ഗവേഷണ ലേഖനങ്ങൾ പ്രസിദ്ധീകരിച്ചുവെങ്കിലും ഔപചാരികമായ മാസ്റ്റേഴ്സ് ബിരുദം ഇല്ലാത്തതിനാൽ പിഎച്ച്.ഡി. ലഭിച്ചില്ല. തുടർന്ന് സ്കോളർ ഷിപ്പ് നേടി ലണ്ടനിലെ ഇമ്പീരിയൽ കോളേജിൽ ഭൗതികശാസ്ത്രത്തിൽ തുടർപഠനത്തിനായി പോയപ്പോഴാണ് അന്ന മാണിയുടെ താല്പര്യം കാലാവസ്ഥ ശാസ്ത്രത്തിലേക്ക് വഴിതിരിഞ്ഞത്. ഇന്ത്യക്ക് സ്വാതന്ത്ര്യം ലഭിച്ച ശേഷം 1948-ൽ ഇന്ത്യയിൽ തിരിച്ചെത്തിയ അവർ പൂനെയിൽ കാലാവസ്ഥ പഠനവകുപ്പിൽ ജോലിയിൽ പ്രവേശിച്ചു.

ശൈശവദശയിലായിരുന്ന വകുപ്പിനെ മുന്നോട്ട് നയിക്കാനുള്ള ആത്മാർത്ഥമായ ശ്രമങ്ങളായിരുന്നു പിന്നീട് അവർ നടത്തിയത്. ആദ്യഘട്ടത്തിൽ ആവശ്യമായ ഉപകരണങ്ങൾ ബ്രിട്ടനിൽ നിന്ന് വരുത്തി. പിന്നീട് കാലാവസ്ഥാ നിരീക്ഷണത്തിന് ആവശ്യമായ നൂറോളം ഉപകരണങ്ങൾ സ്വന്തമായി രൂപകൽപ്പന ചെയ്യുകയും മാനകീകരിക്കുകയും ചെയ്തു. 1957-58 കാലത്ത്, ഇന്ത്യയിൽ സൗരോർജ്ജത്തിന്റെ ഭൂമിശാസ്ത്രപരമായ വിതരണം മനസ്സിലാക്കാനായി രാജ്യമെങ്ങും നിരീക്ഷണ കേന്ദ്രങ്ങൾ സ്ഥാപിക്കുകയും ഇവിടേക്കുള്ള ഉപകരണങ്ങൾ ഡിസൈൻ ചെയ്യുകയും ചെയ്തു. ഊർജ്ജസ്രോതസ്സുകൾ എന്ന നിലക്ക് സൗരോർജ്ജത്തിന്റെയും കാറ്റിന്റെയും പ്രാധാന്യം തിരിച്ചറിഞ്ഞത് കൊണ്ടുകൂടിയായിരുന്നു ഇത്. 1960-കളിൽ ലോകം ഓസോണിനെക്കുറിച്ച് കേട്ടുതുടങ്ങുന്നതിനും മുൻപേ അവർ ഓസോണിനെക്കുറിച്ച് പഠനമാരംഭിക്കുകയും അന്തരീക്ഷത്തിലെ ഓസോൺ അളക്കാനായി ഓസോൺ സോണ്ട് എന്ന ഉപകരണം വികസിപ്പിക്കുകയും ചെയ്തു. ഈ പ്രവർത്തന

ങ്ങളാണ് അന്താരാഷ്ട്ര ഓസോൺ കമ്മീഷനിൽ അംഗമായി അന്ന മാണി തെരഞ്ഞെടുക്കപ്പെടാൻ കാരണമായത്. വിക്രം സാരാഭാ യുടെ ആവശ്യമനുസരിച്ച് തുമ്പയിൽ ഒരു കാലാവസ്ഥാ നിരീക്ഷണ സംവിധാനവും അവർ തയ്യാറാക്കി.

ഇന്ത്യയിലെ സൗരവികിരണങ്ങളെയും സൗരോർജ്ജത്തേയും പറ്റിയുള്ള രണ്ട് പുസ്തകങ്ങളും, കാറ്റിൽ നിന്നുള്ള ഊർജ്ജത്തിന്റെ സാധ്യതയെപ്പറ്റിയുള്ള സർവ്വേ റിപ്പോർട്ടും ഇന്നും ഈ മേഖല യിൽ ഉപയോഗിക്കപ്പെടുന്ന ആധികാരിക പഠനങ്ങളാണ്. നൂറ്റിരു പതിലേറെ പുരുഷന്മാർ മാത്രമുള്ള ഒരു ഓഫീസിനെ അവർ സമർ ത്ഥമായി നയിച്ചു എന്ന് ചരിത്രവും സി. രാധാകൃഷ്ണന്റെ നോവ ലും പറയുന്നു. കാലാവസ്ഥാ വകുപ്പിന്റെ ഡപ്യൂട്ടി ഡയറക്ടർ ജന റൽ ആയാണ് അന്ന മാണി വിരമിച്ചത്. അപ്പോഴേക്ക് വകുപ്പിനെ സാങ്കേതികമായി സ്വയം പര്യാപ്തമാക്കാൻ അവർക്ക് കഴിഞ്ഞി രുന്നു. ശാസ്ത്രരംഗത്ത് പ്രവർത്തിക്കുന്ന നിരവധി സംഘടനക ളിലും കൂട്ടായ്മകളിലും അംഗമായിരുന്നു അന്ന മാണി.

ആദ്യഘട്ടത്തിൽ ഗാന്ധിയൻ ആദർശങ്ങളാൽ ആകർഷിക്കപ്പെട്ട അവർ പിൽക്കാലത്ത് സോഷ്യലിസ്റ്റ്, കമ്യൂണിസ്റ്റ് ആശയങ്ങളോട് അനുഭാവം പുലർത്തിയിരുന്നു. ശാസ്ത്രഗവേഷണമോ കുടുംബമോ എന്ന ചോദ്യത്തിന് ഏതെങ്കിലും ഒരുത്തരം സ്ത്രീകൾ തെരഞ്ഞെ ടുക്കേണ്ട കാലമായിരുന്നു അത്. അതുകൊണ്ടാവാം അവർ അവി വാഹിതയായി തുടർന്നത്. കേരളത്തിൽ നിന്നുതന്നെയുള്ള ജനി തക ശാസ്ത്രജ്ഞയായ ഇ.കെ. ജാനകിയമ്മാളെപ്പോലെ.

പക്ഷേ തന്റെ തിരഞ്ഞെടുപ്പുകളും സ്ത്രീ എന്ന അവസ്ഥയു മായി ബന്ധമൊന്നുമില്ല എന്ന് അന്ന മാണി പറയുന്നുണ്ടെങ്കിലും ശാസ്ത്രരംഗത്ത് തുടരാൻ തീരുമാനിക്കുന്ന സ്ത്രീകളുടെ നിസ്സ ഹായത അവർ തീർച്ചയായും തിരിച്ചറിഞ്ഞിരിക്കണം. Nobel prize.org-ൽ ഇന്ത്യയുടെ കാലാവസ്ഥാ വനിത എന്ന വിശേഷണ ത്തോടെ അന്ന മാണി അവതരിപ്പിക്കപ്പെട്ടിരിക്കുന്നു. വെതറിംഗ് ഹൈറ്റ്സ് എന്ന Vigyan Prasar തയ്യാറാക്കിയ ഡോക്യുമെന്ററി അന്ന മാണിയുടെ സംഭാവനകൾ അവതരിപ്പിക്കുന്നുണ്ട്.

അന്താരാഷ്ട്ര കാലാവസ്ഥാ സംഘടന ജന്മശതാബ്ദിയുടെ ഭാഗ മായി അവരുടെ ജീവചരിത്രക്കുറിപ്പും അഭിമുഖവും പ്രസിദ്ധീകരി ച്ചിരുന്നു.

2001 ആഗസ്റ്റ് 23-ന് അവർ അന്തരിച്ചു.

രസതന്ത്രത്തിന്റെയും എഴുത്തിന്റെയും പ്രഭ

ശാസ്ത്രത്തിലും സാഹിത്യത്തിലും ഒരേ സമയം കഴിവ് തെളിയിച്ച പ്രതിഭകൾ അപൂർവ്വമാണ്. മലയാളത്തിൽ നിന്നുള്ള മികച്ച ഉദാഹരണമാണ് രസതന്ത്രജ്ഞയും വിവർത്തകയുമായ പ്രഭ ആർ. ചാറ്റർജി. ഒറ്റപ്പാലത്തിനടുത്തുള്ള ഒരു ഗ്രാമത്തിലാണ് അവർ ജനിച്ചത്. സ്കൂൾ കാലത്ത് തന്നെ ശാസ്ത്രത്തോട്, വിശേഷിച്ച് രസതന്ത്രത്തോട് വലിയ താല്പര്യമുണ്ടായിരുന്നു എന്ന് ലീലാവതിയുടെ പെണ്മക്കൾ എന്ന പുസ്തകത്തിൽ അവർ അനുസ്മരിക്കുണ്ട്. ബിരുദത്തിന് പഠിച്ച ഒറ്റപ്പാലം എൻഎസ്എസ് കോളേജ് അന്ന് ശൈശവാവസ്ഥയിലായിരുന്നു. സൗകര്യങ്ങൾ കുറവായിരുന്നെങ്കിലും അധ്യാപകരുടെ മികച്ച ക്ലാസുകളും പ്രോത്സാഹനവും അവരിൽ ശാസ്ത്രത്തോടുള്ള ആഭിമുഖ്യത്തെ ഊതിക്കത്തിച്ചു.

ശാസ്ത്രസാഹിത്യ പരിഷത്തിന്റെ പ്രസിഡണ്ടായിരുന്ന പ്രൊഫ. കെ. ആർ. ജനാർദ്ദനന്റെ സ്വാധീനം അവർ പ്രത്യേകം പരാമർശിക്കുന്നുണ്ട്. പഠനകാലത്ത് എൻസിഇആർടിയുടെ നാഷണൽ സയൻസ് ടാലന്റ് സെർച്ച് സ്കോളർഷിപ്പ് നേടിയത് വഴിത്തിരിവായി. ബുക്ക്ഗ്രാന്റുകളും, പ്രശസ്ത ഗവേഷണ സ്ഥാപനങ്ങളിൽ വെച്ച് നടത്തുന്ന സമ്മർക്യാമ്പുകളും സ്കോളർഷിപ്പിന്റെ ഭാഗമായിരുന്നു. ഇത് ഗവേഷണത്തോട് ആഭിമുഖ്യമുണ്ടാക്കുകയും ശാസ്ത്രഗവേഷണത്തിന്റെ രീതിശാസ്ത്രത്തെ പരിചയപ്പെടുത്തുകയും ചെയ്തു. മാത്രമല്ല ഇന്ത്യയുടെ വിവിധ ഭാഗങ്ങളിൽ നിന്നുള്ള വിദ്യാർഥികൾ തമ്മിലുള്ള സാംസ്കാരിക വിനിമയം കൂടി നടന്നിരുന്നു. ബിരുദാനന്തര ബിരുദത്തിന് ശേഷം ഇന്ത്യൻ ഇൻസ്റ്റിറ്റ്യൂട്ട് ഓഫ് സയൻസിൽ നിന്ന് പിഎച്ച്ഡി നേടി. ഇന്ത്യൻ ഇൻസ്റ്റിറ്റ്യൂട്ട് ഓഫ് കെമിക്കൽ ടെക്നോളജിയിൽ സീനിയർ സയൻറിസ്റ്റ് ആയിരുന്ന പ്രഭ ചാറ്റർജി ബാംഗ്ലൂരിലെ ജോൺ എഫ് വെൽഷ് ടെക്നോളജി സെന്ററിൽ ശാസ്ത്രജ്ഞയായി ജോലി ചെയ്യുന്നു. പോളിമർ സയൻസും അവയുടെ പ്രായോഗിക ഉപയോഗങ്ങളുമായി ബന്ധപ്പെട്ട സാങ്കേതികവിദ്യകളുമാണ് അവരുടെ പ്രധാന ഗവേഷണമേഖല.

ശാസ്ത്ര സാങ്കേതിക വിദ്യാഭ്യാസവുമായി ബന്ധപ്പെട്ട നയരൂപീകരണത്തിൽ പങ്കാളിയായ അവർ വനിതാ ശാസ്ത്രജ്ഞരുടെ കൂട്ടായ്മകളിലും അംഗമാണ്. സൊസൈറ്റി ഫോർ ബയോമെറ്റീരിയൽസ് & ആർട്ടിഫിഷ്യൽ ഓർഗൻസിന്റെ എക്സിക്യൂട്ടീവ് കമ്മിറ്റിയിലെ അംഗമായിരുന്നു. വ്യാവസായിക ഗവേഷണത്തിനുള്ള

വാസ്വിക് (VASVIK) അവാർഡ്, എം.ആർ.എസ്.ഐ ലക്ചർ അവാർഡ് എന്നിവ ലഭിച്ചു. ഇന്ത്യൻ അക്കാദമി ഓഫ് സയൻസസ് പ്രസിദ്ധീകരിച്ച ഇന്ത്യയിലെ വനിതാ ശാസ്ത്രജ്ഞരെക്കുറിച്ചുള്ള Lilavati's daughters (മലയാളത്തിൽ ലീലാവതിയുടെ പെൺമക്കൾ വിവ. കെ. രമ., കേരള ശാസ്ത്ര സാഹിത്യ പരിഷത്ത്) എന്ന പുസ്തകത്തിലും അവരെക്കുറിച്ച് ലേഖനമുണ്ട്.

ലോക സാഹിത്യത്തിലെ ഈടുറ്റ കൃതികൾ മലയാളത്തിലേക്ക് മൊഴിമാറ്റിയ വിവർത്തക എന്ന നിലയിലാണ് പ്രഭ ആർ ചാറ്റർജി മലയാളികൾക്ക് കൂടുതൽ പരിചിത. ഫ്രാൻസ് കാഫ്ക, അൽബെർ കാമു, പാട്രിക് മോദിയാനോ, റെജിസ് ദെബ്രെ, എമിലി സോള തുടങ്ങിയവരുടെ കൃതികൾ മലയാളത്തിലേക്ക് വിവർത്തനം ചെയ്തിട്ടുണ്ട്. പുതിയ കാല ബംഗാളിലെ സ്ത്രീജീവിതത്തിന്റെ കഥ പറയുന്ന തിലോത്തമ മജുംദാറിന്റെ ബംഗാളി നോവൽ ബസുധാര മൂന്നു ഭാഗങ്ങളായി മലയാളത്തിലേക്ക് വിവർത്തനം ചെയ്തത് സമീപ കാലത്താണ്. ശാസ്ത്ര വിഷയങ്ങൾ പരിചയപ്പെടുത്തുന്ന സയൻസ് ഡിലൈറ്റ്സ് എന്ന ഇംഗ്ലീഷ് ബ്ലോഗും അവരുടേതാണ്.

കോശങ്ങളുടെ രാസരഹസ്യങ്ങൾ തേടി

ഇന്ത്യയിൽ ശാസ്ത്രരംഗത്തെ സംഭാവനകൾക്ക് നൽകപ്പെടുന്ന ഏറ്റവും വലിയ ബഹുമതിയാണ് ശാന്തി സ്വരൂപ് ഭട്നാഗർ അവാർഡ്. ഈ പുരസ്കാരം നേടിയ ഏറ്റവും പ്രായം കുറഞ്ഞയാൾ ഒരു മലയാളി വനിതയാണ്. മലപ്പുറം ജില്ലയിലെ പരപ്പനങ്ങാടിയിൽ വേരുകളുള്ള യമുന കൃഷ്ണൻ. ജീവശാസ്ത്രവും രസതന്ത്രവും തമ്മിൽ കൂട്ടിയിണക്കിയതാണ് അവരുടെ ഗവേഷണ മേഖല. ചെന്നൈയിലെ വിമൻസ് ക്രിസ്ത്യൻ കോളേജിൽ നിന്ന് രസതന്ത്രത്തിൽ ബിരുദം നേടിയ ശേഷം ബാംഗ്ലൂരിലെ ഇന്ത്യൻ ഇൻസ്റ്റിറ്റിയൂട്ട് ഒഫ് സയൻസസിൽ നിന്ന് രസതന്ത്രത്തിൽ ബിരുദാനന്തര ബിരുദവും ഓർഗാനിക് കെമിസ്ട്രിയിൽ ഡോക്ടറേറ്റും നേടി.

തുടർന്ന് കേംബ്രിഡ്ജ് സർവ്വകലാശാലയിലെ പ്രശസ്തനായ പ്രൊഫസർ ശങ്കർ ബാലസുബ്രഹ്മണ്യത്തിന് കീഴിൽ പോസ്റ്റ് ഡോക്ടറൽ ഗവേഷണവും നടത്തി.യമുനയുടെ ശ്രദ്ധ ജൈവ പ്രക്രിയകളുടെ രസതന്ത്രത്തിലേക്ക് തിരിയുന്നത് ഇക്കാലത്താണ്. ഇന്ത്യയിൽ തിരിച്ചെത്തിയ ഇവർ ബാംഗ്ലൂരിലെ നാഷണൽ സെന്റർ ഫോർ

ബയോളജിക്കൽ സയൻസസിൽ ജോലി ചെയ്തു. ഇക്കാലത്ത് ഡിഎൻഎയെ അടിസ്ഥാനമാക്കിയുള്ള ഫ്ളൂറസൻസ് സെൻസറുകൾ അവരുടെ ഗ്രൂപ്പ് വികസിപ്പിച്ചു. ഡിഎൻഎ തന്മാത്രയ്ക്ക് മുകളിൽ സെൻസറുകളായി പ്രവർത്തിക്കാൻ കഴിയുന്ന ഗ്രൂപ്പുകൾ ഘടിപ്പിച്ച് കോശത്തിനകത്ത് ചെന്ന് പ്രവർത്തിക്കുന്ന നാനോ സെൻസറുകൾ വികസിപ്പിക്കുകയാണ് അവർ ചെയ്തത്.

അൽഷൈമേഴ്സ് പോലുള്ള രോഗങ്ങൾ കോശത്തിനകത്തെ അയോണുകളുടെ സാന്ദ്രതയിലും പിഎച്ചിലുമെല്ലാം വ്യത്യാസങ്ങൾ ഉണ്ടാക്കാം. ഈ വ്യത്യാസങ്ങളെ തിരിച്ചറിയുകയാണ് സെൻസറുകളുടെ ഉദ്ദേശം. ഇതുപയോഗിച്ച് രോഗങ്ങൾ നേരത്തെ തന്നെ തിരിച്ചറിയാം. പിഎച്ച്, ക്ലോറൈഡ് അയോൺ എന്നിവ അളക്കുന്ന സെൻസറുകൾ ഇവർ വികസിപ്പിച്ചിരുന്നു. ലൈസോസോമിനുള്ളിലെ മാറ്റങ്ങളെ അടിസ്ഥാനമാക്കിയാണ് ഈ സെൻസറുകൾ പ്രവർത്തിക്കുന്നത്. DNA നാനോ സെന്സറുകളുടെ വ്യാവസായിക പ്രാധാന്യം തിരിച്ചറിഞ്ഞ് എസ്യ ലാബ്സ് എന്ന കമ്പനിയും രൂപീകരിച്ചിട്ടുണ്ട്. 2014 മുതൽ യൂണിവേഴ്സിറ്റി ഓഫ് ചിക്കാഗോയിൽ പ്രൊഫസറായി ജോലി ചെയ്യുന്നു. ശാന്തി സ്വരൂപ് ഭട്നാഗർ അവാർഡിന് പുറമേ ഇന്ത്യൻ നാഷണൽ സയൻസ് അക്കാദമിയുടെ യുവ ശാസ്ത്രപ്രതിഭാ പുരസ്കാരം, ഇൻഫോസിസ് പ്രൈസ്, റോയൽ സൊസൈറ്റി ഓഫ് കെമിസ്ട്രിയുടെ പുരസ്കാരം എന്നിവയും നേടിയിട്ടുണ്ട്.

ശാസ്ത്രരംഗത്ത് സ്ത്രീകൾ നേരിടുന്ന വിവേചനം സമൂഹത്തിൽ സ്ത്രീകളോടുള്ള മനോഭാവത്തിന്റെ തുടർച്ച തന്നെയാണ്. ഉയർന്ന നിർധാരണ, പ്രശ്നപരിഹാര ശേഷികൾ ആവശ്യമുള്ളതിനാൽ ഗണിതം, എഞ്ചിനീയറിംഗ് തുടങ്ങിയ മേഖലകൾ സ്ത്രീകൾക്ക് ഇണങ്ങിയതല്ല എന്ന തെറ്റിദ്ധാരണ നിലനിൽക്കുന്ന. എന്നാൽ രണ്ടായിരാമാണ്ടിനു ശേഷമുള്ള നോബൽ പുരസ്കാരപ്പട്ടിക പരിശോധിച്ചാൽ സ്ത്രീ പ്രാതിനിധ്യം വർദ്ധിച്ച് വരുന്നതായി കാണാം. ശാസ്ത്രരംഗത്ത് നോബൽ നേടിയ വനിതകളിൽ വലിയൊരു ശതമാനവും ഇക്കാലത്തിനു ശേഷം പുരസ്കാരം നേടിയവരാണ്. സ്ത്രീകൾ മാത്രം രസതന്ത്ര നോബൽ പങ്കിട്ടത് കഴിഞ്ഞ വർഷമാണ്. മേരി ക്യൂറിക്ക് ഫ്രഞ്ച് അക്കാദമി ഓഫ് സയൻസസിൽ അംഗത്വം നിഷേധിക്കപ്പെട്ടതും, ലിസ് മൈറ്റ്നറിനും ജോസലിൻ ബെൽ ബർണലിനും പുരസ്കാരം നിഷേധിച്ചതും ശാസ്ത്രരംഗത്ത് നിലനിൽക്കുന്ന വിവേചനത്തിനു തെളിവാണ്. അതേസമയം കേരള

സ്ത്രീകളെ ശാസ്ത്ര ലോകത്ത് മികച്ച സംഭാവനകൾ നൽകുന്നതിൽ നിന്ന് തടയുന്ന ഘടകങ്ങൾ എന്തെല്ലാം ആണെന്ന് പരിശോധിക്കപ്പെടേണ്ടതുണ്ട്.

പ്രശ്നങ്ങളുടെ കാതൽ നമ്മുടെ കുടുംബവ്യവസ്ഥിതിയുടെ ജനാധിപത്യ വിരുദ്ധസ്വഭാവത്തിൽ തന്നെയാണ്. ശ്രേണീകൃത അധികാര വ്യവസ്ഥയായി നിലനിൽക്കുന്ന കുടുംബം സ്ത്രീയുടെ അസ്തിത്വത്തിനു മേലെ ശാരീരികവും മാനസികവുമായ ചുമതലകളുടെ അധിക ഭാരം ചുമത്തുന്നുണ്ട്. ഈ ചുമതലകൾ സ്ത്രീയെ സമയദരിദ്ര കൂടിയാക്കി മാറ്റുന്നു. പുരുഷനേക്കാൾ ആറു മണിക്കൂറിലധികം ഇന്ത്യൻ സ്ത്രീകൾ ജോലി ചെയ്യുന്നു എന്നാണ് കണക്ക്. ഈ സമയം കുറക്കപ്പെടുന്നത് കരിയറിനായി ചിലവഴിക്കാവുന്ന സമയത്തിൽ നിന്നാണ്. ശാസ്ത്ര ഗവേഷണ രംഗം ദീർഘകാല, നീണ്ട സമയ സമർപ്പണം ആവശ്യപ്പെടുന്ന മേഖലയാണ്.

ഇത് സ്ത്രീക്ക് കഴിയാതെ വരുന്നതിന് പ്രധാന കാരണം കുടുംബം തന്നെയാണ്. വീട്ടുജോലികൾ, ശിശുവയോജന പരിപാലനം എന്നിവയൊക്കെ ഗവേഷണത്തിനായി കൂടുതൽ സമയം ചെലവിടുന്നതിന് തടസ്സമാകുന്നു എന്ന് മാത്രമല്ല ആ രംഗം തന്നെ വിട്ടു പോകാനും കാരണമാകുന്നു. വായനയിലൂടെയും, കോൺഫറൻസുകളിലും സെമിനാറുകളിലും പങ്കെടുത്തും അറിവുകളെ നിരന്തരം പുതുക്കേണ്ടതുണ്ട്. ഇത്തരം യാത്രകൾ മിക്കവാറും വനിതാ ഗവേഷകർക്ക് അസാധ്യമാണ്. ചിന്തയെ ഗവേഷണത്തിനായി ഒഴിഞ്ഞു കൊടുക്കാൻ പോലും ദൈനംദിന ജീവിതത്തിന്റെ ഉത്തരവാദിത്തങ്ങൾ തടസ്സമാകുന്നു. അന്ന മാണിയും ജാനകിഅമ്മാളുമൊക്കെ അവിവാഹിതരായി തുടർന്നതിന്റെ കാരണവും അത് തന്നെയാവാം.

ഇനി ഈ പരിമിതികളെ മറി കടന്നാലും പുരുഷാധിപത്യ സമൂഹം സ്ത്രീ ഗവേഷകർക്ക് നേരെ പല തരത്തിൽ വിവേചനം വെച്ചു പുലർത്തുന്നുണ്ട്. വേതനത്തിലെ അന്തരം, ഇന്റർവ്യൂകളിൽ തെരഞ്ഞെടുക്കാനുള്ള വിമുഖത, ഫണ്ടിംഗിലെ വിവേചനങ്ങൾ, അർഹമായ അംഗീകാരങ്ങൾ തടഞ്ഞു വെക്കുന്ന ചില്ലുമേലാപ്പ് പ്രതിഭാസം എന്നിങ്ങനെ വിവേചനത്തിന്റെ രൂപങ്ങൾ പലതാണ്. ക്ലിപ്ത സമയത്തിനുള്ളിൽ ഒതുങ്ങുന്ന ജോലിയല്ല ഗവേഷണം. അതുകൊണ്ട് തന്നെ അത് പെണ്ണിന് പറ്റിയതല്ല എന്ന് സമൂഹം കരുതുന്നു. ഇത് വനിതാ ഗവേഷകരിൽ വലിയ മാനസിക സംഘർഷങ്ങൾ സൃഷ്ടിക്കുകയും ആത്മവിശ്വാസത്തെ തകർക്കുകയും ചെയ്യു

ന്നുണ്ട്. വീടിനെന്ന് തിരിച്ചിട്ട സമയത്തിൽ നിന്ന് ഗവേഷണത്തിനായി ചിലവാക്കുന്ന ഓരോ മിനിറ്റും സ്ത്രീയെ കുറ്റബോധത്തിൽ ആഴ്ത്താറുണ്ട്. വിഭവങ്ങളുടെയും സൗകര്യങ്ങളുടെയും വിതരണത്തിലെ വിവേചനങ്ങൾ, ആത്മവിശ്വാസം തകർക്കുന്ന മറ്റുള്ളവരുടെ മുൻവിധികൾ, ലൈംഗികചൂഷണം അടക്കമുള്ള ശാരീരികമായ കടന്നു കയറ്റങ്ങൾ, സുരക്ഷിതമായ അന്തരീക്ഷത്തിന്റെ അഭാവം എന്നിവയൊക്കെ വനിതാ ഗവേഷകരെ പിന്തിരിപ്പിക്കുന്ന ഘടകങ്ങളാണ്. ശിശു പരിപാലനത്തിനായി ചിലവഴിക്കുന്ന സമയവും മുതിർന്നവരെ പരിചരിക്കാൻ ചെലവഴിക്കുന്ന സമയവും സമൂഹത്തിനു കൂടി വേണ്ടി ചെലവാക്കുന്നതാണ്. അത് ആ അർത്ഥത്തിൽ തന്നെ കാണുകയും തൊഴിലിടങ്ങളോട് അനുബന്ധിച്ച് ക്രഷുകളും മറ്റും ഏർപ്പെടുത്തുകയും ചെയ്യേണ്ടതുണ്ട്.

സ്ത്രീകൾ കൂടുതലായി ശാസ്ത്രരംഗത്തേക്ക് കടന്നുവരുക എന്നതിനർത്ഥം വൈവിധ്യം വർദ്ധിക്കുക എന്നാണ്. അത് വ്യത്യസ്തമായ ചിന്താമണ്ഡലങ്ങൾ തുറക്കുകയും വൈവിധ്യമാർന്ന പരിഹാരങ്ങൾ മുന്നോട്ട് വെക്കുകയും ചെയ്യും. മാത്രമല്ല അമ്പത് ശതമാനത്തിന്റെ ബൗദ്ധിക വ്യവഹാരങ്ങൾ അടുക്കളക്കണക്കിൽ ഒതുങ്ങുന്നതിന്റെ നഷ്ടം സമൂഹത്തിന് തന്നെ. എന്നാണ് കേരളത്തിന് ഒരു നോബൽ ലഭിക്കുക എന്ന ചോദ്യത്തോളം തന്നെ പ്രധാനമാണ് എന്നാണ് നമുക്കൊരു മാഡം ക്യൂറി ഉണ്ടാകുക എന്നതും.

ഗ്രന്ഥസൂചി

1. SCIENCE CAREER FOR INDIAN WOMEN: An examination of Indian women s access to and retention in scientific careers. REPORT October 2004 Indian National Science Academy, Bahadurshah Zafar Marg,New Delhi

2. Lilavati's Daughters: The Women Scientists of India, Rohini M Godbole; Ram Ramaswamy, Indian Academy of Sciences on 31st October, 2008

3. https://www.infosyssciencefoundation.com/prize/laureates/2017/yamunakrishnan.asp

19

അഖില തിരുവിതാംകൂർ മുസ്‌ലിം മഹിളാ സമാജവും മുസ്‌ലിംസ്ത്രീ പരിഷ്കരണവും

ഡോ. മുംതസ് പി.കെ.

സാമൂഹികബന്ധങ്ങൾ ഊട്ടിയുറപ്പിക്കാനുള്ള മനുഷ്യന്റെ സമൂർത്തമായ പ്രവർത്തനമാണ് സംഘടന. മതപ്രബോധനപ്രവർത്തനങ്ങളും സാമൂഹികസമുദ്ധാരണയത്നങ്ങളും വ്യാപിപ്പിക്കുന്നതിലും ഏകോപിപ്പിക്കുന്നതിലും സംഘടനകൾക്ക് വലിയ പങ്കുണ്ട്. 19, 20 നൂറ്റാണ്ടുകളിൽ കേരളത്തിൽ നടന്നിട്ടുള്ള സാമുദായികനവോത്ഥാനപ്രവർത്തനങ്ങൾക്ക് സംഘടനകൾ വഹിച്ച പങ്ക് നിസ്തുലമാണ്. വിദ്യാഭ്യാസപരമായി പിന്നാക്കം നിൽക്കുന്ന മുസ്‌ലിംകൾക്കിടയിൽ പ്രസിദ്ധീകരണങ്ങൾ വഴിയുള്ള ആശയപ്രചരണത്തിന്റെ പരിമിതി പുതിയ സംഘടനകൾക്ക് രൂപം കൊടുക്കാൻ പ്രേരണയായിത്തീർന്നു.

കേരളത്തിലെ മുസ്‌ലിം സ്ത്രീമുന്നേറ്റ ചരിത്രത്തിലെ മഹത്തായ ചുവടുവെപ്പാണ് വനിതാ സാംസ്കാരിക സംഘടനകൾ. 1930-കളിലാണ് കേരളത്തിൽ ആദ്യത്തെ മുസ്‌ലിം വനിതാ കൂട്ടായ്മകൾ രൂപപ്പെടുന്നത്. 1938-ൽ എം. ഹലീമാബീവിയുടെ നേതൃത്വത്തിൽ തിരുവല്ലയിൽ സംഘടിപ്പിച്ച "അഖില തിരുവിതാംകൂർ മുസ്‌ലിം മഹിളാ സമാജം" കേരള സാമൂഹികവളർച്ചയിൽ അഭിമാനപൂർവ്വം രേഖപ്പെടുത്തേണ്ട ഒന്നാണ്. എഴുത്തും വായനയും മുസ്‌ലിം സ്ത്രീകൾക്ക് നിഷിദ്ധമായി പ്രഖ്യാപിച്ച പൗരോഹിത്യത്തെ

ചോദ്യം ചെയ്ത് താൻ പ്രതിനിധാനം ചെയ്യുന്ന സമുദായത്തിന്റെ ദിശാനിർണ്ണയത്തിന് ഇറങ്ങിത്തിരിച്ച മഹതിയായിരുന്നു ഹലീമാ ബീവി.

സ്ത്രീകളുടെ ഉന്നമനത്തിനു വേണ്ടി ഹലീമാബീവി സമ്മേളനങ്ങൾ സംഘടിപ്പിക്കുകയും പ്രഭാഷണങ്ങൾ നടത്തുകയും ചെയ്തിരുന്നു. തിരുവല്ലയിൽ വെച്ച് നടന്ന സമ്മേളനത്തിൽ 'അഖില തിരുവിതാംകൂർ മുസ്‌ലിം മഹിളാസമാജം' എന്ന സംഘടന രൂപീകരിക്കുകയും നാടിന്റെ വിവിധ ഭാഗങ്ങളിൽ അതിന്റെ ശാഖകൾ സ്ഥാപിക്കണമെന്ന് നിശ്ചയിക്കുകയും ചെയ്തു. സംഘടനയെ അഖില കേരളാടിസ്ഥാനത്തിൽ വ്യാപിപ്പിക്കാനും ഹലീമാബീവി ശ്രമിക്കുകയുണ്ടായി.

സംഘടനയുടെ ആഭിമുഖ്യത്തിൽ ധാരാളം പൊതുസമ്മേളനങ്ങൾ നടത്തുകയും നാടിന്റെ പലഭാഗങ്ങളിൽ നിന്നായി നിരവധി സ്ത്രീകൾ അതിൽ പങ്കെടുക്കുകയും ചെയ്തിരുന്നു. മൂന്ന് വർഷത്തോളം സജീവമായി നിന്ന സംഘടനയുടെ പ്രവർത്തനം മുസ്‌ലിം സ്ത്രീകൾക്ക് പുതിയ ആവേശവും പ്രചോദനവും നൽകി. പെൺകുട്ടികളുടെ വിദ്യാഭ്യാസത്തിന് പ്രോത്സാഹനം നൽകാനും പല ഭാഗങ്ങളിലെയും സ്ത്രീകൾക്ക് പരസ്പരം അറിയാനും സാമൂഹിക പ്രവർത്തനങ്ങളെക്കുറിച്ച് അവബോധം സൃഷ്ടിക്കാനും സമാജത്തിന്റെ പ്രവർത്തനങ്ങൾ സഹായകമായി.

'വിദ്യാഭ്യാസത്തിലൂടെ പ്രബുദ്ധരാകുക, സംഘടനയിലൂടെ ശക്തരാകുക' എന്ന ആധുനികവും നവോത്ഥാനപരവുമായ ആശയമാണ് മുസ്‌ലിം സ്ത്രീയുടെ ശാക്തീകരണത്തിന് ഹലീമാബീവി സ്വീകരിച്ചത്. ഹലീമാബിവി അടൂർ സ്കൂളിൽ പഠിക്കുന്ന കാലത്ത് സ്കൂളിൽ സജീവമായിരുന്ന എൻ.എസ്.എസിന്റെ വനിതാസമാജം അവരുടെ ചിന്തകളെ ഏറെ സ്വാധീനിച്ചിരുന്നു. വിദ്യാഭ്യാസവും അവകാശങ്ങളും നിഷേധിക്കപ്പെട്ട സ്വന്തം സമുദായത്തിലെ സ്ത്രീകൾക്കിടയിൽ ഇത്തരം പ്രവർത്തനങ്ങൾ നടത്തണമെന്ന് തനിക്ക് തോന്നിത്തുടങ്ങിയത് അങ്ങനെയാണെന്ന് ഹലീമാബീവി സ്മരിക്കുന്നുണ്ട്.1 കൂടാതെ മുസ്‌ലിം സ്ത്രീകളെ സംഘടിപ്പിക്കാൻ ഹലീമാബീവിയുടെ ശ്രദ്ധ ക്ഷണിച്ചു കൊണ്ട് ഖാൻ ബഹദൂർ ആറ്റക്കോയ തങ്ങളുടെ പ്രസംഗവും സംഘടനയുടെ രൂപീകരണത്തിന് ഹലീമാബീവിയെ പ്രചോദിപ്പിച്ചു.

1938-ൽ തിരുവല്ലയിൽ വെച്ച് നടന്ന വനിതാ സമ്മേളനത്തിൽ ഹലീമാബീവി നടത്തിയ സ്വാഗതപ്രസംഗം സ്ത്രീ വിമോചനത്തെ

ക്കുറിച്ച് സുചിന്തിതമായ പല കാഴ്ചപ്പാടുകളും മുന്നോട്ടു വെയ്ക്കുന്നതാണ്. ആ കാലഘട്ടത്തിലെ മുസ്ലിം സ്ത്രീയുടെ ജീവിതാവസ്ഥകളും വിമോചനത്തിന്റെ ആവശ്യകതയും ആ പ്രഭാഷണങ്ങളിൽ നിറഞ്ഞുനിന്നിരുന്നു. ഇസ്ലാമിൽ സ്ത്രീകൾക്കുള്ള അവകാശങ്ങളെ ബോധ്യപ്പെടുത്തുന്നതോടൊപ്പം അവർ ആർജ്ജവത്തോടെ പ്രവർത്തിക്കേണ്ടതിന്റെ ആവശ്യകതയെപ്പറ്റിയും സമ്മേളനത്തിൽ അവർ ഉദ്ബോധിപ്പിച്ചു. "ലോകത്തിലെ സകലവിധമായ അഭ്യുദയങ്ങൾക്കും കാരണക്കാതലായ വനിതകൾ അബലകൾ എന്ന അപഖ്യാതി അണിഞ്ഞ് അന്തസ്സാര വിഹീനകളായിത്തീർന്നിരിക്കുമ്പോൾ ഒരു സമുദായം എങ്ങനെ പരിഷ്കാരമുള്ളതായി പരിണമിക്കുകയും അഭിവൃദ്ധിപ്പെടുകയും ചെയ്യും? പ്രബുദ്ധരായിത്തീർന്നിട്ടുള്ള നമ്മുടെ ആവശ്യങ്ങളെ വെളിപ്പെടുത്തുന്നതിനും അവകാശങ്ങളെ വ്യക്തമാക്കുന്നതിനും നമുക്ക് അധികാരമുണ്ട്"2. വിദ്യാസമ്പന്നകളും പ്രബുദ്ധരുമായ സഹോദരികളോടൊപ്പം പ്രവർത്തിക്കുകയും അതിലൂടെ ആത്മാഭിമാനം വളർത്തിയെടുക്കുകയുമാണ് വനിതാ സമാജം കൊണ്ട് ഹലീമാബീവി ലക്ഷ്യമാക്കിയത്.

വനിതാ സംഘടനയുടെ പ്രവർത്തനങ്ങളെക്കുറിച്ചും ഹലീമാബീവിക്ക് വ്യക്തമായ കാഴ്ചപ്പാടുകളുണ്ടായിരുന്നു. "നമ്മൾ രൂപവത്ക്കരിക്കുന്ന സമാജം വിദ്യാഭ്യാസത്തിന്ന് വേണ്ടി മാത്രമുള്ളതല്ല; ശുചിത്വം, ശിശുസംരക്ഷണം, ഗൃഹഭരണം, ആത്മീയാനന്ദത്തിനും പരിഷ്കരണത്തിനും വേണ്ടി സാഹിത്യം എന്നതെല്ലാം നമ്മുടെ പെൺകുട്ടികൾക്ക് മനസ്സിലാക്കികൊടുക്കുക, വിദ്യാഭ്യാസത്തിലും ഉദ്യോഗത്തിലും നമുക്കുള്ള അവശതകളെ അറിയിച്ച് ബഹുമാനപ്പെട്ട ഗവൺമെന്റിൽ നിന്നും വേണ്ട സഹായങ്ങൾ ചോദിച്ചു വാങ്ങിക്കുക മുതലായവയാകുന്നു"3. ഇങ്ങനെ സ്ത്രീയുടെ മാനസികവും വിദ്യാഭ്യാസപരവും സാമ്പത്തികവും സാമൂഹികവും സർഗ്ഗാത്മകവുമായ ഉത്കർഷമായിരുന്നു സ്ത്രീ സംഘടനയിലൂടെ ഹലീമാബീവി ലക്ഷ്യമിട്ടത്.

വിദ്യാഭ്യാസ ബോധവത്കരണവും സാമൂഹിക പരിഷ്കരണവും

സമൂഹത്തെ സ്വത്വബോധവും ആത്മബോധവുമുള്ളവരാക്കാൻ ഏറ്റവും നല്ല മാർഗ്ഗമാണ് വിദ്യാഭ്യാസം. അന്ധവിശ്വാസങ്ങളിലും അനാചാരങ്ങളിലും മുഴുകിയ മുസ്ലിംസ്ത്രീയുടെ മോചനത്തിനും പുരോഗതിക്കും വിദ്യാഭ്യാസവും ബോധവത്കരണവുമാണ് ആവ

ശ്യമെന്ന് ഹലീമാബീവി തിരിച്ചറിഞ്ഞിരുന്നു. ഖുർആനും ഹദീസും ഉദ്ധരിച്ചുകൊണ്ട് സ്ത്രീവിദ്യാഭ്യാസത്തിന്റെ പ്രാധാന്യത്തെപ്പറ്റി അവർ സമുദായത്തെ ഉദ്ബോധിപ്പിച്ചു. "മാന്യ സഹോദരികളെ! നമ്മുടെ കൊച്ചുബാലികമാരെ പാഠശാലകളിൽ അയക്കുന്നതിന് നിങ്ങൾ ഒരിക്കലും വിമുഖരായിത്തീരരുതെന്നാണ് സമാജരൂപവത്കരണ പരിപാടിയിലെ പ്രധാന ചടങ്ങായി എനിക്ക് നിങ്ങളോട് അഭ്യർത്ഥിക്കാനുള്ളത്"4. നവോത്ഥാനം ഉയർത്തിപ്പിടിച്ച സ്വാതന്ത്ര്യബോധം, സ്ത്രീപുരുഷതുല്യത വിദ്യാഭ്യാസാവകാശം എന്നിവയിലേക്ക് സ്ത്രീസമൂഹത്തെ ഉയർത്തിക്കൊണ്ടുവരാനാണ് അവർ ശ്രമിച്ചത്.

വിദ്യാഭ്യാസം സ്വതന്ത്രചിന്തയിലേക്കും സാമൂഹ്യപ്രവർത്തനത്തിലേക്കുമുള്ള വഴിയായിട്ടാണ് ഹലീമാബീവി കണ്ടത്. "അവരവരുടെ ആശയങ്ങൾ വിപുലീകരിക്കാനും വിശദീകരിക്കാനും പ്രഖ്യാപനം ചെയ്യാനും വിദ്യാഭ്യാസമാണ് നമുക്ക് സഹായകമായിത്തീർന്നിട്ടുള്ളത്. അതിന്റെ മഹച്ഛക്തിയിൽ അന്തർലീനമായ വിശാലഹൃദയത്വം തന്നെയാണ് പുറത്തിറങ്ങാതിരുന്ന നമ്മൾ എല്ലാവരെയും ഭീതിയും ലജ്ജയും വിട്ട് ഇന്നിവിടെ ഈ യോഗത്തിൽ സന്നിഹിതരാകുന്നതിന് ഇടയാക്കിയിട്ടുള്ളത്"5. എന്നിങ്ങനെ വിദ്യാഭ്യാസം കൊണ്ട് വ്യക്തിക്കുണ്ടാകുന്ന നേട്ടങ്ങളെയും അതിന്റെ ആവശ്യകതയെയും അവർ വ്യക്തമാക്കി. സ്ത്രീവിദ്യാഭ്യാസത്തിനെതിരെ ഇസ്ലാമിൽ കടന്നുകൂടിയിട്ടുള്ള മുൻധാരണകളെ തകർക്കുകയും സാമൂഹ്യബോധവും സ്വാതന്ത്ര്യവും നേടിക്കൊണ്ട് മുന്നോട്ടുവരാൻ മുസ്ലിംസ്ത്രീകളെ ആഹ്വാനംചെയ്യുകയാണ് തന്റെ കർമമണ്ഡലത്തിലൂടെ ഹലീമാബീവി ചെയ്തത്.

സ്വാശ്രയത്വവും സ്വത്വബോധവും

വിദ്യാഭ്യാസവും തൊഴിലുമാണ് ആത്മാഭിമാനം വർദ്ധിപ്പിക്കാനുള്ള ഏറ്റവും നല്ല ഉപാധികൾ. സ്ത്രീയുടെ സർവ്വതോന്മുഖമായ പുരോഗതിയാണ് തന്റെ സംഘടനയിലൂടെ ഹലീമാബീവി ലക്ഷ്യംവെച്ചത് എന്ന് തിരുവല്ല സമ്മേളനത്തിലെ അവരുടെ വാക്കുകൾ സാക്ഷ്യം വഹിക്കുന്നു. "പരാന്നം ഭുജിച്ച് സ്ത്രീത്വം നശിച്ച് അവശതകളനുഭവിച്ച് നമുക്ക് ഇനിയും അടിമത്തം കൈക്കൊണ്ട് സ്വസമുദായത്തെയും സഹോദരൻമാരെയും അധഃപതിപ്പിക്കാൻ പാടില്ല. ഒരു സമുദായത്തിന്റെ അഭിവൃദ്ധിക്ക് ഒരു പുരുഷനെക്കാൾ ശക്തിമത്തായി ഒരു സ്ത്രീക്ക് പ്രവർത്തിക്കാൻ കഴിയും. നമ്മുടെ രക്തം

കുതിച്ചുയർന്ന് വറ്റി മിന്നിത്തെളിയുന്നതാണ് നമ്മുടെ രാജ്യം. അതിനെ സേവിക്കേണ്ട കർത്തവ്യം നമുക്കുണ്ട്. നമ്മുടെ രാജ്യത്തെ ഉദ്യോഗം സ്വീകരിക്കുക നമുക്ക് അഭിമാനകരമാണ്. ആത്മാഭിമാനം വളർത്തിക്കൊണ്ടുവരുന്നതിനാണ് നമ്മൾ ഉദ്യോഗവതികളായിത്തീരണമെന്ന് ഞാൻ പറയുന്നത്"6. സ്ത്രീകൾ സ്വാശ്രയരാകേണ്ടതിന്റെയും രാഷ്ട്രനിർമാണപ്രക്രിയയിൽ പങ്കാളികളാകേണ്ടതിന്റെയും ആവശ്യകതയാണ് ഹലീമാബീവിയുടെ ഈ പ്രഖ്യാപനം ലക്ഷ്യം വെയ്ക്കുന്നത്. സ്ത്രീകളുടെ സ്വാതന്ത്ര്യസമീപനങ്ങൾ ദേശത്തിന്റെയും മതത്തിന്റെയും നവീകരണത്തിനും സമൂഹ രൂപീകരണത്തിനും ഉതകുംവിധം പുതുക്കിപ്പണിയാനാണ് ഹലീമാബീവി ശ്രമിച്ചത്.

പൊതുരംഗവും മുസ്ലിം സ്ത്രീയും

വ്യക്തി എന്ന നിലയിൽ ഏതൊരാൾക്കും ഇടപെടാൻ സാധ്യത ലഭിക്കുന്ന ഇടമാണ് പൊതുമണ്ഡലം. നവോത്ഥാനവും ആധുനികതയുമാണ് സ്ത്രീകൾക്കും പാർശ്വവത്കൃതർക്കും പൊതുമണ്ഡലത്തെ സാധ്യമാക്കിയത്. സ്ത്രീകൾക്ക് വിദ്യാഭ്യാസം നിഷേധിച്ച് അവരെ അജ്ഞകളും അന്ധവിശ്വാസിനികളുമാക്കി അടച്ചുപൂട്ടി അകത്തിരുത്തുന്ന സമകാലിക ഇസ്ലാമികപാരമ്പര്യത്തെ ഹലീമാബീവി നിശിതമായി വിമർശിക്കുന്നുണ്ട്.

ഖുർആനും ഹദീസും ചരിത്രസംഭവങ്ങളും വ്യാഖ്യാനിച്ചുകൊണ്ടാണ് മുസ്ലിംസ്ത്രീയുടെ പൊതുരംഗത്തെ ഇടപെടലുകളെ ഹലീമാബീവി സാധൂകരിക്കുന്നത്. "രാജ്യം പുരുഷന് മാത്രമുള്ളതല്ല. ഒരു പുരുഷന് വ്യക്തിപരമായ കർത്തവ്യങ്ങൾ എന്തെല്ലാമുണ്ടോ അതിനെല്ലാം സ്ത്രീക്കും അവകാശമുണ്ടെന്നുള്ളത് മറച്ചുവെയ്ക്കാനാവുന്നതല്ല. ഇസ്ലാം നമ്മുടെ സ്വാതന്ത്ര്യത്തെയോ വിദ്യാഭ്യാസത്തെയോ ഒരിക്കലും തടയുന്നില്ല. നന്മതിന്മകളുടെ ഫലം രണ്ടു കൂട്ടരിലും തുല്യമാണെന്നാണ് ഇസ്ലാം പറയുന്നത്"7. മതപ്രമാണങ്ങളുടെ സമകാലികമായ വ്യാഖ്യാനത്തിലൂടെ ആധുനിക സമൂഹനിർമ്മിതിക്ക് ഉതകുംവിധം പരമ്പരാഗതധാരണകളെ പുതുക്കിയെടുക്കാനാണ് ഹലീമാബീവി ശ്രമിച്ചത്.

സ്ത്രീകളുടെ പൊതുപ്രവർത്തനത്തെപ്പറ്റി വിശദീകരിച്ചുകൊണ്ട് അൻസാരി മാസികയിൽ 'മുസ്ലിം സ്ത്രീകൾ സാമൂഹിക രംഗത്ത്' എന്ന പേരിൽ ഒരു ലേഖനം തന്നെ ഹലീമാബീവി എഴുതിയിട്ടുണ്ട്. സ്ത്രീ, സാമൂഹ്യരംഗത്ത് വരാൻ പാടില്ലെന്നാണ് ഇസ്ലാ

മിന്റെ കല്പനയെങ്കിൽ അവളുടെ വസ്ത്രധാരണത്തിൽ ഇസ്ലാം ചില നിയമങ്ങൾ ഏർപ്പെടുത്തിയത് എന്തിനാണ് എന്ന് ഹലീമാ ബീവി ചോദിക്കുന്നു. അന്യപുരുഷനോട് ഇടപെടുമ്പോൾ പാലിക്കേണ്ട വ്യവസ്ഥകളും ഇസ്ലാം മുന്നോട്ടുവെയ്ക്കുന്നുണ്ട്. പൊതുരംഗത്ത് പ്രവർത്തിക്കുന്ന സ്ത്രീകൾക്കാണ് വസ്ത്രധാരണത്തിലും പെരുമാറ്റത്തിലുമുള്ള നിയമങ്ങൾ ഇസ്ലാം മുന്നോട്ടുവെച്ചത്. ഇത് പൊതുരംഗത്തെ സ്ത്രീപ്രാതിനിധ്യത്തെ സാധൂകരിക്കുന്നുണ്ടെന്ന് ഹലീമാബീവി സമർത്ഥിക്കുന്നു. 8

നവോത്ഥാന മൂല്യങ്ങളായ സമത്വവും സമഭാവനയും ഉയർത്തിപ്പിടിക്കുന്നതായിരുന്നു ഹലീമാബീവിയുടെ പ്രവർത്തനങ്ങൾ. സ്ത്രീ പരിഷ്കരണത്തിലെ പുരുഷപങ്കാളിത്തത്തെ അവർ സ്വാഗതം ചെയ്യുന്നുണ്ട്. സാമൂഹ്യ-സാംസ്കാരിക-പൊതുരംഗങ്ങളിൽ സ്ത്രീകൾക്ക് പ്രചോദനവും പ്രേരണയും നൽകി അവരെ ഉത്സുകരാക്കുന്നതിൽ പുരുഷൻമാർ വിമുഖത കാണിക്കുന്നു. സ്ത്രീയുടെ അടിമത്തത്തിന് പ്രധാന കാരണം പുരുഷകേന്ദ്രിതമായ സമൂഹത്തിന്റെ വിലക്കുകളാണ്. പുരുഷൻമാർ കൂടി ഉൾപ്പെട്ട സൗഹാർദ്ദത്തിന്റെയും സമവായത്തിന്റേതുമായ ഒരു സാമൂഹ്യ വ്യവസ്ഥിതിയാണ് അവർ സങ്കൽപിച്ചത്. പൊതുസമൂഹം എന്ന വിശാലമായ കാഴ്ചപ്പാടാണ് അവർക്കുള്ളത്. ഏകപക്ഷീയമായ പുരുഷ വിരുദ്ധതയോ കേവല നിരാസങ്ങളോ അല്ല, പകരം സമൂഹത്തിന്റെ അനിവാര്യതയായിരുന്നു അവരുടെ കാഴ്ചപ്പാടുകളുടെ അടിസ്ഥാനം.

ഇസ്ലാമിൽ അടിഞ്ഞുകൂടിയ എല്ലാ മാലിന്യങ്ങളെയും ശുചീകരിക്കുകയായിരുന്നു ഹലീമാബീവിയുടെ ലക്ഷ്യം. "ഇസ്ലാമിനെ ബാധിച്ച്, അതിനെ വികൃതമാക്കിത്തീർത്തിരിക്കുന്ന കാര്യങ്ങളിൽ നിന്ന് അതിനെ ശുദ്ധീകരിച്ച് പൂർവ്വസ്ഥിതിയിലാക്കി പ്രശോഭിപ്പിക്കുന്നതത്രേ ഇസ്ലാം മതനവീകരണം"9 എന്ന വക്കം മൗലവിയുടെ ചിന്തകളാണ് ഹലീമാബീവിയുടെ പരിഷ്കരണ പ്രവർത്തനങ്ങളിലും കാണാൻ കഴിയുന്നത്. ഭൗതികമായ ശുചിത്വപാലനത്തോടൊപ്പം ആന്തരികമായ ശുചീകരണത്തിലും അവർ ശ്രദ്ധ പതിപ്പിച്ചിരുന്നു. 'വൃത്തി വിശ്വാസത്തിന്റെ പകുതിയാണ്'എന്ന നബി വചനം ഉൾക്കൊണ്ടുകൊണ്ട് വിശ്വാസതലത്തിലും പ്രവർത്തനമേഖലയിലും ഒരു ശുദ്ധീകരണത്തിന് വേണ്ടി അവർ ശ്രമിച്ചു. നവോത്ഥാനത്തിന്റെയും ആധുനികതയുടെയും പുതിയ സാമൂഹ്യരൂപങ്ങളിലേക്ക് ഇസ്ലാമിന്റെ കാഴ്ചപ്പാടിനെ ബന്ധിപ്പിച്ച് നവീനമാക്കുകയായിരുന്നു ഹലീമാബീവി.

ഇസ്ലാമിന്റെ അടിസ്ഥാനപ്രമാണങ്ങളിൽ നിന്നും വ്യതിചലിച്ചുകൊണ്ട് സ്ത്രീകൾക്കെതിരെ നിലവിലുള്ള സാമൂഹികനിയമങ്ങളെയും സാമുദായികക്രമങ്ങളെയും ചിട്ടപ്പെടുത്തി യഥാർത്ഥ ഇസ്ലാമിക വ്യവസ്ഥയിലേക്ക് കൊണ്ടുവരാനാണ് ഹലീമാബീവി ശ്രമിച്ചത്.

കേരളത്തിലെ ആദ്യത്തെ മുസ്ലിം പത്രാധിപ, ആദ്യ വനിതാ മുൻസിപ്പൽ കൗൺസലർ, എറണാകുളം ഡി.സി.സി. മെമ്പർ, തിരുവിതാംകൂർ സ്റ്റേറ്റ് മുസ്ലിംലീഗിന്റെ തിരുവല്ല താലൂക്ക് സെക്രട്ടറി തുടങ്ങിയ പദവികൾ തന്റെ ലക്ഷ്യസാക്ഷാത്കാരത്തിനുള്ള വേദികളാക്കി അവർ മാറ്റി.

പരിഷ്കരണപ്രസ്ഥാനങ്ങളുടെ വിഷയി എന്ന നിലയിൽ നിന്നും കർത്തൃത്വവും നിർവ്വാഹകത്വവുമുള്ള സ്ത്രീ അവസ്ഥയിലേക്കുള്ള മാറ്റമാണ് ഹലീമാബീവിയിൽ കാണുന്നത്. സാമൂഹ്യജീവിതത്തിൽ തങ്ങൾക്കർഹമായ സ്ഥാനം നേടിയെടുക്കാൻ തന്റെ വർഗ്ഗത്തെക്കൂടി പ്രാപ്തമാക്കുകയായിരുന്നു അഖില തിരുവിതാംകൂർ മുസ്ലിം വനിതാ സമാജത്തിലൂടെ ഹലീമാബീവി ലക്ഷ്യമാക്കിയത്. സമാജ രൂപവത്കരണത്തിൽ അവർ നടത്തിയ സ്വാഗത പ്രസംഗത്തിലെ ഓരോ വാക്കും ഇത് അടിവരയിടുന്നു.

ഇങ്ങനെ സമുദായത്തിലും അതിലൂടെ പൊതുസമൂഹത്തിലും സ്ത്രീകൾക്കർഹമായ അവകാശങ്ങളും സ്വാതന്ത്ര്യവും നേടിയെടുക്കാൻ ശബ്ദിക്കുന്ന ഹലീമാബീവിയെ ഒരു കാലഘട്ടത്തിലെ മുസ്ലിംസ്ത്രീ മുന്നേറ്റത്തിന്റെ പ്രതീകമായി കണക്കാക്കാം. എന്നാൽ നവോത്ഥാനചരിത്രത്തിൽ അവർക്കർഹമായ സ്ഥാനം ലഭിച്ചിട്ടുണ്ടോ എന്ന കാര്യവും ചിന്തനീയമാണ്.

ഗ്രന്ഥസൂചി

1. ഹലീമാബീവി എം., 'ഒരു പത്രാധിപയുടെ ഓർമ്മകൾ', അഭിമുഖം. ബഷീർ രണ്ടത്താണി, ചന്ദ്രിക ആഴ്ചപതിപ്പ്, പുസ്ത. -4, ല. 46 (8 ജൂലൈ 1995).

2. ഹലീമാബീവി എം., 'ഒരു സ്വാഗത പ്രസംഗം', സമ്പാ. ജെ. ദേവിക, മാധ്യമം ആഴ്ചപതിപ്പ്, പുസ്ത. 8 (18 മാർച്ച് 2005).

3. അതേ ലേഖനം

4. അതേ ലേഖനം

5. അതേ ലേഖനം

6. അതേ ലേഖനം

7. അതേ ലേഖനം

8. ഹലീമാബീവി എം., 'മുസ്‌ലിം സ്ത്രീകൾ സാമൂഹ്യരംഗത്ത്', അൻസാരി നബിദിന വിശേഷാൽപ്രതി, പുസ്ത. 8, ല. 1 (5 സെപ്റ്റംബർ 1961).

9. വക്കം മൗലവി, 'ഇസ്‌ലാം മത നവീകരണം', വക്കം മൗലവിയുടെ തെരഞ്ഞെടുത്ത കൃതികൾ, പു. 165.

○○

20
അവളെഴുതിയ, അവളെ എഴുതാത്ത കേരളം

ഡോ. സിജു കെ. ഡി.

ചരിത്രത്തിന്റെ ആഖ്യാതാവും ആഖ്യാനവും അവൻ (He) ആണെന്നത് യാദൃച്ഛികമായി സംഭവിക്കുന്നതല്ല. തിരിയ്ക്കു മീതെ കുടം കമഴ്ത്തി പ്രകാശമില്ലെന്ന് വിളക്കിനെ പരിഹസിക്കുന്ന ഏർപ്പാടായി നമ്മുടെ ചരിത്രരചനകളും വായനകളും മാറിയിട്ടുണ്ടോ എന്ന ആലോചനകൾ പുതുകാലത്ത് ഒട്ടേറെ നടക്കുന്നുണ്ട്. അതിന്റെ ഫലമായി രാജചരിത്രം ജനചരിത്രമായി പുനർവായിക്കപ്പെടുന്നു. പെൺചരിത്രവും ഇങ്ങനെ ബോധപൂർവ്വമായി വായിക്കേണ്ട, അങ്ങനെ വായിച്ചാൽ മാത്രം വെളിപ്പെടുന്ന ഒരു ലോകമാണ്. കേരളത്തിന്റെ സ്വാതന്ത്ര്യ സമരകാലം തൊട്ടുള്ള സ്ത്രീ ചരിത്രത്തിലേക്കുള്ള ഒരു നോട്ടം മാത്രമാണ് ഈ ലേഖനം. പ്രതലസ്പർശിയാകുന്നതിന്റെ പരിമിതികൾ മുഴുവനുമുള്ള നോട്ടം.

ഇന്ത്യയുടെ രാഷ്ട്രീയചരിത്രത്തിൽ സ്ത്രീകളുടെ സജീവ ഇടപെടൽ ആരംഭിക്കുന്നത് ദേശീയസ്വാതന്ത്ര്യ സമരകാലത്തോടെയാണ്. വിദേശാധിപത്യം സ്ത്രീയുടെ പൊതുജീവിതത്തെക്കുറിച്ചുള്ള പരമ്പരാഗത കാഴ്ചപ്പാടുകളിൽ വീഴ്ത്തിയ വിള്ളൽ തുറന്നുകൊടുത്ത പഴുതിലൂടെയാണ് അകം ജീവിതങ്ങൾ പുറം വെട്ടത്തേക്ക് കടന്നുവന്നത്. അതോടെ സ്ത്രീവിദ്യാഭ്യാസം, വിധവാവിവാഹം തുടങ്ങിയ ആശയങ്ങൾ സാമൂഹ്യസംഘടനകളുടെ മുഖ്യ അജണ്ടയായി. സ്ത്രീവിരുദ്ധമായ നിലപാടുകളോടുള്ള വിയോജിപ്പിന് സ്വീകാര്യതയേറി. 1889-ൽ ബോംബേയിൽ ചേർന്ന കോൺഗ്രസിന്റെ യോഗത്തിൽ അഞ്ചു സ്ത്രീകൾ സംബന്ധിച്ചിരുന്നു.

1917-ൽ ആനീ ബസന്റും 1925-ൽ സരോജിനി നായിഡുവും കോൺഗ്രസിന്റെ അധ്യക്ഷസ്ഥാനത്തേക്ക് നിയോഗിക്കപ്പെട്ടു. വലിയ പ്രക്ഷോഭങ്ങൾക്ക് പകരം ഉപവാസസമരങ്ങളും വ്യക്തിസത്യാഗ്രഹങ്ങളും ചർക്ക ക്യാമ്പയിനും ആയിരുന്നു ആദ്യകാലങ്ങളിൽ സ്ത്രീകളുടെ സ്വാതന്ത്ര്യസമര ഇടങ്ങളെങ്കിലും സിസ്റ്റർ നിവേദിത, മാഡം ഭിക്കാജി കാമ, സരളാ ദേവി, അരുണാ ആസഫലി, വിജയലക്ഷ്മി പണ്ഡിറ്റ്, ഉഷാമേഹ്ത, സുചേത കൃപലാനി തുടങ്ങി ഒട്ടേറെ വനിതകൾ സ്വാതന്ത്ര്യസമരത്തിലെ മുന്നണിപ്പോരാളികളായി ഉയർന്നുവന്നു.

ദണ്ഡിയാത്രയിൽ പങ്കെടുക്കേണ്ടവരുടെ ആദ്യപട്ടികയിൽ വനിതകൾക്കാർക്കും സ്ഥാനം ലഭിച്ചിരുന്നില്ല. മാർഗരറ്റ് കസിൻസ് ഗാന്ധിജിക്ക് മുന്നിൽ തങ്ങളുടെ അതൃപ്തി അറിയിച്ചതോടെയാണ് സരോജിനി നായിഡുവിനെ ദണ്ഡിയാത്രയിലെ തന്റെ പിൻഗാമിയായി അദ്ദേഹം പ്രഖ്യാപിക്കുന്നത്. ഈ സംഭവം രണ്ട് കാര്യങ്ങളിലേക്ക് നമ്മുടെ ശ്രദ്ധ ക്ഷണിക്കുന്നു. തങ്ങളുടെ അന്തസ്സിനെ സ്ത്രീ തിരിച്ചറിഞ്ഞു തുടങ്ങിയെന്നതാണ് അതിൽ മുഖ്യം. ഗാന്ധിജി ഉൾപ്പെടെയുള്ള സ്വാതന്ത്ര്യസമര നേതൃത്വം വനിതാപ്രവർത്തകരെ എങ്ങനെയാണ് പരിഗണിച്ചത് എന്നതും അവർ മുൻ നിലപാടിനെ തിരുത്താൻ പ്രേരിതരായി എന്നതുമാണ് രണ്ടാമത്തെ കാര്യം. അതേ സമയം കല്പന ദത്ത, കമലാദാസ് ഗുപ്ത, കല്യാണി ഭട്ടാചാർജീ, ബീന ദാസ്, പ്രീതിലത വഡേദാർ, സുനിത ചൗദരി തുടങ്ങിയവർ തീവ്രസ്വഭാവമുള്ള പോരാട്ടസംഘങ്ങൾക്ക് നേതൃത്വം നല്കിത്തുടങ്ങുന്നതും ഇതേ കാലത്താണ്.

ചുരുക്കത്തിൽ ഇന്ത്യൻ സ്വാതന്ത്ര്യസമരം വൈദേശിക ആധിപത്യത്തെ മാത്രമല്ല ചോദ്യം ചെയ്യാൻ തുടങ്ങിയത്. ഇവിടെ നിലനിന്നിരുന്ന വർണ്ണ ലിംഗ ആധിപത്യങ്ങളെയുമാണ്. ജവഹർലാൽ നെഹ്റു 1949 ഒക്ടോബർ 20, ന്യൂയോർക്കിൽ നടത്തിയ ഒരു പ്രഭാഷണത്തിൽ അത് അർഥശങ്കക്കിടയില്ലാത്തവിധം പ്രസ്താവിക്കുന്നുണ്ട്.

Our political movement swept away many of those social barriers and brought the women out. That shows that our political movement was some thing much more than a political movement, because it affected the lives of all classes of people. It touched those unfortunate people who had suffered so long, who are called the untouchables. The movement affected them, affected the country's reaction to them. It affected women. It affected children. It affected the peasantry, the industrial workers and others. So it was a vital movement which affected every class and group in India.

ഇത്തരം വസ്തുതകൾ നിലനില്ക്കുമ്പോൾ തന്നെയാണ് ഇന്ത്യയിലെ ആദ്യത്തെ പൊതുതെരഞ്ഞെടുപ്പ് 1952-ൽ നടക്കുന്നത്. പ്രായപൂർത്തി വോട്ടിന് അർഹതയുള്ള സ്ത്രീകളുടെ 38% മാത്രം വരുന്ന ഏഴേമുക്കാൽ കോടി സ്ത്രീകളാണ് അന്ന് വോട്ട് ചെയ്തത്. 28 ലക്ഷം സ്ത്രീകൾ വോട്ടർ പട്ടികയിൽ പോലും ഉണ്ടായിരുന്നില്ലത്രേ. അൻപതിനടുത്ത് സ്ത്രീകളാണ് അന്ന് മൽസരരംഗത്ത് ഉണ്ടായിരുന്നത്. വോട്ടെടുപ്പിൽ പങ്കാളികളാവുന്ന സ്ത്രീകളുടെയും പൊതുരംഗത്ത് മുഴുവൻ സമയവും പ്രവർത്തിക്കുന്ന സ്ത്രീകളുടെയും എണ്ണത്തിൽ വലിയ മുന്നേറ്റം സ്വാതന്ത്ര്യാനന്തരമുള്ള ഏഴ് പതിറ്റാണ്ടുകൾ കൊണ്ട് നാം നേടിയിട്ടുണ്ട്. എങ്കിലും സാമ്പത്തികമായ മദ്ധ്യ ഉപരിവർഗ്ഗജനതയെ മാറ്റി നിർത്തിയാൽ ഇപ്പോഴും പൊതുജീവിതത്തിൽ സ്ത്രീയുടെ സാന്നിധ്യം വളരെ തുച്ഛമാണ്. വീട്ടുജോലികൾ അവളുടെ സമയം മിക്കവാറും തിന്നുതീർക്കുന്നു. കുടുംബ ഉത്തരവാദിത്തങ്ങൾ പ്രാഥമികമായും അവളുടെ ഉത്തരവാദിത്തമായി തന്നെ നിലനിൽക്കുന്നു. ഇന്ത്യയുടെ സ്ത്രീ ജീവിതത്തിന്റെ സാമാന്യമായ ഈ പശ്ചാത്തലത്തിൽ കേരളത്തിലെ സ്ത്രീകളുടെ പൊതുരാഷ്ട്രീയജീവിതം പരിശോധിക്കാം.

ഇന്ന് നമ്മൾ മരുമക്കത്തായം എന്ന് മറുപേരിട്ട് വ്യവഹരിക്കുന്ന, സ്ത്രീ വഴിയുള്ള ദായക്രമം (മാതൃദായക്രമം) നിലനിന്ന ഇടമാണ് കേരളം. ഇരുപത്തിയാറോളം ജാതികൾക്കിടയിൽ മാതൃദായക്രമമാണ് ഉണ്ടായിരുന്നതെന്ന് ഗുണ്ടർട്ടും വില്യം ലോഗനും പറയുന്നുണ്ട്. ധന കൈകാര്യകർത്താവ് പുരുഷനായിരുന്നു എന്ന വസ്തുത നിലനിൽക്കെത്തന്നെ, പേരിനെങ്കിലും സ്വത്തിന്റെ അവകാശം സ്ത്രീയിൽ മാത്രമായി നിക്ഷിപ്തമാണ് എന്നതാണ് ഈ രീതിയുടെ സവിശേഷത. പുരുഷന്റെ (അമ്മാവന്റെ) അധികാരശേഷിയെ സ്ഥാപിക്കാനാവണം മരുമക്കത്തായം എന്ന് മാതൃദായക്രമത്തെ വിളിച്ചുപോന്നത്. കേരളത്തിൽ അന്ന് നിലവിലുണ്ടായിരുന്ന സംബന്ധവിവാഹരീതി കാരണം ഇന്ത്യയിൽ മറ്റിടങ്ങളിലൊന്നും ഇല്ലാത്തവിധം സ്വാതന്ത്ര്യം സ്ത്രീകൾ അനുഭവിച്ചിരുന്നു. ഇഷ്ടമുള്ളപ്പോൾ വിവാഹബന്ധം ഒഴിയാൻ സ്ത്രീക്ക് പറ്റുമായിരുന്നു. മാത്രമല്ല പുനർവിവാഹവും വിധവാവിവാഹവും അനുവദനീയവുമായി

രുന്നു. തിരുവിതാംകൂറിലും മറ്റപൂർവം ചില നാട്ടുരാജ്യങ്ങളിലും ആൺ പിൻഗാമികളുടെ അഭാവത്തിൽ സ്ത്രീകൾക്ക് രാഷ്ട്രീയ അധികാരവും ലഭിച്ചിരുന്നു.

അതേസമയം സ്വാതന്ത്ര്യപൂർവ കേരളത്തിൽ സ്ത്രീകളുടെ പൊതുജീവിതം വളരെ പരിമിതം തന്നെയായിരുന്നു. കുടുംബം പോറ്റാൻ തൊഴിലെടുക്കേണ്ടി വന്ന ദരിദ്രവിഭാഗം സ്ത്രീകൾക്ക് തൊഴിൽ മേഖല മാത്രയിരുന്നു വീടിന് പുറത്തെ ലോകം. തൊഴിലിടം വിട്ടുള്ള പൊതുസ്ഥലങ്ങളിൽ അവരിൽ പലരും ജാതീയമായ വിലക്കനുഭവിച്ചവരായിരുന്നു. സവർണ്ണ സമുദായങ്ങളിലെ സ്ത്രീകളെ സംബന്ധിച്ചിടത്തോളം വിവാഹാദി സ്വകാര്യ ഒത്തുകൂടലുകളോ മതാചാരങ്ങളും ഉൽസവങ്ങളും നല്കുന്ന അവസരങ്ങളോ മാത്രമായിരുന്നു ഗൃഹബാഹ്യമായ ലോകത്തേക്കുള്ള തുറസ്സുകൾ. സ്ത്രീ വിദ്യാഭ്യാസം അക്ഷരാഭ്യാസം എന്ന ഘട്ടത്തിനപ്പുറത്തേക്ക് എത്തിക്കാൻ വളരെ കുറച്ചു പേർക്കേ സാധിച്ചിട്ടുള്ളൂ. ഭൂരിഭാഗത്തിനും അക്ഷരാഭ്യാസം പോലും ആഡംബരമായിരുന്നു. എന്നാൽ സാമ്പത്തിക ശേഷിയുള്ളവർ വീടുകളിൽത്തന്നെ എഴുത്ത് പഠിക്കാൻ സാഹചര്യം ഒരുക്കി. മലബാർ മേഖലയിൽ കളരിമുറകൾ അഭ്യസിക്കാൻ സ്ത്രീകൾക്ക് അവസരം ലഭിച്ചിരുന്നതിന്റെ ദൃഷ്ടാന്തങ്ങൾ വടക്കൻ പാട്ടുകളിൽ ആവോളമുണ്ട്.

മിഷനറി പ്രവർത്തനങ്ങളുടെ ഇടപെടലിന്റെ കൂടി ഫലമായി കേരളത്തിലെ ക്രിസ്ത്യൻ സമുദായത്തിലെ സ്ത്രീകൾക്ക് വിദ്യാഭ്യാസത്തിന് അവസരം ലഭിച്ചിരുന്നു. വിദ്യാഭ്യാസം, ആതുരശുശ്രൂഷ തുടങ്ങിയ സേവനമേഖലയിലെ തൊഴിലുകളിലും അവർ ഏർപ്പെട്ടിരുന്നു. എന്നാൽ മുസ്ലീങ്ങൾക്കിടയിൽ നിലനിന്ന വിശ്വാസങ്ങളും ആചാരങ്ങളും സ്ത്രീയുടെ വിദ്യാഭ്യാസത്തിനും ഗൃഹബാഹ്യമായ തൊഴിലിനും അവസരം നിഷേധിക്കുന്ന തരത്തിലായിരുന്നു.

ജാതീയമായ വിവേചനം ശക്തമായിരുന്നതിനാൽ രാഷ്ട്രീയ അധികാരം കീഴാള ജനതയ്ക്ക് സ്വപ്നം പോലുമായിരുന്നില്ല. 1990 ഡിസംബറിൽ മാതൃഭൂമി ആഴ്ചപ്പതിപ്പിലെഴുതിയ പിന്നോക്കാവസ്ഥയുടെ മാനദണ്ഡം എന്ന ലേഖനത്തിൽ 1944-ൽ അന്നത്തെ ബിരുദധാരികളിൽ 650-ൽ 452-ഉം ബ്രാഹ്മണരായിരുന്നു എന്ന് എം.എൻ. കാരശ്ശേരി ചൂണ്ടിക്കാട്ടുന്നുണ്ട്. ശ്രീനാരായണ ഗുരുവിനെയും മഹാത്മാ അയ്യങ്കാളിയെയും പോലുള്ള സമുദായപരിഷ്കർത്താക്കളും ദേശീയപ്രസ്ഥാനത്തിന്റെ ഭാഗമായി ഉയർന്നുവന്ന പുതിയ രാഷ്ട്രീയനേതൃത്വവുമാണ് അധികാരം കൊയ്യണം നാമാദ്യം

എന്ന ബോധ്യത്തിലേക്ക് ബഹുജനങ്ങളെ നയിച്ചത്. വിദ്യകൊണ്ട് വിജ്ഞരാകാൻ ഗുരുവും അയ്യങ്കാളിയും ആഹ്വാനം ചെയ്തപ്പോൾ സ്വാതന്ത്ര്യസമരനേതൃത്വവും തൊഴിലാളികൾക്കിടയിൽ പ്രവർത്തിച്ച കമ്യൂണിസ്റ്റുകാരും സ്ത്രീകളെ രാഷ്ട്രീയമായിക്കൂടി സംഘടിപ്പിച്ചു. സമൂഹ്യവും രാഷ്ട്രീയവുമായ ഉന്നമനത്തിന്റെ മുന്നുപാധിയായി വിദ്യാഭ്യാസം പൊതുവേ അംഗീകരിക്കപ്പെട്ടു. ഇരുപതാം നൂറ്റാണ്ടിൽ പിറവികൊണ്ട മതസാമുദായിക നവീകരണപ്രസ്ഥാനങ്ങൾ ലിംഗഭേദമെന്യേ വിദ്യാഭ്യാസത്തിന്റെ പ്രാധാന്യം ഉയർത്തിപ്പിടിക്കുന്നുണ്ട്. അവർണ്ണരുടെ വിദ്യാലയപ്രവേശന പ്രക്ഷോഭവേളയിൽ പഞ്ചമിയെന്ന പെൺകുട്ടിയെയാണ് അയ്യങ്കാളി സ്കൂളിൽ ചേർക്കാൻ തെരഞ്ഞെടുത്തത് എന്നതിൽ ലിംഗനീതിയുടെ തലം കൂടി ഉൾചേർന്നിട്ടുണ്ട് എന്നത് തിരിച്ചറിയുക തന്നെ വേണം. ഇക്കാലമാകുമ്പോഴേക്കും സർക്കാറുകൾ നേരിട്ടും മിഷനറിമാരുടെ നേതൃത്വത്തിലും സ്ത്രീകൾക്കുള്ള വിദ്യാഭ്യാസ സൗകര്യങ്ങൾ ഒരുക്കുന്നുണ്ട്. അങ്ങനെ ജ്ഞാനത്തിന്റേയും സംഘബലത്തിന്റെയും ഒരു സാഹചര്യത്തിലാണ് കേരളത്തിലെ അന്തപ്പുരങ്ങളുടെ വാതിലുകൾ അന്തേവാസികളാൽത്തന്നെ ബലേന തുറക്കപ്പെട്ടത്.

സ്വാതന്ത്ര്യസമരം കേരളത്തിൽ രണ്ട് തലത്തിലാണ് ആരംഭിച്ചത്. മലബാർ നേരിട്ടുള്ള വിദേശാധിപത്യത്തിന് കീഴിലായിരുന്നു, തിരുവിതാംകൂറും കൊച്ചിയും പ്രാദേശികരാജാക്കളുടെ ഭരണത്തിലും. ഇരുപതാം നൂറ്റാണ്ടിന്റെ ആദ്യ ദശകത്തിൽത്തന്നെ ബ്രിട്ടീഷ് അധീന മലബാറിൽ കോൺഗ്രസ്സ് നേതൃത്വത്തിലും ഹോം റൂൾ പ്രസ്ഥാനത്തിന്റെ ഭാഗമായും സ്വാതന്ത്ര്യപ്രക്ഷോഭം തുടങ്ങുന്നുണ്ട്. 1916-ൽ പാലക്കാട് ചേർന്ന ഹോം റൂൾ ലീഗ്ന്റെ മലബാർ ജില്ലാസമ്മേളനത്തിൽ ആനീ ബസന്റ് നേരിട്ടെത്തി നേതൃത്വം വഹിച്ചു. കൊച്ചിയിലും തിരുവിതാംകൂറിലും സ്വാതന്ത്ര്യ സമരത്തിന് പകരം മെച്ചപ്പെട്ട ഭരണത്തിനുള്ള സമരങ്ങളാണ് നടന്നത്. അതു തന്നെ തുടങ്ങുന്നത് ഒന്നരപ്പതിറ്റാണ്ട് കഴിഞ്ഞാണ്. 1919-ൽ തന്നെ തിരുവിതാംകൂർ ലെജിസ്ലേറ്റീവ് കൗൺസിലിലേക്കുള്ള തെരഞ്ഞെടുപ്പിൽ സ്ത്രീകൾക്ക് വോട്ടവകാശം ലഭിച്ചിരുന്നതായി തിരുവിതാംകൂർ സ്റ്റേറ്റ് മാനുവൽ ഒന്നാം വോള്യത്തിൽ രേഖപ്പെടുത്തിയിട്ടുണ്ട്. രണ്ടിൽ കുറയാത്ത വനിതാ പ്രാതിനിധ്യം ലെജിസ്ലേറ്റീവ് അസംബ്ലിയിൽ നോമിനേഷൻ വഴി സ്ത്രീകൾക്ക് ഉറപ്പുവരുത്തുന്ന നിയമനിർമ്മാണം 1921-ൽ തിരുവിതാംകൂറിൽ നടന്നതായി

അതേ പുസ്തകത്തിൽ പറയുന്നു. അപ്പോഴും സമ്മതിദാനം നൽകാമെന്നല്ലാതെ തെരെഞ്ഞെടുപ്പിൽ മൽസരിക്കാനുള്ള അവകാശം സ്ത്രീകൾക്ക് ലഭിച്ചിരുന്നില്ല. എന്നിരിക്കിലും ഇന്ത്യയിലെ ഇതര ഭാഗങ്ങളിലെ സ്ത്രീകളുടെ അവസ്ഥയെക്കാൾ മെച്ചമായിരുന്നു ഇവിടെ എന്ന് പറയാതെ വയ്യ.

ദേശീയ സ്വാതന്ത്ര്യസമരം, ആരാധനാ സ്വാതന്ത്ര്യത്തിനായുള്ള സത്യാഗ്രഹങ്ങൾ എന്നിവയാണ് സ്ത്രീകളുടെ പുറം ലോകത്തേക്കുള്ള കടന്നുവരവിന് ശക്തി പകർന്നത്. ഉപ്പ് സത്യാഗ്രഹത്തിന്റെ ആവേശമുൾക്കൊണ്ട് ഒട്ടേറെ സ്ത്രീകൾ പയ്യന്നൂരിൽ പ്രക്ഷോഭപങ്കാളികളായിട്ടുണ്ട്. ഗാന്ധിജിയുടെ നേതൃത്വത്തിൽ നടന്ന ദണ്ഡിയാത്രയിൽ 75 പുരുഷന്മാർ നേരിട്ടു പങ്കെടുത്തപ്പോൾ സ്ത്രീപങ്കാളിത്തം സരോജിനി നായിഡുവിലും മിഥുബെൻ പട്ടേലിലും ഒതുങ്ങിയിരുന്നു എന്നുകൂടിയോർക്കുക. മലബാറിലെ കർഷകസമരങ്ങളിലും സ്ത്രീകൾ സജീവമായി പങ്കെടുത്തു. തിരുവിതാംകൂറിൽ വൈക്കം സത്യാഗ്രഹസമരഭടന്മാർക്ക് പിടിയരി ശേഖരിച്ചു നൽക്കാൻ തയ്യാറായി വലിയൊരു കൂട്ടം സ്ത്രീകൾ മുന്നോട്ട് വരുന്നുണ്ട്. എൻ. മീനാക്ഷിയമ്മയുടെ നേതൃത്വത്തിൽ സത്യാഗ്രഹാനുഭാവികളായ സ്ത്രീകളുടെ ഒരു യോഗം ചേർന്നതായി പി.കെ.കെ. മേനോൻ തന്റെ ഹിസ്റ്ററി ഓഫ് ഫ്രീഡം മൂവ്മെന്റ് ഇൻ കേരള 1885–1938 (പേജ് 127) എന്ന ഗ്രന്ഥത്തിൽ രേഖപ്പെടുത്തിയിട്ടുണ്ട്. ഖാദി, സ്വദേശി ബോധവൽക്കരണം, ഹിന്ദിപ്രചാരണം എന്നീ ലക്ഷ്യങ്ങളോടെ 1932-ൽ കണ്ണൂരിൽ രാഷ്ട്രീയ സ്ത്രീസഭ രൂപീകൃതമായി. മലബാറിലെ സ്വാതന്ത്ര്യപ്പോരാട്ടങ്ങൾക്ക് കരുത്തുപകരാൻ എ.വി. കുട്ടിമാളുവമ്മ, മുക്കാപ്പുഴ കാർത്ത്യായനിയമ്മ, സി. കുഞ്ഞിക്കാവമ്മ, കമലാപ്രഭു, മാർഗരറ്റ് പാവമണി, കുഞ്ഞിലക്ഷ്മിയമ്മ, ജാനകിയമ്മ തുടങ്ങിയ ഒട്ടേറെ സ്ത്രീകൾ മുന്നിട്ടിറങ്ങി.

1930 നവംബറിൽ സ്വാതന്ത്ര്യസമരവുമായി ബന്ധപ്പെട്ട് കേരളത്തിൽ ആദ്യമായി സ്ത്രീകൾ അറസ്റ്റ് ചെയ്യപ്പെട്ടു. മുംബൈ സത്യാഗ്രഹസമരത്തിൽ സ്ത്രീകൾക്ക് നേരെ സർക്കാർ അതിക്രമം നടത്തി എന്ന വാർത്തയെ തുടർന്ന് ഏതാനും സ്ത്രീകൾ കോഴിക്കോട് ചാലപ്പുറത്ത് നടത്തിയ പ്രതിഷേധസമരമാണ് അറസ്റ്റിൽ കലാശിച്ചത്. സമരത്തിന് നേതൃത്വം നല്കിയ മുക്കാപ്പുഴ കാർത്ത്യായനി അമ്മ രണ്ട് മാസത്തെ തടവിന് ശിക്ഷിക്കപ്പെട്ടു. കേരളത്തിലെ ആദ്യത്തെ രാഷ്ട്രീയ തടവുകാരി എന്നാണ് കോടതിതന്നെ അവരെ വിശേഷിപ്പിച്ചത്. സ്ത്രീകൾ രാഷ്ട്രീയമായി സ്വാതന്ത്ര്യം നേടിയ

തിന്റെ അടയാളം കൂടിയായിവേണം ഈ അറസ്റ്റും തടവും നോക്കി കാണാൻ.

ഗാന്ധിയൻ ആശയങ്ങളിൽ തൽപ്പരയായി 1928-ൽ കോൺഗ്രസിന്റെ ഭാഗമായ ആളാണ് മുക്കാപ്പുഴ കാർത്ത്യായനിഅമ്മ. ജന്മം കൊണ്ട് കൊച്ചി നാട്ടുരാജ്യക്കാരിയാണെങ്കിലും മലബാറാണ് കർമ്മമണ്ഡലമായത്. തൃശ്ശൂരിലെ ഒരു സർക്കാർ സ്കൂൾ അധ്യാപികയായിരുന്നു അവർ. സ്വാതന്ത്ര്യപ്പോരാട്ടത്തിന് ജോലി ബാധ്യതയാകും എന്ന് മനസ്സിലായപ്പോൾ അത് ഉപേക്ഷിക്കുകയും കോഴിക്കോട്ടേക്ക് വരികയുമായിരുന്നു. 1931-ഓടെ എ.ഐ.സി.സി. അംഗമായി. ഇടക്കാലത്ത് അഭിഭാഷകവൃത്തി സ്വീകരിച്ചെങ്കിലും ഗാന്ധിജിയുടെ ഉപദേശാനുസരണം പൂർണ്ണസമയ ഖാദിപ്രചാരണ ചുമതല ഏറ്റെടുത്തു. കോഴിക്കോടിന് പുറമെ പയ്യന്നൂരും കരിവെള്ളൂരും തിരുപ്പൂരും തഞ്ചാവൂരും അവരുടെ രാഷ്ട്രീയഭൂമികയായിരുന്നു. സ്വാതന്ത്ര്യാനന്തരം തെരെഞ്ഞെടുപ്പിൽ മൽസരിക്കാനുള്ള നിർദ്ദേശം സ്വീകരിക്കാത്തത് അവരും കോൺഗ്രസും തമ്മിൽ അകലാൻ ഇടയാക്കി. വിനോഭാവേയുടെ ഭൂദാന പ്രസ്ഥാനത്തിലാണ് പിന്നീട് നാമവരെ കാണുന്നത്. മരിക്കുന്നതിന് ഒരു വർഷം മുൻപുവരെ, 1982-വരെ സർവോദയസംഘം പ്രവർത്തനങ്ങളിൽ സജീവപങ്കാളിയായിരുന്നു കാർത്ത്യായനിയമ്മ.

1930 ഡിസംബർ 6-ന് നിയമ വിരുദ്ധസംഘടനയായി പ്രഖ്യാപിക്കപ്പെട്ട കോൺഗ്രസ്സിന്റെ തുടർന്നുള്ള പ്രവർത്തനങ്ങൾക്ക് നേതൃത്വം നല്കാൻ നിയോഗിക്കപ്പെട്ടത് ഡിക്റ്റേറ്റർമാരാണ്. പ്രസിഡന്റിന് സർവ പ്രവർത്തന അധികാരങ്ങളും നല്കുന്ന ഒരു സംവിധാനമാണ് ഡിക്റ്റേറ്റർ എന്ന് അറിയപ്പെട്ടത്. ഡിക്റ്റേറ്റർ അറസ്റ്റ് ചെയ്യപ്പെട്ടാൽ അയാൾ അടുത്ത ആളെ നാമനിർദ്ദേശം ചെയ്യുന്നതായിരുന്നു പിന്തുടർന്ന നയം. ഇത്തരത്തിലുള്ള ഡിക്റ്റേറ്റർമാരിൽ സ്ത്രീകളും ഉണ്ടായിരുന്നു. മൂന്നാമത്തെയും വനിതകളിൽ ആദ്യത്തെയും ഡിക്റ്റേറ്ററായി 1931-ൽ ഗ്രേസി ആരോൺ സ്ഥാനമേൽക്കുമ്പോൾ സ്ത്രീകളുടെ രാഷ്ട്രീയ പ്രവർത്തനം അർഹിക്കുന്ന ഗൗരവത്തിൽ ത്തന്നെ വിലമതിക്കപ്പെട്ടുതുടങ്ങിയതിനെ കൂടി അങ്കനം ചെയ്യപ്പെടുകയാണ്. അക്കൊല്ലം ജനുവരിയിൽ അവരുടെ നേതൃത്വത്തിൽ കോഴിക്കോട് കടപ്പുറത്ത് നടന്ന സമരത്തിൽ ത്രിവർണ്ണപതാക ഉയർത്തുകയും വിദേശവസ്ത്രങ്ങൾ കത്തിക്കുകയും ചെയ്തു. പി ദേവകിയമ്മ, വേദവതിയമ്മ, ശ്രീമതി ഗണേഷ് പൈ, കമലാബായി പ്രഭു എന്നിവർ ഈ സമരത്തിലെ പങ്കാളികളായിരുന്നു. എല്ലാവരെയും

അറസ്റ്റ് ചെയ്തു ജയിലിലടച്ചു.

ഈശ്വരി അമ്മാൾ, കെ കുഞ്ഞുലക്ഷ്മിയമ്മ, മാർഗരറ്റ് പാവമണി, ലളിത പ്രഭു, കുഞ്ഞിക്കാവമ്മ, ഏ.വി. കുട്ടിമാളുവമ്മ എന്നിവരും കെ.പി.സി.സി.യുടെ ഡിക്റ്റേറ്റർമാരായി നിയോഗിക്കപ്പെട്ടവരാണ്. എം. കാർത്ത്യായനി അമ്മക്ക് പുറമെ മെറ്റീൽഡ കല്ലൻ, കെ. കെ. കുഞ്ഞുലക്ഷ്മിയമ്മ, എൻ. സരോജിനി ബായി തുടങ്ങി നിരവധി സ്ത്രീകൾ തങ്ങളുടെ സർക്കാർ ജോലികൾ ഉപേക്ഷിച്ചാണ് സമരത്തിലേക്ക് വന്നത്. ഗുരുവായൂർ സത്യാഗ്രഹത്തിൽ എ.കെ.ജി. അറസ്റ്റ് ചെയ്യപ്പെട്ടപ്പോൾ വളണ്ടിയർ ക്യാപ്റ്റനായി മാറിയതും ഒരു വനിതയാണ്; പി.എം. കമലാവതിയമ്മ. 1934-ൽ സി. കുഞ്ഞിക്കാവമ്മ പ്രോവിൻഷ്യൽ കോൺഗ്രസ് കമ്മിറ്റിയുടെ അധ്യക്ഷയായി തെരഞ്ഞെടുക്കപ്പെട്ടു.

ഏ.വി. കുട്ടിമാളുവമ്മയുടെയും മാർഗരറ്റ് പാവമണിയുടെയും നേതൃത്വത്തിൽ തൃശ്ശൂർ നഗരത്തിൽ നടന്ന പിക്കറ്റിങ് സ്ത്രീകളുടെ മുൻകയ്യിൽ നടന്ന പ്രധാനപ്പെട്ട സമരങ്ങളിലൊന്നാണ്. 1932-ൽ സിവിൽ നിയമലംഘന പ്രസ്ഥാനത്തിൽ പങ്കാളിയായതിന് ജയിൽ ശിക്ഷ വിധിച്ചപ്പോൾ രണ്ട് മാസം മാത്രം പ്രായമായ കുഞ്ഞുമായാണ് കുട്ടിമാളുവമ്മ ജയിൽ വരിച്ചത്. മാതൃത്വം പൊതുജീവിതത്തിന് വിഘാതമായിക്കരുതിയ കാലത്തെയും കാഴ്ചപ്പാടിനെയും മുറിച്ചുകടക്കുന്നതിന്റെ ആവേശകരമായ ദൃശ്യമാണ് ഇത്. ദേശീയ സ്വാതന്ത്ര്യസമരമെന്നതിനപ്പുറം പെൺമയുടെ സ്വയം തിരിച്ചറിവിന്റെ മാനങ്ങളുള്ള ഒരു പ്രവൃത്തി. ശിക്ഷാകാലം കഴിഞ്ഞപ്പോൾ മദ്രാസ് ലെജിസ്ലേറ്റിവ് അസംബ്ലിയിലേക്ക് അവർ നാമനിർദ്ദേശം ചെയ്യപ്പെട്ടു. ക്വിറ്റ് ഇന്ത്യാ സമരകാലത്തടക്കം പലതവണ അവർ ജയിൽ ശിക്ഷ അനുഭവിക്കുകയുണ്ടായി. കുട്ടിമാളുവമ്മയുടെ ജീവിതപങ്കാളി മലബാറിലെ സമുന്നതനായ കോൺഗ്രസ് നേതാവായ കോഴിപ്പുറത്ത് മാധവമേനോനായിരുന്നു എന്നത് അവർക്ക് കൂടുതൽ പ്രവർത്തനസ്വാതന്ത്ര്യം നല്കി. ഏറെ വൈകാതെ എ.ഐ.സി.സി. അംഗമായി. രാഷ്ട്രീയപ്രവർത്തനത്തെ സാമൂഹ്യ ഇടപെടലായിക്കൂടിയാണ് അവർ പരിഗണിച്ചത്. മദ്രാസിലെ വാസക്കാലത്ത് കുട്ടിമാളുവമ്മ പുവർ ഹോം സൊസൈറ്റിയുടെ സജീവ പ്രവർത്തകയായിരുന്നു. കോഴിക്കോട് കേന്ദ്രീകരിച്ച്, തെരുവിലലയുന്ന ദരിദ്രരും അനാഥരുമായവരെയും കുഷ്ഠരോഗികളെയും പുനരധിവസിപ്പിക്കുന്നതിനുള്ള പ്രവർത്തനങ്ങളുടെ ഏകോപനം അവർ ഏറ്റെടുത്തു. കോഴിക്കോട് വെള്ളിമാട്കുന്നിൽ ഒരു ബാലമന്ദിരം സ്ഥാ

പിക്കാൻ അവർ മുൻകൈ എടുത്തു.

മലബാർമേഖലയിൽ ചിരസ്മരണീയമായ പ്രവർത്തനം കാഴ്ച വെച്ച ഒട്ടേറെ വനിതാസ്വാതന്ത്ര്യ സമരപ്പോരാളികളുണ്ട്. കമലാബായി പ്രഭു, ഗ്രേസി ആരോൻ, മാർഗരറ്റ് പാവമണി, മെറ്റീൽഡ കല്ലൻ എന്നിവർ അവരിൽ ചിലരാണ്. തലശ്ശേരിയിൽ വിദേശവസ്ത്ര ബഹിഷ്കരണ പ്രക്ഷോഭത്തിന്റെ ഭാഗമായി അറസ്റ്റ് ചെയ്യപ്പെട്ട കമലാപ്രഭുവിന്റെ താലി പിഴത്തുകയിലേക്ക് കണ്ടുകെട്ടിയ മാജിസ്ട്രേട്ടിന്റെ നടപടി രാജ്യവ്യാപകമായി പ്രതിഷേധത്തിന് കാരണമാകുന്നുണ്ട്. ഇംഗ്ലണ്ടിലെ ഹൗസ് ഓഫ് കോമൺസിൽ വിഷയം ഉന്നയിക്കപ്പെടുകയും താലി തിരികെ നല്കാൻ സർക്കാർ ഉത്തരവിടുകയും ചെയ്തു.

ഏ.വി. അമ്മുക്കുട്ടി എന്ന അമ്മു സ്വാമിനാഥൻ മലയാളിയാണെങ്കിലും പ്രവർത്തനമേഖല മദ്രാസ് ആയിരുന്നു. ഡോ. സ്വാമിനാഥനുമായുള്ള വിവാഹമാണ് അവരുടെ പൊതുപ്രവർത്തനമേഖല തുറന്നു കൊടുത്തത്. വിവാഹത്തെ തുടർന്ന് മദ്രാസിൽ എത്തിയ അമ്മു അവിടെ ആദ്യകാല വനിതാസംഘടനയായ 'മദ്രാസ് വിമൻസ് അസോസിയേഷന്റെ' പ്രവർത്തകയായി. പിന്നീട് കോൺഗ്രസ്സിന്റെ സജീവ പ്രവർത്തകയായി ഇന്ത്യയൊട്ടാകെ സഞ്ചരിച്ചു. ക്വിറ്റ് ഇന്ത്യ സമരകാലത്ത് അറസ്റ്റിലായി. 1947-ൽ രൂപീകൃതമായ കോൺസ്റ്റിറ്റ്യൂവന്റ് അസംബ്ലിയിലും 1960 വരെ രാജ്യസഭയിലും അംഗമായിരുന്നു. കേരളത്തിൽ ജനിച്ച് കേരളത്തിന് പുറത്തു രാഷ്ട്രീയജീവിതം നയിച്ച മറ്റൊരാൾ ലക്ഷ്മി എൻ. മേനോനാണ്. പ്രവർത്തനകേന്ദ്രമായി ഡൽഹി തെരഞ്ഞെടുത്ത അദ്ദേഹം ആൾ ഇന്ത്യ വിമെൻസ് കോൺഫറൻസിന്റെ സ്ഥാപകനേതാവാണ്. കോൺഫറൻസിന്റെ സെക്രട്ടറി, പ്രസിഡന്റ് പദവികളിൽ സേവനമനുഷ്ഠിച്ചു. വിദേശകാര്യ വകുപ്പിൽ സെക്രട്ടറിയായും പിന്നീട് നെഹ്റു മന്ത്രിസഭയിൽ സഹമന്ത്രിയായും യുഎൻ സമിതി അംഗമായും ലക്ഷ്മി എൻ. മേനോൻ പ്രവർത്തിച്ചിട്ടുണ്ട്.

പൊതുവേ ഉന്നതമദ്ധ്യവർഗ്ഗ ഹിന്ദുസ്ത്രീകളായിരുന്നു മലബാറിൽ ആദ്യകാലത്തെ സ്വാതന്ത്ര്യസമരപ്പോരാളികൾ. ക്രിസ്ത്യൻ പ്രാതിനിധ്യമായി നേതൃനിരയിൽ ഉണ്ടായിരുന്നത് മൂന്ന് വനിതകളാണ്. ഗ്രേസി ആരോൻ, മാർഗരറ്റ് പാവമണി, മെറ്റീൽഡ കല്ലൻ എന്നിവർ. സാമൂഹ്യപ്രവർത്തക എന്ന നിലയിലാണ് ഗ്രേസി ആരോൻ പ്രവർത്തനം ആരംഭിക്കുന്നത്. ദരിദ്ര സ്ത്രീകളുടെയും അനാഥക്കുഞ്ഞുങ്ങളുടെയും ഉന്നമനത്തിനായി ഒട്ടേറെ പ്രവർത്ത

നങ്ങൾ ഗ്രേസി സ്വയം ഏറ്റെടുത്തു. മഹിളാസമാജങ്ങളിലൂടെ സ്ത്രീകളെ സംഘടിപ്പിച്ചു. പുവർ ഹോമുകളും പ്രസവാലയങ്ങളും സ്ഥാപിച്ചു. സൗജന്യ ആതുരസേവനങ്ങൾ ഉറപ്പാക്കി. വ്യവസായ പ്രമുഖനായ സാമുവൽ ആറോണിന്റെ ഭാര്യയാണ് ഗ്രേസി. സാമുവൽ ആറോണിനെ സാമൂഹ്യപ്രതിബദ്ധതയുള്ള ഒരു മനുഷ്യനാക്കുന്നതിൽ ഗ്രേസി ആറോണിന്റെ പങ്ക് എടുത്തുപറയേണ്ടതാണ്. പിൽക്കാലത്ത് സാമുവൽ ആറോൺ ദേശീയപ്രസ്ഥാനത്തിന്റെ ഭാഗമാവുകയും ജയിൽ ശിക്ഷ അനുഭവിക്കുകയും ചെയ്തകാലയളവിലാണ് ഗ്രേസി രാഷ്ട്രീയപ്രവർത്തകയായി മാറുന്നത്. ഖാദി പ്രചരണത്തിന്റെ ഭാഗമായി ദരിദ്രർക്ക് ചർക്കയും നൂലും വാങ്ങി നല്കി അവർക്ക് തൊഴിലവസരം ഉണ്ടാക്കിക്കൊടുക്കുകയാണ് ഗ്രേസി ചെയ്തത്. സ്വാതന്ത്ര്യം പരമമായ അർഥത്തിൽ സാമ്പത്തിക സ്വാതന്ത്ര്യമാണെന്ന സന്ദേശം കൂടിയായി ഈ പ്രവർത്തനം. സത്യാഗ്രഹസമര പങ്കാളിയായും സംഘാടകയായും അവർ മികവുറ്റ പ്രവർത്തനമാണ് നിർവഹിച്ചത്. 1931-ൽ കെ.പി. സി.സി.യുടെ ഡിക്റ്റേറ്ററായി നിയോഗിക്കപ്പെട്ടത് അവരുടെ പ്രവർത്തനമികവിനുള്ള അംഗീകാരമായിരുന്നു.

കോഴിക്കോട്ടുകാരിയായ മാർഗരറ്റ് പാവമണി പൊതുജീവിതം ആരംഭിക്കുന്നത് എം. കാർത്ത്യായനിയമ്മ തുടങ്ങിവെച്ച മഹിളാസമാജത്തിലൂടെയാണ്. ഭർത്താവ് ബെഞ്ചമിൻ പാവമണിയുടെ പ്രേരണ അതിനുപിറകിലുണ്ടായിരുന്നു. പിന്നീട് സിവിൽ നിയമലംഘന സമരത്തിൽ പങ്കാളിയായി. വൈകാതെ കെ.പി.സി.സി. അംഗമായി. കെ. കെ. കുഞ്ഞുലക്ഷ്മിയമ്മ, മാർഗരറ്റ് പാവമണി, എൻ. സരോജിനി ബായി എന്നിവർ 1931 ഫെബ്രുവരി 12-ന് മദ്യവും വിദേശവസ്ത്രങ്ങളും ബഹിഷ്കരിക്കുക എന്ന മുദ്രാവാക്യമുയർത്തി കോഴിക്കോട് വലിയങ്ങാടിയിൽ നടത്തിയ സമരമാണ് മലബാർ മേഖലയിൽ സ്ത്രീകളുടെ പങ്കാളിത്തമുള്ള ആദ്യ പിക്കറ്റിങ്ങ്. കെ.കെ. കുഞ്ഞുലക്ഷ്മിയമ്മ അറസ്റ്റ് ചെയ്യപ്പെട്ടതിനെ തുടർന്ന് മലബാർ പ്രദേശ് കോൺഗ്രസ് കമ്മിറ്റിയുടെ ഏഴാമത്തെ ഡിക്റ്റേറ്ററായി മാർഗരറ്റ് നിയോഗിക്കപ്പെട്ടു.

മെറ്റീൽഡ കല്ലനും രാഷ്ട്രീയ പ്രവർത്തനത്തെ സാമൂഹ്യ പ്രവർത്തനമായിത്തന്നെയാണ് ഉൾക്കൊണ്ടത്. ഹരിജനോദ്ധാരണ പ്രവർത്തനങ്ങളും സ്ത്രീ ശാക്തീകരണപ്രവർത്തനങ്ങളുമായിരുന്നു അവരുടെ മുഖ്യമേഖല. ഒപ്പം സ്വാതന്ത്ര്യപ്പോരാളിയെന്ന നിലയിലുള്ള ഖാദി പ്രചാരണവും സത്യാഗ്രഹസമരവും. കെ. കേളപ്പന്റെ

നിർദ്ദേശാനുസരണം ഒറ്റപ്പാലത്ത് കസ്തൂർബാ ബാലികാസദനം സ്ഥാപിച്ചു. പിന്നീട് കോഴിക്കോട്ടേക്ക് ബാലികാസദനത്തിന്റെ പ്രവർത്തനം മാറ്റി. സിവിൽ നിയമലംഘന സമരത്തിലും ക്വിറ്റ് ഇന്ത്യാ പ്രക്ഷോഭത്തിലും സജീവമായി പങ്കാളിയായി.

മലബാർ മേഖലയിലെ ദേശീയസ്വാതന്ത്ര്യ പ്രക്ഷോഭം തിരുകൊച്ചി പ്രദേശത്തും കാര്യമായ ചലനങ്ങൾ ഉണ്ടാക്കുന്നുണ്ട്. സ്വദേശി രാജാക്കന്മാർ ഭരിക്കുന്ന നാട്ടുരാജ്യങ്ങളാകയാൽ വിദേശികൾക്കെതിരായ സ്വാതന്ത്ര്യസമരത്തിൽ ഈ പ്രദേശങ്ങളിലെ ജനങ്ങൾക്ക് വലിയ പങ്കുവഹിക്കാൻ കഴിഞ്ഞിരുന്നില്ല. എന്നാൽ ഉത്തരവാദഭരണം എന്ന ആശയം മുൻനിർത്തി അവിടങ്ങളിലും ജനങ്ങൾ സംഘടിക്കുന്നുണ്ടായിരുന്നു. ഇത്തരം പ്രക്ഷോഭങ്ങൾ സ്ത്രീകളെ മാറ്റി നിർത്തിയില്ല. ക്രമേണ സ്വാതന്ത്ര്യസമരം തിരുകൊച്ചി പ്രദേശത്തും വേരുപിടിക്കുകയും അക്കാമ്മ ചെറിയാൻ, ആനി മസ്ക്രീൻ, റോസമ്മ പുന്നൂസ്, കെ. ആർ. ഗൗരി, കൂത്താട്ടുകുളം മേരി, സുശീല ഗോപാലൻ, മന്ദാകിനി തുടങ്ങിയ വനിതകൾ മുന്നണിപ്പോരാളികളായി ഉയർന്നുവരികയും ചെയ്തു.

ആനി മസ്ക്രീൻ തിരുവിതാംകൂർ സ്റ്റേറ്റ് കോൺഗ്രസിന്റെ സ്ഥാപകനേതാക്കളിൽ ഒരാളാണ്. തിരുവിതാംകൂർ സ്റ്റേറ്റ് കോൺഗ്രസിന്റെ പ്രസിഡന്റായും (1938) സെക്രട്ടറിയായും (1944) നിയോഗിക്കപ്പെട്ട വനിത. തിരുവിതാംകൂർ സ്റ്റേറ്റ് അസംബ്ലിയിലേക്ക് എതിരില്ലാതെ തെരഞ്ഞെടുക്കപ്പെട്ട അവർ സ്വാതന്ത്ര്യാനന്തരം 1949-ൽ ആദ്യത്തെ വനിതാമന്ത്രിയായും മാറി. ലോക്സഭാംഗമായ ആദ്യ മലയാളി വനിതയാണ് ആനി മസ്ക്രീൻ. ആദ്യ ലോക്സഭയിൽ അവരുൾപ്പെടെ പത്തു വനിതകളാണ് ഉണ്ടായിരുന്നത്. ഇന്ത്യൻ ഭരണഘടന അസംബ്ലിയിൽ അംഗമായും അവർ പ്രവർത്തിച്ചു.

അക്കാമ്മ ചെറിയാൻ, സ്കൂൾ ഹെഡ് മിസ്ട്രെസ്സ് എന്ന ജോലി ഉപേക്ഷിച്ചാണ് ഉത്തരവാദഭരണ പ്രക്ഷോഭത്തിലേക്ക് വരുന്നത്. മുൻനിര നേതൃത്വത്തിലേക്ക് ഉയർന്ന അവർ തിരുവിതാംകൂർ സ്റ്റേറ്റ് കോൺഗ്രസിന്റെ ഡിക്റ്റേറ്ററായും പ്രവർത്തിച്ചു. അക്കാമ്മ ചെറിയാന്റെ നേതൃത്വത്തിൽ ആയിരങ്ങളെ അണിനിരത്തിയ ഒരു ജാഥ മഹാരാജാവിനെ കണ്ടു നിവേദനം നല്കാൻ ശ്രമിക്കുകയുണ്ടായി. അവരുടെ നേതൃത്വപാടവത്തിന്റെ നിദർശനമാണ് ഈ സംഭവം. തിരുവിതാംകൂർ ഝാൻസിറാണി എന്ന് ജനം അവരെ ബഹുമാനിച്ചു.

ഇന്ത്യൻ ഭരണഘടനാ നിർമ്മാണസഭയിലേക്ക് തെരഞ്ഞെടുക്ക

പ്പെട്ട ആദ്യ ദളിത് വനിതയാണ് ദാക്ഷായണി വേലായുധൻ. പട്ടിക ജാതിക്കാരിലെ ആദ്യ ബിരുദധാരിണി. എറണാകുളം മഹാരാജാസ് കോളേജിൽനിന്നും മദ്രാസിൽനിന്നും ബിരുദങ്ങൾ കരസ്ഥമാക്കി 1945-ൽ കൊച്ചി നിയമസഭയിലേയ്ക്ക് നാമനിർദ്ദേശം ചെയ്യപ്പെട്ടു. ദളിത് വിഭാഗങ്ങളുടെ വിദ്യാഭ്യാസ ഉന്നമനത്തിനും ക്ഷേമപ്രവർത്ത നങ്ങൾക്കും പ്രാധാന്യം നല്കിക്കൊണ്ടാണ് അവർ പ്രവർത്തിച്ചത്.

തിരു കൊച്ചി മേഖലയിൽ കോൺഗ്രസ് ആശയങ്ങൾക്ക് പുറമെ കമ്മ്യൂണിസ്റ്റ് ആശയധാരയും ശക്തമായിരുന്നു. റോസമ്മ പുന്നൂസ്, കെ.ആർ. ഗൗരി, കൂത്താട്ടുകുളം മേരി, സുശീല ഗോപാലൻ, കെ. ദേവയാനി തുടങ്ങിവർ കേരളത്തിൽ കമ്മ്യൂണിസ്റ്റ് പ്രസ്ഥാനം കെട്ടി പ്പടുക്കുന്നതിൽ അതുല്യമായ സംഭാവനകളാണ് നല്കിയത്. സ്റ്റേറ്റ് കോൺഗ്രസ്സിലൂടെ രാഷ്ട്രീയരംഗത്ത് പ്രവേശിച്ച കൂത്താട്ടുകുളം മേരി സ്കൂൾ വിദ്യാഭ്യാസകാലത്തു തന്നെ രാഷ്ട്രീയപ്രവർത്തനം തുട ങ്ങിയിരുന്നു. സ്റ്റേറ്റ് കോൺഗ്രസ്സിന്റെ വിദ്യാർഥി വിഭാഗം നേതാ വായി. പി.ടി.മേരി എന്നാണ് യഥാർഥ പേർ. രാഷ്ട്രീയ പ്രവർത്തനം കാരണം സ്കൂളിൽനിന്നു പുറത്താക്കപ്പെട്ടു. മാപ്പെഴുതിക്കൊടു ത്താൽ തിരിച്ചെടുക്കുമായിരുന്നിട്ടും അതിനവർ തയ്യാറായില്ല. ടെലി കോം വകുപ്പിൽ സർക്കാർ ജോലി ലഭിച്ചെങ്കിലും സാമൂഹ്യപ്രവർ ത്തനത്തിനായി ജോലിയും സ്വീകരിച്ചില്ല. 1948-ൽ കമ്മ്യൂണിസ്റ്റ് പാർട്ടി അംഗമായി. പാർട്ടിയുടെ കൂത്താട്ടുകുളം ലോക്കൽ സെക്ര ട്ടറി ആയി. പാർട്ടി നിരോധിച്ചകാലത്ത് പോലീസ് പിടിയിലാവു കയും ക്രൂരമർദ്ദനങ്ങൾക്കിരയാവുകയും ചെയ്തു. ജയിൽവാസ ത്തിനു ശേഷം അവർ താമസം പെരിന്തൽമണ്ണയിലേക്ക് മാറി. അവിടെ അധ്യാപകവൃത്തിയിൽ പ്രവേശിക്കുകയും സാമൂഹ്യപ്ര വർത്തനങ്ങളിൽ മുഴുകുകയും ചെയ്തു.

കെ. ദേവയാനി സ്വാമി വാഗ്ഭടാനന്ദന്റെ ആത്മാവിദ്യാ സംഘ ത്തിന്റെ സ്വാധീനം കൊണ്ട് ഹൈസ്കൂൾ പഠനകാലത്ത് തന്നെ പൊതുപ്രവർത്തനത്തിൽ സജീവമായിരുന്നു. ജനനം ആലപ്പുഴയിലെ പുന്നപ്രയിൽ. ഒമ്പതാം ക്ലാസ്സിൽ പഠനം അവസാനിപ്പിക്കേണ്ടി വന്നതോടെ ആത്മാവിദ്യാ സംഘത്തിന്റെ വനിതാവിഭാഗം പ്രവർ ത്തകയായി. ജാതിരഹിത സമൂഹം എന്ന ആശയം പ്രചരിപ്പിച്ചു. അമ്പലപ്പുഴ താലൂക്ക് കയറുപിരിത്തൊഴിലാളി യൂണിയൻ രൂപീകൃ തമായപ്പോൾ അന്ന് കേവലം പതിനഞ്ചു വയസ്സുമാത്രമുള്ള ദേവ യാനിയാണ് സെക്രട്ടറിയായി തെരഞ്ഞെടുക്കപ്പെട്ടത്. കയർത്തൊ ഴിലാളി സ്ത്രീകൾ തന്നെ പാടത്തും പണിയെടുക്കേണ്ടിയിരുന്നു

അന്ന്. രാവിലെ എട്ടുമണി മുതൽ വൈകിട്ട് ആറുമണിവരെ നീളുന്ന വിശ്രമമില്ലാത്ത ജോലി. ഇതിനെതിരായി ദേവയാനിയുടെ നേതൃത്വത്തിൽ നടന്ന പ്രതിഷേധസമരം കളർക്കോട് പാടം പണിമുടക്കായി മാറി. ഉച്ചയ്ക്ക് അരമണിക്കർ വിശ്രമ സമയവും കൂലി വർദ്ധനവും നേടിയെടുക്കാൻ ഈ സമരത്തിന് കഴിഞ്ഞു. ദേവയാനിയുടെ പൊതുപ്രവർത്തന മേഖല അയൽജില്ലകളിലേക്കും വ്യാപിച്ചു.വൈകാതെ കമ്യൂണിസ്റ്റ് പാർട്ടി നേതാവായി മാറി. കമ്യൂണിസ്റ്റ് നേതാവ് എ. വി. കുഞ്ഞമ്പുവുമായുള്ള വിവാഹാനന്തരം കണ്ണൂരിലെ കരിവെള്ളൂരിലേക്ക് താമസം മാറ്റി. കരിവെള്ളൂരിലെ ജന്മിമാർക്കെതിരെ നടന്ന കർഷകപ്രക്ഷോഭത്തിൽ പങ്കാളിയായി. കരിവെള്ളൂർ സമരത്തെ തുടർന്ന് കുഞ്ഞമ്പു ജയിലിലടക്കപ്പെട്ടു. പോലീസ് മർദ്ദനഭീതിയായിരുന്ന ജനങ്ങളിൽ നിന്നു ദേവയാനി സാമൂഹ്യബഹിഷ്കരണ സമാനമായ അവസ്ഥ നേരിടേണ്ടി വന്നു. ഗത്യന്തരമില്ലാതെ അവർ പുന്നപ്രയിലേക്ക് തിരികെ പോയി. എന്നിട്ടും അവർ തന്റെ പൊതുജീവിതം അവസാനിപ്പിക്കാതെ പിടിച്ചു നിന്നു.

തിരുവിതാംകൂർ സ്റ്റേറ്റ് കോൺഗ്രസിൽ അംഗമായാണ് റോസമ്മ പുന്നൂസും രാഷ്ട്രീയജീവിതം ആരംഭിച്ചത്; 1939-ൽ. സ്വാതന്ത്ര്യസമരപ്രവർത്തനങ്ങളുടെ പേരിൽ മൂന്ന് വർഷത്തോളം ജയിൽ വാസം അനുഭവിച്ചു. 1948-ൽ കമ്മ്യൂണിസ്റ്റ് പാർട്ടിയിൽ അംഗമായി. 1957-ലെ തെരഞ്ഞെടുപ്പിൽ കമ്യൂണിസ്റ്റ് പ്രതിനിധിയായി മൽസരിച്ചു ജയിച്ചു. കേരള നിയമസഭയിലെ ആദ്യത്തെ പ്രോടേം സ്പീക്കറായി നിയോഗിക്കപ്പെട്ടത് റോസമ്മ പുന്നൂസ് ആണ്. കേരള വനിതാകമ്മീഷൻ അംഗം, തോട്ടം കോർപ്പറേഷന്റെ ചെയർ പേഴ്സൺ, ഹൗസിംഗ് ബോർഡ് അംഗം, റബ്ബർ ബോർഡംഗം സി.പി.ഐ.യുടെ സംസ്ഥാന സമിതിയംഗം, കേരള മഹിളാസംഘാംഗം എന്നിങ്ങനെ പല മേഖലകളിൽ പ്രവർത്തിച്ചിട്ടുണ്ട്.

വിദ്യാർഥിയായിരിക്കെത്തന്നെ കെ.ആർ. ഗൗരി രാഷ്ട്രീയ പ്രവർത്തനം ആരംഭിച്ചിരുന്നു. സ്വാതന്ത്ര്യസമരത്തിലും കർഷക പ്രക്ഷോഭങ്ങളിലും മുൻനിരയിൽ അവരുണ്ടായിരുന്നു. അവിഭക്ത കമ്മ്യൂണിസ്റ്റ് പാർടിയിലും പിന്നീട് സിപിഐ എമ്മിലും സംസ്ഥാനനേതൃതലത്തിൽ പ്രവർത്തിച്ചു. ലാത്തിക്ക് ഗർഭദാനശേഷിയുണ്ടായിരുന്നെങ്കിൽ ഗൗരിയമ്മ ലാത്തിക്കുഞ്ഞുങ്ങളെ പ്രസവിച്ചേനെ എന്ന നിരീക്ഷണം അവർ നേരിട്ട കൊടിയ പോലീസ് മർദ്ദനങ്ങളുടെ സാക്ഷ്യപത്രമാണ്. 1957-ലെ ആദ്യ തെരഞ്ഞെടുപ്പ്

മുതൽ പതിനൊന്നാം നിയമസഭവരെ ഒരിക്കൽ ഒഴികെ അതിദീർഘകാലം അവർ കേരളനിയമസഭയിൽ ഉണ്ടായിരുന്നു. പലതവണ മന്ത്രിയായി. നിയമം, റവന്യൂ, കൃഷി, വ്യവസായം, എക്സൈസ് തുടങ്ങി പ്രധാനപ്പെട്ട വകുപ്പുകൾ കൈകാര്യം ചെയ്തു. 1957-ലെ ആദ്യ കമ്മ്യൂണിസ്റ്റ് മന്ത്രിസഭയിലെ റവന്യൂ വകുപ്പുമന്ത്രി ആയിരിക്കെ ഗൗരിയമ്മയായിരുന്നു ചരിത്രപ്രധാനമായ ഭൂപരിഷ്കരണ നിയമവും കേരള സർക്കാർ ഭൂമി പതിച്ചുകൊടുക്കൽ നിയമവും നിയമസഭയിൽ അവതരിപ്പിച്ചു പാസ്സാക്കി നടപ്പിൽ വരുത്തിയത്. കേരളത്തിന്റെ ഇന്നത്തെ സാമ്പത്തികസാമൂഹ്യചരിത്രനിർണ്ണയിക്കുന്നതിൽ മുഖ്യപങ്കു വഹിച്ചിട്ടുണ്ട് ഈ നിയമങ്ങൾ. കേരളത്തിലെ ആദ്യ വനിതാമുഖ്യമന്ത്രിയാകും എന്ന് പലരും പ്രതീക്ഷിച്ച നേതാവാണ് കെ.ആർ. ഗൗരിയമ്മ.

1987-ലെ തെരഞ്ഞെടുപ്പ് കാലത്ത് കേരം തിങ്ങും കേരളനാട് കെ.ആർ. ഗൗരി ഭരിക്കട്ടെ എന്ന് അനൗദ്യോഗികമായി ഒരു പ്രചരണം കേരളത്തിലുടനീളം നടന്നിരുന്നു. പക്ഷേ, ഭരണം കിട്ടിയപ്പോൾ ഇ.കെ. നായനാരെ ആണ് സിപിഐഎം ഭരണനേതൃത്വം ഏൽപ്പിച്ചത്. ഗൗരിയമ്മക്ക് വ്യവസായ വകുപ്പാണ് കിട്ടിയത്. പാർട്ടിയും ഗൗരിയമ്മയും തമ്മിലുണ്ടായ നിരവധി അഭിപ്രായസംഘർഷങ്ങൾ ഗൗരിയമ്മയെ പാർട്ടിയിൽ നിന്നു പുറത്താക്കുന്നതിലേക്ക് നയിച്ചു. പുറത്താക്കിയപ്പോൾ ജെ.എസ്.എസ്. എന്ന പുതിയ രാഷ്ട്രീയ പാർട്ടി രൂപീകരിച്ച അവർ യുഡിഎഫ് ഘടകകക്ഷിയായി. അവസാന കാലമായപ്പോഴേക്കും ഇടതുപക്ഷത്തേക്ക് അവർ തിരിച്ചെത്തുകയുണ്ടായി.

മലയാളവേരുള്ള അന്തർദ്ദേശീയ വ്യക്തിത്വമാണ് ക്യാപ്റ്റൻ ലക്ഷ്മിയുടേത്. അമ്മ അമ്മു സ്വാമിനാഥൻ ഗാന്ധിയൻ വഴിയിലാണ് സഞ്ചരിച്ചതെങ്കിൽ ലക്ഷ്മി ഐഎൻഎയിലൂടെയാണ് സ്വാതന്ത്ര്യപ്പോരാട്ടം നയിച്ചത്. തുടക്കത്തിൽ വിദേശവസ്തു ബഹിഷ്കരണ സമരങ്ങളിൽ സജീവമായിരുന്നെങ്കിലും വൈദ്യശാസ്ത്ര ബിരുദം നേടിയ ശേഷം സിംഗപ്പൂരിലേക്ക് പോയി. ലക്ഷ്മി അവിടെ ദരിദ്രരുടെ ചികിൽസക്കായി ഒരു ക്ലിനിക്ക് ആരംഭിക്കുന്നുണ്ട്. ജപ്പാൻ ബ്രിട്ടൻ യുദ്ധത്തിൽ പരിക്കേറ്റവരെ ശുശ്രൂഷിക്കാനും അവർ മുൻനിരയിലുണ്ടായിരുന്നു. സിംഗപ്പൂരിൽ വെച്ചു സുഭാഷ് ചന്ദ്രബോസുമായുണ്ടായ കൂടിക്കാഴ്ച അവരെ ഐഎൻഎയുടെ പ്രവർത്തകയാക്കി. ഇന്ത്യൻ സ്വാതന്ത്ര്യത്തിനായി പ്രവർത്തിക്കുന്ന ഐ.എൻ.എ.യുടെ ഒരു വനിതാസേനാദളം സിംഗപ്പൂരിൽ രൂപീക

രിച്ചപ്പോൾ അതിന്റെ ചുമതല നേതാജി നല്കിയത് ലക്ഷ്മിക്കാണ്. വൈകാതെ തന്നെ പരിശീലനം സിദ്ധിച്ച വനിതാവിഭാഗം സിംഗപ്പൂരിൽ പോരാട്ടസജ്ജരായി. പദവിയിൽ കേണൽ ആയിരുന്നെങ്കിലും 'ക്യാപ്റ്റൻ ലക്ഷ്മി' എന്ന പേരിൽ അവർ അറിയപ്പെട്ടു. 1947 മാർച്ച് 4-ന് ബ്രിട്ടീഷ് സൈന്യം പിടികൂടി ഇന്ത്യയിലേക്ക് കൊണ്ടുവന്നെങ്കിലും വൈകാതെ ജയിൽ മോചിതയായി. സ്വതന്ത്ര്യാനന്തരം ഇന്ത്യ പാക്ക് വിഭജനകാലത്തും ബംഗ്ലാദേശ് വിഭജനകാലത്തും അഭയാർഥി പ്രവാഹമുണ്ടായപ്പോൾ ഡോക്ടർ എന്ന നിലയിലും പൊതുപ്രവർത്തക എന്ന നിലയിലും അവർ സജീവമായി രംഗത്തുണ്ടായിരുന്നു. പിന്നീട് മാർക്സിസ്റ്റ് പാർട്ടി അംഗത്വം സ്വീകരിക്കുകയും ജനാധിപത്യ മഹിളാ അസോസിയേഷന്റെ ദേശീയ ഉപാധ്യക്ഷയാവുകയും ചെയ്തു. 2002-ല ഇന്ത്യൻ പ്രസിഡന്റ് തെരഞ്ഞെടുപ്പിൽ ഇടതുപക്ഷ സ്ഥാനാർത്ഥിയായിരുന്നു

ദേശീയപ്രസ്ഥാനം ലക്ഷ്യം വെച്ചത് ഇന്ത്യൻ സ്വാതന്ത്ര്യമാണെങ്കിലും അത് സ്ത്രീകളുടെ ആത്മബോധം ഉജ്വലിപ്പിക്കുന്ന സംഘടിത പ്രവർത്തനങ്ങളുടെ കാലം കൂടിയായി മാറി. ചർക്കയും ഖാദിയും ഹിന്ദിബോധനവുമായി തുടങ്ങിയ സ്ത്രീകൾ മാർച്ചും ധർണ്ണയും അറസ്റ്റും ജയിൽവാസവുമുൾപ്പെടെ സമരത്തിന്റെ സകല തലങ്ങളിലും തങ്ങളുടെ സാന്നിധ്യം ഉറപ്പുവരുത്തി. സ്ത്രീ സ്വാതന്ത്ര്യത്തിന്റെ പ്രഖ്യാപനം, പൊതു ഇടം തങ്ങൾക്കും അവകാശപ്പെട്ടതാണെന്ന പ്രഖ്യാപനം കൂടി ഈ പങ്കാളിത്തം സാക്ഷ്യപ്പെടുത്തുന്നുണ്ട്. ആദ്യകാല വനിതാ പ്രക്ഷോഭകർക്ക് ഏറ്റവും അടുത്ത കുടുംബാംഗമായ പുരുഷന്മാരുടെ നിർലോഭമായ പിന്തുണ കിട്ടിയിരുന്നു. ആ പുരുഷന്മാരെല്ലാം സ്വാതന്ത്ര്യ പ്രക്ഷോഭകാരികളായിരുന്നു. വിദ്യാസമ്പന്നകളായ മദ്ധ്യവർഗ്ഗസ്ത്രീകളുടെ സ്വാതന്ത്ര്യസമര പങ്കാളിത്തം മറ്റുള്ളവരിലേക്കും അതിന്റെ സ്വീകാര്യത പടർത്തി.

എന്നാൽ സ്വാതന്ത്ര്യാനന്തരം കേരള രാഷ്ട്രീയം എത്രമാത്രം സ്ത്രീ അനുകൂലമായിരുന്നു എന്ന് പരിശോധിക്കുമ്പോൾ പശ്ചാത്ഗമനത്തിന്റെ സൂചനകളാണ് നമുക്ക് ലഭിക്കുക. ഒരു സ്ത്രീയായതു മാത്രമായിരുന്നു ഗൗരിയമ്മയ്ക്ക് മുഖ്യമന്ത്രി പദം നിഷേധിക്കപ്പെടാൻ കാരണം എന്ന് കരുതുന്ന നൂറുകണക്കിന് ആളുകളുണ്ട്. 1996-ൽ സുശീലഗോപാലനും മുഖ്യമന്ത്രി പദത്തിനരികിൽ വരെ എത്തിയിരുന്നു. രണ്ട് തവണയും മുഖ്യമന്ത്രിയായി പാർട്ടി നിയോഗിച്ചത് ഇ.കെ. നായനാരെ ആണ്. കമ്യൂണിസ്റ്റ് പാർട്ടിയുടെ

സ്ഥാപകനേതാക്കളിൽ ഒരാളായിരുന്നു സുശീലഗോപാലൻ. രണ്ട് തവണ എംപിയായ ആൾ. എന്നിട്ടും എംഎൽഎ അല്ലാതിരുന്ന നായനാരെ ഉപതെരഞ്ഞെടുപ്പ് ജയിപ്പിച്ച് നിയമസഭയിൽ അംഗമാക്കിയാണ് മുഖ്യമന്ത്രി സ്ഥാനം നല്കിയത്.

പുരുഷമേധാവിത്വം നമ്മുടെ രാഷ്ട്രീയപാർട്ടികളിൽ ആഴത്തിൽ പ്രവർത്തിക്കുന്നുണ്ട് എന്നത് ഏതൊരാൾക്കും കണ്ടറിയാൻ കഴിയുന്ന സത്യമാണ്. ചില പാർട്ടികളിൽ അത് ഗൂഢമായാണ് നിലനില്ക്കുന്നതെങ്കിൽ മറ്റ് ചിലതിൽ ഒട്ടും മറയില്ലാതെയാണെന്ന വ്യത്യാസം മാത്രം. സ്വാതന്ത്ര്യസ്മരകാലത്ത് കോൺഗ്രസിന്റെ ഡിക്റ്റേറ്റർമാരായി നിരവധി വനിതകൾ ഉണ്ടായിരുന്നു. എന്നാൽ പിന്നീട് ഒരു വനിതപോലും കെപിസിസി അദ്ധ്യക്ഷയായില്ല. കമ്മ്യൂണിസ്റ്റ് പാർട്ടികൾ ഉൾപ്പെടെയുള്ള ഇടത്പക്ഷ രാഷ്ട്രീയ പ്രസ്ഥാനത്തിനും തങ്ങളുടെ സംസ്ഥാന സെക്രട്ടറിയായി ഒരു വനിതയെ കൊണ്ടുവരാൻ കഴിഞ്ഞിട്ടില്ല. മുസ്ലീം ലീഗും കേരള കോൺഗ്രസും അവരുടെ പാർട്ടി നേതൃത്വത്തിൽ മാത്രമല്ല നിയമസഭയിലേക്ക് മൽസരിക്കാൻപോലും നാളിതുവരെ എത്ര സ്ത്രീകൾക്ക് അവസരം നല്കി എന്ന് നോക്കിയാൽ അവർ പുലർത്തുന്ന ആണധികാരമനോഭാവം സ്പഷ്ടമാകും.

ആദ്യനിയമസഭയിൽ ഭരണപ്രതിപക്ഷ ബെഞ്ചുകളിലായി ആറ് സ്ത്രീകൾ ഉണ്ടായിരുന്നു. അന്ന് ആകെ സീറ്റ് 114 ആയിരുന്നു എന്നു കൂടി ഓർക്കുക. മൊത്തം ജനസംഖ്യയിൽ പാതിയിലേറെ സ്ത്രീകളായിട്ടും പ്രാതിനിധ്യത്തിൽ ഗണനീയമായ വർദ്ധനവ് പിൽക്കാലത്തൊന്നും ഉണ്ടായതേയില്ല. നിയമസഭയിൽ സ്ത്രീ പ്രാതിനിധ്യം ഇരട്ടയക്കം കടന്നത് രണ്ട് തവണയാണ്; 1996-ലും 2021-ലും. അപ്പോഴും പത്ത് ശതമാനത്തിലേക്ക് ആ സംഖ്യ എത്തിയില്ല. ഒറ്റ വനിതമാത്രം ജയിച്ച സന്ദർഭങ്ങളും ഉണ്ടായിട്ടുണ്ട്.

പതിമൂന്നാം നിയമസഭവരെ സ്ത്രീ മന്ത്രിമാരുടെ എണ്ണം ഒരു സഭയിൽ ഒന്ന് എന്ന് പരിമിതപ്പെട്ടത് എങ്ങനെയാണ്? ഇത് നല്കുന്ന സൂചന എന്താണ്? ഇനി ചേർക്കുന്ന കണക്കുകൾ വാചാലമാണ്. സ്വാതന്ത്ര്യാനന്തരം 201 പുരുഷന്മാർ വിവിധ മന്ത്രിസഭകളിൽ മന്ത്രിമാരായപ്പോൾ സ്ത്രീകൾ വെറും 8 പേരാണ് ആ പദവിയിൽ എത്തിയത്. 9 തവണ സ്ത്രീ പ്രതിനിധികളില്ലാത്ത മന്ത്രിസഭകൾ ഈ പ്രബുദ്ധകേരളം ഭരിച്ചു. രണ്ടായിരത്തോളം പുരുഷന്മാർ എംഎൽഎ ആയപ്പോൾ വനിതകൾ നൂറു തികഞ്ഞില്ല. ഇക്കാലമാകെ വനിതാ എംപി മാരായത് 9 പേരാണ്. ഒരേ സമയം ഒന്നി

ലേറെ വനിതാമന്ത്രിമാർ അധികാരത്തിലെത്തിത്തുടങ്ങിയത് കഴിഞ്ഞ മന്ത്രിസഭ മുതലാണ്. നമ്മുടെ രാഷ്ട്രീയപാർടികളിലും ട്രേഡ് യൂണിയനിലും ബഹുജനസംഘടനകളിലും തലപ്പത്ത് സ്ത്രീകൾ എത്ര പേരുണ്ട്? നിയമപരമായ ബാധ്യത ഉള്ളതുകൊണ്ട് മാത്രമാണ് തദ്ദേശസ്ഥാപനങ്ങളിൽ സ്ത്രീ പങ്കാളിത്തം ഇന്നത്തെ നിലയിൽ എത്തിയത് എന്നതുകൂടി കൂട്ടി വായിക്കേണ്ടതുണ്ട്.

അധികാരകേന്ദ്രങ്ങളിൽ സമത ഉണ്ടാവുമ്പോൾ മാത്രമാണ് ലിംഗസമത്വം പൂർണ്ണമാവുക. അതിന് കേരളം എന്ന് പാകമാവും?

ഗ്രന്ഥസൂചി

1. Jayakumar, R,Political participation and empowerment of women in kerala since 1956, Nesamony Memorial Christian College, Manonmaniam Sundaranar University

2. Kochuthressia, M M, Women and political change in Kerala since independence,PhD thesis, School of Management Studies, Cochin University of Science and Technology.

3. Norman, Dorothy, Nehru the First Sixty Years Vol.2 (The Bodley Head, London, 1965)

4. Vasanthi V, Dr,Women in public life in Malabar(19001957) (Lipi publication, Kozhikode,2013

○○

ലേഖകർ

1. **ഡോ. രാജേന്ദ്രൻ എടത്തുംകര**
   അസോ. പ്രൊഫസർ, മലയാളവിഭാഗം,
   ശ്രീ നീലകണ്ഠ ഗവ. സംസ്കൃത കോളേജ്, പട്ടാമ്പി
2. **ഡോ. പ്രിൻസ് മോൻ ജോസ്**
   അസി. പ്രൊഫസർ, മലയാളവിഭാഗം
   സെന്റ് തോമസ് കോളേജ് പാലാ, കോട്ടയം - 686574.
3. **ഡോ. സിബി കുര്യൻ**
   വകുപ്പദ്ധ്യക്ഷൻ, മലയാളഗവേഷണ വിഭാഗം
   ദേവമാതാ കോളേജ് കുറവിലങ്ങാട്, കോട്ടയം - 686633.
4. **ഡോ. ലാൽ രഞ്ജിത്**
   സാരസ്, പന്തലായിനി,
   കൊയിലാണ്ടി, കോഴിക്കോട്, 673305.
5. **ഡോ. സുനിൽ ജോസ്**
   മലയാളവിഭാഗം,
   സെന്റ് ജോസഫ്സ് കോളേജ് (ഓട്ടോണോമസ്)
   ദേവഗിരി, കോഴിക്കോട്.
6. **അഭിലാഷ് തിരുവോത്ത്**
   പേരാമ്പ്ര, കോഴിക്കോട്, 673525.
7. **ഡോ. അനുസ്മിത. എൻ.**
   അസി. പ്രൊഫസർ, മലയാളവിഭാഗം
   ശ്രീനാരായണ ഗുരു കോളേജ്, ചേളന്നൂർ,
   കോഴിക്കോട്, 673616.
8. **ഡോ. ഹസ്കറലി ഇ.സി.**
   അസ്സോസിയേറ്റ് പ്രൊഫസർ
   സുല്ലമുസ്സലാം സയൻസ് കോളേജ്,
   അരീക്കോട്, ഉഗ്രപുരം പി.ഒ. 673639.

9. **ശ്രീജ ശ്രീധരൻ**
കുരിപ്പിള്ളിൽ വീട്
സൗത്ത് ഓഫ് പെട്ട, മുവാറ്റുപുഴ– 6866661.
10. **നവീന വിജയൻ**
ശ്രീമീന, പന്തലായനി, കൊയിലാണ്ടി
കോഴിക്കോട്, 673305.
11. **ഡോ. മുഹമ്മദ്റാഫി എൻ. വി.**
നെല്ലട്ടാം വീട്ടിൽ
നടുവണ്ണൂർ, കോഴിക്കോട്, 673614.
12. **സി. എസ്. മീനാക്ഷി**
24/126, റസണൻസ്, അരുളപ്പാട് ക്ഷേത്രത്തിന് സമീപം
ചേവരമ്പലം, കോഴിക്കോട്, 673 017.
13. **ഡോ. എം. ഡി. മനോജ്**
പ്രാർത്ഥന, വെട്ടിച്ചിറ, പുന്നത്തല പി.ഒ,
വളാഞ്ചേരി വഴി, മലപ്പുറം ജില്ല. 676552.
14. **മെൽബി ജേക്കബ്**
അസി.പ്രൊഫസർ,
ബി.കെ കോളേജ്, അമലഗിരി.
15. **ദീപ്ന അരവിന്ദ്**
'സദീപ്ന', പന്തലായനി
കൊയിലാണ്ടി, കോഴിക്കോട്, 673305.
16. **ഡോ. ബിന്ദു ഡി.**
അഭിരാമം, മാവേലിക്കര പി.ഒ
ആലപ്പുഴ, 690101.
17. **ഡോ. സംഗീത ചേനംപുല്ലി**
അസി. പ്രൊഫസർ, രസതന്ത്രം
എസ്.എൻ.ജി.എസ്. കോളേജ്, പട്ടാമ്പി.
18. **ഡോ. മുംതസ് പി. കെ.**
അസിസ്റ്റന്റ് പ്രൊഫസർ, എം.എ.എം.ഒ. കോളേജ്
മണാശ്ശേരി, മുക്കം.

○○

www.ingramcontent.com/pod-product-compliance
Lightning Source LLC
LaVergne TN
LVHW090322051026
849518LV00005B/1849
* 9 7 8 8 1 1 9 9 4 0 9 0 5 *